I0874381

ኀበና

ጎበና

ወታደራዊ እና ፖለቲካዊ ሕይወት

(1810-1881)

ደቻሳ አበበ (ዶ/ር)

ፀሐይ
አሳታሚና አከፋፋይ ድርጅት

ፀሐይ
አሳታሚና አከፋፋይ ድርጅት

ጎበና: ወታደራዊ እና ፖለቲካዊ ሕይወት (1810-1881)
ዶ/ር ደቻሳ አበበ © መስከረም ወር 2013 ዓ.ም

የመጽሐፉ ዓለምአቀፍ መለያ ቍጥር (መዓመቍ):
[ISBN] 978-1-59-907223-4 [ለስላሳ ሽፋን]፣ 978-1-59-907224-1
[ጠንካራ ሽፋን] እና 978-1-59-907225-8 [ኤሌክትሮኒክ መጽሐፍ]

አሳታሚ ኤልያስ ወንድሙ
የሽፋን ስዕል በቴዎድሮስ ክፍሌ | የሽፋን ቅንብር ሣራ ማርቲነዝ

የፀሐይ አሳታሚ ድርጅት መጻሕፍትን ለመግዛት ወይም
ድርሰትዎን ለማሳተም ከፈለጉ በአድራሻዎቻችን መልእክትዎን ይላኩልን።

ፀሐይ አሳታሚ ድርጅት
የመልእክት ሣ. ቁ. 25042 ኮድ 1000
አዲስ አበባ፣ ኢትዮጵያ

TSEHAI Publishers
Loyola Marymount University
1 LMU Drive, Suite 3012
Los Angeles, CA 90045
U.S.A.

www.**tsehai**publishers.com
Email: info@tsehaipublishers.com

ካለአሳታሚው ሕጋዊ ፍቃድ በስተቀር፣ ይህንን መጽሐፍ ማባዛት፣ መቅዳት፣
መተርጎምም ሆነ በማንኛውም ዓይነት ዘዴ ማሰራጨት በሕግ የተከለከለ ነው።

የዚህ መጽሐፍ የሕትመት ምዝገባ መረጃ በወመዘክር የኢትዮጵያ ብሔራዊ ቤተመጻሕፍት
እና በአሜሪካ የኮንግረስ ቤተመጻሕፍት ተመዝግቦ ይገኛል።

ይህ መጽሐፍ በአሜሪካን ሀገር ታተመ።

፩ ፪ ፫ ፬ ፭ ፮ ፯ ፰ ፱ ፲

ማውጫ

ማውጫ

ማውጫ

መታሰቢያነቱ አፍላ ዕድሜውን በጭሰኝነት ፈጅቶ
እኔን ግን ወደ ትምህርት ቤት ለወሰደኝ
አባቴ ይሁንልኝ!

ዕውቅና

በቅድሚያ በርካታ ተከታታይ ስሕተቶቼን እንዳርምና ያጋጠሙኝን ፈተናዎች ደግሞ በትእግሥትና በሙሉ ጤንነት እንድሻገራቸው ላስቻለኝ እግዚአብሔር ክብር ምስጋና ይድረሰው። በተጨማሪም እኔ "የዱሮው ኢትዮጵያዊ አባወራ" ስለሆንኩ የጎጇችንን ቀንበር ከባዱን ወገን ለተሸከመቺውና ሐሳቤን ለማሰባሰብ ዕድል ለሰጠችኝ ባለቤቴ ለመምህርት አስቴር ኮከብ እና የሕይወቴን ውጣውረድና ፈተናዎች ምክንያታዊ ላደረጉልኝ ልጆቼ አሸናፊ፣ ዳግምና ናታን ምስጋና ይገባቸዋል። ቤቢ (አሸናፊ) ይህን ጽሑፍ ለማቃናት ላደረግኸው የቃላት ለቀማ ተጨማሪ የአባትህ ምርቃት ይድረስህ።

በመቀጠል፣ የዚህን ጽሑፍ ቋንቋ በማረም ቀናና ፈጣን ትብብራቸው ላልተለየኝ ለሥራ ባልደረቦቼ ለአቶ ደረጀ ገብሬ፣ ለዶ/ር ተስፋዬ ጅማ እና ለዶ/ር ደሞዜ ደገፉ እንዲሁም ረቂቁን አንብበው ገንቢና ሙያዊ አስተያየታቸውን ለሰጡኝ የታሪክ በለሙያዎች ለዶ/ር ተፈሪ መኰንን፣ ለዶ/ር ያሲን ሙሐመድና ለዶ/ር ከተቦ አብድዮ ከፍ ያለ ምስጋና አቀርባለሁ። በተጨማሪም አቶ ይኩኖ አምላክ መዝገቡ ለለገስከኝ ጠንካራ የማዳበርያ ሐሳብ እንዲሁም ይህ ጽሑፍ ለሕትመት እንዲበቃ መሥመር በማስያዝ በብዙ ስለደከምክልኝ እግዚአብሔር ያክብርልኝ።

በመጨረሻም በጣም የተጣበበ ጊዜውን ሰውቶ ቴክኒካዊ እገዛ ላደረገልኝ ለአቶ ብርሃኑ ደቦጭ፣ ለኔ የማይደረሱኝን አንዳንድ የታሪክ መረጃዎች በማቅረብ ይህ ጽሑፍ አሁን የያዘውን መልክ እንዲይዝ ከፍተኛ አስተዋጽኦ ያደረገውን ጓደኛዬን ዶ/ር ታምራት ዋሲሁንን እና በኢትዮጵያ ጥናትና ምርምር ተቋም ቤተመጻሕፍት የሚሠሩ ባልደረቦችን በተለይም በጥንታዊ የብራና ጽሑፎች እና ሰነዶች ክፍል ያሉትን ባለሙያዎች በጣም አመሰግናለሁ።

መቅድም

ራስ ጎበና ዳጪ በዘመናዊ የኢትዮጵያ ታሪክ ውስጥ በጣም አወዛጋቢ የፖለቲካና የውትድርና ታሪክ ካላቸው ግለሰቦች ዋንኛው ነው ሊባል ይችላል። ጎበናን በተመለከተ በሁለት ወገን የተወጠሩ የፖለቲካ አመለካከቶች አሉ፤ "ለዘመናዊት ኢትዮጵያ የግዛት ወሰን ምሥረታ ግንባር ቀደም ሚና የተጫወተ ታማኝ የምኒልክ አገልጋይ" የሚል እና "የኦሮሞን ሕዝብ ለ'አበሻ' አገዛዝ አሳልፎ የሰጠ የታሪክ ተወቃሽ" የሚል።

የዚህ መጽሐፍ ዓላማ እነዚህ ሁለት ጽንፍ የያዙ ትርክቶች ከጎበና እውነተኛ የፖለቲካና የውትድርና ሕይወት የራቁ በመሆናቸው፣ በየአጋጣሚው በተገኘው መረጃ ላይ በመመሥረትና ለጊዜያዊ የፖለቲካ ትርፍ ተብሎ ከሚንጸባረቁ አመለካከቶች በአንጻራዊነት በመራቅ የጎበናን ትክክለኛ ፖለቲካዊና ወታደራዊ ሕይወት ለመዳሰስ ነው። ይህ ማለት የሚታወቁትን የጎበና ሰብእናዎች በቀናና በጊዜው በነበረው ዓላማና ዐውድ ውስጥ በመተንተን አንድን የአስራ ዘጠነኛው ክፍለ ዘመን ኢትዮጵያዊ ጀግና ለታዳጊውና ለወጣቱ ትውልድ ለማስተዋወቅ ነው።

ይህም ሲባል የጎበናን የተሟላ የሕይወት ታሪክ ለመጻፍ በድፍረት የተጀመረ ሥራም እንዳልሆነ ሊታወቅ ይገባል። ይልቅስ እስከ አሁን ድረስ በተለያዩ አጋጣሚዎች ጸሐፊው ከዳሰሳቸው የታሪክ መረጃዎች የተገነዘበውን ያህል ሌሎችም ኢትዮጵያውያን እንዲገነዘቡ በማሰብ ነው።

በዚሁ መሠረት ራስ ጎበና በዓሥራ ዘጠነኛው ክፍለ ዘመን የመጀመሪያ አስርት ዓመት፣ በዛሬው ሰሜን ሸዋ፣ ከኦሮሞ አባትና ከዐማራ እናት የተወለደ፣ በኦሮሞ ባህልና ማንነት ውስጥ ያደገ እንደነበር ማስረጃዎች ያሳያሉ። በተለይም በወታደራዊ ክህሎቱና ዕውቀቱ ብርቱ ከነበረው አባቱ ዳጪ ዋዩ የቤቱ ታናሽ ልጅ ሆኖ የተወለደ፤ ነገር ግን በአባቱ ፈር ቀዳጅነትና በራሱ ታታሪነት ከታናሽነት ወደ ታላቅነት ደረጃ የደረሰ የፖለቲካና የጦር ሰው እንደነበር መገንዘብ ይቻላል።

ጎበና ከባለዝቅተኛ ማዕረግ ግለሰቦች የቤት አሽከርነት በመነሣት በየጊዜው ከአንዱ ጌታ ወደ ሌላው በፍቃደኝነትም ይሁን ተጣልቶ በመኮብለል

እየተዘዋወረ የገዛ ዕድሉን በራሱ ያመቻቸ፤ በሂደቱ ውስጥ ከሦስት፣ ከአራት ጊዜያት በላይ ጌቶችን የቀየረ እምቢ ባይ ለዓላማው ቆራጥ ነበር።

ጎበና ጥቃትን በምንም መልኩ ለመቀበል ወይም ለማሳለፍ የማይችል ከሸቁጥቁጥነትና ተለማማጭነት ይልቅ ለክብሩ ሟች ሲሆን፤ ይህ ሰብእናው በተደጋጋሚ ከጌቶቹ ጋር እንዲጋጭና ከአንዱ ወደ ሌላው እንዲሄድ በመጨረሻም እንዲሸፍት እንዳደረገው ይነገርለታል።

ጎበና በአንጻሩ የተረጋጋ የፖለቲካና የውትድርና ሕይወት መምራት የጀመረው በ1857 ዓ.ም ከምኒልክ ጋር ተዋውቆ የአጋርነት ስምምነት ከመሠረተ በኋላ ይመስላል። በዚህ ሂደት በማዕረግ ላይ ማዕረግ፣ በክብር ላይ ክብር መጨመር ችሎ ነበር። ከደጅ አጋፋሪነት እስከ ንጉሥነት የደረሱ የማዕረግ ዕርከኖችን ተሸጋግሯል። ምኒልክ በሸዋ ንጉሥነት ዘመኑ ከሾማቸው የመጀመሪያዎቹ ሁለት ራሶች አንዱ ጎበና ሲሆን፤ ሌላኛው የምኒልክ አጎት የነበረው ዳርጌ ነበር።

ጎበና በዚህ ፈታኝ በነበረው የፖለቲካ እና የውትድርና ሕይወቱ ውስጥ በጣም በርካታ ጠላቶችንና የሥልጣን ተቀናቃኞችን እንዳፈራ የተገኙት መረጃዎች ይጠቁማሉ። ከጊዜ በኋላ እንዲያውም ከፖለቲካው ይልቅ የጦር ሰውነቱ እያየለ ሄዶ የመንግሥቱን ወታደራዊ ክንፍ በማደላደል ሥራ ላይ ከመጠመዱ የተነሣ ከተለመደው የፖለቲካ ሸርና ሸፍጥ እየራቀ በጀርባው ለሚሸረቡ ሤራዎች ባይተዋር የሆነ ይመስላል።

እንደዚያም ሆኖ ጎበና ለዘመናዊት ኢትዮጵያ የግዛት ወሰን መመሥረት ግንባር ቀደም ሚና የተጫወቱትን የሸዋ ዐማራና የቱለማ ኦሮሞን ኅብረት በማጠናከር፣ በአንጻራዊነት ከሁለቱም የየብቻ ነጠላ ማንነት የሁለቱንም ያጣመረ ድርብ ማንነት የተጎናጸፈ ማኅበረሰብ እንዲፈጠር በማድረግ የተሳካለት ፖለቲከኛ ነበር ለማለት ይቻላል። ከዚህም በላቀ መልኩ ደግሞ የመጫና የቱለማ ኦሮሞን ከአንድ ክፍለ ዘመን መራራቅና መረሳሳት በኋላ ያስተዋወቀና ያዋደደ፤ በተዘዋዋሪም ቢሆን አንድ የልማት ማኅበር እስከ መመሥረት ያስቻለ ቅርበት እንዲመሠርቱ ምክንያት የሆነ ባለውለታ እንደነበር ማስረጃዎች በግልጽ ያሳያሉ።

ከጎበና የፖለቲካና የውትድርና ሕይወት ተሞክሮ፣ የዐማራና የኦሮሞ ልሂቃን የዘመናዊቷን ኢትዮጵያ የግዛት ወሰንና የአገዛዝም ይሁን የአስተዳደር ዘይቤ ለመመሥረት የነበራቸውን ስምምነትና ለተግባራዊነቱ እስከምን አብረው ለመጓዝ እንደቻሉ፣ ምን ያህሉንስ እንዳጓደሉ መገንዘብ ይቻላል።

ያም ሆነ ይህ በቤተመንግሥቱ የጎበና ጠላቶችና የሥልጣን ተቀናቃኞች የፖለቲካ ጉልበት እየበረታ መጥቶ ሊመክታቸው ከማይችልበት ደረጃ የደረሰው በእርጅና ዕድሜው ነበር። በዚሁ ምክንያት ሥልጣኑን ለማጣት

የሹመት “አገሮቹንም” ለመነጠቅ ተገዷል። ይህ የጎበና ከቦታው መፈናቀልና አቻ ወራሽ ማጣት የኦሮሞን ሕዝብ ከእርሱ በኋላ በሀገሪቱ ውስጥ ለተከሠቱት ፈርጀ ብዙ ቀውሶች እና ባይተዋርነት አጋልጦታል።

ደቻሳ አበበ (ዶ/ር)

የአፍሪካ ጥናትና ምርምር ማእከል
አዲስ አበባ ዩኒቨርሲቲ
2012 ዓ.ም

ክፍል አንድ

የጥናቱ ዳራ

"ያን ጊዜ የሸዋ ሰው የርስት ነገር ችግረኛ ነው፣.......
መንዝማ እንዲያው የድሃ ሀገር ነው።
ሸዋን ሀገር ያደረገ ይኸ የኦሮሞው መሬት አደለም?"

(መንግሥቱ ለማ፣ 2003፡ 105)።

ምዕራፍ አንድ

መንደርደሪያ

እይታዎችና መረጃዎች

ራስ ጎበና ዳጪ በዘመናዊ የኢትዮጵያ ታሪክ ውስጥ አወዛጋቢ የሕይወትና የፖለቲካ ታሪክ ካላቸው የዘመናዊት ኢትዮጵያ የታሪክ ተዋንያን መካከል ዋነኛው ሳይኾን አይቀርም። በመሆኑም ላለፉት ጎምሳ ዓመታት በጎበና ታሪክ ላይ ጠንከር ያለ የታሪክ ገመድ ጉተታ ይታያል። በርግጥ ይህ በዘመናዊ የኢትዮጵያ ታሪክ ላይ ያለው አለመግባባት ቅጥያ ይመስላል። በተለይ በሀገረ መንግሥት ምሥረታው ሂደት የተደረጉ ጦርነቶችንና ግጭቶችን በመተረክ ውስጥ ያለው የሐቲት ልዩነት ተራዝሞ በጎበናም የሕይወት ታሪክ ላይ በሰፊው ይንጸባረቃል። ለዚህ ጽሑፍ መነሻ እንዲሆን እና ለገለጻ እንዲመች በሚል ይህን የጎበና ታሪክ የሚያወሱ ጽሑፎችንና አመለካከቶችን በሦስት ከፍሎ ማየት ይቻላል።

የመጀመሪያውን የአንድነት ሐቲት አራማጆች ብለን ልንመድብ እንችላለን። በእነዚህ ዘንድ ጎበና እንደ ብሔራዊ ጀግና የሚቆጠር የኢትዮጵያን ግዛት በማስፋፋትና ተለያይተው የነበሩትን የደቡባዊ፣ ምዕራብና ደቡባዊ ግዛቶች በማስመለስ ወይም ከሌላው የሀገሪቱ ግዛት ጋር በማዋሐድ በምኒልክ ሥር ሆኖ ትልቅ ሚና የተጫወተ የኢትዮጵያ ባለአዳራ ነው። ይህ ሐቲት በዘመናዊ የኢትዮጵያ ታሪክ ላይ በሀገርኛም ይሁን በውጭ ቋንቋዎች መጽሐፍ የጻፉ በተብራራም ይሁን በቅንጭቡ የጎበናን ስም ሳያነሡ ማለፍ አይሆንላቸውም። በተለይም ታዋቂ የጦር ሰው ከሆነ በኋላ ያለው ሕይወቱ በቁንጽል በየቦታው ይነሣል። ለዚህም ደግሞ የአጼ ምኒልክን ታሪክ የጻፉ ሰዎች በሙሉ በቀጥታም ይሁን በተዘዋዋሪ የጎበናን ስም ለማንሣት ይገደዳሉ።

ሙያዊና ዘመናዊ የታሪክ አጠናን ስልት በኢትዮጵያ ከመጀመሩ በፊት በነበረው ጊዜ በአማርኛ ቋንቋ የተጻፉ የአጼ ምኒልክም ይሁን የዘመናዊት ኢትዮጵያ ታሪክ የሚገልጹ መጻሕፍት ጎበናን እንደ ጥሩ አገልጋይና ብሔራዊ የጦር ጀግና አመልክተዋል። ዐጽመ ጊዮርጊስ ገብረ መሲህ ለዚህ ግንባር ቀደም ነው[1]። በጣም ትኩረት ሰጥቶ ብዙ ለማለት የሞከረ፣ ለጎበና ታሪክ በርካታ አንቀጽና ዐረፍተ ነገር የሰጠ የመጀመሪያው ባህላዊ የኢትዮጵያ ታሪክ ጸሐፊ ሊባል ይችላል። ስለ ጎበና ታሪክ ስለትውልዱ እና ስለዋለባቸው የጦር ዐውደ ግንባሮች አጫጭር መረጃዎችን ብልጭ ድርግም በሚል መልኩ በነጻነት ይተርካል።

የአፄ ምኒልክን ዜና መዋዕል ጽፎ የነበረው ገብረ ሥላሴ ወልደ አረጋይ[2] ግን ሌሎችን ንጉሣዊያን ቤተሰቦች በየአጋጣሚው ሲያነሣ፣ ሲጥል ወይም ሲያሞግስ፣ ሲያሞካሽ ጎበናን ግን ሆን ተብሎ በሚመስል መልኩ ይዘለዋል። የግድ መነሣት ባለበት ቦታ ሁሉ ጭምር። ሌላኛው ከግዛት ማስፋፋት ጋር ምኒልክን ለማሞካሸት ሲል ጎበናንም በማሞካሸት የጦር ጀብዱውን የሚያነሣው አፈወርቅ ገብረ ኢሱስ[3] ነው። በተለይ የምዕራብ የኢትዮጵያን ጠረፍ ለማስገበር በተደረገው እንቅስቃሴ የጎበና ሚና ግንባር ቀደም እንደሆነ ጠቅሶ ያልፋል።

ወደ ቅርቡ ዘመን ስንመጣ በኢትዮጵያ ታሪክ አጻጻፍ ውስጥ በባህላዊው የአንበሳውን ድርሻ የሚወስደው አቶ ተክለጻዲቅ መኩሪያም[4] በዚሁ መነጽር ከአፄ ምኒልክና የኢትዮጵያ አንድነት ትረካው ጋር ያነሣዋል። እንደሱ ሰፊ የኢትዮጵያ ታሪክ ዕውቀት ጎበና ላይ በጣም ብዙ ማለት በቻለ ነበር። እንዳለመታደል ሆኖ እሱም እንዲሁ የጎበናን የምኒልክ አሽከርነት ወይም የጦር ሰውነት በተገደደበት ቦታ ሲያነሣ እንጂ በሌሎች ሰዎች ታሪክ ላይ ብዙ ብዙ እንደሚያብራራው ጎበና ላይ ሲያደርግ አይታይም። የእሱ ትኩረት ይኸው የቤተ መንግሥት ታሪክ ስለሆነ ምንጩም ታሪከ ነገሥት ወይም ዜና መዋዕል ስለሆነ ሳይታወቀውም ሆነ ዐውቆ በዚያው ወጥመድ ውስጥ ይወድቃል።

ከአዲስ አበባ ዩኒቨርሲቲ መመሥረትና በውስጡ የታሪክ ትምህርት ክፍል እና የኢትዮጵያ ጥናትና ምርምር ተቋም መከፈት በኋላ በኢትዮጵያ ታሪክ ላይ በርካታ መጻሕፍትና የጥናትና ምርምር ወረቀቶች በሁለቱም ክፍሎች በሚሠሩ የታሪክ ባለሙያዎች በዚሁ የአንድነት ሐቲት ማእቀፍ

1 ፍጹም ወልደ ማርያም፣ *የዐፅመ ጊዮርጊስ ገብረ መሲህ ድርሰቶች፥ የኦሮሞ ታሪክ (ከ1500-1900)* (ክፍል አንድ እና ሁለት) (አዲስ አበባ፣ 2009)።

2 ጸሐፌ ትእዛዝ ገብረ ሥላሴ ወልደ አረጋይ፣ *ታሪክ ዘመነ ዘዳግማዊ ምኒልክ ንጉሠ ነገሥት ዘኢትዮጵያ* (አዲስ አበባ፣ 2008)።

3 አፈወርቅ ገብረ ኢየሱስ፣ *ዳግማዊ አጤ ምኒልክ* (ሮማ፣ 1901)።

4 ተክለ ጻዲቅ መኩሪያ፣ *የኢትዮጵያ ታሪክ ከዐፄ ቴዎድሮስ እስከ ዐጼ ኃይለ ሥላሴ* (አዲስ አበባ፣ 2000)፤ *ዐፄ ምኒልክ እና የኢትዮጵያ አንድነት* (አዲስ አበባ፣ 1983)።

ውስጥ ታትመዋል። እነዚህ ባለሙያዎች ኢትዮጵያውያንም ይሁኑ የውጭ ዜጎች ሥራዎቻቸውን ያቀረቡት በውጭ ቋንቋ በተለይም በእንግሊዝኛ ቋንቋ ነው። የኢትዮጵያን ታሪክ በሚመለከት በታሪክ ትምህርት ክፍል የመጀመሪያ ትውልድ ሊባሉ የሚችሉ ኢትዮጵያውያን መምህራን የሀገሪቱን የታሪክ ዘመን ለሦስት ተካፍለው አንዳንድ የመማሪያ መጻሕፍትን አበርክተዋል።

በጥንታዊት[5] ኢትዮጵያና በመካከለኛው[6] ክፍለ ዘመን ኢትዮጵያ ላይ የሠሩትን ትተን ወደ ዘመናዊው ስንመጣ በቅድሚያ ወደ አእምሯችን የሚመጣው ባሕሩ ዘውዴ ነው። ከ1980ዎቹ ጀምሮ በዚያ የትምህርት ክፍል ያለፉ የአዲስ አበባም ይሁን የሌሎች ከፍተኛ የትምህርት ተቋማት ተማሪዎች *"A History of Modern Ethiopia ...."* በሚሰኘው መጽሐፉ ሳይማሩ ያለፉ የሉም[7]። በዚህ ሂደት ውስጥ ጎበና በተለመደው የአንድነት ሐቲት ውስጥ ምን ያህል እንደ ተወሳ የሚታወስ ነው። ባሕሩ በዘመናዊት የኢትዮጵያ ታሪክ ላይ ለቁጥር የሚታክቱ የጥናት ወረቀቶችና ወደ ግማሽ ደርዘን የሚደርሱ መጻሕፍትን የጻፈ አንጋፋ ምሁር[8] ሆኖ እያለ በጎበና ላይ ግን አንዲት የጥናት ወረቀት እንኳ አላበረከተም።

ነገሩን የበለጠ አስገራሚ የሚያደርገው ባሕሩ የመጀመሪያ ዲግሪ ማሟያ ጥናቱንም ሆነ የሦስተኛ ዲግሪ ማሟያ ጥናቱን የሠራው በደቡብ ምዕራብ ኢትዮጵያ ላይ ሲሆን የመጀመሪያውን በተለይ በሕይወት ታሪክ ላይ ስለሆነ የመረጃ እጦት ነው ለማለት ያዳግታል። በተጨማሪም "የለውጥ ሐዋርያት....." *"Pioneers of Change in Ethiopia..."* ብሎ በሰየመው እና የሃያኛው ክፍለ ዘመን መባቻ የኢትዮጵያ ምሁራን አዳዲስ ሐሳብ የማፍለቅ ሚናን የዳሰሰበት መጽሐፉም ቢሆን አጫጭር የሕይወት ታሪክ ስብስብ የሚመስል አቀራረብ እንዳለው መገንዘብ ይቻላል[9]። ስለዚህ ለሱ ፖለቲካ ቀመስ የሕይወት ታሪክ መጻፍ አዳጋች አይመስልም። ምክንያቱም በሀገርኛውም ቢሆን የፊታውራሪ ሀብተጊዮርጊስን ታሪክ አሳምሮ ጽፎታል[10]።

እዚህ ላይ ይህ ጸሐፊ ምናልባት በባሕሩ ላይ የጠነከረ ትችት አለአግባብ የሰጠ ሊመስል ይችል ይሆናል። በርግጥ ባሕሩ በፈለገው ርእስ ላይ የመጻፍ፣

5 Sergew Hable Sellassie, *Ancient and Medieval Ethiopian History to 1270* (Addis Ababa, 1972).

6 Taddesse Tamrat, *Church and State in Ethiopia (1270-1527)* (TSEHAI, 2009).

7 የአማርኛው ትረጉም፣ ባሕሩ ዘውዴ፣ *የኢትዮጵያ ታሪክ ከ1847 እስከ 1983* (አዲስ አበባ፣ 2000)።

8 የጥናት ወረቀቶቹ አብዛኞቹ በመጽሐፍ መልክ እንደገና ታትመዋል፣ Bahru Zewde, *Society, State and History: Selected Essays* (Addis Ababa, 2008)።

9 Bahru Zewde, *Pioneers of Change in Ethiopia: The Reformist intellectuals of the early Twentieth century* (Addis Ababa, 2002).

10 ባሕሩ ዘውዴ፣ *ሀብቴ አባ መላ፡ ከጦር ምርኮኝነት እስከ አገር መሪነት* (አዲስ አበባ፣ 2008)።

የፈለገውን የመተው አካዳሚያዊ መብት እንዳለው ለማንም ግልጽ ነው፤ የዚህም ጸሐፊ እምነትም ነው። ነገር ግን ይህ ትችት የቀረበበት ምክንያት ባሕሩ በዚያ የኢትዮጵያ የታሪክ ዘመን ላይ ኦቶሪቲ ስለሆነ በሙሉ በሚባል ደረጃ በዘመኑ ላይ የሱን ያህል የጻፈ ሰው ስለሌለና በትምህርት ክፍሉም ውስጥ ብዙ ተማሪዎችን በዚያ ዘመን ላይ የሴሚናር ወረቀቶችን፣ የጥናት ጽሑፎችን፣ የመመረቂያ ወረቀቶችን (በባችለር፣ በማስተርስ፣ በፒኤች ዲ) እንዲሠሩ ሐሳብ በማቅረብ፣ በማማከር የኖረና የትምህርት ክፍሉ ተጽዕኖ ፈጣሪ አባል ስለነበር ይህን ርእሰ ጉዳይ ለምን እንዳላስታወሰው ወይም እንደተወው በመቆጨት የተነሣ ትችት እንደሆነ ሊታወቅ ይገባል።

ለማንኛውም እሱም ጎበናን በዚሁ በአንድነት ሐቲት ማእቀፍ ውስጥ እንደሚመለከተው ከላይ የተጠቀሰው መጽሐፍና በኋላም ለአንደኛ ዓመት ተማሪዎች የጋራ ኮርስ መማሪያ[11] ያዘጋጀው መጽሐፍ ጥሩ ማሳያዎች እንደሆኑ በዩኒቨርሲቲ ትምህርት ያለፈ ኢትዮጵያዊ ሁሉ የሚያውቀው ነው።

ሌላው በዘመኑ ኢትዮጵያዊ አሁን የውጭ ዜጋ የሆነው በጎበና ላይ የጻፈው ባይሩ ታፍላ[12] ነው። የጎበናን ታሪክ በዚሁ የአንድነት ሐቲት ማእቀፍ ውስጥ አካትቶ ነበር መጠነኛ አስተዋፅኦ ያደረገው። ምናልባትም የዐጽሜን ሥራ በመተርጎሙ[13] ስለጎበናና በአፄ ምኒልክ የታሪክ ዘመን ግንባር ቀደም ያላቸውን ግለሰቦች የሕይወትታሪክ ሲያጠና እና በአጭሩ የፖለቲካ ሚናቸውን ሲገልጽ ከዚያ ውስጥ አንዱ ጎበና ሆኖ በጥናት ወረቀቱ ውስጥ ተካቷል። በርግጥ ከዐጽሜ ውጭ የበርካታ የውጭ ጸሐፍትን ሥራ እንደ ተጠቀመ ከግርጌ ማስታወሻው መረዳት ይቻላል።

ከኢትዮጵያ ፀሓይ በታች ያልጻፉበት የኢትዮጵያ ታሪክ ርእስ የለም የሚባልላቸው እንደነ ሪቻረድ ፓንክረስት የመሳሰሉ የውጭ ዜጎችም ቢሆኑ የዘመናዊት ኢትዮጵያን የግዛት ወሰን ለመመሥረት የጎበናን ሚና ወይም በሰፊው የኦሮሞ ዐማራ ትብብር ላይ የዚህ ጽሑፍ አዘጋጅ እስከሚያወቀው ድረስ ብዙም አስተዋፅኦ አላደረጉም። ሁሉም በሚባል ደረጃ በዚህ ጉዳይ ላይ ዳግማዊ ምኒልክን የጥናታቸው ትኩረት አድርገው አብሮት የነበረውን ዋናውን የጦር ሰው ችላ ያሉ ይመስላል። ለምሳሌ የምኒልክን ታሪክ በመጻፉ የጎበናን የጦር ሰውነት በጨረፍታ ለማንሣት የተገደደው ሃሮልድ ማርከስ ጎበናን የሚያየው በዚህ የአንድነት ሐቲት ማእቀፍ ውስጥ ነው። ዳረክዋም ስለ ሸዋ በጻፈው መጽሐፉ የሚያወሳው የአፄ ምኒልክ የሸዋ የንጉሥነት

11 Bahru Zewde, *A Short History of Ethiopia and the Horn* (Addis Ababa, 1998).

12 Bairu Tafla, "Three portraits, Ato Asmä-Giyorgis, Ras Gonaba Dachi and Sahafe Tezaz Gäbrä Sillassé" in *Journal of Ethiopian Studeis*. Vol. 2. (Addis Ababa, 1967).

13 Bairu Tafla (ed). *Asmä-Giyorgis and His Work: History of the Galla and the Kingdom of Shäwa* (Stuttgart, 1987).

ዘመን ሲሆን የጎበናን ሚና ለማንሣት ሰፊ ምክንያት ቢኖረውም በነበረው የታሪክ መረጃ ምንጭ ዝንባሌ ምክንያት ሊሆን ይችላል በብዙ አላነሣም[14]።

ከእነዚሁ እላይ ከተጠቀሱት ሁለት የአዲስ አበባ ዩኒቨርሲቲ የጥናት ክፍሎች በተለይ በታሪክ ትምህርት ክፍል ውስጥ በርካታ የዲግሪ ማሟያ ጽሑፎች ከባችለር እስከ ዶክትሬት ዲግሪ ድረስ በትምህርት ክፍሉ ተማሪዎች እና ተመራማሪዎች ይቀርባሉ። ጎበናን እንደ ጥናት ርእስ የወሰደ አንድም ተማሪ አልታየም[15]። ከነዚህ የተማሪዎች ወረቀቶች መካከል በሸዋና በደቡባዊ ምዕራብ ኢትዮጵያ ታሪክ ላይ የተጻፉ ወረቀቶችም[16] ሙሉ በሙሉ በሚባል ደረጃ በአንድነት ሐቲት ማእቀፍ ውስጥ የሚገኙ ናቸው። ምክንያቱም የትምህርት ክፍሉ እንደዋና የትኩረት አቅጣጫ አድርጎ የሚያስተምረው ይህንኑ የአንድነት ሐቲት ስለሆነ ነው።

በርግጥ በርካታ ከደቡባዊ፣ ደቡብ ምዕራብና ደቡብ ምሥራቅ የኢትዮጵያ ክፍል የሚወጡ የታሪክ ባለሙያዎች እና የትምህርት ክፍሉ

---

14 Darkwah, *Shäwa Menilek and the Ethiopian Empire: 1813 – 1889* (London, 1987).

15 ይህን ጥናት ወደ መገባደዱ ከደረሰ በኋላ አንድ ተማሪ በአዲስ አበባ ዩኒቨርሲቲ በታሪክ ክፍል ለማስተርስ ዲግሪ ማሟያ በጎበና ላይ ቴሲስ እየጻፈ እንደሆነ የዚህ ጽሑፍ አዘጋጅ ሰምቷል።

16 የተወሰኑት ለምሳሌ ያህል፣ Abarra Zäläkä, "Fiche; Foundation, Growth and Development up to 1941". B.A. Thesis, History, (Addis Ababa University, 1986); Abbas Haji, "The History of Arsi (1880-1935)". B.A. Thesis, (Addis Ababa University, 1982); Bezuwärk Zäwdé, "The Problem of Tenancy and Tenancy Bill, with Particular Reference to Arsi". MA Thesis, (Addis Ababa University, 1992); Daba Hundé, "A Portrait of Social Organization and Institutions of the Oromo of Jibat and Mächa in the Nineteenth Century till the Conquest of Menelik II". B.A. Thesis, (Haile Sillassé University, 1971); Kätäbo Abdiyo, "A Historical Survey of the Arsi Oromo: C. 1910-1974. MA. Thesis in History, (Addis Ababa University, 1999); Kätäma Mäsqäla, "The Evolution of Land Ownership and Tenancy in Highland Balé: A Case Study of Gobba, Sinana and Dodola Districts to 1974". MA Thesis in History, (Addis Ababa University, 2001); Oljira Tujuba, "Oromo-Amhara Relations in Horroo-Guduru Awraja (North-Eastern Wallaga), c. 1840s-1941". M. A. Thesis, (Addis Ababa University, 1994); Täsäma Ta'a "The Oromo of Wollega: A Historical Survey to 1910." M.A. Thesis, (Addis Ababa University, 1980); Tsägayé Zäläkä, "A History of Graar Jaarsoo 1800-1900." B.A. Thesis, (Addis Ababa University, 1996); Tsägayé Zäläkä, "The Oromo of Salaalee: A History (c.1848-1936)". MA Thesis in History, Addis (Ababa University, 2002); Wakéné Fréw, "The Family of Ras Darge and the Church in Salale 1870-1941". B.A. Thesis, (Haile Sillaasee I University, 1973); Yasin Mohammed, "A Historical Study of the Land Tenure System in Highland Ilu-ababora C.1889- 1974. MA Thesis in History, (Addis Ababa University, 1974).

ባልደረባ ያልሆኑ አንዴ የሚፈልጉትን ዲግሪ ካገኙ በኋላ በቀጥታ ወደ ቅኝ ግዛት ሐቲት ውስጥ እንደሚገቡ ከምረቃ በኋላ በጻፏቸው የጥናት ወረቀቶች እና መጻሕፍት መረዳት ይቻላል[17]። ጎበናንም የሚመለከቱት ከዚሁ የማእቀፍ ለውጥ ውስጥ ነው።

እንደ መልካም ዕድል ሆኖ በአንዱ የአሜሪካ ዩኒቨርሲቲ የዶክትሬት ዲግሪ ማሟያ የሠራው ብራያን ዬትስ ጎበናን በጥናቱ ዋና ትኩረት ውስጥ አካቶታል[18]። ከምረቃውም በኋላ አንድ የጥናት ወረቀት በዚሁ ርእስ ጉዳይ ላይ አሳትሟል[19]። በመመረቂያ ጽሑፉ የዘመናዊ ኢትዮጵያን የግዛት ወሰን ለመሥራት ጉልሕ ሚና የነበራቸው ግን ያልተነገረላቸው "ያልታዩ ተዋናዮች ..." ያላቸውን ሦስት ግለሰቦች (ኦሮሞዎች) አንሥቷል፤ መሐመድ ዓሊን (ራስ ሚካኤል) ከወሎ፣ ጎበና ዳጨን ከቱለማ እና ፊታውራሪ ሀብተ ጊዮርጊስን ከጨቦ። እነዚህ ግለሰቦች እንደታማኝ የምኒልክ አገልጋይና የኢትዮጵያን የአሁኑን የግዛት ወሰን ለመሥራት ታላቅ ሚና የነበራቸው ናቸው ይላቸዋል። በነገራችን ላይ በዚህ ጽሑፍ አዘጋጅ ግንዛቤ ጎበና በዕድሜም፣ በልምድም፣ በአስተዋፅኦም ደረጃ ከሁለቱ ጋር ትከሻ ለትከሻ የሚለካካ እኩያ ሳይሆን አስተማሪያቸው (አሠልጣኛቸው)፣ ወደ ፖለቲካ ማእቀፉም (የምኒልክ አስተዳደር ሥር) እንዲመጡም ምክንያት የሆነ ነው። ወደ ፊት በዚሁ ሥራ በሰፊው እንደሚብራራው የጎበናን ተደጋጋሚ የወሎ፣ የጨቦና የመጫ ዘመቻዎችን ማስታወስ ይቻላል። ሁለቱም የነዚህ ዘመቻዎች ውጤቶች ናቸው። ያም ሆኖ የያቴስን አስተዋፅኦ ያኮስሰዋል ማለት እንዳልሆነ ሊታወቅ ይገባል። ያቴስ በመረጃ ደረጃ ያልተዳሰሰ አዲስ ነገር ይዞ ባይመጣም የዘመናዊ ኢትዮጵያ ግዛት የተሠራው ከኦሮሞ-ዐማራ በተውጣጡ ጠንካራ ሰዎች ነው የሚባለውን ትርክት የሚያጠናክር ነው። በሐቲት ደረጃ ግን ከትብብር ሐቲት ይልቅ የአንድነት ሐቲትን የሚከተል ሆኖ ነው የተገኘው። በርግጥ የጥናት አማካሪው በአዲስ አበባ ዩኒቨረሲቲ የታሪክ ትምህርት ክፍል የሠራና ከዚሁ ከአንድነት ሐቲት ብዙ ካልራቁት የውጭ ፕሮፌሰሮች አንዱ የሆነው ዶናልድ ክራሚ በመሆኑ፣ ያቴስም በዚያው ጎዳና እንዲፈስ ፈር የቀደደለት ይመስላል።

ሁለተኛው የሐቲት ማእቀፍ ደግሞ የቅኝ ግዛት ሐቲት ልንለው የምንችለው ነው። ይህን ሐቲት የሚያራምደው ቡድን የኢትዮጵያን ታሪክ ከዘመናዊ የሀገረ መንግሥት ግንባታ ሂደት ጋር ከተያያዘው ጦርነትና ግጭት

17 ተከታታይ የ *Journal of Oromo Studies* ኅትመቶችን ለአብነት ያህል መመልከት ይቻላል።

18 Yates, Brian James, "Invisible actors: The Oromo and the creation of modern Ethiopia (1855--1913)" PhD, Dissertation (University of Illinois, 2009).

19 Yates, Brian James, "Christian Patriot or Oromo Traitor?: The Ethiopian State in the Memories of Ras Gobäna Dače" in *Northeast African Studies* Vol. 13, No. 2, pp:25-51·

የጊዜ እርዝማኔ በላይ ለመሻገር የሚቸገረውና የሀገሪቱን ታሪክ ወደ አንድ ክፍለ ዘመን ገደማ ለማድረግ የሚጥረው ነው። በጅምላ ወደ ድምዳሜ ለመድረስ ቢያስቸግርም በርካታ ከዚሁ ከደቡባዊው በተለይም ከደቡብ ምዕራብ የሀገሪቱ አካባቢ የሚወጡ የፖለቲካ ልሂቃንም ይሁኑ ከታሪክ ባለሙያ ውጭ ያሉ ምሁራን ጨምሮ የዘመናዊት ኢትዮጵያን ታሪክ በዚሁ ማእቀፍ ውስጥ እንደሚያዩ በየአደባባዩ ይገልጻሉ[20]።

የጎበናንም የሕይወት ታሪክ በዚሁ የሐቲት ማእቀፍ ውስጥ ይመለከቱታል። ምናልባትም ከነዚህ ውስጥ የኦሮሞ ልሂቃን ግንባር ቀደም ሳይሆኑ አይቀሩም። ጎበናን እንደ ከሐዲ፣ ሕዝቡን ለባዕድ አገዛዝ አሳልፎ እንደሰጠ/እንደሸጠ አድርገው ይመለከቱታል። ከአንድነት ሐቲት አራማጆች ጋር ሲነጻጸሩ የዚህኛው ሐቲት አራማጆች ድርሳን በቅርብ እና በ1966ቱ የኢትዮጵያ አብዮት ዋዜማ የጀመረ ይመስላል። ጎበና ከ1950ዎቹ እና 1960ዎቹ በፊት በነበረው ጊዜ በኦሮሞ ሕዝብ ዘንድም እንደ ብሔራዊ ጀግና የሚወሰድና የሚወደስ እንደ ነበር በወቅቱ ከነበሩ መረጃዎች መረዳት ይቻላል። ይህ የ1950ዎቹ እና 1960ዎች ትውልድ ከመምጣቱ በፊት ጎበና ብሔራዊ ጀግና መሆኑን የተጠራጠረ ያለ አይመስልም[21]።

ከዚሁ የመዛግብት ትንተና በተጓዳኝ ቃለ መጠይቅ የተደረገለት የጎበና ቤተሰብ ሊባል የሚችል ሰው፣ እሱ ትንሽ ልጅ ሆኖ የጎበና የልጅ ልጅ በሆነው አበበ አረጋይ መኖሪያና ቤተሰብ አካባቢም ጎበና ብሔራዊ ጅግናና በየቀበሌው በጎበዝ አለቃና በጎሳ እየተከፋፈሉ ይፋጁ እና ይዋጉ የነበሩትን ኦሮሞዎች ብቻ ሳይሆን ሌሎችንም ወደ መንግሥት ማእቀፍ ውስጥ አስገብቶ አንድ ያደረገ ሰላም ያሰፈነ ትልቅ የሀገር በለውለታ ተደርጎ እንደሚወሰድና ታሪኩም በዘያው መልክ ይተረክ እንደነበር ይናገራል። በኋላ ላይ ግን በተለይ ከ1966/67 ለውጥ ቀጥሎ በነበሩት ዓመታት እዚህ ሀገር ውስጥ ለሰባት ዓመታት ሲኖር ስለጎበና በተለይም ወገኖቹ ከሆኑት ኦሮሞዎች ይሰማ የነበረው ነገር አመለካከቱን እንደቀየረበትና በፊት ይነገር የነበረው ነገር ተራ የቤተሰብ እና የፍቅር አድናቆት ሆኖ አብዛኛው ከእውነት የራቀ መስሎ እንደተሰማው ይገልጻል። ጎበና "ጨፍጫፊ፣ ጡት ቆራጭ" እና ሌሎችን ጭካኔዎች በገዛ ሕዝቡ ላይ የፈጸመ ከሆነ እውነትም ከሐዲ ነበር ማለት ነው ወደሚል እንዳዘነበለ ይሰማዋል[22]።

---

20 የአሰፋ ጃላታን፣ ሲሳይ ኢብሳን፣ መኩሪያ ቡልቻን፣ አባስ ሐጂን፣ ዳንኤል አያናን እና የመሳሰሉትን የኦሮሞ ምሁራን በርካታ መጽሐፍትና የጥናት ወረቀቶች ለምሳሌ ማንሣት ይቻላል።

21 Edao Boru, "Gobana Dache" on YouTube, 17 Mar 2015 - Uploaded by Finfinnee Radio, https://www.youtube.com/watch?v=SE4vN0JQMAc.

22 ልጅ ወንደወሰን አበበ፣ ዕድሜ 71፣ ቃለ መጠይቅ የተደረገበት ቦታ፣ አዲስ አበባ ሒልተን ሆቴል፣ ቀን 9/05/2011.

በርግጥ ወንደወሰን ቋንቋውን ባይናገረውም በአባቱ በራስ አበበ ቤት ውስጥ በተለይ የባላገር ዘመዶቹና ወገኖቹ ከመጡ ሙሉ በሙሉ ኦሮምኛ የሚነገርበት ቤት ውስጥ በማደጉ ኦሮሞዎች የሚሉትን ነገር ላለማመን አዳጋች ሊሆንበት እንደሚችል መገመት ይቻላል።

ወደ ተባለው የብሔራዊ ጀግና አመለካከት ስንመለስ ያለ ምንም ልዩነት ሁለቱም ሕዝቦች ዐማራም ሆኑ ኦሮሞ ኀበናን እንደ ጀግና እንደሚቆጥሩት ይታመናል። ለዚህም ሊሆን ይችላል በ1928 ጣልያን ኢትዮጵያን ሊወር ሲል ሰውን ለሀገር መከላከል ጦርነት ለማሰባሰብ ከተገጠሙ ግጥሞች አንዱ እንዲህ የሚለው፤

አጥንቱን ልልቀመው መቃብር ቆፍሬ፣
ኀበናን ከሸዋ አሉላን ከትግሬ።
ተሰባሰቡና ተማማሉ ማላ፣
አሉላ ተትግሬ ኀበና ተኦሮሞ።
..... ኀበና፣ ኀበና፣
ከፈረስህ ጋራ ተነሥ እንደ ገና[23]።

የኀበናን ጉብዝናና ፍጹምነት ሳይታክት እንደሚሚገተው አቶ ኢደኦ ቦሩ አገላለጽ ከሆነ ይህ ኀበናን እንደ ከሐዲ የሚፈርጅ የታሪክ አተራረክ ለመጀመሪያ ጊዜ ቃሉ የተተገበረው እ.ኤ.አ. በ1972/73 አካባቢ ነው፣ በአብዮቱ ዋዜማ መሆኑ ነው። ይህ የኢትዮጵያን ታሪክና የኦሮሞን ሕዝብ ዕጣ ፈንታ በሚመለከት በዘመኑ ወጣት የኦሮሞ ምሁራን ዘንድ በነበረው የፖለቲካ ርእዮተ ዓለም መከፋፈል ምክንያት አንደኛቸው ሌላኛቸውን ለመግለጽ የተጠቀሙበት ነው። ከዚያ ጊዜ በኋላ ኀበና ማለት ከሐዲ ማለት እንደሆነ የሚረዱ የኢትዮጵያ ታሪክ ተማሪዎች፣ አስተማሪዎች በዚህ የኢመደበኛ ትምህርት ማእቀፍ ውስጥ መታየት ጀመሩ[24]። በተለይ ልዩነቱ የነበረው የወደፊቱ የኦሮሞ ሕዝብ ዕጣ ፈንታ ምን ይሁን በሚለው አጀንዳ ላይ በሰፊው ኢትዮጵያ ውስጥ ወይም በኢትዮጵያዊነት ማእቀፍ ውስጥ ይወሰናል፣ የኦሮሞ ሕዝብ ኢትዮጵያዊ ሆኖ ዕጣ ፈንታውን ማስተካከል ይችላል በሚሉትና ኦሮሞ የወደፊቱን ዕጣ ፈንታውን ማስተካከል የሚችለው ከኢትዮጵያ ሲለይ/ሲገነጠል ነው በሚሉት መካከል ነበር። የሁለተኛው አመለካከት አራማጆች ኦሮሞ በተለይ የራሱ የሆነ ሥርዓት፤ የገዳን ሥርዓት ለማንሰራራትና ለማሳደግ እንዲችል ብቸኛው መፍትሔ መገንጠል ነው ባዮች ነበሩ።

---

23 ዮሐንስ አድማሱ (አሰናኝ ዮናስ አድማሱ)፣ ቀኝ ጌታ ዮፍታሔ፡ አጭር የሕይወቱና የጽሑፉ ታሪክ 1887-1939 (አዲስ አበባ፣ 2004)፣ ገጽ፡76።

24 ገዳ ሜልባ፣ *'ኦሮሚያ'* *(የኦሮሞ ሕዝብ ታሪክ)* (ካርቱም፣ 1985 እኤአ)፣ ገ፡ 54፣ 82-85።

ስለዚህ እነዚህ የሁለተኛው ሐሳብ አራማጆች የመጀመሪያውን ሐሳብ አራማጆችን ጎበናዎች ማለት ጀመሩ። በተለይም ለዚህ ቃል ጥቅም ላይ መዋል የመጀመሪያ ባለቤቶች ኦሮሚያ የሚሰኙ ቡድኖች ነበሩ ይባላል። ይህ ሐሳብ በኋላ የኦሮሞ ነጻነት ግምባር የተሰኘው የፖለቲካ ድርጅት አባላትና ደጋፊዎች ዘንድ በሰፊው የሚራመድ አመለካከት ነበር። ድርጅቱ ተንቀሳቅሶ በነበረባቸው የሀገርቱ አካባቢዎች ይህ አመለካከት በሰፊው የተንሰራፋ ይመስላል። እነዚህ ኦሮሚያ የተባሉት ቡድኖች ከዚህ የፖለቲካ አመለካከት ውጭ ያሉትን የፖለቲካ ቡድኖች ለምሳሌ የኢትዮጵያ ሶሻሊስት ንቅናቄ ቡድኖችን እና ሌሎች የተማሩ እና ያነበቡ "የኦሮሞ ሕዝብ ዕጣ ፈንታ የሚስተካከለው በኢትዮጵያዊነት ማእቀፍ ወስጥ ነው" የሚሉትን ኦሮሞች በሙሉ "ጎበናዎች" የሚል ስም ሰጧቸው[25]።

ስለዚህ በእነዚህ "መለየት (ነጻ መውጣት) መፍትሔ ነው" በሚሉና የነሱ ደጋፊ ኦሮሞችና ከሌሎች ብሔረሰቦች በወጡ ጸሐፍት ዘንድ ጎበና የቅኝ ግዛት አስተዳደርን በኦሮሞና መሰል ብሔረሰቦች ላይ እንዲንሰራፋ ካደረጉ የምኒልክ የጦር ሰዎች አንዱ ሲሆን ኦሮሞነቱ ደግሞ ከሐዲ ያሰኘዋል ባዮች ናቸው። ይህ ማለት "በራሱ ሕዝብ ላይ የባዕድ ሥርዓት እንዲንሰራፋ ያደረገ ነው" ማለት ነው። ከነዚህ ጽሑፎች ወስጥ ገዳ መልባ በሚል የብዕር ስም የተጻፈው "ኦሮሚያ" የሚባለው መጽሐፍ ግንባር ቀደም ነው[26]። የኦሮሚያ መጽሐፍ ደራሲ የአፄ ምኒልክን የዘመናዊ ሀገረ መንግሥት ግንባታ እንቅስቃሴ ታሪክ በዘመኑ ከነበረው የአውሮፓዊያን አፍሪካን በቅኝ ግዛት የመቀራመት እሽቀድምድም ጋር አቻ አድርጎና የጥቁር ቅኝ ግዛት ብሎ ይፈርጀዋል። ጎበናም ለዚህ አገዛዝ መስፋፋት ግንባር ቀደም ስለነበር ከሐዲ ነው የሚል ደረጃ ይሰጠዋል።

የኦሮሞ ጥናት ማኅበር ከተመሠረተ በኋላ የሚያወጣቸው ወይም የሚያሳትማቸው የጥናት ወረቀቶችና መጻሕፍት ሙሉ በሙሉ በሚባል ደረጃ የዚሁ ሐቲት አራማጆች ናቸው። በርግጥ ሀገር ውስጥ በነበሩት የጥናትና ምርምር ተቋማት ውስጥ ይኽንን ሐቲት ይዞ የጥናት ወረቀት እንዲሁም የመመረቂያ ወረቀት መጻፍ ከ1983 ወዲህ በሕግ ባይከለከልም በትምህርት ክፍሉ መምህራን ዘንድ በመልካም ስለማይታይ ተማሪዎች ወይም ወጣት መምህራን ሐሳቡን ለማራመድ አይደፍሩም። ከደቡባዊ ኢትዮጵያ አከባቢ የሚወጡ ተመራቂዎች ለተጨማሪ ትምህርት ወደ ውጭ ሀገራት ሲላኩ እዚህ የተማሩበትን የአንድነት ሐቲት ሙሉ በሙሉ በቅኝ ግዛት ሐቲት ይለውጡታል።

25 Edao Boru, "Gobana Dache" on YouTube, 17 Mar 2015 - Uploaded by Finfinnee Radio, https://www.youtube.com/watch?v=SE4vN0JQMAc.

26 ገዳ ሜልባ፣ ገጽ፡50-85።

ወደ ኦሮሞ ጥናት ማኅበር ስንመለስ ብዙዎቹ የአዲስ አበባ ዩኒቨርሲቲ ምሩቃን የነበሩና በመምህርነትም በዩኒቨርሲቲው የተቀጠሩ እንደነበሩ በዩኒቨርሲቲው የዕረፍት ወይም የሻይ ቡና ሰዓት ይነሣል፣ ይጣላል። አንዳንዶቹ ይኮንኗቸዋል ሌሎች ደግሞ ምክንያታቸውን አፍ ሞልተው ባይሆንም ይቀበሏቸዋል። የሚኮንኗቸው የኢትዮጵያንም ይሁን የጎበናን ታሪክ በአንድነት ሐቲት ውስጥ አጠንክረው የሚመለከቱ ናቸው። በነዚህ በለሙያዎች ዘንድ የኦሮሞ ጥናት ማኅበርን የኅትመት ውጤቶች እንደማጣቀሻ መጠቀም እንደወንጀል የሚቆጠር ነው። ያንን እንኳ ማድረግ በማይቻልበት ሁኔታ ውስጥ በተማሪነት ደረጃ ላለ ሰው ጥሩ ውጤት ማግኘትን ወይም መመረቅን ጥያቄ ውስጥ ስለሚያስገባ እገሌ ምን ይወዳል? ምን ይጠላል? ወደሚል የአጻጻፍ ስልት ስለሚያጋድል የቅኝ ግዛት ሐቲትን በሀገር ውስጥ ተቋማት ውስጥ ማራመድ እምብዛም አልነበረም። ከኦሮሞ የጥናት ማኅበር የኅትመት ውጤቶች ውስጥ ምናልባት የአሰፋ ጃላታና የመኩሪያ ቡልቻን ያኽል የቅኝ ግዛት ሐቲትን ያራመደ ያለ አይመስልም። የጎበናንም ታሪክ በዚሁ መነጽር ውስጥ ያዩታል።

ከማኅበራዊ ሳይንስ ፋኩሊቲ ውጭ ካሉት የትምህርት ክፍሎችም ለምሳሌ አንዳንድ በሥነጽሑፍ የጥናት መስክ ውስጥ ያሉም ይህንኑ ሐሳብ ያራምዳሉ። አዲሱ ቶሎሳ ከቀደሙት ሲሆን ከቅርብ ጊዜ ወዲህ ደግሞ አሰፋ ተፈራን ማንሣት እንችላለን። የዚህን የአመለካከታቸውን ምክንያታዊነት ለማስረዳት ለናሙና ያኽል የዘፈን ወይም የቀረርቶ ግጥሞችን በጽሑፎቻቸው ውስጥ ጠቅሰው እናገኛለን። ለምሳሌ አዲሱ ይህንን ይጠቅሳል[27]፡-

Ya manguddoo Oromoo
Dur Yommuu Duri-sana
Goobanaan gowwomtani
Nafxanyaatin hidhamtanii
Gandi Tadde Keenyaafaa
Gandi Baroo keenyaafaa
Gandi Mammoo keenyaafaa
Utu yoona geessanii
Silaa waa dhageessani.

እናንተ የኦሮሞ አዛውንት
ዱሮ ዱሮ፣ ያኔ ዱሮ፣
በጎበና ተሞኝታችሁ፣

27 Addisu Tolesa, "The Historical Transformation of a folklore genre: The Geerarsa as a national Literature of the Oromo in the context of Amhara colonization in Ethiopia", PhD thesis, (Indiana University, 1990), p. 202.

በነፍጠኛ ታስራችሁ።
በነ ታዴ መንደር፣
በነባሮ መንደር፣
በነ ማሞ መንደር፣
አሁን ብትኖሩ ኖሮ፣
ጥሩ ዜና በሰማችሁ ነበር።

የመጀመሪያዎቹን ሦስት ስንኞች ስንመለከት የዱሮ የኦሮሞ ሽማግሌዎች በጎበና መታለላቸውን ቁጭት በሚመስል መልኩ ይጠቅሳሉ። ከዚያ በኋላ ስማቸው የተነሣው ሰዎች ደግሞ ዓላማቸው ከጎበና የተለየና የኦሮሞን ሕዝብ ዕጣ ፈንታ ወደ በጎ ለመውሰድ የታገሉ መሆናቸውንና የነሱ መንደር ሰዎች አሁን እየተደረገ ያለውን ብታዩት በማለት መልካም ተስፋ እንዳለ ለመግለጽ ነው። በተጨማሪም በዚህ በኛ ዘመን ብትኖሩ ኖሮ እኛ የምንታገልለትን ዓላማ ባያችሁ ነበር እያሉ ነው።

በርግጥ ከሦስቱ ሰዎች (ታደሰ ብሩ፣ ባሮ ቱምሳ እና ማሞ መዘምር) የመጀመሪያው የኦሮሞን ዕጣ ፈንታ ከኢትዮጵያ ነጥሎ እንደ ሀገር ለመወሰን ስለመሆኑ የዚህ ጽሑፍ አዘጋጅ እስከሚያውቀው ድረስ መረጃ አልተገኘም። ሌሎቹ ሁለቱ ምናልባትም የኦሮሞን ነጻነት አቀንቃኞች ሊሆኑ እንደሚችል መገመት አያዳግትም። በአጠቃላይ የግጥሙ ዋንኛ መልእክት የጎበናን አታላይነትና የሦስቱን ሰዎች አርአያነት በተጨማሪም ግጥሙ ሲገጠም የነበሩት ትውልዶች ያንን እንዲከተሉ የሚያሳስብና በወቅቱ ለኦሮሞ ሕዝብ ብሩህ ተስፋ መኖሩን ለማመልከት ነው።

አሰፋ ተፋራ ደግሞ በበኩሉ የሚከተሉትን ጠቅሷል[28]፡-

Oromoo bilis' bahuu
Nam-tokkollee hinkadhatu
Goobanaa barri kee dabree kan balleessite hin'agartuu
Ati ulee bofaan ajjeesani biyyitinilleen mana offitti hingalattu
Of eeggadhu Goobana.

በዚህኛው ግጥም ኦሮሞ ለነጻነት የማንንም ፈቃድ እንደማይፈልግ፣ የጎበና ዘመን እንዳለፈ ጎበናም የጥፋቱን ውጤት ማየት እንደማይችል የሚገልጽ ሆኖ፣ ጎበና ማለት ልክ እባብ የገደሉበት በትር ወደ ቤት እንደማይወሰድ ሁሉ የሱም ነገር አይወሰድም። "እባብን ግደል በትሩንም ወደ ገደል"

28 Asefa Tefera, *"Towards a political sociology of Oromo literature: Jaarsoo Waaqoo's poetry"* MA thesis in Literature (Addis Ababa University, 2003), p.112.

እንደሚባለው መሆኑ ነው። ስለዚህ ጎበናዎችም ቢጠነቀቁ እንደሚሻላቸው ለመግለጽ ይሞክራል።

ሌላው የአሰፋ ስብስብ ግጥም ደግም እንዲህ ይላል[29]፡-

> Waa gaaf Atsee Miniliki kaan badaa, anisaanti hin himnee?
> Qawwee qabatee gad dhufee Ilmaan Oromo hinfixnee?
> Nam adiin mal-dhahatee yaada dhibbi nutti hinfinnee?
> Goobanan nut' gargalee Oromo addaan hinfille?
> Oromiyaa maqaa jijjiiree xoophiyaa jedhee hinhimnee?

> ዋ! የአፄ ምኒልክ ለታ የነበረውን ጥፋት፣ አልነገርኳችሁም?
> ጠመንጃ ይዞ መጥቶ የኦሮሞን ልጆች አልፈጀም?
> ከነጭ ተማክሮ የበደል ሐሳብ አላመጣብንም?
> ጎበና ዞሮብን ኦሮሞን አልለያየም?
> የኦሮሚያን ስም ቀይሮ ኢትዮጵያ አላለም?

ለመተርጎም እንደተሞከረው በምኒልክ የጥፋት ዘመን የተደረገውን አልነገርኳችሁም? ጠመንጃ ይዘው መጥተው ኦሮሞን አልፈጁም? ይላል የመጀመሪያው ሐሳብ። ነገር ግን ጎበና ከጉራጌና ከጨቦ በስተቀር በጦርነት ተዋግቶ አሸንፎ ያስገበረው የኦሮሞ አካባቢ እንዳልነበር ከኦሮሞ የወጡ የታሪክ ባለሙያዎች ሳይቀሩ የሚመሰክሩት እውነት ነው። ይልቅስ ከተከታታይ ታሪካዊ ጥያቄዎች ዋነኛዋና ጎበናን ትመለከታለች ወይስ አትመለከተውም ልትባል የምትችለዋ ጥያቄ "ጎበና ኦሮሞን አልበታተነም ወይ?" የምትለዋ ናት። ወደ ፊት ጽሑፉ ውስጥ በሰፊው እንደሚብራራው የጎበና አስተዋፅኦ ከዚህ በተቃራኒው የተጠፋፉትን፣ የተረሳሱትን፣ የተራራቁትን ኦሮሞች ወደ አንድ ማምጣቱ ነበር። የኦሮሚያን ስም ቀይሮ ኢትዮጵያ ስለማለቱም የታሪክ መረጃዎች አያሳይም። ከሱ በፊት፣ አሁንም ወደ ፊት እንደሚነገረው በጣም የተለያየ ስም ነው የነበራቸው። ኦሮሞዎች ኦሮሚያ የሚባል ቃል ከጎበና ዘመን በፊት አላመጡም ይልቅስ በ1830ዎች እና 1840ዎች ሸዋ የነበረው ጀርመናዊ ክራምፕፍ ኦርማኒያ የሚል ቃል ማምጣቱ ይነገራል[30]።

---

29 Ibid, p. 113.

30 C.W Isenberg, and J.L. Krapf. Journal of C.W. Isenberg and J.L. Kraft *Detailing their Proceedings in the Kingdom of Shoa and Journeys in Other Parts of Abyssinia in the Years 1839, 1840, 1841 and 1842* (London, 1843).

በዚህ ሐቲት ውስጥ ከሥነ ጽሑፉ አካባቢ ታመነ ቢቲማም ሌላኛው ምሳሌ ተደርጎ ሊወሰድ ይችላል[31]።

Raajakaa raja raajaa
Dubartiin mananhattu
Kan saree dhaltuu raajaa
haayyon areedanqabduu
kan hadhoo ra'ee raajaa
dhiiri oldeebi'eeniyyuu
kan kormaandaaqoo raajaa
lammiin lammittinmaltuu
kan muka qottoo raajaa
sayniin sayniingurgurtuu
kan ilma Daacii raajaa!

ይህም እንደ ተለመደው በግርድፉ ሲተረጎም እንደሚከተለው ሆኖ ጎበና የራሱን ጎሳ እንዴት እንደ ሸጠ ለማመልከት የተደረገ ሙከራ ነው።

ተአምር ነው ይህ ተአምር ነው፣
ሴት ቤት አትዘርፍም/አትሰርቅም፣
የሴት ውሻ ተአምር ነዉ፣
እናት ጺም የላትም፣
የፍየል እናት ተአምር ነዉ፣
ወንድ ወደ ማጀት ገብቶ/ዞሮ አይጮህም፣
የአውራ ዶሮ ተአምር ነው፣
ወገን በወገኑ ላይ አይመክርም፣
የዛቢያ/የመጥረቢያ እንጨት ተአምር ነው፣
ጎሳ ጎሳውን አይሸጥም፣
የዳጪ ልጅ ተአምር ነዉ።

ሦስተኛው የሐቲት ማእቀፍ የፖለቲካ ትብብር ሊባል የሚችል ነው። ይህን ሐቲት የሚያራምዱት ቀድሞም የነበሩትን የታሪክ መረጃዎች በአንክሮ በማጤን በመኻል ሌላ ሦስተኛ አማራጭ የአተራረክ ስልት የሚከተሉት ናቸው። እነዚህ ቡድኖች የቅርብ ቤተሰብ ነን ወይም ከቅርብ ቤተሰብ/ተወላጅ ጋር ቅርበት አለን የሚሉና የጎበና ዓላማ የኦሮሞን ሕዝብ ለባዕድ አገዛዝ አሳልፎ ለመስጠት ሳይሆን ከሸዋ መንግሥት ጋር በመተባበር ሁለት ጎን

31 Tamene Bitima, "on Some Oromo Historical Poems" in *Paideuma: Mitteilungen zur Kulturkunde*, Bd. 29 (1983), pp. 317-325.

ለጎን ያሉ ኮንፌዴሬሽኖችን ወይም ፌዴሬሽኖችን ለመመሥረት የታቀደ ነበር ባዮች ናቸው። በተለይም በዘመኑ ኦሮሞች በጣም በመራራቅና በመበታተን ላይ የነበሩ የመጫና የቱለማ ቡድኖች ከኅብረት ይልቅ በጠላትነት ይጋጩ ይዋጉ የነበሩ ቡድኖች ሆነው ነበር።

በሌላም መልኩ ደግሞ ከጎጃም በኩል ይንቀሳቀስ የነበረው የመጫ ቡድን በዐማራ ባህልና ሥርዓት ውስጥ የነበረ ቢሆንም የመጫን ሰፊ ግዛት ለመመሥረት ይንቀሳቀስ የነበረበትም ወቅት ነበር። በዚሁ ጊዜ ጎበና አጠገባቸው ካለው የተማከለ የመንግሥት ሥርዓት ልምድ ካለው የሸዋ መንግሥት ጋር ኅብረት በመፍጠር ኦሮሞን አንድ ለማድረግ ነበር የሚሉ ሲሆን በተለይ በዚህ ስልት የመጫና ቱለማን የኦሮሞ ሕዝብ በአንድ አስተዳደር ሥር ማስገባት ችሎ ነበር የሚል ነው።

በግንባር ቀደምትነት ከሚጠቀሱ የዚህ ሐቲት አራማጆች አንዱ አቶ ኢደኦ ቦሩ ነው። ከፊነፊኔ ራድዮ ጋር ባደረገው ሰፊ ቃለምልልስ ብዙ የጊዜና የቦታ ግድፈት ቢኖርበትም ይህንን ሐቲት አስረግጦ ያራምድ ነበር[32]። ምናልባትም ሸዋ ውስጥ ተወልዶ ያደገ ስለሆነ ከልጅነቱ ጀምሮ ስለ ራስ ጎበና ደግ ደጉን (ጀግንነት) እየሰማ ስላደገ ስለሱ ያለው አመለካከት በኋላ ላይ ከተነሣው ከሐዲ ከሚለው አመለካከት ጋር የሚቃረን ሆኖ በማግኘቱ ከደጋፊነት አልፎ በተከላካይነት ቦታ ላይ ቆሞ የጎበና ተወላጆች ነን ከሚሉት በላይ ስለ ጎበና ተሟግቷል። ያም ሆነ ይህ በርካታ የጎበና ተወላጆችን (የቤተሰብ አባላትን)፣ መደበኛውን የጥናት ስልት ባይከተልም እንደ መረጃ ምንጭነት ይጠቅሳል። በርግጥ ነገሮችን በአንክሮ ለተመለከተ ከላይ የተጠቀሰው ባይሩ ታፍላም አንዳንዴ እንደ ሁኔታው የሚያነሣቸው ኩነቶችም ተመሳሳይ ጭላንጭል ይታይባቸዋል። ዐጽሜም ራሱ አይበለው እንጂ የታሪክ ኩነቶችን ሲተርክ ዐውቆም ይሁን ሳያውቅ ይህ አዝማሚያ በመጽሐፉ በአንዳንድ ቦታዎች በግልጽ ይታያል።

ሌላው የውጭ ሀገር ዜጋ የሆነውና ጎበና ከምኒልክ ጋር የነበረውን ግንኙነት በትብብር ደረጃ የሚያስቀምጠው ሪቻረድ ግሪን ፊልድ[33] ነው። በሱ እይታ ጎበና ከምኒልክ ጋር የተስተካከለ የአንድ ወገን ቀንበሩን በእኩል መሸከም የቻለ የጦር ሰው ነው። በተለይ ምኒልክ ከመቅደላ እንደመጣ በሁለት እግሩ ሸዋ ላይ እንዲቆም ያደረገውና የሥልጣን ተቀናቀኝ ዘመዶቹንም ሆነ የቱለማ ኦሮሞችን ተቃውሞ እንዲመክት (እንዲቋቋም) የቤት ሥራውን የሠራለት ጎበና እንደ ሆነ በአንክሮ ይገልጻል። ይህ ብቻ ሳይሆን በኋላም ዕውቅ የጦር መሪዎች የነበሩትን ግለሰቦች የፈጠራቸው ጎበና ራሱ ነው። ጎበና

32 Edao Boru, "Gobana Dache" on YouTube, 17 Mar 2015 - Uploaded by Finfinnee Radio, https://www.youtube.com/watch?v=SE4vN0JQMAc

33 Richard Greenfield, *Ethiopia: A New Political History* (London, 1965).

ያለ ምንም ችግር ሁሉንም የቱለማና የመጫ ኦሮሞች ወደ ግዛቱ ለማምጣት የቻለና የኦሮሞ ኮንፌዴሬሽንን በበላይነት ለመምራት የተዘጋጀ እንደሆነ ግልጽ ነበር ይላል። በተለይ ሌላውን የኦሮሞ አካባቢ ወደ ኮንፌዴሬሽኑ ለማምጣት መጀመሪያ የሸዋ ኦሮሞ(ቱለማ) ኮንፌዴሬሽን መሆኑን ከምኒልክ ጋር እጅ ለእጅ ተያይዘው ሌላውን አካባቢ ወደ ግዛቱ ለማምጣት እንደሠሩ ይገልጻል። በርግጥ የግሪን ፊልድ ገለጻ በቸሩሊ የመረጃ ምንጭ ተጽዕኖ ሥር ያረፈ ይመስላል።

ሌላኛውና አስከ አሁን ድረስ ደራሲው ማን እንደሆነ ማወቅ ያልተቻለው በ1979 ዓ ም አቶ ደግፌ ገብረጻዲቅ በሚባል ሰው ለኢትዮጵያ ጥናትና ምርምር ተቋም የተበረከተ ሰነድ[34] ነው። ይህ ሰነድ በተቋሙ ማኑስክሪፕት ክፍል የሚገኝ ሲሆን የተዘበራረቀና የገጽ ቁጥር የሌለው ብዙ ቅጠሎች ከመኻሉ የጎደሉት የሚመስል፣ የተጻፈበት ዓ.ም የሌለውና "የጎበና ዳጨው ሰነዶች" በሚል ርእስ ተደጉሶ የሚገኝ ነው። ምናልባት የዚህ ዋና ቅጅ በዚያን ጊዜ የተቋሙ ባልደረባ ከነበሩት ፀሐይ ብርሃነ ሥላሴ እጅ ላይ አለ ተብሎ በባይሩ ታፍላ የተጠቀሰው ሊሆን ይችላል የሚል ግምት ያሳድራል። ነገር ግን ያንን ለማለትም ምንም የተጨበጠ መረጃ አልተገኘም። የዚህ ጽሑፍ አዘጋጅ በ1995 ዓ ም ከተማሪነቱ ጊዜ ጀምሮ ይህን ረቂቅ ጽሑፍ ለማግኘት ያደረገው ጥረት አልተሳካም። ይህ አሁን በተቋሙ ያለው ረቂቅ የዚያ ቅጅ ከሆነ ደራሲው ነገደ የሚባል ሰው እንደሆነ ይነገራል። ለማንኛውም ይህ የተበታተነው ሰነድ ለዚህ ጽሑፍ እንደ እርሾ ሆኖ አገልግሏል። በተለይም ብዙ ላልተባለለት የጎበና የልጅነትና የወጣትነት ሕይወቱን በሚመለከት በዙ ፍንጭ የሚሰጥ ሰነድ ነው። በተጨማሪም በጎበናና በምኒልክ መካከል ተከታታይ ስምምነት የሚመስሉ ውይይቶች ማድረጋቸውንና በሌሎች የሸዋ መኳንንት እንደሚታጠፉ ወይንም የጎበናን ስኬት ለማኮሰስ ምን ያኽል እንደሚጥሩ ብዙ ፍንጭ የሚሰጥ ሰነድ ነው። በአንዳንድ መረጃዎች ላይ እንደሚታየው ምናልባት ይህ ስምምነት በሌሎች የሸዋ መኳንንት ዘንድ ተቀባይነት እያጣ በየደረጃው ቢታጠፍም ምኒልክ ግን ሁልጊዜ የጎበናን አስፈላጊነትና የግዛቱ ግማሽ ባለቤት መሆኑን የዘነጋው አይመስልም።

በመጨረሻ በዚህ ሐቲቲ ውስጥ ሊገባ የሚዳዳው ሌላኛው ሰነድ ደግሞ የጎበና ዜና መዋዕል በእንግሊዝኛው "Gobana's chronicle" የሚል የፋይል ስም የተሰጠው ባለ 15 ገጽ የአማርኛ ሰነድ ሆኖ በእኩል ገጽ የእንግሊዝኛ ትርጉም የያዘ ነው። በመጀመሪያ ከዶናልድ ክራሚ ተሰጠኝ ብሎ የኤሌክትሮኒክ ቅጂውን ለዚህ ጸሐፊ ያቀበለው ዶ/ር መሰለ ተሬቻ ነው። ይህም የመጀመሪያው ሁለት ገጽ የጠፋበትና የጎበናን የሕይወት ታሪክ የደጅ አጋፋሪነት ከተሾመበት ጊዜ የሚጀምር ሲሆን ጎበናን ከምኒልክ ጋር በማያያዝ የሚተርክ ነው። ይህ ጽሑፍ በጣም

34 የጎበና ዳጨው ሰነዶች፣ IES MS, 4614።

ሰፊ ሽፋን የሰጠ የሚመስለው የኀበናን የግቤ ዘመቻና የዓረብ ዘመቻ እንዲሁም ሥራ ስለበዛበት ለባለቤቱ ለወይዘሮ አየለች አደራ ያለውን የሸዋ አብያተ ክርስቲያናት ግንባታን ነው። በርግጥ በዚህ የአብያተ ክርስቲያናት ግንባታ ሂደት ትርክት ውስጥ በየቦታው "የጠፉትን መመለስ" የሚለውን ሐቲት እንደ ዋንኛ አመክንዮ ይጠቀማል። ይህም ቢሆን የትብብር ሐቲት የተባለውን አቀራረብ ተከትሎ የሚተርክ ነው። በየቦታው በምኒልክና በኀበና መካከል የሚደረጉትን ንግግርና ምክክር በእኩዮች መካከል እንደሚደረግ አድርጎ የማቅረብ ዝንባሌ ያለው ጽሑፍ ነው።

ለማጠቃለል ያኽል ምንም እንኳ ማንኛውም ታሪክ ሲጻፍ ሙሉ በሙሉ ከምርጫ፣ ከመተው እና ከማጠልሸት ነጻ ሊሆን ባይችልም፣ ኀበና ግን የዚህ ሰለባ የሆነው እንዳለመታደል ሆኖ በሰፊው ነው። ሁለቱም የአንድነትም ይሁን የቅኝ ግዛት ሐቲት አቀንቃኞች እነዚህን ዝንባሌዎች በሰፊው ተጠቅመውባቸዋል። የአንድነት ሐቲት አራማጆች የሚታወቁት በአብዛኛው በመምረጥና አልፎ አልፎ ደግሞ በመተው ነው። የነርሱን ሐቲት የሚያንጸባርቁ የመረጃ ምንጮችን የመምረጥና ሌላ ዝንባሌ ያላቸውን መረጃዎች በመተው ኀበና ሙሉ በሙሉ እንዲታወቅበት የሚፈልጉትን ቁመና ያንጸባርቃሉ። በአንጻሩ ደግሞ የቅኝ ግዛት ሐቲት አራማጆች በብዛት በማጠልሸት ቢታወቁም የነሱን ዝንባሌ የሚደግፉ የሚመስሉ የመረጃ ምንጮችን ይመርጣሉ። የአንድነት ሐቲት አራማጆች እስከሚታወቀው ድረስ ኀበናን ለማጠልሸት ሙከራ አላደረጉም። በጥቅሉ የቅኝ ግዛት ሐቲት አራማጆችን ያኽል የኀበናን ታሪክ ለማጠልሸት የተጋ ያለ አይመስልም።

የጥናት እና የአጻጻፍ ስልት

በዚህ ርእስ ጉዳይ ላይ የኀበናን የልጅነት፣ የወጣትነት ወይም ታዋቂ እስከሚሆን ድረስ ያለው ሕይወቱ ምንም አልተነገረም ማለት ይቻላል። በብዙ ሥራዎች ውስጥ የአባሙዳ ቤተሰብ ልጅነት ወይም ዝርያ እንዳለው ይገለጻል። እስከ ታዋቂነቱ ድረስ ያለውን ሕይወቱን በሚመለከት የተጻፈ መረጃ ማግኘት በጣም አስቸጋሪ ነው። በርግጥ ለዚህ በቂ ምክንያት አለው። እሱ የንጉሣዊያን ተወላጅ ስላልነበረ እዚህ ይደርሳል ተብሎ ተገምቶ አይጻፍም። የውጭ ዜጎችም፣ ተጓዦችና ሚሲዮናውያን በልጅነትና በወጣትነት ሕይወቱ ላይ ምንም አላሉም። ሌሎች የሱ አቻዎች ግን ከኋላ የነጋሚነት ወይም የቤተመንግሥት ዝርያነት ስለነበራቸው የልጅነትና የወጣትነት ጊዜያቸው በግልጽ ይተረካል። በአጠቃላይ እስከ አሁን የተገኙ መረጃዎች የኀበናን ሥራ ወይ በጣም የሚያንኳስሱ ወይ ደግሞ በጣም የሚያሞግሱ ወይም የሚራገሙ ሆነው ነው የተገኙት።

የአጻጻፍ ስልትን በሚመለከት፣ የዚህ ጽሑፍ አዘጋጅ በፊት በፊት በርካታ የኢትዮጵያ ታሪክ ተማሪዎች ለመጻፍ የምንቸገረው የእንግሊዝኛ ቋንቋ ችሎታችን ውስን ስለሆነ ነው የሚል እምነት ነበረው። አሁን በየዕለቱ በሚጠቀምበት የአማርኛ ቋንቋ ልጻፍህ ሲለው የበለጠ ፈተና ሆኖ አገኘው። መጻፍ ከማወቅ የተለየ ነው። ማወቅ ዕውቀት ሲሆን መጻፍ ደግሞ ክህሎትም ጭምር ነው። ያወቀ ሁሉ የማይጽፈው ለካ ለዚህ ነው። ወይም የሌላን ጽሑፍ እንዳለ ወደመገልበጥ የሚኬደውም ለዚህ ነው።

እውነተኛ ታሪክን ለመጻፍ ደግሞ ከፈጠራ ሥራ ጽሑፍ ይለያል፤ የፈጠራ ጽሑፍ በምናብ የታየን ነገር በነጻነት የመተረክ መብት አለው የሚል እምነት አለው። ይህኛው ግን ሐሳብን እንደ ክሥተቱ በማጥበቅ፣ በማላላት፣ በእውነታው ልክ አጠራጣሪውን በጥርጣሬ ቃላት ለመግለጽ በብዙ ፈታኝ ነው። በተለይም ድርጊትን ከመግለጽ በተጨማሪ ከጀርባ ያሉትን ምክንያቶች ወይም መንሥኤዎች በሙሉ ልብ ይህ የሆነው በዚህ ምክንያት ነው ለማለት እጅግ አዳጋች ነው። ምናልባትም ለዚህ ሊሆን ይችላል በብዙ የታሪክ ጽሑፎች ውስጥ "ሊሆን ይችላል" "ሳይሆን አይቀርም" "ይመስላል" እና የመሳሰሉት ቃላት በተደጋጋሚ የሚታዩት። ምክንያቱም የታሪክ ኩነቶችን በእርግጠኛ ቃላት መግለጽ አዳጋች በመሆኑ ነው።

በመጨረሻም በዚህ ጽሑፍ ውስጥ ጥቅም ላይ የዋሉ የመረጃ ምንጮች ሙሉ በሙሉ ለማለት በሚቻል ሁኔታ ኦሮሞን በተለመደው ጸያፍ ስም እየተጠቀሙ ነው የጻፉት፣ ለጥቅስ ጥቅም ላይ በዋሉባቸው ቦታዎች ሁሉ ይህ ጸሐፊ የተማረው የታሪክ አጻጻፍ ስልት በትምህርተ ጥቅስ ውስጥ ማስገባት እንደሚችል አንጂ ለመቀየር መብት አንደማይሰጠው ቢያወቅም ባለው የወቅቱ ሀገራዊ ነባራዊ ሁኔታ ምክንያትና ይህ ስም የኦሮሞ ሕዝብን በጣም የሚያስቆጣ በመሆኑ ቃሉን ኦሮሞ ብሎ በመተካት ይጠቅሳል። በተጨማሪም በተቻለ መጠን የጊዜ ቅደም ተከተልን ይዞ ለመተረክ ጥረት የተደረገ ሲሆን አንዳንዴ እንደሁኔታው ይህ አቀራረብ ተጥሶ በተለይ ምክንያትና ውጤት ትንተና ሲያስፈልግ በነጻነት ወዲያ ወዲህ ለመላወስ ተሞክሯል።

በሀገርኛ ቋንቋ በተጻፉ በርካታ የታሪክ መጻሕፍት ውስጥ "አንተታ" እና "እንቱታ" ጥቅም ላይ የሚውሉት እንደ ጸሐፊው የግል ስሜትና አረዳድ ሲሆን ምንም ሕግ ያለው አይመስልም። ምናልባት ከዚህ ለመላቀቅ ይሁን የግዕዙ ተጽዕኖ ኖሮበት ይሁን ግልጽ ባይሆንም ይህን አተራረክ በግልጽ ጥሶ ሁሉንም በ"አንተታ" ከጻፉት የመጀመሪያዎቹ ጸሐፊዎች ይህ ጸሐፊ እስከሚያውቀው ድረስ የሆሮ ጉዱሩው ተወላጅና የጎጃም ዜና መዋዕል ጸሐፊ እና ሠዓሊ ተክለ ኢየሱስ ዋቅጅራ ነው። ቀጥሎም የአዲስ አበባ ዩኒቨርሲቲ የታሪክ ትምህርት ክፍል ባልደረባ የነበረው ዶ/ር ሥርግው ሐብለ ሥላሴ ስለ ዳግማዊ ምኒልክ በጻፈው መጽሐፉ እንዲሁ ሁሉንም አንተ በማለት ይገልጻቸዋል። ከቅርብ ጊዜያችንም ብዙ ሊኖሩ ይችላሉ።

ይህ ጸሐፊ የሚያስታውሰው የባሕሩ ዘውዴን የአማርኛ ትርጉም የኢትዮጵያ ታሪክ መጽሐፍ ነው። ስለዚህ በዚህኛው መጽሐፍም ከውጣ ውረዱ ለመገላገል የነሱን ዱካ መከተሉን መርጦ ሁሉንም በለታሪኮች በ"አንተታ" ለመጥራት ተገዷል። ነገር ግን ለሁሉም ለተጠቀሱት ባለታሪኮች ትልቅ አክብሮት አለው።

በዚህ ጽሑፍ ውስጥ በጎበናና በሌሎች አካላት መካከል የተደረጉ ግጥሚያዎችን ወይም ጦርነቶችን በተመለከተ የተገኙ መረጃዎች የጎበናን ወገን የሚመለከቱ ናቸው፤ በተለምዶ እንደሚባለው "የአዳኙን እንጂ የአንበሳውን የውሎ ታሪክ ማን ጻፈው?"። ይህን ክፍተት ለመሙላት በጣሊያናዊው ቸሩሊ የተሰበሰቡ የኦሮምኛ ዘፈኖች እና ግጥሞች ጥቅም ላይ ውለዋል።

የጽሑፉ አወቃቀር

ይህን ጽሑፍ ለማዋቀርና ለማጠናቀር ጸሐፊው ሥራ እንደፈታው ሰውዬ ለበርካታ ጊዜያት ሲቀድና ሲሰፋ ቆይቷል። በመጨረሻም በአራት ክፍሎችና በአስራ አራት ምዕራፎች ለማዋቀር ወስኖ እንደሚከተለው አጠናቅሮታል።

በክፍል አንድ ውስጥ አንባቢን በአንዴ ወስዶ ከዋናው የታሪክ ረመጥ ላይ ከማስቀመጥ ቀስ በቀስ እያለ የሁኔታዎችን አቅጣጫ እያዋዛ በማስተዋወቅ፣ አእምሮ ከተለማመደው በኋላ ከዋናው ጉዳይ ላይ ለማድረስ የተሞከረበት ክፍል ነው። ሁለተኛው ክፍል ደግሞ ጎበና ሊደርስ ከቻለበት የወታደራዊ፣ ፖለቲካዊና ማኅበራዊ የዕውቅና ጣርያ ድረስ ያለፈባቸውን በፈተና የተሞሉ፣ የዚያኑ ያኽል በውጤት የታጀቡ የሕይወት ልምዶቹን ለመዳሰስ ጥረት የተደረገበት ክፍል ሲሆን፤ ሦስተኛው ክፍል ከዚሁ ተያያዥ በሆነ መልኩ ጎበና የተጎናጸፈውን ዕውቅና እንደምን አድርጎ ሀገራዊ ፋይዳ ወደአለው ነገር እንደለወጠ ለማሳየት የተሞከረበት ክፍል ነው። በክፍል አራት የጎበና የመጨረሻ ዘመናት ያለ አቻ ወራሽ ሲጠናቀቁ የኦሮሞ ሕዝብ የተጋረጠበትን ከሀገርና ከመንግስሥት ባለቤትነት የመንሸራተት ፈተና ለምን እንደተከሠተ ለማመላከት ጥረት ተደርጎበታል።

ወደ ዝርዝር ምዕራፎች ስንገባ የመጀመሪያው ምዕራፍ እንደመንደርደሪያ ሆኖ በውስጡ ስለ ጎበና እስከ አሁን የነበሩትን የተለያዩ እይታዎችና አመለካከቶች፣ የጽሑፍ የአጠናንና የአጻጻፍ ስልት እንዲሁም ዓለማዎች የተካተቱበት ነው። በሁለተኛው ምዕራፍ ከጎበና መወለድ በፊት በአስራ ዘጠነኛው መቶ ክፍለ ዘመን መጀመሪያና በልደቱ ወቅት የጎበና የትውልድ ቦታ በነበረው ሰሜን ሸዋ የፖለቲካና የኢኮኖሚ ሁኔታ በይበልጥ ደግሞ የኦሮሞና ዐማራ ሕዝብ ፖለቲካዊ፣ ኢኮኖሚያዊና ማኅበራዊ መስተጋብሮች

ከሕዝቡ የአሰፋፈር ሁኔታ ጋር በአጭሩ የተብራራበት ሲሆን ይህ ሂደት ጎበናን እንዴት እንደቀረጸው ለማስገንዘብ የተሞከረበት ምዕራፍ ነው።

ሦስተኛው ምዕራፍ ደግሞ የጎበናን ልደት፣ የልጅነትና የወጣትነት ዘመን የሚያብራራ ሲሆን በተጓዳኝም የሎሌነትና የአማችነት እንዲሁም የደጅ አጋፋሪነት በመጨረሻም የሽፍትነት ጊዜውን የተመለከተ ሆኖ ጎበናን ከተራ ሰውነት ወደ ትልቅ የጦርና የፖለቲካ ሰውነት የወሰደውን የራሱን ጥረትና አጋዥ አጋጣሚዎች የተገለጹበት ምዕራፍ ነው። አራተኛው ምዕራፍ የሽግግር ዓመታት የሚል ርእስ የተሰጠው ሆኖ በተለይም በቀጣዮቹ አስርት በኢትዮጵያ ላይ ለሚሆነው የግዛት መስፋፋትና የሰፊውን ኢትዮጵያ ሀገር የመመሠረት ውጥን የተካተተበት የጎበናንና የምኒልክን ትውውቅ የሚገልጽ ነው፤ ጎበና በርካታ የሥልጣን ተቀናቃኞቹንና የውስጥ ጠላቶቹን በሥራው ብርታትና ብልጫ በሹመት ላይ ሹመት እንዴት እየጨመረ መሄድ እንደጀመረ ለመግለጽ የተሞከረበት እና በተለይም በወቅቱ ዕውቅና ያተረፈበትን የጎበና ጥምር የማስገበር ስልት(ድርድርና ጦርነት) ገለጻ የተካሄደበት ምዕራፍ ነው።

በምዕራፍ አምስት ውስጥ ደግሞ ጎበና ከመካከለኛ ሹመቶች እንዴት ወደከፍተኛው የደጃዝማችነትና ከዚያም የራስነት ሹመትና ማዕረግ እንደወጣና በተለይም የጦር አበጋዝነትን ያኽል ትልቅ ኃላፊነት እንዴት እንደወሰደ በተጓዳኝም “የግዛት ማስፋፋትና ሀገር ማቅናት” ስተራቴጂ እንዴት በጋራ እንደተነደፈ፣ ጎበናና ሌሎች ባለድርሻዎች ንጉሡን ጨምሮ እንዴት የሚያቀኑትን አካባቢና አቅጣጫ እንደተከፋፈሉ ስምምነትና ጎበና የምኒልክን ሥልጣን የታደገባቸው ተደጋጋሚ አጋጣሚዎች የሚተረኩበት ምዕራፍ ነው። በዚሁ ውስጥ ደግሞ ለጎበና የተመደበውን አካባቢና አቅጣጫ የጂኦግራፊ ዕውቀት የነበረውን አባ ማስያስ የተባለውን ካቶሊካዊ መነኵሴ ተጠቅሞ ሰፊ ግዛት ማስገበር እንደቻለ የተካተተበት ምዕራፍ ነው።

ምዕራፍ ስድስት ደግሞ ከላይ የተባለው የግዛት ማስፋፋት ስትራቴጂ ተሠርቶ ካለቀና የሥልጣን ድልድሉ ከተበጀ በኋላ፣ የመጀመሪያው እርከን ሊባል የሚችለውን የሸዋ ግዛትን እስከ አዋሽ መለጠጥ ስለነበር ይኸው እንቅስቃሴ በተለይም በርካታ የገላን፣ የጨቦ፣ የሜታና ተጎራባች አካባቢዎችን ያስገበረበትን ዲፕሎማሲና የውጊያ ስልቶች የተብራሩበት ሲሆን፤ በሰባተኛው ምዕራፍ ደግሞ የጎበና የግቤ (የደቡብ መጫና የከፋ) ዘመቻ ሆኖ በጣም ሀብታም የነበሩትን አምስቱን የግቤ መንግሥታት እንደተለመደው በዲፕሎማሲና እምቢ ያለውን የከፋ ንጉሣዊ ግዛት በጦርነት ማስገበሩን የሚያሳይ ገለጻ የተደረገበት ነው።

ስምንተኛው ምዕራፍ የጎበናን የሰሜን መጫ ወይም የሌቃ፣ የኢሉ አባቦራና የአንፊሎ ዘመቻዎችን በተለይም የጎጃምና የሸዋ እሽቅድምድምና ባለቤቶቹ ሌቃዎች ሳይሆኑ እነሱን ለማስገበር የሚሽቀዳደሙት አካላት እንዴት

እንደተወጡት የተገለጸበት ክፍል ሆኖ ከዚሁ ጋር ተያይዞ የሌቃ ኩታ ገጠም የሆኑት የአንፊሎና የኢሉ አባቦራ አካባቢዎች ለጎበና የገበሩበት ሂደት አጭር ማብራርያ የተጻፈበት ክፍል ነው። ምዕራፍ ዘጠኝ ደግሞ ምንም እንኳ አርሲ በሌላኛው ታዋቂ የጦር ሰው፣ ራስ ዳርጌ የግዛት ማስፋፋትና ማስገበር ማእቀፍ ውስጥ ብትሆንም ንጉሡ ሳይቀር ተራድቶ ለማስገበር ብዙ ፈተና የሆነባቸውን የአርሲ የተቃውም ውጊያ ስላልቻሉ ጎበና ልክ እንደጉራጌ ለእርዳታ እንደተጠራና በመጠነኛ መልኩም ቢሆን ስለተካፈለበት ውጊያ ይተርካል።

አስረኛው ምዕራፍ የጎበና "የዓረብ ዘመቻ" በመባል የሚታወቀውን ጎበና የዛሬውን ቤኒሻንጉል ጉምዝ አካባቢ ያስገበረበትንና የደርቦሾችን ወደ አካባቢው መስፋፋት የገታበትን ጦርነት ያብራራል። ምዕራፍ አስራ አንድ ደግሞ በጂኦግራፊ ቅርብ ሆኖ ነገር ግን ለተመደበበት የሸዋ የጦር ሰው በአንጼ ማስገበር አስቸጋሪ የሆነበት በተለምዶ ጉራጌ የሚባለው ነገር ግን ጉራጌ ብቻ ሳይሆን የከምባታና ሐዲያ አካባቢን ጨምሮ በተለይም በጂሐድ ስም የተደራጀውን የሐሰን አንጃሞ ጦር ለማሸነፍ ባለመቻሉ ጎበና በተደጋጋሚ ለእርዳታ በሚል ስም ያደረጋቸውን ዘመቻዎች ይተርካል።

ምዕራፍ አስራ ሁለት ጎበና ብዙዎቹን የቤት ሥራዎቹን ቀድሞ በማጠናቀቁና ሌሎቹን ባለድርሻ አካላት ድንክዬ በማድረጉ በምኒልክ ዙሪያ ባሉ ሰዎች ጉትጎታና ማጉረምረም ጎበና ተለምኖ የአጋርነት ስምምነቱ በሄደበት ሳይሆን ውጤቱን በማጠፍ ጎበና ያስገበራቸውን አካባቢዎች ሌሎች እንዲሾሙበት የተደረገበትን ሂደት የሚተርክ ምዕራፍ ነው። ምዕራፍ አስራ ሦስት የጎበናን ሃይማኖትዊ ክንውንና የአብያተ ክርስቲያናት ግንባታ እንቅስቃሴ ይዳስሳል። ምዕራፍ አስራ አራት ደግሞ ለየት ባለ መልኩ የጎበናን ቤተሰባዊ ሕይወት በተለይም ጋብቻና ልጆች፣ በመጨረሻም ሞትና አሟሟቱን በተመለከተ ማስረጃ እስከፈቀደ ድረስ የተገለጸበት ምዕራፍ ነው። መደምደሚያው ስለ ጎበና የተነገረውን እና ያለውን አንድምታ በጸሐፊው ግንዛቤ የማሰሪያ ሐሳብ ለመስጠት የተሞከረበት ክፍል ነው።

የዚህ ጽሑፍ ዓላማዎች

የታሪክ ጥናት ማለት ያለፉትን ጊዜያት ኩነቶች የምንመረምርበት የምንዘግብበት ሂደት ሲሆን ዝም ብሎ የኩነቶች የመዝገብ ቁልል ሳይሆን ለኩነቶች ትርጉም የሚሰጥበትና እንድምታውም የሚነገርበት ወይም የሚብራራበት ነው። ይህም ሲባል ቀና የሆነውንና ለአንባቢው ምቾት የሚሰጠውን ኩነት ብቻ ሳይሆን የሚጎረብጠውንና የሚያስከፋውንም ጭምር በማካተት። ምክንያቱም የሰው ልጅ የሚማረው ከሚያስደስተውና ሲሰማው ወይም ሲያነበው ምቾት ከሚሰጠው ኩነት ብቻ ሳይሆን ከሚጎረብጠውና

ከሚያስከፋውም ጭምር ነው ተብሎ ይታመናል። የታሪክ ጥናትም ዋንኛ ዓላማ ደግሞ ትምህርት ነው።

በአሁኑ ጊዜ በሀገሪቱም ይሁን በተቋማት ደረጃ ለታሪክ ትምህርት በተሰጠው ዝቅተኛ ትኩረት የተነሣ ታዳጊና ወጣቱ ትውልድ ስለታሪክ ያለው አመለካከት እንደ ዜጋ ሲመለከቱት አሳሳቢ ይመስላል። ታሪክ በሌለበት ነባራዊ ሁኔታ ሌሎች ተዛማጅ ሥራዎችን ለመሥራት ሁሉ ችግር ሊሆን ይችላል። ለሀገር ግንባታ የሚያገለግሉ የተለያዩ ግባአቶች ለምሳሌ ፊልሙ፣ ሙዚቃው፣ ድራማው፣ ሥዕሉ እና ሌሎች የፈጠራ ሥራዎች ይመክናሉ የሚልም እምነት አለ። አለበለዚያ አሁን በሰፊው እንደሚንጸባረቀው የተቃራኒ ጾታን የአካል ቁመና ወይም ሀብት ለማግኘት የሚሠሩ ተንኮሎችና ወንጀሎች ብቻ ሆኖ ይቀራል።

ይህ ደግሞ ታዳጊውና ወጣቱ ትውልድ ከታሪክ ውስጥ ብሔራዊ ጀግና፣ አብነት ወይም አርአያ የሚሆን እንደ እገሌ እሆናለሁ የሚለውን ሰው እንዲያጣ ያደርጋል። በተጨማሪም በጣም ጠባብ ከሆነው የማንነት መገለጫ ሰፊ ወደ ሆነው የእኛነት ጥያቄ ለመሸጋገር ታሪክ የሚጫወተውን ሚና ሳያውቀው ይቀራል።

በርግጥ ይህ በታሪክ ላይ ያለው የዕውቀት ክፍተት ለመናቆርም፣ በታሪካችን ላይ መስማማት ላለመቻልም፣ እየተዘወተረ ላለው የታሪክ ገመድ ጉተታም አስተዋፅኦ እንዳለው አይካድም።

ለማንኛውም በዚህ ጽሑፍ የሚከተሉት አራት ዋና ዋና ዓላማዎች ታሳቢ ተደርገዋል፡-

1. በኢትዮጵያዊነት፣ በዐማራነት፣ በኦሮምነት በአጠቃላይ ብሔር ብሔረሰብ ጥላ ሥር በተጠለሉ የፖለቲካ ልሂቃንና ምሁራን መካከል በራስ ጎበና ታሪክ ላይም ይሁን በኢትዮጵያ ታሪክ ላይ ያለውን የገመድ ጉተታ ማላላት።
2. ታዳጊውና ወጣቱ ትውልድ በሀገሪቱ ብሔራዊ ጀግኖች ላይ ያለውን የታሪክ ዕውቀት ክፍተት ለማጥበብ አስተዋፅኦ ማድረግ።
3. ድክመትንና ስሕተትን ላለማመን "ከሐዲ" ሲፈለግ ጎበና የጦስ ዶሮ የተደረገበትን የልሂቃን የታሪክና የፖለቲካ ትርክት መሞገት።
4. የኢትዮጵያን የሀገረ የመንግሥት ግንባታ ሂደት ታሪክ እና የሀገር ግንባታ ታሪክ ላይ ያለውን ያላለቀ ጥናት ለመቀጠል ለሚፈልጉ የታሪክ ተማሪዎችና ተመራማሪዎች እንደ መነሻ ሐሳብና የመረጃ ምንጭ ሆኖ እንዲያገለግል አስተዋፅኦ ማድረግ።

ምዕራፍ ሁለት

ሸዋ በጎበና የልደት ዘመን

የሸዋ የግዛት ወሰን

ሸዋ የሚባለው የኢትዮጵያ ክፍል የአስተዳደር ወሰኑ በየጊዜው ይለዋወጣል። ጠቅላይ ግዛት፣ ነጻ መሳፍንታዊ ግዛት፣ የኢትዮጵያ ሰፊ የግዛት ግንባታ መነሻ እና የምኒልክ የሥልጣን ማእከል፣ በመጨረሻም መደበኛ የአስተዳደር ክፍል ሆኖ ክፍለ ሀገር ወይም አራት ዞኖች ሆኖ ይጠራል።

በአስራ ዘጠነኛው መቶ ክፍለ ዘመን መጀመሪያ ላይ የሸዋ ወሰን በግልጽ የሚታወቀው በሰሜንና በምሥራቅ ሲሆን በሌሎች አቅጣጫዎች ግን ለመከለል አስቸጋሪ ነበር። እንደተባለው በሰሜን የወንጭት እና የቦርከና ወንዞችና ገባሮቻቸው እንደ ወሰን ያገለግላሉ። በተወሰነ ደረጃ ከወንዞቹና ከገባሮቻቸው በስተሰሜን አንዳንድ ትንንሽ ገባር የሸዋ ግዛቶች ነበሩባቸው። ወደ ምሥራቅ ሲኬድ ወደ ቆላው የሚያቆለቁለው ክፍል የእንስሳት አርቢ የሆኑ የኦሮሞ አካባቢ ግዛቶችን ያጠቃልላል። እንደነዚህ ያሉ የእንስሳት አርቢ ግዛቶች በወሎና በሸዋ መካከል እንደ ወሰን መሸጋገሪያ ሆነው ያገለግላሉ። እነዚህ የአርቢ አካባቢዎች በደቡብም ከዓፋር በተለይም ከግድም፣ ማፉድና ቡልጋ በታች ስለአሉ እንደ መሸጋገሪያ ናቸው። ስለዚህ ጥልቅ የወንዞች ሸለቆ በሰሜን ወደ ዓፋር በረሃ የሚያስወርደው ቁልቁለት ወይም የገደል ጠርዝ በምሥራቅ በግልጽ የሚታወቁ የሸዋ ወሰኖች ነበሩ[35]።

የጫጫ፣ የበርሰና፣ የጀማ ወንዞችና ገባሮቻቸው በደቡብ ምዕራብ በኩል ከኦሮሞ ጥቃት እንደ መከላከያ ምሽግ ያገለግሉ ነበር። አልፎ አልፎም ቢሆን

35 S. Ege, *Class, State and Power in Africa: A Case Study in the Kingdom of Shäwa (Ethiopia) about 1840* (Harrassowitz, 1996), p. 34.

ከነሱ ማዶም መጠነኛ የዐማራ ሰፈሮች ነበሩባቸው። ከአስፋወሰን ዘመን (1767-1800) ጀምሮ ይህ ሰፊ የኦሮሞ ሜዳማ አካባቢ የሸዋ ገዢዎች የግዛት ማስፋፋት ዒላማ ነበር። በእነዚህ አቅጣጫዎች የሸዋን የግዛት ወሰን ከመግለጽ ይልቅ ተጽዕኖ ክልሉን መግለጽ ምክንያታዊና ቀላል ይሆናል። ምክንያቱም እንዳንዴ በዝርፊያም ቢሆን እንዳስገበሩ ስለሚቆጠር ነው። የሸዋ ገዢዎች ሲመለሱ ወይም ዘወር ሲሉ ደግሞ ኦሮሞው ያምጻል። የጫጫን ወንዝ እንደ ተሻገሩ የሸዋ የአገዛዝ ጉልበት በጣም ይቀንሳል፤ ነገር ግን ሰፊው ሜዳማ አካባቢ እስከ አዋሽ ድረስ የሸዋ ገዢዎች ዓይናቸውን ያሳረፉበት ወይም በወረራ ሊያስገብሩት የሚፈልጉት አካባቢ ነው። በተለይም በሣህለ ሥላሴ ዘመን (1806-1838) ይህ ምኞት እስከ ጉራጌ ድረስ ተሞክሮ ነበር[36]።

በአስራ ዘጠነኛው ክፍለ ዘመን የመጀመሪያ አስርት ዓመታት ሸዋ ተብሎ ይታወቅ የነበረው የዛሬው ሰሜን ሸዋ በሦስት ዋና ዋና መልከአ ምድራዊና የኅብረተሰብ አሰፋፈር ክፍሎች ለይቶ ማየት ይችላል። አንደኛው በሰሜን እና በደቡብ የወንዞች ሸለቆ፣ በተለምዶ ወጣ ገባ የመሬት አቀማመጥ ያለውና የዐማራ ምድር ተብሎ የሚጠራው ነው። ከነጋሢ (1696)፣ ሰብስቴ (1696-1712) ጀምሮ በተከተታይ የተነሡት የሸዋ ባላባቶች መርዕድ አዝማች በሚባል ማዕረግ የሚጠሩት ወደ አንድ አመጧቸው እንጂ በውስጥ እርስ በርሳቸው የተከፋፈሉ ነበሩ። ስለዚህ እነዚህ አንድ ላይ ከመጡ በኋላ የዐማራ የግዛት መስፋፋት ሐሳብ የተፀነሰበት ምድር ነው ተብሎ ሊጠራ ይችላል።

ሁለተኛው አካባቢ በሰሜን ምሥራቅ በኩል ያለው የከረዩ ምድር ነው። ይፋት እየተባለ የሚጠራው የአዋሽ ወንዝ ተፋሰስና የአዋሽ ሸለቆ ኩታ ገጠም የሆነው ነው። ይህ አካባቢ የተከፋፈሉት የዐማራው ግዛቶች ወደ አንድ መጥተው የነበረባቸውን የመሬት እጥረት ለመፍታት የመጀመሪያው ተጋጣሚዎች ሲሆኑ ከነጋሢ ዘመን ጀምሮ በተከታታይ ለመፈናቀልና መሬታቸውን ለመልቀቅ የተገደዱት ናቸው። እነዚህ ከምሥራቅ ኢትዮጵያ ጀምሮ ቆላቆላውን ወሎን ይዞ እስከ ትግራይ ይቀጥል የነበረውን የባረንቱ ኦሮሞ ኩታ ገጠም የሰፈራ ሰንሰለት ለሁለት የቆረጠና ግማሽ ወደ ደቡብ ምሥራቅ፣ ግማሽ ደግሞ ወደ ሰሜን ምሥራቅ ተከፍለው በጊዜ ብዛት ሁለት የተለያዩ ሕዝቦች የሆኑበት አካባቢ ነው።

ሦስተኛው በምዕራብ አቅጣጫ ያለው በተለምዶ ሸዋ ሜዳ የሚባለው የቱለማ ምድር ሲሆን እስከ ዛሬዋ አዲስ አበባ ሰሜን ምሥራቅ ጫፍ የተዘረጋ ሰፊ ምድር ነው። እነዚህም እንዲሁ በኩታ ገጠም ካሉ ዐማራዎች በተለይ

36 Ibid, p. 34.

በጀማ ወንዝ ሸለቆ ካሉት ከነ ተጉለት፣ ሞረትና መርሐ ቤቴ ጋር ተከታታይ ግጭት ነበራቸው[37]።

እነዚህ ግጭቶች ዐማራው በነበረበት የእርሻ መሬት እጥረት ሲሆን ወደ ሰፊው ሜዳማ መሬት ለመውጣት ወይንም ደግሞ ከመንዝ ደጋማ አካባቢ ወደ ሰፊውና ለምለሙ የይፋት ሜዳ ለመውረድ ይደረግ የነበረው ፍትጊያ ነው። ለዘመናት የዘለቀው ይህ ፍትጊያ ግን በኋላ በአንጻራዊ መልኩ በዐማራው የበላይነት የተጠናቀቀ ይመስላል። በተለይ ከመንዝ ደጋ የወጡት ነጋሢና ወራሾቹ ብዙውን ለም የይፋት መሬት ከኦሮሞ ከብት አርቢዎች በማስለቀቅ የእርሻ መሬት በማድረግ ሰፍረውበታል[38]። በጀማና ገባሮቹ አዋሳኝ ያሉት ዐማሮች በተለይም መርሐቤቴ፣ ሞረት፣ ተጉለት ግን እንደ መንዞቹ በከረዩ ላይ እንደሠለጠኑት ወደ ሜዳ በመውጣት ቱለማዎችን ለማስለቀቅ የቻሉ አይመስልም።

ስለዚህ በዐገም ጠቀም አያያዝ ቢሆንም ከጊዜ በኋላ ግንኙነታቸውን ወደ ሰላማዊ መንገድ መቀየር የጀመሩ ይመስላል። በዚህም ምክንያት ቆላ የመሬት ችግር የነበረባቸው የዐማራ ወንዶች የኦሮሞ ሴቶችን ለማግባት መሞከር ጀመሩ። በተለይም የአማች ሎሌነት እየተለመደ እንደመጣ ይነገራል። ብዙ ወጣት ወንዶች ለኦሮሞ ባለመሬቶች ሎሌነት ይገቡና ከጊዜ በኋላ ጉልማ መሬት ተሰጥቷቸው ከጌታቸው ልጅ ጋራ ትዳር መሥርተው ጎጆ ይወጣሉ። ወደ አባታቸው ምድር ለመመለስ የመሬት እጥረት ስለሚገጥማቸው ይህን ደጋና ወይና ደጋ ይመርጣሉ። እንዲሁም ብዙ ዐማሮች ሴት ልጆቻቸውን ለኦሮሞ በላመሬቶች ለመዳር ፍቀደኛ ስለነበሩ ብዙ ሴቶች ከቆላ ወደ ደጋ እያገቡ ይመጣሉ። በእነዚህ ተያያዥ እና የጋብቻ ትሥሥር ምክንያቶች፣ ይህ አካባቢ ከጊዜ ብዛት ከኦሮሞነቱ ይልቅ በቋንቋ ደረጃ አማርኛ ተናጋሪነቱ እየጎላ ሲመጣ ሁለት ማንነት (ልሳን) ያለው ሕዝብ የተፈጠረ ይመስላል። ይህን ሕዝብ ኦሮሞም ዐማራም አይሏቸውም፣ "ኦሮሞገበር" ይሏቸዋል። ልብስ ሲለበስ ከላይ የሚውለው ብቻ ታይቶ ጥሩነቱ ወይም መናኛነቱ እንደማይወሰነውና ገበሩ እንደሚታየው ሁሉ የሕዝቡ ማንነት በሚናገረው የአማርኛ ቋንቋ ብቻ በዐማራነት አይፈረጅም። ከላይ ያለው ዐማራ ቢመስልም ከውስጥ በኩል ወይም ወደኋላ ሲቆጠር፣ ገበሩ ኦሮሞ ስለሆነ እንዲያ እያሉ ይጠሩታል[39]።

---

37 Dechasa Abebe, "A socio-economic history of North Shewa, Ethiopia (c. 1880s-1935)", Doctoral Thesis (University of South Africa, 2015), pp. 1.3.

38 ብላቴን ጌታ ኅሩይ ወልደ ሥላሴ፣ *የኢትዮጵያ ታሪክ፡ ከንግሥተ ሳባ እስከ ታላቁ የአድዋ ድል* (አዲስ አበባ፣1999)፣ ገ. 42-83።

39 Dechasa Abebe, "The Peopling of Moret and Merhabete c. 1700-1889" MA Thesis in History (Addis Ababa University, 2003), pp. 46-47.

ሣህለ ሥላሴ (1806-1838) የመጀመሪያውን የሥልጣን ዓመታት በተለይም በአባቱ ግድያ ምክንያት እና በሱ ድንገተኛ ወደ ሥልጣን መምጣት የተከፉ ወገኖች ጦርነትና የኦሮሞ ዐመጾችን በማርገብና ሸዋን እንደገና በማቋቋም የተጠመደ ነበር። ይህ ሸዋን የማረጋጋት ሥራ እ.ኤ.አ. 1830 አካባቢ ተጠናቆ ግዛት ማስፋፋቱ እንደገና ተጀመረ። ሸዋ በሁሉም አቅጣጫ ተለጥጣ ታሪካዊና ተፈጥሯዊ ድንበሯ ላይ ስትደርስ በደቡብ ምዕራብ ብቻ ክፍት ሆኖ ይቀራት ነበር። ይህ የተቀረው አካባቢ ደግሞ መጨረሻ ያለው የማይመስለው ለምለምና ሜዳማ የሆነው የኦሮሞ መሬት ሲሆን በሰፊው የከብት መንጋና ከኢናርያና ከጉራጌ የሚነሣው የሲራራ የንግድ መሥመር የሚያልፍበትና ጥቅሙ የሚያጓጓ ነው።

ስለዚህ ይህንን ሀብት ለማግኘት ኦሮሞን ማስገበር እና ዐማራው ቀደም ብሎ በሰፈረበት አካባቢ የሰላም ዋስትና እንዲያገኝ ማድረግ የሣህለ ሥላሴ ዋናው ሥራው ነበር። በዚህም መሠረት በቀጣይ አስራ አምስት ዓመታት ወስጥ ይህን ሰፊ ሜዳማ ለም ሀገር እስከ አዋሽ በወረራ መያዝና በአዋሽና በጉራጌ መካከል ያለውን ሀገር በዘረፋ ማስገበር ወይም ግብር መሰብሰብ ተጀመረ። ይህ የማስገበር ሂደት በጊዜ ቅደም ተከተል ሦስት ደረጃዎች ነበሩት።

የመጀመሪያው ከ1820 እስከ 1828 ያለው ሲሆን የሰሜን ወይም “የዳጪ ኮንፌደሬሲ” የሚባሉትን ኦሮሞዎች ማስገበር ነበር። ሁለተኛው ደረጃ ደግሞ ከ1828 እስከ 1833 የተካሄደ ሲሆን ይህ ከዳጪ ቀጥለው የሰፈሩትን “የኦቦ ኮንፌደሬሲ” የሚባሉትን ኦሮሞዎች ማስገበር ነው። በሦስተኛ ደረጃ የነበረውና ከ1833 እስከ 1847፣ ማለትም ከሣህለ ሥላሴም በኋላ የተሞከረው ከነዚህ ከሁለቱ ከንፌደሬሲ ውጭ የነበሩትን ጎሳዎች አዋሽን በመሻገር ጭምር ማስገበር ነበር[40]።

በነዚህ ጊዜያት ውስጥ አንጎለላም አድጋ የሸዋ ሠራዊት መነሻ የምሽግ ከተማ ሆና ታገለግል ነበር። ከሷ እየተነሡ ወደ ጋራ ጎርፉ በመዝመት ሁሉንም በቁጥጥር ሥር ማዋል ቻሉ። በዚህ ሂደት ውስጥ አንዱና ዋኛኛው ለጎበናም እንደ ምሳሌ የሆነው ክሥተት የመተኮ እና የሣህለ ሥላሴ ትብብር ነበር። ሰውዬው፣ መተኮ ማለት፣ ጦረኛ ኦሮሞ ስለነበር ለሣህለ ሥላሴ ትልቅ ገጸ በረከት ነበር። ከታማኝነቱ የተነሣ ሣህለ ሥላሴ በስጦታና በሽልማት እያንበሸበሸ በሥልጣንም ከፍ ከፍ አደረገው። ከዚህም የተነሣ መተኮ በ1820ዎቹ በሸዋ በጣም ታዋቂ የሣህለ ሥላሴ የጦር አበጋዝ ሆነ፣ ማዕረጉም የደቡባዊ ግንባር ሀገራት አበጋዝ ነበር[41]።

የሸዋ ጉልበት እየጨመረ ሲመጣ በፍጥነት በርካታ የኦሮሞ ጎሳዎችን እላይ በተጠቀሰው ደረጃ በቁጥጥር ሥር ማስገባት ቻለ። በንግድ መሥመር

40 Svein Ege, pp.78-81.

41 ጎሩይ ወልደ ሥላሴ፣ ገጽ፣ 88-89.

ላይ ያሉ ጎሳዎችንም እስከ የረር ድረስ በመሄድ በጣም ታዋቂ የነበረውን የሮጌ ገበያ በቁጥጥር ሥር አዋለ። መተኮ በ1829 አካባቢ በሣህለ ሥላሴ ላይ አምጾ እስከተመታበት ጊዜ ድረስ የደቡብ አቅጣጫው የሸዋ የግዛት ማስፋፋት ቀጣይነት ነበረው። ከዚህ በኋላ ግን ግዛት የማስፋፋት ትኩረት ከደቡብ አቅጣጫ ወደ ምዕራብ አቅጣጫ ዞረ። በዚህኛው አቅጣጫ ምናልባትም በቀደመው ጊዜ የዘረፋ ዘመቻዎች እንደ ነበሩ ይነገራል እንጂ በቁጥጥር ሥር ማዋል አልቻሉም ነበር። ለምሳሌ በ1828 የፈረንሳይ ተጓዦች ከአንጎለላ ወደ ጎጃም ለመሻገር ሜዳማውን ሀገር ለማቋረጥ አስቸጋሪ ወይም አስፈሪ ስለነበር በተጉለት አድርገው ቆላ ቆላውን፣ በመርሐቤቴ አቋርጠው ነው የተሻገሩት እንጂ ቀላል የሆነውን ሜዳማ የቱለማ ኦሮሞ ሀገርን አቋርጠው በሰላሌ አድርገው አልነበረም[42]።

ይህንን የምዕራብ አቅጣጫ የግዛት ማስፋፋት ስኬታማ ለማድረግ ለሣህለ ሥላሴ ብቸኛ አማራጭ የነበረው የአካባቢው ገዢዎች የነበሩትን ግለሰቦች ትብብር ማግኘት ነበር። ልክ መላ ቱለማን ለማስገባት ሲፈለግ የአብቹን ትብብር ማግኘት አስፈላጊ እንደነበረው ሁሉ ማለት ነው። ገላን ለሣህለ ሥላሴ የገባው በግድ ስለነበር አጋጣሚው ሲገኝ እያመጸ ሲደክም እየገበረ ወደፊት እንደሚታየው እስከ ምኒልክ እና ጎበና ዘመን ቆየ። አሁንም ሣህለ ሥላሴ የሰላሌን ኦሮሞ ለማስገባት ሲያቅድ አባ ማሌ የሚባለውን ገዢ ትብብር ያገኘ ሲሆን ሙሎን ወይም ሙሎ ፋላዳን ለማስገበት ደግሞ ጃራ የሚባለውን ገዢ ትብብር አግኝቶ ነበር። የእነዚህ ሁለቱ የአካባቢው ገዢዎች ለሣህለ ሥላሴ መታመን በአካባቢው ተደጋጋሚ ስኬታማ ዘመቻዎች እንዲያደርግ ረድተውታል። የአካባቢውም ኦሮሞዎች ለሣህለ ሥላሴ ታማኝነታቸውን እንዲገልጹ አስገድዷቸዋል። በርግጥ የገበሩና ታማኝ የሆኑ ቢመስሉም ሙሉ በሙሉ የሸዋን የበላይነት የተቀበሉት በ1833 እና 1834 አካባቢ ነበር[43]።

ከነዚህ ዓመታት በኋላ የአዋሽ ወንዝን የሸዋ ግዛት መጨረሻ አድርጎ መቁጠር ቀርቶ እ.ኤ.አ. በ1835 እንደገና ወደ ደቡብ ተመልሶ የሸዋ ሠራዊት ወንዙን አቋርጦ ሶዶን መውጋት ጀመረ፣ ወደ ጉራጌ ሀገር የሚሄደውንም የንግድ መሥመር ተቆጣጠረ። ስለዚህ የሸዋ ሠራዊት ከአዋሽ ማዶ ወደአለው የጉራጌ ሀገርና የግቤ አቅጣጫ ተደጋጋሚ ዘመቻዎችን ያደርግ የነበረው በዚሁ የሣህለ ሥላሴ የሥልጣን ዘመን የመጨረሻ ዓመታት ነበር። እነዚህ ተደጋጋሚ ዘመቻ የሚደረግባቸው አካባቢዎች ገባር (ግብር ከፋይ) ተብለው የሚታወቁ ሲሆን ገዢዎቻቸውም የክርስትና ሃይማኖትን እንዲቀበሉ ተደርገዋል። እነዚህን ገዢዎች እንደመሸጋገሪያ በመጠቀም ሌላ ተጨማሪ ወረራ ማድረግ የተለመደ ነበር። ስለዚህ ብዙዎች በፊት በሸዋ

42 Svein Ege, p. 93-95.

43 Ibid, p. 93-95.

እንደ ጠላት ግዛት ይቆጠሩ የነበሩ አካባቢዎች ወደ ገባርነት እየተለወጡ ነበር ማለት ነው። ይህን እንዳለ ለማቆየት የሸዋ ገዢዎች ሁለት ዋነኛ መንገዶችን ይጠቀሙ ነበር።

አንደኛው በኦሮሞ ግዛት ውስጥ ጠንካራ ይዞታዎችን፣ ከተሞችን ወይም የሰፈራ መንደሮችን መመሥረትና በግዛቱ ላይ የነበሩትን ኦሮሞዎች ክርስትናን እንዲቀበሉ ማድረግ ነበር። በዚሁ ምክንያት በኦሮሞ ግዛት አዋሳኝ በሆኑ ቦታዎች በርካታ የጦር ምሽጎችን ወይም ከተሞችን መሥርተዋል። አንጎለላ የዚህ እንቅስቃሴ ውጤት መሆኗ እላይ ተገልጿል። ሌላኛው ልክ እንደ መተኮ ዕውቅ የነበረው ከኦሮሞ የተገኘው የሣህለ ሥላሴ የጦር አበጋዝ የመረጭ ከተማ ወይም ምሽግ የነበረችው እና አባ ዴራ በጫጫ ወንዝ አቅራቢያ የተመሠረተችው ናት። ሦስተኛዋ ከተማ ወይም ምሽግ ደግሞ ወደ ደብረ ሊባኖስ መሄጃ መንገድ ላይ በአብቹ ግዛት ወስጥ በዳለቲ ኮረብታ ላይ የተመሠረተችው በተመሳሳይ ስም (ዳለቲ) በመባል የምትጠራዋ ናት። በተመሳሳይ ሁኔታ ቅምብቢት ውስጥም በጮሌ ኮረብታ ወይም ጉብታ ላይ ከተማ ነበረች። እነዚህ ከተሞች ወይም ምሽጎች የወታደር መኖሪያ ብቻ ሳይሆኑ ቤተ ክርስቲያን የሚታነጽባቸው ወይም ገዳም የሚገደምባቸው ቦታዎች ነበሩ። ይህ ደግሞ በርካታ ካህናት ስለሚያስፈልጉ የክርስቲያን አምባዎች ወይም መንደሮች እንዲመሠረቱ ምክንያት ይሆናቸዋል። በዚህ የተነሣ እስከ ቅርብ ጊዜ ድረስ ቄስ አምባ (ገንዳ ቄሲ) የሚባሉ መንደሮች ወይም አምባዎች በሸዋ ኦሮሞ ግዛት ወስጥ አሉ። ሁልጊዜም የአካባቢውን ኦሮሞ የማጥመቅ ሥራ ወይም ክርስቲያን የማድረግ ተግባር ማስገበሩን ተከትሎ ይመጣል። ስለዚህ እነዚህ ምሽጎች የወታደርና የፖለቲካ ወይም የአስተዳደር ማእከላት ብቻ ሳይሆኑ የሃይማኖትና የትምህርት ማእከላት ጭምር መሆናቸው ነበር። በርካታ የቤተ ክርስቲያን ሊቃውንት፣ ካህናትና ዲያቆናት ተማሪዎች ስፍረውባቸው ይገኛሉ[44]።

በርግጥ እስከ ጎበና የዕውቅና ዘመን ድረስ አነስተኛ ቁጥር የነበራቸው አብያተ ክርስቲያናት ነበሩ። እነሱም ቢሆኑ በመኻል የኦሮሞ ግዛት ሳይሆን በዐማራና ኦሮሞ ድንበሮች አካባቢ የተተከሉና ሰላም ሲደፈርስና ኦሮሞ ሲያምጽ ጽላታቸውን ይዘው ወደ ቆላው የዐማራው ግዛት ለመሸሽ በሚያመቿቸው ቦታዎች ላይ ነበር። ይህም ማለት ኦሮሞን የዐማራ ባህል ለማላበስ በተለይም ክርስቲያን የማድረግ ሂደቱ አልጋ በአልጋ እንዳልነበረ የሚያሳይ ይመስላል። በርካታ ተቃውሞዎች አጋጥመዋቸዋል። ምክንያቱም የባህል ጭነቱ የዐማራን የበላይነት ያንጸባርቅ ስለነበር ለኦሮሞዎች ይህንን የበላይነት መቀበል አዳጋች ሆኖባቸው ነበር። ክርስትናን አደገኛና የነሱን ተፈላጊነት የሚገድል ነገር አድርገው ነው የተመለከቱት። ስለዚህ እንኳ ሁሉንም የቱለማ ኦሮሞ ግዛት መቆጣጠር ይቅርና ከተሞቹ ራሳቸው ብዙ ጊዜ

44 Ibid, pp. 191-208.

አደጋ ውስጥ ነበሩ። ለምሳሌ አንጎለላ ራሷ ለበርካታ ጊዜያት በኦሮሞዎች ተመዝብራለች፣ ተቃጥላለች[45]። ወደ ፊት እንደሚገለጸው በምኒልክ ጊዜ ሳይቀር።

ሁለተኛው መንገድ ደግሞ እነዚህን ከተሞች መከላከልና ወረራውን ወደፊት መግፋት ለዐማሮች ብቻ የቤት ሥራ መስጠት ሳይሆን ያመኑ የኦሮሞ ግለሰቦች እና በሣህለ ሥላሴ የተመለመሉ የኦሮሞ የጦር አበጋዞችንም በመጨመር ነበር። ከነዚህ አንዱ እላይ ስሙ የተነሣው አበጋዝ መረጭ ነበር። እሱም ከቦታው ከተነሣ በኋላ ደግሞ ታዋቂው አበጋዝ መተኮ ቦርጃ ተተክቷል። በነገራችን ላይ መተኮ ቦርጃ የታዋቂው የአጼ ምኒልክ አፈ ንጉሥ የነበሩት የነሲቡ መስቀሎ ወላጅ አባት እንደሆኑ መርስዔ ሐዘን በመጸሐፉ ይገልጻል[46]። ሌላኛው የመረጭ አቻ የነበረው አበጋዝ ሸሸጎም እንዲሁ ከኦሮሞዎች ዘንድ የወጣ ነበር። ከነዚህ ከአብቹዎች ውጭ ራቅ ካለውም የኦሮሞ አካባቢ እነ አባ ማሌ እና ጃራ ተመሳሳይ ኃላፊነት ተሰጥቷቸው ነበር።

ስለዚህ እነዚህ ተከታታይ የኦሮሞ ዐመጾች ለቁምነገር ያልበቁበት ትልቁ ምክንያት አንድነት ማጣት ሲሆን ሁሉም ጎሳ በየራሱ በየደጁ ያምጽ ነበር እንጂ ኅብረት አልፈጠረም፤ ለዚያ ሊያበቁ የሚችሉት መሪዎች በዘዴ በሣህለ ሥላሴና በተከታዮቹ ይመለመሉ ነበር። በተለይ አንዱን ጎሳ ከሌላው ጋር ማጋጨት አንዱን በአንዱ ላይ ማሳመጽና እሱን መሠረት በማድረግ አንዱን ደግፎ ሌላውን ማስጠቃት የሸዋ ገዢዎች የተካኑበት የፖለቲካ ስልት ሲሆን ይህን በሰፊው የጀመረውና የተሳካለት ሣህለ ሥላሴ ነበር። በተደጋጋሚ እንደሚነገረው የአብቹንና የገላንን የዘመናት ፍትጊያ መሠረት በማድረግ አብቹዎች እንዲጠነክሩና ገላንን እንዲያሸንፉ ወይም እንዲያስገብሩ ለማድረግ ችለዋል። ለዚህም ነው በሸዋ ኦሮሞ ታሪክ ውስጥ የመጀመሪያዎቹ ዕውቅ ኦሮሞ የጦር አበጋዞች በኋላም ጎበናን ጨምሮ አብቹዎች የነበሩት።

በዚህ ሂደት ውስጥ ዐማሮች አሸናፊ ሆነው አንጻራዊ የበላይነታቸውን አጠናክረዋል። ለዚህ ደግሞ የሣህለ ሥላሴ ሠራዊት ለሂደቱ እንደ አስኳል ሆኖ ያገለግል ነበር። የንጉሡ ሠራዊት የጀርባ አጥንት የነበሩት አዛዦቻቸው በቀጥታ ለንጉሡ ተጠሪ ነበሩ። እነዚህ በተለምዶ የንጉሡ ሠራዊት የሚባሉት በኋላ የክቡር ዘበኛ ተብለው እንደሚጠሩት ዓይነት ሲሆኑ ባለነፍጥ፣ ፈረሰኛና አበላም ተብለው ሊከፋፈሉ ይችላሉ። አበላም የሚባሉት የቤተ መንግሥቱ ከብት ጠባቂዎች ነበሩ። ነፍጠኛና ፈረሰኛ የሚባሉት በሣህለ ሥላሴ ጊዜ ወደ ሺህ የሚሆን ሰው ይይዛሉ። ከነዚህ የቤተመንግሥት የንጉሡ ሠራዊት ውጭ በግዛቱ ውስጥ በሚገኙ የአካባቢ ገዢዎች የሚሰባሰቡና የሚታዘዙ ነበሩ። በቁጥር አብላጫነት ያለው የሸዋ ሠራዊት ከውጊያው ከጥቂት ሳምንታት በፊት

45 Svein Ege, pp. 192-200.

46 *መርስዔ ሐዘን ወልደ ቂርቆስ፣ የሃያኛው ክፍለ ዘመን መባቻ* (አዲስ አበባ፣ 1999)፣ ገጽ፡ 40።

በአዋጅ የሚጠራና በየሩቅ ግዛት የሚኖረው ነው። ከነዚህ ውስጥ አብዛኛዎቹ የሚመጡት ከዐማራ ወረዳዎች ሲሆን የገበሬ ሠራዊት ሆነው ግንደበል በሚባል ደረጃ የሚያድሩ ነበሩ። ግንደበል የሚባሉት መሬት ተጠቃሚዎች ቋሚ ሠራዊት ተደርገው የሚቆጠሩና የራሳቸው አዛዥ የነበራቸው ናቸው። ሦስተኛው የሸዋ ሠራዊት አካል ደግሞ መደበኛ ያልሆነና በተለምዶ ዘመቻው አጓጊ በሆነ ጊዜ ለዝናና ለዘረፋ የሚዘምተው በአብዛኛው ወጣት የሆኑትን የሚይዘው ፋኖ ተብሎ የሚጠራው ነው። በአንጻሩ በኦሮሞች ዘንድ በገዳ ሥርዓት ላይ ተመሥርቶ ለግዛት መስፋፋት (አዲስ መሬት ለመያዝ) ይደረግ የነበረው የሉባ የጦር ልምምድና ተግባር የኮሰመነ ይመስላል። የሚስፋፉበት ሰፊ መሬትም በሙሉ ተይዟልና የቀራቸው አማራጭ የያዙትን መከላከል ብቻ ነበር። መከላከል ደግሞ ለሽምቅ ውጊያና ለወሬሳ መምታት የሚሆን አይመስልም። ሌላኛው ልዩነት ደግሞ የጦር መሣሪያው ሊሆን ይችላል። የንጉሡ ሠራዊትና የአንዳንድ የወረዳ/አካባቢ ገዢዎች ሠራዊት ጥቂትም ቢሆን ነፍጥ ነበራቸው። ከአብዬ (1712-1737) ሸዋን የመግዛት ዘመን ጀምሮ ጥቂት ጠመንጃዎች ወደ ሸዋ መግባት የጀመሩ ሲሆን ሣህለ ሥላሴ ግን በአንጻሩ በርካታ ጠመንጃዎችን በግዢና በስጦታ መሰብሰብ ችሎ ነበር። ነጋዴዎች ወደ ሸዋ ከሚያመጧቸው ዕቃዎች ጠመንጃ በጣም ተፈላጊው የጦር መሣሪያ ነበር። ሣህለ ሥላሴ አውሮፓውያን ከሱ ዘንድ ሸዋ ሲደርሱ ወደ 500 የሚሆኑ ጠመንጃዎች የነበሩት ሲሆን ከነሱ መምጣት ጋር የጠመንጃ ቁጥሩን በእጥፍ አሳድጎት ነበር። ስለዚህ የነዚህ መሣሪያዎች በኦሮሞዎቹ ዘንድ አለመኖርና በሸዋ ገዢዎችና ሠራዊታቸው እጅ መኖር የኃይል ሚዛኑን እንደሚቀይረው ሳይታለም የተፈታ ነው[47]።

ሌላኛው የዐማራን ብርታትና ኦሮሞን የመግደል ድርጊት የሚያጠናክረው ማኅበራዊ አመለካከቱ ነበር። እንደ አውሮፓውያን ተጓዦች መረጃ ከሆነ ጦርነት የሚያስከብር ሙያ ሲሆን ገዳይነትም በብዙ ክብር ነበረው። ዐማሮቹም የተባለውን መሣሪያና የሞራል ትጥቅ (ሙገሳን) ይዘው በዓመት ቢያንስ ሦስት ጊዜ በሰላም እጁን ወደ አልሰጠው የኦሮሞና የጉራጌ ግዛት ዘምተው በግብር ስም በዘረፋ ሰፊ ሀብት አጋብሰው ይመለሳሉ። የዘመቻ ወቅቶቹ የሚወሰኑት በዝናብ ሥርጭትና በእርሻ ሥራ ወቅት ላይ ተመርኩዘው ነበር። የዝናባማ ወራት ለእንቅስቃሴ በጣም የሚያዳግቱ ጭቃማና ለመሻገር የሚያስቸግሩ በርካታ ጅረቶች የሚሞሉበት ጊዜ ስለሆነ ለዘመቻ አይመረጡም። እንደብዙዎች ገለጻ በጣም አመቺ ስኬታማና ትርፋማ የዘመቻ ወቅት በጥቢው ሲሆን በመስቀል በዓል ሰሞን እና በኋላ የሚዘመተው ነው። የኦሮሞ አራሾች በኅዳርና በታኅሣሥ የመኸር መሰብሰቢያ ጊዜ ስለሆነ ሰዎቻቸውን ለውጊያ መቀስቀስ ስለሚከብዳቸው ለሸዋዎቹ አመቺ ጊዜ ነው። የኦሮሞችን ንብረት ለማጥፋት ዐቅማቸውን ለማዳከም፣ አዝመራቸው

47 Ibid, pp. 201-204.

ላይ ጉዳት ለማድረስ በክረምቱና በጥቢው ሣር የደለቡ ከብቶቻቸውንም ለመንዳት አመቺያቸው ነበር[48]።

እንግዲህ ጎበና የልጅነት ጊዜውን ያሳለፈው በሰፊው በዐማራ ፖለቲካዊና ወታደራዊ አስተዳደር ሥር በገባውና በባህልም ቢሆን የራሱን ባህል እንደ ልብስ ገበር ከውስጥ ለብሶ ከላይ በባህል ዐማራነትን ተላብሶ አፋን ኦሮሞን እየተናገረ አማርኛውንም እየተናገረ ከነበረው የሸዋ ኦሮሞ ወይም ቱለማ ግዛት ውስጥ ነበር።

የሕዝብ አሰፋፈር እና ሥርጭት

በዚህ አሁን በተብራራው የሸዋ ግዛት ወስጥ በአስራ ዘጠነኛው መቶ ክፍለ ዘመን መጀመሪያ አካባቢ በአንዳንድ የውጭ ተጓዦች ወደ አንድ ሚሊዮን የሚጠጋ ሕዝብ ይኖር እንደ ነበር ይገመታል[49]። ሌሎች ደግሞ ቍጥሩን እስከ ሁለት ሚሊየን ተኩል ያደርሱታል[50]። በነገራችን ላይ በዚሁ በአስራ ዘጠነኛው ክፍለ ዘመን መጀመሪያ አጋማሽ ላይ የሸዋ ግዛት ባለ አራት ማእዘን ቅርጽ ያላት ሆና መቶ ኃምሳ ማይል በዘጠና ማይል አካባቢ ትሆናለች የሚል ግምት የሰጡ አውሮፓውያን እንዳሉ ይነገራል[51]። ይህ ማለት አስራ ሦስት ሺህ አምስት መቶ ካሬ ማይል (ወደ ሠላሳ አምስት ሺህ ካሬ ኪሎ ሜትር) ትሆናለች ማለት ነው።

በብሔረሰብ ደረጃም ዐማራ፣ ኦሮሞ እና አርጎባ ይኖሩባታል። አርጎባዎቹ በምሥራቅ የሸዋ ፕላቶ ጠርዝ የሚኖሩ የራሳቸውን ቋንቋ የሚናገሩ ነበሩ። ሆኖም ግን አርጎባዎቹን ከዐማራው የሚለያቸው ከቋንቋው ይልቅ የእስልምና ሃይማኖታቸው ነበር፤ አማሮቹ ክርስቲያን ስለሆኑ። እዚህ ጠርዝ አካባቢ በሁለቱ ወሰን ላይ በተደጋጋሚ ግጭት ይከሠት ነበር። ይህ በሃይማኖት ወይም በብሔረሰብ ልዩነት ሳይሆን በኢኮኖሚ ልዩነት፣ በእንስሳት አርቢዎችና በአራሾች መካከል በእርሻ መሬትና በግጦሽ መሬት ይዞታ ላይ የተመረኮዘ የንብረት መዛረፍ ጦርነት ነበር። ኦሮሞዎች ከሁለቱም በቋንቋቸውም፣ በማኅበራዊ መዋቅራቸውም፣ በሃይማኖታቸውም በግልጽ ይለዩ ነበር። መሬታቸው በአማሮቹ የሸዋ ገዢዎች የግዛት ማስፋፋት ፍላጎት ሥር ስለነበር በዐማሮችና በኦሮሞዎች መካከል ሁልጊዜ ጦርነት ወይም ግጭት ነበር። እዚህም ቢሆን የግጭቱ መነሻ ሃይማኖት ወይም ብሔረሰብ

48 Ibid, pp.204-205.

49 Ibid, p. 142.

50 Getahun Dilebo, p. 34.

51 Ibid.

ሳይሆን መሬትና መሬት ነክ ሀብቶች ነበሩ፤ ኦሮሞዎቹ የያዙትን ለም መሬት ዐማሮች ሁልጊዜ ለመንጠቅ ወይ ለመጋራት እንደቋመጡ ነበር[52]።

በዚህ አካባቢ ብሔረሰብ ልዩነት እና የግዛት ወሰን ቦታው በየጊዜው እየተለዋወጠ፣ ከኦሮሞነት ወደ ዐማራነት የመለወጥ ሂደቱ ያን ያኽል አዝጋሚ አልነበረም። ኦሮሞዎቹ የአማሮቹን የኑሮ ፈሊጥ፣ ቋንቋ፣ ሃይማኖት መቀበል ጀመሩ። ከጊዜ በኋላም እራሳቸውን ዐማራና ክርስቲያን ብለው መጥራት ጀመሩ። ሲጠየቁም ከጥንት ጀምሮ ክርስቲያኖች ነበርን ይላሉ፤ ነገር ግን የቀደምት አባቶቻቸውን መቃብር ውጁባ እንደ ነበር አልፎ አልፎም ቢሆን ይገልጻሉ። እነዚህ አካባቢዎች በተለምዶ ኦሮሞገበር ተብለው ይጠራሉ። በሁለቱም ብሔረሰብ እንደመሸጋገርያ አካባቢ ናቸው። በዚህኛው የሸዋ አካባቢ በቁጥር ኦሮሞው ቢበልጥም በተጽዕኖ ግን ዐማራው የበላይነት ስለነበረው ማኅበራዊ ለውጡም በዚህ አቅጣጫ የሆነው በዚሁ ምክንያት ይመስላል[53]።

የዐማራው ዋነኛው አካባቢ የነበረው በስተሰሜን በኩል ያለው የሸዋ ክፍል ሲሆን በጀማ አዳባይ የወንዞች ሸለቆ ነበር። ከዚህ አካባቢ ነበር ከአንድ ክፍለ ዘመን በፊት ግዛት እያሰፉ በከረዩ መሬት ላይ ወይም በይፋት የሰፈሩት፣ በቱለማም የገደል ጠርዝ በነበሩት ሜዳማ ፕላቶ ላይ መስፈር የጀመሩት[54]። ስለዚህ ለዘመናት ከእስር ቤትነት ባልተናነሰ ሁኔታ በኦሮሞ ፈረሰኞች ታጥረው እየተጠበቁ በእርሻ መሬት እጥረት እየማቀቁ፣ ኦሮሞውን ማሸነፍ ሲያቅታቸው በባላባት ተከፋፍለው በውስጥ እርስበርስ ሲወጋጉና ሲናናቁ ነበር የኖሩት። እነዚህ ባላባቶች ሁሉም ለበላይነት እሽቅድምድም ውስጥ እያሉ በአስራ ስምንተኛው ክፍለ ዘመን ዋዜማ ንጉሥ ኢያሱ ቀዳማዊ ከጐንደር መጥቶ ከመካከላቸው ነጋሢ ክርስቶስ የተባለውን የመንዝ ባላባት መርጦ ሌሎቹን እንዲያስገብርና ከይፋት ወላስማ ጋር ተስማምቶ ኦሮሞን እንዲወጋ፣ ግዛቱንም እንዲያሰፋ አሳስቦት ሄደ ተብሎ ይነገራል[55]።

በዚሁ በተሰጠው ማሳሰቢያ መሠረት ነጋሢ ክርስቶስ ከወላስማ ጋር ኅብረት ፈጥሮ በታሪክ የሸዋ ሥርወ መንግሥት የሚባለውን መሠረተ። ወራሾቹም ለሚቀጥሉት ወደ አንድ መቶ አርባ ለሚጠጉ ዓመታት ከኦሮሞ ጋር ሲዋጉ ቢኖሩም ቱለማን ሊያሸንፉ ወይም ሊያፈናቅሉ አልቻሉም። እነሱ ለአንድ ተኩል ክፍለ ዘመን ሲሞክሩ የኖሩትን በዚህ ጽሑፍ በተከታታይ

52 ኅሩይ፣ ገ፡ 43-75።

53 Dechasa Abebe, “Socio-economic history…”, pp. 57_66.

54 Ibid.

55 Getahun Dilebo, p. 28.

ምዕራፎች እንደሚብራራው፣ ጎበና ሙሉ ቱለማን፣ መጫን በራሱ መንገድ ከአምስት ዓመታት ባነሰ ጊዜ ውስጥ ማስገበርና ማሰባሰብ ችሏል[56]።

በብሔረሰቦቹ ታሪክ ደረጃ ከሦስቱ ስለ አርጎባ የሚታወቀው በጣም ጥቂቱ ነው። በአስራ ስድስተኛው ክፍለ ዘመን የተወሰኑ አዳዲስ የሙስሊም ሰፈሮች እንደ ገቡበት ይገመታል። ነገር ግን ብዙ የምሥራቅ ሸዋ በተለይም በጠርዙ አካባቢ ያሉት ከአስራ ሁለተኛው ክፍለ ዘመን ጀምሮ እስልምናን የተቀበሉ ሕዝቦች እንደነበሩ ይታመናል። ስለዚህ እዚህ አካባቢ እስልምና ዋነኛው ሃይማኖት ነበር። ከላይ ከተጠቀሱት ሦስት አካባቢዎች (የዐማራ፣ የቱለማ ሸዋ ሜዳ፣ የከረዩ ይፋት) ውስጥ ወደ ሦስት አራተኛው የሚደርሰው የይፋት ሕዝብ ሙስሊም ነበር። ለምሳሌ በቡልጋና በግድም ቆላው የእስልምና ሃይማኖት አማኞች የሚኖሩበት አካባቢ ነበር። እንዲያውም በአስፋወሰን ዘመን ግድምን ለታ ከሚባለው የሙስሊም መሪ ነጥቀዋል። በአጠቃላይ የእስልምናና የክርስትና ድንበር የነበረው የምሥራቁ፣ የቆላውና የደጋው ጠርዝ ነበር፤ ደጋው ክርስቲያን ቆላው ሙስሊም ነበር። የብሔረሰብ ልዩነት ወሰኑም በጥቂቱ ነበር ከዚህ የሚለየው፣ የአማርኛ ተናጋሪው ሰፈር ወደ አስር ኪሎ ሜትር ያኽል ከአንኮበር ወደ ምሥራቅ ይሰፋል። ይህ አጠቃላይ ግርድፍ አገላለጽ እንጂ በየሙስሊሙ ሰፋፊ መንደሮች መካከል ጥቂት የክርስቲያን መንደሮች ወይንም በሰፋፊ የክርስቲያን መንደሮች መካከል ጥቂት የሙስሊም መንደሮች መኖራቸው ግልጽ ነው[57]።

እንደተባለው በኦሮሞና በዐማራ ብሔረሰብ መካከል የነበረው ወሰን ወደ ደቡብ፣ ከዐማራ ወደ ኦሮሞ በፍጥነት እየተገፋ ነበር። ለምሳሌ በሸዋ ሜዳ በኩል በዐማራ ወረዳዎች እንደ እንሳሮ፣ ሞረት እና ተጉለት በኩል የብሔረሰብ ወሰኑ የወንዞች ሸለቆ ሲሆን፣ የሸዋ ሜዳን ጠርዝ ተከትሎ እስከ ዜጋ ወደብ፣ በርሰና፣ አዳባይና ጫጫ ድረስ ይመጣ ነበር። ይህ ወደ ገደሉ መውረጃ ስለነበረ ለዘመናት የኦሮሞ ፈረሰኞች እንዳያልፉት እንደምሽግ ሆኖ ያገለገለ አካባቢ ነው። እስከ ቅርብ ጊዜ ድረስም እንዲሁ ሆኖ በጣም መጠነኛ ለውጥ የተደረገበት ለምሳሌ በሞረት ከደብረ ብሥራት ዜና ማርቆስና በደብረ ሊባኖስ በኩል ወደ ሜዳው የዐማራ ቀበሌዎች እየሰፉ መጥተዋል። ወደ አንጎለላም አካባቢ የጫጫ ወንዝ እንደ ድንበር ሆኖ የቆየ ሲሆን የሣህለ ሥላሴ የጠረፍ ከተማም አንጎለላ የነበረችው በዚሁ ድንበር ላይ ነው። አንጎለላ የምዕራብ ድንበር ብትሆንም ከከተማዋ በስተምሥራቅ የኦሮምኛ ተናጋሪ ቀበሌዎች በሣህለ ሥላሴ ዘመንም ቢሆን እንደ ነበሩ ይታወቃል። በሌላ መልኩ ደግሞ በዋዩ የኦሮሞ አካባቢዎች ደግሞ፣ ከአንጎለላ በስተሰሜን ምዕራብ ወይም በስተምዕራብ አማርኛ ተናጋሪ ቀበሌዎች ነበሩ። ከአንጎለላ በስተምሥራቅና በስተምዕራብ ያለው ወሰን በግልጽ ቢታወቅም

56 Ibid, p. 29, 75.

57 Svein Ege, pp.40-45.

በስተደቡብ አቅጣጫ ግን የብሔረሰብ ወሰኑም ሆነ የሸዋ ግዛት ወሰኑ በግልጽ አይታወቅም ነበር። በደቡብ አቅጣጫ ቡልጋና ምንጃር እስከ ቦካን ተራራ የሚደርሰው በአብዛኛው የዐማራ ሕዝብ የሚኖርበት አካባቢ ነበር። በጥቂቱ ብቻ የተለወጡ ኦሮሞች ነበሩበት። በገርማማና በጫጫ የላይኛው ተፋሰስ አካባቢ ደግሞ ኦሮሞች ይኖሩበት ነበር። ስለዚህ ወሰኑ ቅንብቢት አካባቢ ይደርስ ነበር ተብሎ ይገመታል[58]።

ዛሬ ካለው የቋንቋ ወሰን ብዙም ልዩነት አልነበረውም። ነገር ግን በሣህለ ሥላሴ የግዛት ማስፋፋት እንቅስቃሴ ምክንያት አዳአና ሎሜ የሚባሉ አካባቢዎች ወደ ክርስትና ተለውጠው ከቡልጋ የሚመጡ በርካታ ካህናት ሰፍረውባቸዋል። በደቡብ ምሥራቅ በኩል ያሉ የዐማራው ቀበሌዎች በኦሮሞ ከብት አርቢዎች የተከበቡ ነበሩ። አማሮቹ በከሰም ወንዝ የላይኛው ተፋሰስ አካባቢ ይኖሩ ነበር። በትክክል ወሰኑ ባይታወቅም በረኸት አካባቢ ሲደርስ የከሰም ወንዝ ራሱ በከረዩና በዐማራ መካከል ድንበር ይሆናል። በአብዛኛው የሸዋ ግዛት አካል የተደረገው ኦሮሞ የቱለማ ወገን ሲሆን በውስጣቸው በርካታ ጎሳዎችና ክፍፍሎች ነበሩባቸው። የእነዚህ ጎሳዎች አሰፋፈር ደግሞ በመካከላቸው የነበረውን ሰላማዊ መስተጋብርና በግጭትና ጦርነት የተሞላ ግንኙነታቸውን ለማየት ይረዳል[59]።

በዚሁ መሠረት በሰሜን ጫፍ የሸዋ ሜዳ በእንሳሮና በሞረት የክርስቲያን ወረዳዎች አዋሳኝ አካባቢ የጅሩ ኦሮሞ፣ ቱለማ ጎሳ ሲኖር ከነሱ በስተደቡብ ደግሞ የገላን ጎሳ በተለይም ከጠራጠር መንደር በስተሰሜን ይኖሩበት ነበር። በተጨማሪም ገላን በዋዩ እስከ አንጎለላና በምዕራብ ደግሞ እስከ ጋራ ጎርፉ በተዘረጋው ሜዳ ላይ ይኖር ነበር። በአጠቃላይ የገላን ጎሳ በሰሜን ከጅሩ ጎሳ በምዕራብ ከወበራ ጎሳ በደቡብ ከአብቹ ጎሳ ጋር ተዋስኖ ይኖር ነበር። አብቹ ደግሞ ቀደም ብሎ እስከ በሬሳ ወንዝ ድረስ ይኖር የነበረ በጣም በቁጥር አብላጫ የነበረው ጎሳ ነው። አብቹ የሚኖርበት አካባቢ በደቡብና በምዕራብ አቅጣጫ ከአንጎለላ ጀምሮ እስከ ጋራ ጎርፉና ገርማማ ወንዝ ድረስ በተዘረጋው አካባቢ ነበር። የጅዳ ጎሳ ደግሞ ከአብቹ ጎሳ በስተደቡብ አካባቢ እንደሚኖር ይነገራል። ጅዳ ብዙ ጊዜ ከሥርጢ ሐይቅ/ ገበያ ጋር ተያይዞ ሁልጊዜ ይነሣል። ከገርማማ ወንዝ ግራ ጠርዝ አካባቢ እንደሚኖርም ይነገራል። ሌላው ደግሞ የቦካን ጎሳ ሲሆን በገርማማ ወንዝና በቦካን ተራራ መካከል ይኖራል። እንደሚታወቀው በዚህ ስም የሚጠራ የኦሮሞ ጎሳ በሀገር በቀል ማስረጃ ውስጥ በግልጽ ሰፍሮ ስለማይገኝ የውጭ ዜጎች ይህንን አካባቢ በሚያውቁበት የተራራ ስም ጠርተውታል የሚል ግምትም አለ። በተጠቀሰው ቦታ የሚኖሩት የጉምብቹ ኦሮሞዎች ናቸው። ከረዩዎች በስተምሥራቅ ባለው አቅጣጫ እስከ ፈንታሌ ባለው አካባቢ ይኖራሉ። ከቦሰት ተራራ

58 Ibid.

59 Ibid, pp.45-46.

በስተምዕራብ ደግሞ ገሙ የሚባሉ ጎሳዎች ይኖሩበት ነበር። የሉሜ ጎሳም እዚሁ አካባቢ በተመሳሳይ ስም በሚጠራ ወንዝ አቅራቢያ ይኖሩ እንደነበር ይገመታል። ከጅዳ ጎሳ በስተደቡብ እስከ ገርማማና ፊንፊኔ ድረስ ደግሞ የየካ ጎሣዎች ይኖሩበታል[60]።

በ1870ዎቹ አዳአ የሚባሉት ጎሳዎች በምዕራብ ከገላን በሚዋሰን የየረር ተራራ አካባቢ ይኖሩ ነበር። ሊበንና ጅዳ የሚባሉት ደግሞ ከጬቃላ/ዝቋላ ተራራ አካባቢ ሰፍረዋል። የበቾ ጎሳ ደግሞ በአዋሽ የላይኛው ተፋሰስ በደቡብ በሶዶ በምዕራብ ከመጫ በሚወሰን አካባቢ ይኖሩ ነበር። ከበቾ በስተሰሜን ደግሞ የሜታ ጎሳ የኖራል። ሜታዎች ሌላም የውስጥ ክፍፍል አላቸው፤ ለምሳሌ የሜታ ሱባ በእንጦጦ ተራራ አጠገብ እንደሚኖሩ ሲነገር ሌላው የሜታ ቡድን ደግሞ በወጨጫ ተራራ አካባቢ ይኖራሉ። ሜታ ሮቢ ደግሞ የሙገር ገባር በሆነው የሮቢ ወንዝ አካባቢ ይኖራሉ። አራተኛው ክፍል ደግሞ ወንጪ አካባቢ ይኖር ነበር። በዚህ አቅጣጫ የመጨረሻው የቱለማ ጎሳ በቾ/ፉግግ/ ምናልባትም የበቾ ክፋይ ነው[61]።

ከጋራ ጎርፋ በስተደቡብ ደግሞ የጉለሌ ጎሳ በሱሉልታና በፊንፊኔ አካባቢ ይኖሩ ነበር (አንዳንዴ በቦታው ስምም ይጠራሉ)። ከነዚህ በስተምዕራብ ጉምቢቹ በሰሜን በወበራ እና በሰሜን ምዕራብ በያያ ተወስነው ይኖሩበታል። ከጉምቢቹ ምዕራብ ደግሞ ሙገርና አደአ ይገኛሉ። ሌሎቹ የአዳአ ክፋይ ደግሞ አደአ በርጋ ይባላሉ፤ ልክ ከፎይታ ተራራ በስተሰሜን በተራራው ምሥራቅና ደቡብ ምሥራቅ አቅጣጫ ከሚኖሩት ከሙሎ ጎሳ ጋር እየተዋሰኑ ይኖራሉ። በሰፊውና በርካታ ሕዝብ በያዘው ከሙገር ወንዝ በስተሰሜን ባለው ሜዳ የሰላሌና የጃርሶ ጎሳዎች ይኖሩበታል። እነዚህ የቱለማ ኦሮሞ ቡድን እንዳልሆኑ ይነገራል። ሆኖም የሸዋ ኦሮሞ ተብለው ነው የሚፈረጁት ምክንያቱም ከመጫ ወገን አይደሉምና። የሰላሌ አካባቢ የብሔረሰብ አሰፋፈር ሁኔታ ግልጽ አይመስልም። የተወሰኑት ጉለሌዎች ከያያ ከጃርሶ በስተሰሜን ከደብረ ሊባኖስ ገዳም በሰሜን ምዕራብ አካባቢም ይኖራሉ[62]።

የሕዝቦች መስተጋብር

በዚህ የአስራ ዘጠነኛው ክፍለዘመን መጀመሪያ አጋማሽ ላይ የሁለቱ ሕዝቦች (ዐማራ-ኦሮሞ) መስተጋብር ብዙዎቹ መረጃዎች በሰፊው የሚያትቱት የሸዋ መንግሥት የግዛት መስፋፋትን ዱካ ተከትለው ነው። ነገር ግን እስከ የአስፋወሰን የግዛት ዘመን (1768-1800) ድረስ ሸዋ ማለት ከዐማራ ትናንሽ ግዛቶች እንደ አንዱ የሚቆጠር ነበር። በደቡብ በኩል ያሉት የጠራና የቡልጋ

60 Ibid, p.47.

61 Ibid.

62 Ibid, pp.48-49.

የዐማራ ወረዳዎችም ቢሆኑ ከመንዝ በተነሣው የሸዋ ገዢ (መርዕድ አዝማች) ሥር በዚሁ በአስፋወሰን ጊዜ እንደተጠቃለሉ ቢታመንም በተወሰነ መልኩ የውስጥ ነጻነትና ተጽዕኖ የማሳደር ዐቅም ነበራቸው።

ከመንዝ በስተምሥራቅ በደጋው አፋፍ ወይም ጠርዝ ወደ ይፋት መውረጃው የዐማራ ወረዳዎች ቀወት፣ ግድም፣ ኤፍራታ፣ አንጾኪያ በየራሳቸው ገዢዎች ይተዳደሩ ነበር። በሰሜን በኩልም ከቀጭኔ ወንዝ ባሻገር የግሼ ወረዳ የዐማራ ወረዳ ነበር። ከእነዚህ ከተዘረዘሩት ሁሉ አንደኛቸውም የሸዋ ሜዳን (ሸዋን) ያኽል ሰፊ አልነበሩም፤ ለመስፋትም ዕድል የሌላቸው በየአቅጣጫው በገደል የተከበቡ ነበሩ። አንድ ላይ ቢደመሩም የግዛታቸው ስፋትና የሕዝባቸው ብዛት የሸዋ ሜዳ ከተባለው ከአጎራባቻቸው አካባቢ ያንስ ነበር። በጫጫና በሞፈር ውሃ ወንዞች መካከል የሚገኙት የተጉለትና የወግዳ ወረዳዎችም ቢሆኑ ግዛታቸው በጣም የተወሰነ ነበር። ነዋሪዎቻቸው ወደ አዲስ መሬት ለመስፋፋት የነበራቸው ፍላጎት ከመንዜዎቹ ያነሰ ነበር። ለዘመናት የለመዱት ውጊያ ወይም ግጥሚያ ከአጠገባቸው በደጋው ላይ ከሚኖረው ኦሮሞ ራስን መከላከል ነበር። ለዚህ እንዲያገለግላቸው በየአፋፉ የኦሮሞ ፈረሰኞች የማይዘሉትን የመከላከያ ምሽግ ወይም ዕርድ ይሠሩ ነበር[63]።

በምዕራብ በኩል ግን በጣም ጠንካራና ለግዛት መስፋፋት ፍላጎት የነበራቸው ሁለቱ የሞረትና የመርሐቤቴ ወረዳዎች ነበሩ። ሞረት ከሰሜን በኩል በአዳባይ ወንዝ በደቡብ ምዕራብ ደግሞ በበርሰና ወንዝ የሚዋሰን ሲሆን፣ በደቡብ ምሥራቅ በኩል ደግሞ የቆላውና የደጋው መለያ ገደል ከጅሩ ኦሮሞ ጎሳ ግዛት ይለየዋል። የሞረት የግዛት መስፋፋት ክፍት ወደ ሆነው የምዕራብ አቅጣጫ ወደ እንሳሮ ቆላ ከበርሰና ወንዝ ባሻገር እስከ ደብረ ሊባኖስ ነበር። በያዛቸው ቀበሌዎችም ብዙ ዐማሮች ሰፍረው ነበር። ከአዳባይ ወንዝ በስተሰሜን ደግሞ የመርሐቤቴና የዶባ ተራራማ ወረዳዎች ይገኛሉ። ኦሮሞዎችም በመርሐቤቴ አቋርጠው ወደ ደቡብ ወሎ ቦረና እንደ ተሻገሩ ይታመናል፤ አሁንም ቢሆን ከወሎ ቅርብ በሆነው የታች ቤት መርሐቤቴ የሰሜን ምዕራብ ጠርዝ ይኖሩበታል። ነገር ግን የመርሐቤቴ ገዢዎችን የበላይነት ተቀብለው እንጂ እንደሌሎቹ ኦሮሞዎች በራሳቸው ሰው አይተዳደሩም ነበር። የመርሐቤቴ የሰሜን ወሰን ከሆነው ወንጭት ባሻገር ደግሞ የሚዳ ወረዳ ሌላው የዐማራ ወረዳ ሲሆን በኋላ ወረሞ (ኦሮሞ) የሚባለው በወረራ ተጨመረ ይባላል። ስለዚህ የመርሐቤቴው ወልዱና የሞረቱ ጥዱ ከላይ ከተዘረዘሩት ወረዳዎች ጋር ሲነጻጸሩ በጣም ለምና ሰፊ ግዛቶች የነበራቸው ሲሆን ከመንዝ ከተነሡትና በኋላ ይፋትን ማእከላቸው

63 ፍጹም ወልደ ማርያም፣ ገ፡250-256።

ካደረጉ የነጋሢ ሥርወ መንግሥት ገዢዎች ጋር ተፎካካሪ የመሆን ዕድልና አዝማሚያም ነበራቸው[64]።

የአስፋወሰን ዘመን (የአስራ ዘጠነኛው ክፍለ ዘመን መግቢያ) ይህን ሁሉ ለውጦ በአንድ የሸዋ ግዛት ሥር ለማጠቃለል ጥረት ማድረግ የተጀመረበት ጊዜ ነበር። በዚሁ መሠረት በሰሜን ከቀወት እስከ አንጾኪያ ያለው ግዛት በመጠነኛ ጦርነት ሲጠቃለል የዳየርንና የግሼን ተራራማ አካባቢዎች ከነሱ በከዳች ሴት አማካኝነት ተጠቃለው ለአስፋወሰን ገቡ። በመንዝ በኩል ደግሞ አፍቀራና ምሁይ በዚሁ ጊዜ ተጠቃለው የአስፋወሰን ጦር ወደ ሞረትና መርሐቤቴ ገሰገሰ። ነገር ግን ሞረትና መርሐቤቴ በፈቃደኝነት የሚገቡ አልሆኑም። በተለይም የሞረቱ ጥዱ ከአስፋወሰን ከድቶ ወደሱ ከተጠለለው የጦር አበጋዝ ነግዴ ከሚባለው ጋር በማበር ቢገጥሙትም ብዙ ሰው አልቆባቸው ተሸነፉ። ለሁለተኛ ጊዜ ቢሞክሩም አሁንም ተሸነፉ። በነዚህ ተከታታይ ውጊያዎች ምክንያት ጥዱ ኃይሉ ተዳክሞ ለአስፋወሰን እንደገበረ ይታመናል። ሆኖም ግን በነዚህ አቅጣጫዎች የሚደረገው የግዛት መስፋፋት በምሥራቅ አቅጣጫ ከተደረገው የሚለየው በተራው ገበሬ ወይም ዜጋ ሕይወት ላይ የተለየ ጉዳት አለማምጣቱ ነበር። በምሥራቅ የነበረው ተራውን ዜጋ በተለይም ኦሮሞቹን መፈናቀል ሲያስከትል በዚህ በኩል ምንም ዓይነት መፈናቀል አልነበረም። የግብር ሥርዓቱም ከሌሎች በግዛቱ ውስጥ ከነበሩት የዐማራ ወረዳዎች የተለየ አልነበረም። በነገራችን ላይ ይህ ሁኔታ እስከ ሃያኛው ክፍለ ዘመን የመጀመሪያ አስርታት በዘለቀው የሸዋ ግዛት ማስፋፋት ሂደት ውስጥ ተመሳሳይ ነበር። አማርኛ ተናጋሪዎች መሬታቸውን አልተነጠቁም፣ ሌሎቹ በሰላም አንገብርም ያሉት ግን ወደ መሬት አልባ ጭሰኛነት ተለውጠዋል[65]።

የዱሮዎቹ የሰሜንና የምዕራብ የሸዋ ዐማራ ወረዳዎች ተራ ሕዝቦች የበፊት ጥቅሞቻቸውን አልተነጠቁም። በደቡብ አቅጣጫም የቡልጋና የጠራ የዐማራ ወረዳ ሕዝቦች እንዲሁ መሬታቸውን አልተነጠቁም። በቤተሰብ ተወላጅነት ወይም ዝርያ የያዙት የርስት መሬታቸው አልተነካባቸውም፤ በበላዮቻቸው ጉልተኞች ተሾሙባቸው እንጂ። ከፍ ብሎ እንደተጠቀሰው ወደ አንዳንድ የኦሮሞ አካባቢዎች ሲዘልቅ ግን የተለየ እርምጃ ነበር። በሰሜን ምሥራቅ በኩል የግድምና የኤፍራታ ወረዳዎች ሰፊ ግዛቶችን ከኦሮሞ ወስደው ወደ ራሳቸው ጨምረዋል። በሰፊው የአዋሽ ተፋሰስ ሸለቆ የሚገኙት ኦሮሞዎች ተፈናቅለዋል፤ አለያም ገብረዋል። በደቡብ እና በደቡብ ምዕራብ ወይም በሸዋ ሜዳ በኩል ደግሞ ከአብቹ ኦሮሞዎች ጋር የተራዘመ ጦርነት ላይ ነበሩ። በዚህ ሂደት በርትተው እስከ ሞፈር ውሃ፣ የመንዝና የተጉለት ድንበር ድረስ የሚገኘውን ግዛት ከኦሮሞች ለመንጠቅ ችለው ነበር። አማሮቹ

64 ዝኒ ከማሁ።

65 ዝኒ ከማሁ፣ ገ: 267-268፤ ጎኑይ፣ ገ: 57-59።

ከሞፈር ውሃ እስከ በሬሳ ባለው የዐማራና የኦሮሞ አዋሳኝ ቀበሌዎች በሰላምም በግጭትም በነበረው መስተጋብር ሂደት ውስጥ ጠርዝ ጠርዙ ላይ በአስፋወሰን ዘመን ብዙ ዐማሮች ሰፍረውበታል። ይህም ማለት ወይ በጦርነት አሸንፈው አለበለዚያም በአምቻና በጋብቻ ተዛምደው ነው።

በርግጥ ሃይማኖትም አንዱ መሣሪያ እንደሆነ ይታመናል፤ በርካታ ካህናት ከዐማራው ወገን እየወጡ በነዚህ ኦሮሞች ዘንድ ሰፍረዋል። በተጨማሪም ክርስትናን የተቀበሉ ኦሮሞች ብዙ ዐማሮችን ያስጠጉ ይመስላል። ከበሬሳ ባሻገር ግን ማንም ዐማራ አልሰፈረም፤ ነገር ግን የአብቹና የገላን ኦሮሞዎች ለአስፋወሰን ገብረዋል ይባላል። በደቡብም የቡልጋና የጠራ የዐማራ ወረዳዎች ወደ ኦሮሞ ግዛት እየተለጠጡ ነበር። በዚህም በኩል ከነሱ በምዕራብ አቅጣጫ ወደ ነበሩት የሉሜና ምንጃር ኦሮሞች ለሸዋ ገዢዎች እንደገበሩ ይታመናል። በአጠቃላይ ወደ ደቡብ አቅጣጫ የነበረው የሸዋ ገዢዎች ፖሊሲ አዳዲሶቹን የዐማራ የሰፈራ መንደሮች ከአደጋ ማዳንና ከተቻለም የአዋሽ አካባቢ የንግድ መሥመሮችን መቆጣጠር ነበር። በጊዜው የአስፋወሰን የግዛት መስፋፋት የዐማራ ወረዳዎችን የማስገበር ሂደት ፈጣን ቢሆንም የኦሮሞ ወረዳዎችን በመውረር ማስገበርና አልፎ አልፎም ዐማራን በማስፈር የሚካሄደው ግን በጣም ዘገምተኛ ነበር። ስለዚህም ዐማራን ማስፈሩ ከአስፋወሰን ጊዜ ጀምሮ በሁለት ምክንያቶች እየቀነሰ የሸዋ ገዢዎች ሌላ ዘዴ መቀየስ ጀምረው ነበር። ኦሮሞን አፈናቅሎ ዐማራን ከማስፈር ይልቅ ኦሮሞውን ገባር ማድረግ እና በየመኻሉ ዐማሮች እንዲቀላቀሉ ማድረግ፤ እንዲያም ሆኖ ኦሮሞ አንዳንዴ ሲከዳ ቄሶቹንም ጨምሮ መራውን ይወጣባቸዋል፤ ያ ማለት ይገላቸዋል ይባላል። ይህ ማስገበሩ ብቻ ደግሞ በወጭም ደረጃ ዝቅተኛ ሲሆን የዐማራ መንደሮችን ለመከላከል የነበረውንም ውጥረት ይቀንሳል። በሌላም በኩል በዐማራ ወረዳዎች የነበረው የሕዝቦች መተፋፈግና የመሬት እጥረት በቀደምት ሰፈራዎች በመቀነሱ ምክንያት አሁን ሰፈራ ያን ያክል አንገብጋቢ አልነበረም። ከሁሉም ዋንኛው ምክንያት ግን አሁን በግዛት መስፋፋት የደረሱበት አካባቢ የመሬት አቀማመጥ ነበር። በፊት የነበረው ለመከላከያ የሚሆኑ የተፈጥሮ አካባቢዎችን መሠረት በማድረግ ደረጃ በደረጃ ይደረግ የነበረው የሰፈራና ሰፈርን የመከላከል ሂደት ከበሬሳና ከጫጫ ወንዝ በሻገር ባለው ለጥ ያለ ሜዳ ላይ አስጊ ነበር፤ ከኦሮሞ ፈረሰኞነትና ለዐማራ ሰፈሮች ምንም መከላከያ የተፈጥሮ ከለላ ካለመኖሩ ጋር አስፈላጊነቱን ከሰፈራ ይልቅ ወደ ማስገበሩ ብቻ እንዲያዘነብሉ አደረጋቸው፤ ሲሆን በሰላም አለያም በዘረፋ[66]።

በዚህ የኦሮሞ- ዐማራ መስተጋብር በተለይም የግዛት ማስፋፋት ሂደት የዐማራ የበላይነት እየጎላ እና የኦሮሞ ተሸናፊነት እየጨመረ መጥቷል። ለዚህም የተለያዩ ምክንያቶች ይዘረዘራሉ። አንደኛው ምክንያት የጠመንጃ

66 ጎሩይ፤ ገ፡57-61።

ከጐንደር ወደ ሸዋ መግባት ነበር። በርግጥ በቁጥር በጣም ጥቂት ስለነበሩ ውጤታቸው መጠነኛ ሊሆን ይችላል። ሁለተኛው ምክንያት ደግሞ በርካታ የእጅ ሙያተኞች ከሰሜን ወደ ሸዋ መፍለሳቸው ሲሆን ይህ ደግሞ የነበረውን ባህላዊ ቴክኖሎጂ ለማሻሻል ትልቅ አስተዋጽኦ ነበረው። በተለይም የጦር መሣሪያን በማሻሻል በመጠገን እንዲሁም የግብርና መሣሪያዎችን በእጅጉ በማሻሻል የሸዋ ዐማራዎች ትርፍ ምርት ለማምረትና ብዙ ሠራዊት ለመቀለብ እንዲችሉ ማድረጉ ነበር። በዚሁ መሠረት ብዙ የኦሮሞ ሕዝብ ወረዳዎች ወደ ሸዋ ግዛት ሥር ተጠቃለሉ። በክፍለ ዘመኑ መግቢያ ላይ የግዛቱ ገዢ የነበረው አስፋወሰንም ሙሉ የውስጥ የመግዛት ነጻነት የነበረውና የግዛቱን ስፋት በአንጻሩ ከቀደምት የሸዋ ገዢዎች በበለጠ በጣም የለጠጠ መሪ ነበር። የሱ አባት እና አያት ቅድመ አያት ያልደረሱባቸውን ወረዳዎች ሁሉ ወደራሱ ግዛት ለማጠቃለል ችሏል[67]።

የሰሜን በሩም በወሎ ኦሮሞዎች የተዘጋ ስለነበር የሀገሪቱ ነገሥታት ጉልበት እስከ 1847 ድረስ ወደ ሸዋ አልመጣም። በርግጥ ሃይማኖታዊ ቁርኙቱ በአንጻሩ ጠንካራ ነበር። በአስተዳደሩም በኩል አስፋወሰን በርካታ አዳዲስ ለውጦችን አስተዋውቋል። ከነዚህ አንዱ የአባቱ የአምኃየስ ከተማ የነበረችውን አንኮበርን በጣም አሻሽሏታል። የተለያዩ ቀለል ያሉ የግብር ዓይነቶችንም በግዛቱ ሁሉ ላይ ጥሏል። በርካታ ፈላጭ ቆራጭ ሕግጋትንም ደንግጓል። ከነዚህ ውስጥ ብዙ ጊዜ የሚጠቀሰው የግዛቱ ሰዎች (ዜጎች) ጠጅ እንዳያስጥሉና እንዳይጠጡ ከልክሏል። ሌሎች ተዛማች ሕግጋት ደግሞ አንዳንድ ውድ ዕቃዎችንና ጌጣጌጦችን ተራው ሕዝብ እንዳይጠቀም የሚከለክለው ነው። ለምሳሌ ወርቅ፣ የዝሆን ጥርስና ውድ ልብሶችን ተራው ሰው እንዳይጠቀም እና የገዢዎች የኑሮ ስልት (አኗኗር) ከደሃው እንዲለይ ያደረገ የመጀመሪያው የሸዋ ገዢ ነው ይባልለታል። በሱ ዘመን ሸዋ ለአስተዳደር እንዲመቸው በአራት ዋና ዋና የግዛት ክፍሎች እና በሠላሳ ዘጠኝ ወረዳዎች ተከፍላለች[68]።

እነዚህም በምሥራቅ ይፋት፣ በሰሜን ግድም እስከ አንጾኪያ እንዲሁም መንዝ፤ በምዕራብ ከመርሐቤቴ እስከ ወግዳ፣ በደቡብ በሰፈራ የተያዘ አካባቢን ጨምሮ እስከ ቡልጋ ያሉት ናቸው። እንደሚታየው አከፋፈሉ የተለመደውን የአራቱን ማእዘን እይታ ግምት ውስጥ ያስገባ ነበር። ይኸው የአስተዳደር ክፍፍል እስከ ሣህለ ሥላሴ ዘመን ድረስ እንደዘለቀ ይነገራል። ይህ ማለት ግን አስፋወሰን ሸዋን ያለ ምንም ችግር ወይም ተቃውሞ አስተዳድሯታል ወይም ገዝቷታል ማለት አይደለም። በጣም በተደጋጋሚ የአካባቢ የገዢነት መብት ወይም ዝርያ አለን የሚሉ ሰዎች ሸፍተውበት ነበር። ለዚህ አንደኛው ማስረጃ የጦር አበጋዞቹ ማርዬና ነግዴ ሸፍቶ ወደ

67 ፍጹም ወልደ ማርያም፣ 267-270።

68 Dechasa Abebe, "the Peopling of Moret and Merhabete...", p.43-45.

ሞረት መኮብለል ነበር። ሁለተኛው የገዛ የመጀመሪያ ልጁ የወሰንሰገድ ዐመጽ ሲሆን፣ እንደሚባለው አባቱን ከሥልጣን ለመገልበጥ ሳይሆን የወራሽነት መብቱን ለሌሎች ወንድሞቹ ሊሰጥ ነው የሚባል አሉባልታ ሰምቶ ነበር። ተደጋጋሚ ግጭቶችን ቢያካሂድም በቁንዲ አካባቢ በተደረገው ጦርነት ተይዞ አስፈላጊው ዕርቅና ድርድር ከተደረገ በኋላ በነጻ ተለቀ የግድምና የቀወት ገዢ ሆኖ ተሹሟል። በአስፋወሰን የእርጅና ዘመንም ይሁን በወሰንሰገድ የሸዋ ገዢነት ዘመን (1800-1806) የሸዋ የግዛት መስፋፋት ቀጥሎ እንደነበር ይታመናል[69]።

በወሰንሰገድ የገዢነት የመጨረሻ ዓመታት እስከ በሬሳ ወንዝ ድረስ ያለው ግዛት ሙሉ በሙሉ ዐማራ በሆኑ ሕዝቦች ወይም በተቀየሩ ኦሮሞዎች የተያዘ ነበር። ሌላው እስከ ጋራጎርፉ እና እስከ ሰላሌ ተራሮች ድረስ ያለው የኦሮሞ አካባቢ በተለምዶ ገብሯል የሚባል በሸዋ ተጽዕኖ ክልል ውስጥ ነበር። የወሰንሰገድ የግዛት ዘመን ሸዋ በጣም ጠንካራ የሚባልለትና በሰሜን የየጁ ገዢዎች ንጉሡን ተክተው አገሩን የሚያስተዳድሩበት ጊዜ ስለነበር፣ ሥልጣናቸውን ነጥቆ እነሱን ለመተካት ያስብ እንደነበር እንዲሁም የሸዋ ማዕረግ የነበረውን መርዕድ አዝማች የሚባለውን ትቶ እንደ የጁዎች ራስ ተብሎ እንዲጠራ አዋጅ ማወጁን በሸዋ ትውፊት ይነገራል። ጐንደርን ወግቶ ከየጁዎች ሥልጣን የመንጠቅ ዕቅዱም በድንገተኛ ሞቱ ምክንያት ሳይሳካ እንደቀረም ይተረካል። ምናልበትም ይህንን ዕቅድ የሚቃወሙ የቤተመንግሥቱ ሰዎች ልከውበታል ተብሎ በሚታመን የራሱ አገልጋይ በሳንጃ ተወግቶ ተገድሏል። የሱ መሞት በሸዋ የሥልጣን ክፍተት ስለአስከተለ ወራሹና የመጀመሪያ ልጁ በኩሩ የሚባል መርሐቤቴና ሞረትን ያስተዳድር ስለነበር ቶሎ ለመድረስ ሜዳውን አጥሮ የቱለማ ኦሮሞ ስለማያሳልፈው በቆላው ዞሮ እስከሚመጣ ግዛቱ ይበጣበጣል ተብሎ በቅርበት የነበረውን ሌላኛውን ልጁን፣ ሣህለ ሥላሴን ወደ ሥልጣን በማምጣት ግዛቱ እንዲረጋጋ ተደረገ። በኋላ ላይ በኩሩ ዐምጾ ሕጋዊ ወራሽ ነኝ ብሎ ቢነሣም በጦርነት ተሸንፎ ጎንቾ አምባ ከወንድሞቹ ጋር ታሰረ። ይህንን የሸዋ ልምድ "እምቢ ወንድሞቼን አላስርም" ብሎ ያስቀረው የሣህለ ሥላሴ ልጅ የሆነው ኃይለ መለኮት ነው ይባላል። ምንም እንኳ ሀገርን ለማረጋጋት ተብሎ ሣህለ ሥላሴ በችኮላ ወደ ሥልጣን ቢመጣም ከየአካባቢው ሁሉም በሚባል ደረጃ ሸፍተውበት ነበር። ነገርግን ሁሉንም ቀስ በቀስ በቁጥጥር ሥር አስገብቶ በሸዋ ታሪክ ውስጥ ወርቃማ ሊባል በሚችል መልኩ የውስጥ ነጻነት የነበረውን ግዛት መሥርቷል[70]።

ስለዚህ ቀድም ሲል እንደተጠቀሰው፣ ጎበና ሲወለድ ሸዋ በእንዲህ ባለ ሁኔታ ውስጥ ነበረች። ይህ የሰላምና የውጊያ መስተጋብር የጎበናን

69 ፍጹም ወልደ ማርያም፣ ገ፡273-278፤ ጎሩይ፣ ገ፡65-75።

70 ዝኒ ከማሁ።

የልጅነት ጊዜ በሚቀጥለው ምዕራፍ እንደሚታየው የቀረጸ ሲሆን የሣህለ ሥላሴ ሞት ያስከተለው የሸዋ አለመረጋጋትና የአጼ ቴዎድሮስ ወደ ሸዋ መዝለቅ የፈጠረው ሥርዓት አልበኝነት (የጦርነት ጊዜ) የጎበናን በጦርነትና በድርድር ላይ የተንጠላጠለ ዕድል የወደፊት የዕድገት በር ከፍቶለታል። ወደ ተነሣንበት ስንመለስ በርግጥ የሸዋ መሪ እየሆኑ የወጡት ብዙዎቹ በመንዝ በኩል ያሉት ከመንዝ ደጋ ወደ ይፋት የወረዱት ስለነበሩ በኋለም መንዜ ከመባል ይፋቴ መባሉንና የነውጠኝነት ሥነልቡና ያላቸው መባልን እየመረጡ የመጡ ናቸው። ልክ በዚህኛው በቱለማ አዋሳኝ ያሉት በሞፈር ውሃ፣ ወንጭት፣ አዳባይ እና በአጠቃላይ በጅማ በኩል ካሉት ከኦሮሞች ጋር ያደረጉትን ዓይነት መስተጋብር ያደረጉ አይመስልም። እንዲያውም ቆለኞቹ ከይፋቶቹ ጋር የዕለት ተዕለት መስተጋብር ለማድረግ በመሃል ሰፊውን ቦታ ቱለማ ይዞባቸዋል። ይፋቶች (መንዞች) ከኦሮሞ ጋር ሲጀምሩም በማፈናቀል ስለጀመሩ ኦሮሞቹም ብዙዎቹ የእስልምና እምነት ተከታይ ወደ መሆን እያዘነበሉ መጡ። ቱለማዎች ግን እስከ ሣህለ ሥላሴ ዘመን ድረስ የመፈናቀል ችግር አልገጠማቸውም። በሣህለ ሥላሴ ጊዜም ቢሆን የተፈናቀሉት በመንዜዎቹ/በይፋቶቹ እንጂ በአጎራባቾቻቸው በቆለኞቹ አልነበረም። መፈናቀል ቀርቶ በሰላም ካልሆነ በቀር ማንም ዐማራ በሸዋ ሜዳ ማቋረጥ እንኳ አይችልም ነበር። ራሳቸውን ይፋቴ ያደረጉት መንዜዎችና የቡልጋ ዐማሮች እንኳ ወደ ሞረት፣ ዜና ማርቆስና ደብረ ሊባኖስ ጸበል ለመሄድ ቆላ ቆላውን እንጂ ደፍረው የቱለማን ምድር ማቋረጥ አልቻሉም። ቱለማዎች በጣም ጦረኞች፣ ፈረሰኞች እና ዱለኞች በመሆናቸውና በብዙ የጦርነት ስልት እየተካኑ በማደጋቸው ለረጅም ጊዜ ቦታቸውን እንዳይነጠቁ የረዳቸው ይመስላል። ስለዚህ የመጀመሪያው የሸዋ መሪ ይህንን የቱለማ ጥንካሬ ለመናድ የቻለ አንዱን ቱለማ በሌላው ላይ በማስነሣት የተሳካለት ሣህለ ሥለሴ ነበር። አብቹን በገላን ላይ በማስነሣት ይታወቃል። ዐጽሜ "እርስ በርሱ ሥጋን በኩበት ጠበሱ" ብሎ የሰየመው የፖለቲካ እንቅስቃሴ ነበር። በዚህ ምክንያት ለመጀመሪያ ጊዜ ቱለማ ከአንኮበር በስተ ምዕራብ በተለይም ከደብረ ብርሃን በሬሳ ወንዝ ጀምሮ እስከ ጫጫ ወንዝ ድረስ ማፈናቀልና አንጎለላን የግዛታቸው የበር ከተማ ማድረግ ቻሉ[71]።

ስለዚህ ጎበና የተወለደውና ያደገው በዚህ በሁለተኛው የቆለኛ ዐማራና ቱለማ መስተጋብር፣ ሰላሙም ጦርነቱም ውስጥ ነበር። በመሆኑም ጎበና የመስተጋብሩ ውጤት ነው። ስለዚህ ጎበናን የቀረጸው የጊዜውና የቦታው ወጫዊ ዐውድ ይህ ነበር። ጎበና የሰላማዊ መስተጋብሩም (የግጭቱም/የጦርነቱም) ውጤት ነው ብሎ መደምደም ይቻላል። ጎበና ሲወለድ ሸዋ በሣህለ ሥላሴ አስተዳደር ሥር ስለነበረች አንጻራዊ የዐማራው የበላይነት የታየበት ስለሆነ እና በርካታ ጦረኞችና ፈረሰኞች በተለይም ከአብቹ የቱለማ

71 Dechasa Abebe, "Socio-economic history…", pp. 57-67.

ወገን ለሣህለ ሥላሴ ያደሩበት ዘመን ሲሆን ስመ ጥር የጦር አበጋዞች ከዚሁ ከአብቹ የወጡ ነበሩ። እነ መረጭ፣ እነ መተኮ የዚሁ ውጤት እንደ ነበሩ ይነገራል።

ከዚሁ ጋር በተያያዘ በዐማራና በቱለማ ወሰን ላይ የነበሩ አንዳንድ ሰፈሮች፣ ገበያዎች ወደ ትልቅ የመስተጋብር ማእከልነት ለማደግ ችለዋል። ዋዩ ቡታ ቦኪሳ የዛሬው እንጭቆረር፣ አጤሮ ገበያ በኋላ እነዋሪ፣ አብደላ (አማን)፣ ሰንከታ (ሳያደብር) እና የመሳሰሉት ለዚህ ጥሩ ምሳሌዎች ናቸው[72]። ከነዚህ ቦታዎች የወጡ በኋላ ላይ የሸዋን መንግሥት ቀጥሎም የኢትዮጵያን መንግሥት ዕጣ ፈንታ የወሰኑ (ጉልሕ አስተዋጽኦ የነበራቸው) የጦርና የፖለቲካ ሰዎች ነበሩ። ከእነዚህ ማእከላት አንዷ የሆነችው እና አብደላ (አማን) የምትባለዋ ኀበናን አበርክታለች።

72 Dechasa Abebe, “the Peopling of Moret and Merhabete…”, p.43-45; ተክለ ሐዋርያት ተክለ ማርያም፣ ኦቶባዮግራፊ (የሕይወቴ ታሪክ) (አዲስ አበባ፣ ı998)፣ ገ፡2-5።

ክፍል ሁለት

ፈታኝ የዕድገት መሰላል
(1810-1870)

"ይህን ሻኊራ ኦሮሞ ..... መሾምስ ሾምከው ማን ይሽርልሃል? ...... ምን ይበጅ እንሻረው ወይ? ቢሉ፣ ትላንት ሾማችሁት ዛሬ መሻር የት ይሆናል፤ አሽከሮችህን ይዘህ ከኦሮሞ ተቀላቀል ማለት ነውና።"

(የጎበና ዳጩው ሰነዶች፣ IES MS, 4614)።

ምዕራፍ ሦስት

የጎበና የልጅነትና የወጣትነት ዘመን

ልደት

ጎበና የተወለደበትን ዓመት በትክክል ለማወቅ በእጅጉ አስቸጋሪ ነው። እንኳን በአስራ ዘጠነኛው ምእተ ዓመት መጀመሪያ ይቅርና ከዚያ በኋላም የብዙዎች የኢትዮጵያውያን መኳንንት በተለይ ከተራ ቤተሰብ የሚወጡት የልደት ቀናቸው በትክክል አይታወቅም። ትንሽም ቢሆን መሳፍንቱ ይሻላሉ። ነገ ትልቅ ደረጃ ይደርሳሉ ተብሎ ስለሚጠበቅና ብዙዎች በየመጽሐፋቸው (ዳዊታቸው ወይም ውዳሴ ማርያም) በአንዱ ጥርዝ ላይ የተወለዱበትን ቀን ወይም ልጆቻቸው የተወለዱበትን ቀን እና የተጠመቁበትን ቀን እንዲሁም የጥምቀት ወይም የክርስትና ስማቸውን ይጽፋሉ። የካህናት ቤተሰቦችም እንዲሁ ያደርጋሉ።

መኳንንቱ ግን የልጆቻቸው እንኳ ቢታወቅ የራሳቸው መነሻቸው ውትድርና ስለሆነ ውትድርና (ጨዋነት) ደግሞ መሃይምነት ስለሆነ ይህ ልምድ የለም። ተራው ባላገር ገባርና ጭሰኛውማ ምንም አያውቅም። እነዚህ የጨዋና የባላገር ወገኖች የልደት ዓመትን የሚቆጥሩት ከሌላ ትልቅ ክሥተት ጋር ለምሳሌ እንደ ጦርነት፣ የነገሥታት ሞት እና ልደት፣ ንግሥ፣ የተፈጥሮ ክሥተቶችን እንደ መሬት መንቀጥቀጥ፣ ናዳ፣ የንብረት ውድመት የመሳሰሉትን ግምት ውስጥ በማስገባት የዚያን ዓመት ነው የተወለድኩት፣ ያን ጊዜ ልጅ ነበርኩ፣ ድክድክ እል ነበር፣ ሶታ ጎረምሳ ነበርኩ ... ወዘተ. እያሉ በዕድሜያቸውን አንጻራዊነት ይቆጥራሉ ወይም ይገምታሉ።

እንደዚያ ከተሰላ ጎበናም ከወታደር (ከጨዋ) ቤተሰብ የተወለደ ነበር። በኦሮሞውም ውስጥ በጥልቀት ተገብቶ በገዳው እርከን ወይም በከዋክብት ቆጠራ ተመርኩዞ በደንብ ካልተሰላ በስተቀር የጊዜ አቆጣጠሩ ያው አንጻራዊ ነው። ስለዚህ በተጠቀሱት ክሥተቶች ላይ ተመርኩዞ ሊሆን ይችላል ዐጽሜ፣ ጎበና ወለጋ እምባቦ የተዋጋ ጊዜ የስልሳ አምስት ዓመት ሰው እንደነበረ ይገልጻል። በዚህ መሠረት ከሄድን ጎበና የተወለደው በ1810/11 አካባቢ ነው ተብሎ ይገመታል። ባይሩ ታፍላ ግን በጎርጎረሳውያኑ አቆጣጠር 1821 ይለዋል። ምንጩንም ግን ዐጽሜ ነው ይላል። ያ ከሆነ ደግሞ ወደ 1818/19 አካባቢ ይሆናል እንጂ ሦስት ዓመት ጭማሪ ከየት እንዳመጣ አልነገረንም። ቼቺ የሚባለው ጣሊያናዊ ደግሞ ጎበና የተወለደው እ.ኤ.አ. በ1817 ነው ይላል። ስለዚህ ይህን ሁሉ ግምት ውስጥ አስገብተን ጎበና በ1810 ነው የተወለደ የሚባለው ለእውነት የቀረበ ነው[73]።

የጎበና የልደት ቦታ ግን ሰሜን ሸዋ መሆኑ አከራካሪነት የለውም። በመግቢያው እንደተገለጸው የቱለማና በተለይም አብቹ የኦሮሞ አካባቢና የዐማራ ተጉለት (ወግዳ) አዋሳኝ በሆኑት አካባቢ ልዩ ቀበሌው አብደላ ከዛሬው የአብቹና ኘአ ወረዳ ዋና ከተማ ከመንዲዳ በስተሰሜን፣ በግምት የሁለት ሰዓት የእግር መንገድ የሚያስከድ ልዩ ቦታው አማን የሚባል የወግዳ ቆላ አፋፍ ነበር። የአማን የመሬቱ አቀማመጥ የምሽግነት ባሕርይ ያለው ሲሆን ምናልባትም ወደ አምባነት የቀረበ ነው። በገደል የተከበበ ሆኖ ከወደ ሸዋሜዳ (ደቡብ አቅጣጫ) በኩል ብቻ ሜዳማና መግቢያ ያለው ነው።

እንደ አንዳንድ አፈታሪክ ከሆነ አብደላ ቀበሌው ከአስራ ስድስተኛው ምእተ ዓመት፣ በተለምዶ “የግራኝ” ዘመን ጀምሮ የሚኖሩ ሙስሊሞች መሪያቸው አብደላ የሚባል ነበር። ጎርፉ ከሚባል አካባቢ የመጡ ኦሮሞች ቦታውን በወረራ ይዘው መጢቻ[74] አሰሩበት። አካባቢውን በደንብ የሚያውቁ ጎርፍነህ እና ሙሉነህ የሚባሉ ዐማሮች ለኦሮሞቹ ተሞግሰው (ሞጋሳ ገብተው) ስማቸውን ጎርፎና ሙሎ አሰኝተው ይኖሩ ስለነበር እነሱ ለኦሮሞቹ በሰላይነት አገልግለው ኦሮሞቹ አካባቢውን ይዘው ሁለት የጎሳ መሪ አበጅተው ላይ አብደላና ታች አብደላ ተብለው ይጠሩ ነበር ተብሎ ይነገራል። ለላይ አብደላ

73 ፍጹም ወልደ ማርያም፣ ገ፡247; Bairu Tafla, “Three portraits. Ato Asmä-Giyorgis. Ras Gonaba Dachi and *Sahafe Tezaz* Gäbrä - Sillassé” in *Journal of Ethiopian Studeis*. Vol. 2. Addis Ababa, 1967; Cecchi and Chiarini, “Relazione sui mercati principali dello Scioa edei paesi Galla”, Bollettino della Societá Geografica Italiana, XVI (1879), pp. 445-455.

74 በእርድ ሥነ ሥርአት ለአገሩ አዲስ የራሳቸው ስም ሠጥተው የራሳቸው አገር አደረጉት ለማለት ይመስላል።

ባልቻ ኩቹ የሚባሉና ለታች አብደላ ፊሮ ባዬ የሚባሉ የጎሳ መሪዎች ነበሩ። የአካባቢው ስም ግን አልተቀየረም እንደዚያው አብደላ እንደ ተባለ ቀረ[75]።

የጎበና ወገኖች በአባት በኩል ከላይ አብደላ ነበሩ ይባላል። ማለት ጎበና ዳጪ፣ ዳጪ ዋዩ ከዚህ ከአብደላ ሲሆን በእናቱ በኩል ያለው ግን እስከ አሁን ድረስ አሻሚ እንደሆነ ነው። በርግጥ ይህ በኢትዮጵያ ታሪክ አዲስ ነገር አይደለም። ብዙዎች የኢትዮጵያ መኳንንትና መሳፍንት እናቶቻቸውን በተለይ ከዝቅተኛ ቤተሰብ ከሆኑ ስለማይጠቀሱ ዝርያቸው የእናት የትውልድ ሐረግ ዝም ተብሎ በአባት በኩል ይቆጠራል፣ የተለየ የኢኮኖሚና እና የፖለቲካ ጥቅም ካላስገኘ በቀር። ስለዚህ እስከ አሁን በተገኘው መረጃ መሠረት የዳጪ ዋዩ ኦሮሞነትን ጥያቄ ውስጥ ያስገባ ክሥተት የለም። ዳጪ የአባሙዳ ልጅ እንደሆነ ባይሩ ታፍላ ይጠቅሳል። ቢሆንም ዳጪ የቤተሰቡ ታናሽ በመሆኑ ይህንን ማኅበራዊና ኢኮኖሚያዊ የቤተሰብ ክብር ሊወርስ አልቻለም። በመግቢያው እንደተጠቀሰው ዝቅተኛ የማኅበረሰብ እና የኢኮኖሚ ደረጃ መያዝ የቁጢሱዎች[76] ዕጣ ፈንታ ይሆናል። በዚህ ምክንያት ታናሽ ሆነው የተወለዱ ልጆች የተሻለ የኢኮኖሚና ማኅበራዊ ደረጃ ለመድረስ የተለያዩ መንገዶችን ይከተላሉ፣ አንዱ መንገድ ልጅ ለሌላቸው ሀብታም ቤተሰቦች በጉዲፈቻ እንዲያድጉ መሰጠትና በቤተሰቡ ውስጥ ታላቅ ሆኖ ውርስ ማግኘት ነው። ጫጩ[77]፣ ከለቻ[78]ም ካላቸው ይወርሱና ማኅበራዊ ከበሬታን ያገኛሉ።

ሌላኛው ዐማራጭ ደግሞ በራስ ጥንካሬ ወደ ተሻለ የኢኮኖሚና ማኅበራዊ ደረጃ ከፍ ማለት ነው። የጎበና አባት ዳጪ ዋዩ የተነገረለት ጦረኛ፣ ተዋጊ የሆነው በራሱ ጥረት ነበር። ከአብደላ መንደሩ በቁጥር ጊደሮች እየተከፈሉት ወደ አጎራባች አካባቢዎች እየሄደ ይዋጋ ነበር። በአዲስ አበባ ዩኒቨርሲቲ የኢትዮጵያ ጥናትና ምርምር ተቋም የማኑስክሪፕት ክፍል በተገኘው ሰነድ ውስጥ "በኃምሳ፣ በኃምሳ ጊደር እየተገዙ ይዋጉ ነበር" ይላል። ከዚህ በኋላ እየጠነከረ ሲወጣ በአብደላ በጣም ተፈሪና ተከባሪ ሆነ። በዚህ የተነሣም ምናልባት ወንድሙን ሊሆን ይችላል፣ ለምን እኔ ብቻ መሬትና ባለባትነት አጣሁ ብሎ ባስነሣው ጥያቄ "ጠቡ ውጊያው የኔ፣ ደጋ ወይና ደጋ ቆላ የሚገዛ፣ ማሩን የሚጠጣ፣ ሸማውን የሚለብስ ከነ ሚስቱ ከነ ልጆቹ አሸከሩ ሳይቀር፣ እሱ በምን ነገር ነው ብሎ ደግሶ ሐዩ፣ ሉባ፣

75 የጎበና ዳጨው ሰነዶች፣ IES MS, 4614።

76 ለወላጆች የመጨረሻ ልጆች ለማለት ነው።

77 በቀጭን ቁርበት ላይ በዛጎል የሚሠራ የክብር እቃ ሲሆን በሃይማኖታዊ በዓላት ጊዜ የኦሮሞ እናቶች በከንዳቸው ላይ ወይም በትከሻቸው ላይ አንጠልጥለው በአደባባይ የሚታዩበት ነው፤ ለምሳሌ እሬሳ/እሬቻ በሚወጣበት ጊዜ።

78 የኦሮሞ ታላላቆች ወይም አባቶች ግምባራቸው ላይ የሚያስሩት እንደ ቀንድ ወደ ፊት ተቀስሮ የሚታይ የክብር በተለይም ሃይማኖታዊ እቃ ነው።

ቦኩ፣ ሽማግሌ ሰብስቦ ጠየቀ። ” ከዚያም እውነት አለህ ተብሎ በባላባትነት ሳይሆን በመልከኝነት ሽማና ማር የሚያስገብርበት ግዛት ተሰጠው፤ እንደ ቁጢሱ ሳይሆን እንደ አንገፋ (ታላቅ) እደር ተብሎ ተወሰነለት። ስለዚህ የጎበና የአባት ትውልድ በኦሮሞ እንደተለመደው ሲቆጠር በሙሉ ኦሮሞ ሲሆን በጥረቱ ከታናሽነት ወደ ታላቅነት ያደገና የተለወጠ ነበር[79]።

እላይ እንደተጠቀሰው የጎበናን እናት በተመለከተ ግን ሁለት የሚያምታቱ መረጃዎች ያጋጥማሉ። አቶ ኢደኦ ቦሩ የጎበና አባት ከአብቹ እናት ግን ከጉምቢቹ የቱለማ ኦሮሞ ናቸው ይላል። ይህ ብቻ ሳይሆን ረጅም የቤተሰብ የትውልድ ሰንሰለት ወይም ቁጥር ይዘረዝራል። በእሱ መሠረት ከሆነ የጎበና እናት ፍታሌ ይባላሉ፤ ፍታሌ-ከለቻ-ጉዳ-በቆሎ-ዋሚ-አዳ ናቸው ይለናል። የመረጃ ምንጩን ግን አልተናገረም። በርግጥ የአባቱንም የትውልድ ሐረግ የቆጠረው ሌሎች መረጃዎች ውስጥ ከተገኙት በጣም በተለየ መልኩ ነው። ለዚህም ጎበና-ዳጪ-ጢኖ-ቱሉ-ዋሪ-እቢዶ-ዶዮ ይላል። በሱ ገለጻ ለምሳሌ አዛዥ ጢኖ የጎበና አያት ነው። እስከ አሁን በታወቀው የታሪክ መረጃ ይህ ሰው የአጼ ሱሰንዮስ ጸሓፊ ትእዛዝ ነበር። እዚህም ላይ የመረጃ ምንጩን አልነገረንም። ከእሱ ይልቅ የጎበናን አባት የትውልድ ሐረግ በሚመለከት ዐጽሜ ያሰባሰበው መረጃ እውነትነቱ አሁንም አጠራጣሪ ቢሆንም እንኳ በጊዜም በቦታም ቅርብ የሆነን የትውልድ ሐረግ ያነሣል/ይቆጥራል፣ ጎበና-ዳጪ- ዋዩ-የሮ-ከታ-ዓሊ-ገሜ-ዋዩ.... በተጨማሪም ዐጽሜ የመረጃ ምንጩን ይጠቅሳል[80]።

ከተጠቀሱት የዐጽሜ የመረጃ ሰዎች አንዱ ደብተራ ደስታ ነገዎ ሲሆን የታዋቂው ገጣሚና ሰዓሊ ገብረ ክርስቶስ ደስታ አባት መሆኑ ነው። ነገዎ ደግሞ የሸዋ ሰው መሆኑ ብዙም አጠራጣሪ አይሆንም፣ ምክንያቱም የዘመኑ የሐረር ክርስቲያኖች ራስ መኰንን ተከትለው የሄዱ ወይም የመጀመሪያዎቹ ሰፋሪ የነበሩት ዘመዶችና ወገኖች ስለነበሩ ራስ መኰንን ደግሞ ጎበና አጋፋሪ በነበረ ጊዜ ሁሉ ከምኒልክ ቤተ መንግሥተ ከነበሩት ወጣቶች አንዱ ነበር። አባቱም ወልደ ሚካኤልም ከዚሁ ከቱለማ ኦሮሞ እና የቆላ ዐማራ አዋሳኝ በሚባል አካባቢ የተወለደ እንደሚሆን ይገመታል። ስለዚህ እነዚህ ስማቸው የተጠቀሱ ሰዎች ነገዎ፣ መኰንን፣ ወልደ ሚካል እና ጎበና እና ዐጽሜ እራሳቸው ከአንድ አካባቢ የተወለዱና ያደጉ ሰዎች ስለሆኑ ከነሱ የተገኘ መረጃ በቦታም በጊዜም አሳማኝ የሚመስለው ለዚህ ነው። ዐጽሜ ደብተራ ደስታን ሊያገኝ የቻለው ሐረር እንደሚሆን ይታመናል።

---

79 የጎበና ዳጨው ሰነዶች፣ IES MS, 4614።

80 ፍጹም ወልደ ማርያም፣ ገ፡ 247; Edao Boru, "Gobana Dache" on YouTube, 17 Mar 2015 - Uploaded by Finfinnee Radio, https://www.youtube.com/watch?v=-SE4vN0JQMAc.

ከላይ በተጠቀሰው የኢትዮጵያ ጥናትና ምርምር ተቋም ሰነድ መሠረት ደግሞ የጎበና እናት ከወግዳ የዐማራ ወገን ናት። ጸሐፊው ብዙ ዘመድ አዝማድ ሳይቀር በመጥቀስ ከወግዳ ዐማራ እንደሆነች ያብራራል። "እናታቸው [እናት] እምነ ጽዮን ከወግዳ ገዥ ከአቤቶ ወልዴ፤ የደጃች ጋረደው ወልዴ አባት የአንድ አያት ልጆች ነበሩ። ...አቤቶ ወልዴም ከአማን እስከ ታላቅ አምባ መላ ወግዳን ይገዙ ነበርና..." ይላል። ይህኛውም ሰነድ ቢሆን ከአቶ ኢደኦ ቦሩ ይልቅ በመግቢያው እንደተጠቀሰው ለቦታውና ለጊዜው ቅርብ ስለሆነ የበለጠ አሳማኝ ይመስላል። አንድ ሌላኛው አሳማኝ ሁኔታ ይህንን ሰነድ የጻፈው ሰው የኦሮምኛ ቋንቋ መናገር እንደሚችል ከኦሮምኛ ጥቅሶቹና ስለ ኦሮሞ ባህልና ልምዶች ከማብራሪያው መገንዘብ ይቻላል። ምናልባትም ኦሮሞም ሊሆን ይችላል። በርግጥ ዳጪ የጎበና አባት ለልጆቻቸው ለአንደኛቸውም የአማርኛ ስም ስለማውጣታቸው ምንም ፍንጭ የለም። እናት የዐማራን ባህላዊ ተጽዕኖ ስለማሳደሯ ምንም ፍንጭ አለመኖሩን ያሳያል። እንዴት ለአንዳንዶቹ ልጆች እንኳ የአማርኛ ስም እንዳልሰጡ አሁንም አነጋጋሪ ነገር ሆኖ አባት ምን ያኽል በኦሮሞ ባህልና ማንነት ውስጥ እንደነበሩ ያሳያል[81]።

በአጠቃላይ በዚህ ጸሐፊ ግንዛቤ የጎበና ትውልድ በአባት ወገን ከኦሮሞ ሆኖ ከቱለማ ከቱለማም ውስጥ ከአብቹ ጎሳ የሚመዘዝ ሲሆን በእናት በኩል ከተጉለት ወይም ወግዳ ከሚኖሩት ከዐማራው ወገን ነው።

ልጅነት

ጎበና በኦሮምኛ ቋንቋ ሙሉ ጨረቃ ማለት ሲሆን በፈረስ ስሙ አባ ጥጉ[82] ልክ በዚያን ዘመን እንደነበረው ትውልድ የልጅነት ጊዜውን በሚመለከት በቂ የታሪክ መረጃ ማግኘት አዳጋች ነው። ለማንኛውም እስከአሁን በተገኘው መረጃ መሠረት ጎበና ልክ እንደ አባቱ ለቤተሰቡ ቁጢሱ ልጅ ነበር። ከሁለት ወንድሞቹ፣ ከጂማና ከኮንቹ ቀጥሎ የተወለደ ወንድ ልጅ ነው። አባታቸው እራሱ በጥረቱ ማኅበራዊና ኢኮኖሚያዊ ደረጃውን የቀየረ ቁጢሱ ሆኖ ተወልዶ ነገር ግን እንደ አንገፋ የሚኖር ስለነበር ለዚያ ደግሞ ያበቃው ጠንካራ ተዋጊ ወይም ጦረኛ መሆኑ ስለሆነ ለልጆቹም የተመኘው ይህንኑ ነበር። በዚሁ መሠረት ሦስቱንም ወንዶች ልጆቹን ሰፊ የውትድርና ትምህርት እንዳስተማራቸውና ከልጆቹ መካከል ጎበና ፈጣን የሥልጣና አቀባበል እንደነበረው አባትዮው ስለተረዳ፣ ጎበና እንደሱው እንደሚሆን እንዲያውም እንደሚበልጠው ይተነብይ እንደ ነበር ይገለጻል።

---

81 የጎበና ዳጨው ሰነዶች፣ IES MS, 4614.

82 *ማኅተመ ሥላሴ ወልደ መስቀል፣ ዝክረ ነገር* (አዲስ አበባ፣ 1962)፣ ገ፡ 867።

> እሱም... እንደ ሕጋቸው ጋሻ ምከት፣ መሸሸ፣ ማባረር፣ የእንጨት ፈረስ በመደዳ፣ በግራና በቀኝ፣ ወጣ፣ ገባ፣ ቀረብ፣ ራቅ አድርጎ ተክሎ ፲፣፲፭ ሹል ከእንጨት ፈረስ ፊት ለፊት አጋድሞ፣ አጎንብሶ ማንሣት፣ ወርወሮ መውጋት፣ እግር ገጥሞ ቆሞ አዛንፎ መወርወር፣ ከእንጨት ፈረስ ዘሎ መውጣት፣ መውረድ፣ መፍጠን፣ ትልልቅ ዛፍ ሸቅብ ወርውሮ ማዘለል፣ ፊት በእግር ኋላ በፈረስ በአንዱ አባት ሁኖ ሸምቦቆ እየወረወረ በቁልቋል ምከት አስተማሩት[83]።

በዚህ ሥልጠና ጎበና ከወንድሞቹ በልጦ ስለተገኘ አባትዮው የበለጠ ትኩረት ሰጥቶ እንዳስተማረው ይነገራል። በሥልጠናው የበላይነት ቢኖረውም የነገ ማንነቱን በሚመለከት በተለይ እናቱ እርግጠኛ መሆን ስላልቻለች በዘመኑ እንደነበረው ባህል በጉዲፈቻ ስም ለዘመዶቿ እንዲሰጥ አባትየውን ማሳመን ነበረባት። በዚሁ መሠረት ቆላ ወግዳ የእናቱንም ርስት ይወርሳል፤ በበለጠም ያሠለጥኑታል፤ ከዚያም በላይ ቁጢሱ ልጅ ቤተሰብ ውስጥ ብዙ ዕድል ስለሌለው ተብሎ አቤቶ ወልዴ ለተባለ የእናትዮዋ ዘመድ ተሰጠ። አቤቶ ወልዴም ወግዳ ቆላ ግዛት ነበረው። እሱም እንደ ሰው በደንብ እንድትለምደኝ ብሎ አቅማሽ ሥጋ ቤት አደረገው። እየጎረመሰ ሲመጣ ግን ዋና ሥራው በዘመኑ አነጋገር ስምሪት (ውጊያ) ሆነ። የሠለጠነውን በቀጥታ ወደ ተግባር ሲለውጠው የሚችለው አልነበረም ይባልለታል። ግንባር ቀደም ተዋጊ ባለድልና ባለብዙ ሰለባ ሆነ። ዝናው በቤተሰቡ ደረጃ እየጎላ መጣ። በነገራችን ለይ ይህ ጊዜ የንጉሥ ሣህለ ሥላሴ የሥልጣን ዘመን የመጨረሻ ዓመታት እንደሆነ ይገመታል። እና አቤቶ ወልዴም የንጉሡ ሹመኛ ስለነበር በነበረው የአስተዳደር ችሎታና ተቀባይነት ምክንያት ንጉሡ ወደደውና የሚገዛው ሰፊ አገር ጨመረለት። አቤቶ ወልዴም በተራው ለዘመዶቹና ለአሽከሮቹ እየጨመረ አደላደለላቸው። ይህ እርምጃ ግን ጎበናን ያካተተ አልነበረም። በዚህም ምክንያት ጎበና አኩርፎ ኮበለለ[84]።

ከዚያ በፊት ግን በዚህ ነባራዊ ሁኔታ ውስጥ ጎበናን የፈጠሩት ውጫዊ ሁኔታዎች በዘመኑ የነበሩት የሸዋ ፖሊቲካዊ፣ ማኅበራዊና ጅኦግራፊያዊ እውነታዎች ከላይ የተብራሩ ሲሆን ውስጣዊ ዐውድ ደግሞ እሱ በቤተሰቡ ወስጥ የነበረው ማኅበረሰባዊ ደረጃ ነበር። ይህም በኦሮሞ ቤተሰብ ወስጥ ታናሽ (ቁጢሱ) ሆኖ የመወለድ ዕጣ ፈንታ ነው። ታላቅ (አንገፋ) ሆኖ መወለድ ማኅበራዊ ደረጃንና ኢኮኖሚያዊ ጥቅምን ከወላጆች ለመውረስ የሚያበቃ ሲሆን፣ ታናሽ ሁኖ መወለድ ግን የቤተሰብ ክብርንና ሃብትን ከመውረስ ስለሚያግድ በራስ ጥረት ለታላቅነት መብቃትን ይጠይቅ ነበር[85]።

---

83 የጎበና ዳጨው ሰነዶች፣ IES MS, 4614።

84 ዝኒ ከማሁ።

85 S. Ege, p. 69.

አባትየው ዳጪ ዋዩ ታናሽ ስለነበር ያወረሰው ነገር ስለሌለው ራሱን ጠንካራ የጦር ሰው አድርጎ ጥሩ ቅጥር ተዋጊ ሆኖ ለታላቅነት በቅቷል። በርግጥ ሌላኛው የቁጢሱዎች ዐማራጭ ብሩህ አእምሮ ካለቸው ልጅ የሌላቸው ቤተሰቦች እንደ አንገፋ በጉዲፈቻ ያሳድጓቸዋል። ብዙ ታናሽ ሆነው የተወለዱ ኦሮሞዎች ወደ ትልቅነት ደረጃ እንዲወጡ መንገድ ይከፍትላቸዋል። ዳጪ ዋዩ የራሱን ታናሽ ሆኖ መወለድ ዕጣ ፈንታ ምን እንደሆነ ስለሚያውቅ የጎበናን የወደፊት ዕጣ ፈንታ ለመወስን ትልቁን ሚና ተጫውቷል። ልጁን በወታደራዊ ትምህርት እየኮተኮተ አሳድጎታል። በዚህ ምክንያት እያንዳንዱን የጦር ስልት በዓይነት በዓይነቱ በስፋትና በጥልቀት አስተምሮት የጎበናን የወደፊት ዕድል እንዲቃናለት አድርጓል ብንል የሚያሳምን ሐሳብ ነው።

ሎሌነትና አማችነት

ጎበና ወደ ምኒልክ ከመሄዱ በፊት በአሽከርነት ማገልገሉ የማይካድ ቢሆንም በሣህለ ሥላሴ እና በልጁ በኃይለ መለኮት ቤት ስለማገልገሉ የውጭ ዜጎች በግምት ይጠቅሳሉ እንጂ ግልጽ የሆነ መረጃ አልተገኘለትም። ነገር ግን ቀጥሎ በሰፊው እንደምናየው ጎበና በአንዱ የሣህለ ሥላሴ አማች ቤትና ቀጥሎም የቴዎድሮስ የሸዋ እንደራሴ በነበረው በበዛብህ ቤት ማገልገሉ ግልጽ ነው። በዚህ የሣህለ ሥላሴ ዘመን ኦሮሞች በተለይም ቱለማዎች በዓመት ሁለት ሦስት ጊዜ በሚካሄደው ዘመቻና በዘረፋ መልክም ቢሆን በሚሰበሰበው ግብር ምክንያት ቱለማዎች ገብረዋል ተብሎ ይገመት ነበር። ስለዚህ የዐማራው የበላይነት ሥነልቡና ያለ ይመስላል። በዚህ ምክንያት ሊሆን ይችላል አቤቶ ወልዴ ጎበና ጎበዝ ተዋጊ ቢሆንም የቆለኛ ዐማራ ዘመዱቹን ያኽል ጠቃሚ ነው ብሎ ስለ አላሰበ በሹመቱ ውስጥ አላካተተውም። ጎበናም ይህ ሥነልቡና የገባው ይመስላል "ለጦሩ ለታ ጎበና ዳጪ አትለየኝ፣ የምዋጋ፣ የምሞት እኔ። የኔማ ዝምድናው ቀርቶ ኦሮሞነቱ ነው የታያቸው"[86] ብሎ በኩርፊያ ቤቱን ጥሎ ወጣ። ይህ ምናልባትም አፍላ ጎረምሳ የነበረበት ጊዜ ይሆናል። ምክንያቱም ሐሳቡን በራሱ መወሰን የጀመረበት ጊዜ ስለሆነ። በዚህም ውሳኔው የንጉሥ ሣህለ ሥላሴ አማች ከነበረው ቅምብቢትንና ድንጋይ ጥራን ከሚገዛው ለአቶ አቦዬ በተለምዶ ሩጎሩጎ ስለሆነ ቆቅ መሐሪ አቦዬ ለሚባለው ሎሌነት ገባ። አቶ አቦዬ የኋለኞቹ የደጃች በሻህ አቦዬ ናየንጉሥ ወልደ ጊዮርጊስ አቦዬ አባት መሆኑ ነው። ጎበና እዚህ እያለ ይመስላል በአንጻሩ የዐማራ የበላይነት ሥነልቦና የነበረበት ዘመን ከሣህለ ሥላሴ ሞት ጋራ ያበቃው። በዚህ ምክንያት ሸዋ የተጋነነ የእርስ በርስ ጦርነት የነገሠበትና

86 የጎበና ዳጨው ሰነዶች፣ IES MS, 4614።

በአቶ ዐጽሜ ቋንቋ "ያጣስ ምን አጣ? ያገኘስ ምን አገኘ?" የተባለለት ዘመን የሆነው[87]።

ስለዚህ በዚህ የጦርነት ዘመን ነበር ከዓፋሩ፣ ከከረዩ እና ከሌሎች ኦሮሞች እንዲሁም ዐማሮች ጋር በነበረው የእርስ በርስ ጦርነት ጎበና ጉብዝናውን ያስመሰከረው። በተለይ በወቅቱ በጣም ጦረኛ የነበሩትና በሚኖሩበት የመልክአ ምድርና የአየር ንብረት ክልል ምክንያት እና በትንሽ ምግብ አንዳንዴም በወተት ብቻ በሚኖሩት ዓፋሮች ላይ ያሳየው የውጊያ ብቃትና አስደናቂ ችሎታ ምክንያት በጣም ተመስግኖ ወይም ተደንቆ ነበር። ምክንያቱም በዘመኑ ባህል መሠረት በግዳይ ሲተመን እንኳ ዓፋርን የገደለና ሌላውን የገደለ እኩል የጀግንነት ክብር አይሰጠውም ነበርና የዓፋር ግዳይ ከፍ ያለ ነበር። "አንድ አዳል የገደለ ሦስት ሌላ እንደ ገደለ ይቆጠራል"[88] ይባላል። በፈረሰኛነቱም ወደር የማይገኝለት ደፋር ብቻ ሳይሆን የተለየ ቅልጥፍናና ችሎታ ነበረው። በኋላ ጌቶቹ ሁሉ አፋቸውን ሞልተው የመሰከሩለት ሰው ሆነ[89]።

በዚህ ችሎታውና ዝናው የሚፈልገው በዝቶ ስለነበር አቶ አቦዬም የወለዳት ሴት ልጅ በወቅቱ ስለአልነበረቺው የሚያሳድጋትን የወንድሙን ልጅ፣ አየለች አባሪሳን ሊያጋባው ፈለገ። በነገራችን ላይ እዚህ የተጠቀሰው አባ ሪሳ የፈረስ ስም ሊሆን ይችላል። እዚህም ላይ አቶ ኢደአ ቦሩ አየለች አባሪሳን፤ አባሪሳ የሚለውን ብቻ በማየት ይመስላል ኦሮሞ ናት የሚለው። ነገረ ግን በቂ ማስረጃ አላቀረበም። አቶ አቦዬ ደግሞ በርቀትም ቢሆን የመንዝ ተወላጅ እንደሆነ አንዳንድ ማስረጃዎች ያስረዳሉ። አቤቶ አቦዬም ፊት ለፊት ልጄን አግባት ለማለት ክብሩን የሚነካበት ስለመሰለው ጓደኞቹንና የሃይማኖት አባቶችን አማከረ። ያማከራቸው ሰዎች ግን ታጫውትህ፣ አንተ ሴት ልጅ የለህም ብለው ወንድምዎ ቢሰጥዎት እርስዎ "ለኦሮሞ" እድራታለሁ ይላሉ፤ እኔ "ለኦሮሞ" ዳርልኝ ብየሃለሁ ወይ? ቢሉ ምን ይላሉ ብለው አናናቁበት ተብሎ ይነገራል[90]።

እሱ ግን ይህንን ሐሳቡን ሊተወው አልቻለም። እንዲያውም እንደሚባለው አንድ መነኩሴ አማክሮ በጣም ትልቅ ሰው ይሆናል፣ ከነ መተኮና ከነ በዛብህ ይበልጣል እንዳያመልጥህ ተብሎ ተመክሯል ተብሎ ይነገራል። በዚህም ምክንያት ሐሳቡን አጠናክሮ ለጎበና ባልእንጀሮች አየለችን ሽማግሌ ልኮ እንዲያገባት ምከሩት ብሎ ነተጎታቸው ይባላል። ጎበና በተራው ተው ሰማይ ሰማይ አታሳዩኝ እኔ ሮጬ አዳሪ ወታደር፤

87 ፍጹም ወልደ ማርያም፣ገ፡ 291-297።

88 የጎበና ዳጨው ሰነዶች፣ IES MS, 4614።

89 የጎበና ዳጨው ሰነዶች፣ IES MS, 4614; S. Ege, p. 205.

90 የጎበና ዳጨው ሰነዶች፣ IES MS, 4614.

ንብረቱ ጦሬ፣ ካራዬ፣ ጋሻዬ እና ፈረሴ ናቸው ብሎ ያንጎራጉራል። ተው ጌቶች በጣም ወደውሃል እንዳያመልጥህ ሲባል በባልንጀሮቹ አስገዳጅነት ሽማግሌ ተልኮ አየለችን አገባ። አቶ አቦዬም የሚያስፈልገውን ንብረት ሁሉ አገልጋይን ጨምሮ ከሰጠው በኋላ የመልከኝነት ሀገርም ዘንባባ የምትባል ከቅንብቢት ውስጥ ሰጥቶት፣ ቤት አሠርቶ እንደ አንድ የዘመኑ መኳንንት ጎጆ አወጣው[91]።

ይህ ጊዜ የአፄ ቴዎድሮስ ዘመን ሲሆን በንጉሥ ኃይለ መለኮት ወንድም ላይ እምነት በማጣቱ አንዱ ደግሞ ከሣህለ ሥላሴ የልጅ ልጅ እና የኃይለ መለኮት ልጅ ከሆነው ከምኒልክ ጋር መቅደላ ታስሮ ስለነበር የሸዋ ግዛት ለአበጋዝ በዛብህ ተሰጥቶ ነበር። ማለትም ንጉሥ ኃይለ መለኮት ከበረኸት ጦርነት በኋላ በ1847 ሲሞት ኃይለ ሚካኤል የተባለው የአባታቸው የብቻ ልጅ ወንድማቸው ተሹሞ ነበር። ነገር ግን ከወንድሞቹ በተለይ ከኃይለ መለኮት ጋር የአንድ እናት ከነበረው ሰይፉ የገጠመውን ተቃውሞና ጦርነት መመከት ስላልቻለ ቴዎድሮስ ለሁለተኛ ጊዜ በ1849 ሸዋን ወግቶ ብዙ ሰዎች ከፈጀ በኋላ ዳርጌ ላይም እምነት ስለአጣ በዙ አባደክርን ሾሞ ዳርጌን እንደ እስረኛ አድርጎ መቅደላ ወሰደው። ጎበና በዚህን ጊዜ አርባ (40) ዓመት አልፎት ነበር ማለት ይቻላል[92]። ጎበና ከአየለች ጋር ትዳር የያዘው አርባ ዓመት ከሞላው በኋላ ከሆን ከዚህ ቀደም ያለው ሕይወቱ አይጠቀስ እንጂ አየለች የጎበና የመጀመሪያ ሚስቱ ነበረች ብሎ ማሰብ አይቻልም።

ደጅ አጋፋሪነት

እንደሚታወቀው በኢትዮጵያ ታሪክ ውስጥ በተለይ በመሳፍንቱና በመኳንንቱ እንዲሁም በካህናቱ ዘንድ ልጅን ከራስ ቤት መምህር ቀጥሮ ፊደል ማስቆጠር እስከ ተወሰነ ዕድሜ ድረስ ብቻ ነው። ከዚያ በኋላ በማኅበራዊና ኢኮኖሚያዊ ደረጃ በተዋረድ ወደተሻለው ቤት በመጀመሪያ በጭንጫ አሽከርነት ይገባል። የቅርብ ዘመድ እና ቀልጣፋ ከሆነ ደግሞ ምናልባት የእልፍኝ አሽከርነት ደረጃ ሊሰጠው ይችላል። በዚህ አካሄድ የመጨረሻው ትልቁ ደረጃ ቤተ መንግሥት መግባት ስለሆነ እዚያ በአሽከርነት ማደግ ትልቅ ተስፋ አለው። ብዙዎች ወደ ትልልቅ የሥልጣን ደረጃ ይደርሳሉ። ከዚያ በታችም ቢሆን እንደየ ደረጃው መጀመሪያ በአሽከርነት የገባበት ጌታ ቅልጥፍናውን፣ ጀግንነቱን እና ዕውቀቱን አይቶ ወደ ተሻለ ጌታ ይወስደዋል። ያም እንዲሁ ያደርጋል። አንዳንዴ ደግሞ በኩርፊያ በጠብ እኩል ደረጃ ወደ አለው ሌላ ጌታ ሊኮበልል ይችላል።

91 ዝኒ ከማሁ።

92 ፍጹም ወልደ ማርያም፣ገ፡ 291-297።

የጎበናንም ሕይወት ስንመለከተው እንግዲህ መጀመሪያ ለእናቱ ዘመድ ለአቶ ወልዴ ተሰጠ፤ ከዚያ አኩርፎ ወጣና ለአቶ አቦዬ አደረ፤ እዚያ ብዙ ካገለገለና ከሠለጠነ በኋላ ለአማችነት ሳይቀር እንደበቃ ከላይ ተገልጿል። ከጋብቻው በኋላ ሦስት ወር ቆይቶ አቶ አቦዬ ጎበናን ጠርቶ፤ አማከረው ከእንግዲህ የአማች ሎሌ አላደርግህም፤ ልጄን ስላገባህ ያው ልጄ ማለት ነህና ለአበጋዝ በዛብህ ልሰጥህ ነው ለሱ እደር አለው። በዚሁ መሠረት አስፈላጊውንና ለደረጃው የሚመጥነውን ንብረት ሁሉ አሟልቶ ለአበጋዝ በዛብህ አቀረበው። ይህ ጎበና ልጄ ነው፣ ሙያውም ስምሪት ሲሆን የታመነ አገልጋይ ነው። በብዙ ይጠቅምዎታል ብሎ አስተዋወቀው። አበጋዝ በዛብህም ይህን አማችዎን በምን ያሳድሩት ነበር ብሎ ቢጠይቅ በግዛቴ ቅምብቢት ውስጥ ዘንባባ የምትባል ሀገር አለችኝ እሷን በመልከኘነት ሰጥቼው ነው አለ። በዛብህም እኔም ለርስዎ ስል በወግዳ ውስጥ ተመሳሳይ ስም ያላት ዘንባባ የምትባል አገር በተጨማሪም ጋናሚት የምትባል አገር በመልከኘነት ሰጥቼዋለሁ ብሎ ተቀበለ[93]።

በዚህ አኳኋን ጎበና ዳጪ ከአቶ አቦዬ ቤት ወደ አቶ በዛብህ ቤት ተዛወረ። ጎበናም በስጦታው ብዙ ደስ የተሰኘ ይመስላል። ምክንያቱም የተሰጠው ሀገር በሙሉ የእናቱ ዘመዶችና ወገኖች ነበሩ። ከአባታቸው ሀገር ከአብደላም ጋር ማዶ ለማዶ ስለሆነ በቅርብ ዘመዶቹ ተከቦ እንደሚኖር እርግጠኛ ሆነ። የበዛብህም ከተማ ወልደ ትንሣይ እንዲሁ የአብቹ ኦሮሞና ዐማራ ኩታ ገጠም ከአንጎለላ ወደ ቆላው ቀረብ ብሎ ስለነበር ጊዜው የጦርነት ነውና ጧት ማታ ውጊያ ነበር። ኦሮሞ ወረረ ዐማራ ሞተ በተባለ ቁጥር መጫን ነው። ወሬሳ መምታት ነው። ወሬሳ መምታት የሚባለው የጦር ስልት ነው። ይህም ማለት የተወሰኑ ፈጣን ፈረሰኞች ዶሮ ጩኸት ይነሡና ኦሮሞ ሳይታጠቅ ሳይጭን ጧት በየደጁ ለመምታት፣ እጁን ለመያዝ። በርግጥ ይህንን ለማድረግ መጀመሪያ ማሊማ በሚባሉ የሃይማኖት ተጓዦች እና ወርጂ በሚባሉ ነጋዴዎች በደንብ ይሰለላሉ፣ እነማን ምን እንዳላቸው፣ ማን ጦረኛ፣ ፈረሰኛ፣ ማን ሀብታም ድሀ የመሳሰሉትን ያስጠናሉ። ስለዚህ ጎበና በገባ በጥቂት ቀናት ውስጥ ተመሳሳይ ዜና ተነገረ፤ ኘኦዎች ዐማራ ገደሉ እርስ በርሳቸውም ተዋጉ ተባለና ከዚያ ጫኑ ታጠቁ ተባለ። በዚህም ምክንያት ሲወርሩ አስከፊ ውጊያ ገጥሟቸው ነበር። በመጀመሪያው ቀን ጎበና ሁለት ሲገድል አበጋዙ አቶ በዛብህ ምንም ሳይገድል ተመልሰዋል ይባላል። ማታ ማታ ሽለላና ፉከራ በአማርኛና በኦሮምኛ የመጫወት ልማድ ስለነበር ማንም ሰው ከአበጋዝ በዛብህ ቀድሞ የሚያቅራራ ወይም ጌራራ የሚል አልነበረም። ጎበና ግን ይህን ልማድ አያውቅም ነበርና ማታ ጌራራውን

93 የጎበና ዳጨው ሰነዶች፣ IES MS, 4614.

ሲያስነካው በዛብህ ማነው እሱ ጥሩት? አለ። ተጠርቶ ሲገባ ግን ጎበና መሆኑንና እንግዳ በመሆኑም ነገ እንተያይ ተባብለው ተለያዩ[94]።

በማግሥቱ ዶሮ ሲጮህ ጎበና ጭኖ ታጥቆ ዝግጁ ሆኖ ጠበቀ፣ ፈረስ እስከ ተለዋጭ፣ የተለያዩ ባህላዊ የጦር መሣሪያዎችን ጦር፣ ጋሻ፣ አሮቄ፣ ሰላጢን፣ ካራ የመሳሰሉትን ሁሉ አሟልቶ ከአቶ በዛብህ ጋራ ወደ ጦርነቱ ገሰገሱ። እንደ ልማዳቸው ወሬሳ ሲመቱ ኦሮሞች ተዘጋጅተው ጠብቀው ነበርና በተለይ ጎበና ከሞት ለጥቂት አመለጠ። እንዲያም ሆኖ ሁለቱም ገድለው ተመለሱ። ጎበናም የአዲሱን ጌታውን ጀግንነት በጣም አደነቀ። ማታ ከግብር መልስ ጎበና ተጠራ ወደ ጌታው እልፍኝ፣ በእውን ከኔ ቀድሞ ጌራራ ማለት ይገባል? አለው። ኧረ ጌታዬ እኔ እንዲህ ያለ መብረቅ የት አይቼ አውቃለሁ። እንዲያውም ሰምቼም አላውቅ አለ ጎበና በብልህነት። በዛብህም ደስ ብሎት ለጎበና ያለውን አድናቆት ገለጸለት። ይልቅስ የኔው የድፍረትና የግድንግዶሽ ነው፤ አንተ በጣም ዐዋቂ ነህ በተለይ በፈረሱ ተክነህበታል፤ አትራቀኝ በደንብ እየተመካከርን እንድንሠራ፤ ለዚህ ደግሞ እንዲመቸን ከዛሬ ጀምሮ አጋፋሪ አድርጌሃለሁ አለው። ጎበናም አመስግኖ ግን ሰውን ዘመድ አዝማዱን እንደማያውቅ በተለይም ሥርዓተ መንግሥት እንዳልለመደ ተናገረ። በዛብህም አይዞህ ብሎ በፊት ከነበረው አጋፋሪ ጋር አገናኘው ዘጊ ሆነህ ልመደው አለው። በተጨማሪም የአባቱን ሀገር አብደላን ሻለቅነት ጨመረለት። ጎበናም እጅግ ደስ ተሰኘ። ዘመዶቹም ደስታ ፈንጠዚያ አደረጉ ተብሎ ይነገራል። ምክንያቱም የራሳቸው ልጅ ገዥያቸው ሲሆን ብዙ ችግር እንደማይደርስባቸው ያውቃሉና ነው። ጥላ ከለላ እንደሚሆናቸው እርግጠኛ ነበሩ[95]።

እንግዲህ ጎበና በወገኖቹ ላይ መሾምና በወገን ዘንድ ተወዳጅነትና አድናቆትን ማግኘት የጀመረው ከዚህ ጊዜ ጀምሮ ነው። ከላይ እንደተባለው ጊዜው የጦርነት፣ የቀውስና የግጭት ዘመን ስለነበር በአራቱም ማእዘናት ሸዋ በጦርነት የተሞላች ነበረች። በየዕለቱ መጫን ነው፣ መታጠቅ፣ መጋደል ነው። ወደ ዓፋር፣ ወደ ጥሙጋ፣ ወደ ቱለማ በሣህለ ሥላሴ ዘመን ገበሩ የተባሉት ቱለማ ሁሉ ሸፍተዋል። በምሥራቅ ዓፋር፣ ከረዩ፣ አርጡማ፣ ጂሌ፣ ጫፋ፤ በምዕራብ ሰላሌ፣ ጃርሶ፣ ከሲቢሉ ወንዝ በታችና በላይ እስከ አዋሽ ድረስ፣ ሙሎ፣ አዳአ፣ ግንደበረት፣ ሜታ፣ ሉሜ፣ ጮሬ እስከ አጨበር፣ ጨቦ፣ አመያ፣ ቶኬ፣ ጥቁር ምድር፣ ጨሊያ ሁሉ ያልተደረሰበትና ሊዋጉበት የሚፈልገት ሀገር ነው። እነዚህ ቀርተው ገበሩ የተባሉት የሸዋ ሜዳ ቱለማዎች ሸፍተው ሰው አያሳልፉም። ቀደም ተብሎ እንደተጠቆመው ደብረ ሊባኖስና ዜና ማርቆስ ለመውረድ እንኳ ዙሪያ ጥምጥም በዐማራው

94 ዝኒ ከማሁ።

95 ዝኒ ከማሁ።

ሀገር በቆላው ተዙሮ ነው። የአበጋዙ መልእክት በስንት ችግር ከባላባት ወደ ባላባት ሁለቱንም ቋንቋ በሚችል ሰው በስማ በለው ይተላለፍ ነበር[96]።

ስለዚህ ገበረ የተባለውም ቢሆን ግብር ገበረ የሚባለው እየተዘረፈ እንጂ ቤተ መንግሥት ቀርቦ የሚጠበቅበትን እየከፈለ ወይም እያስረከበ አይደለም። በመሆኑም ይህ ጊዜ ለጎበናና ለመሰሎቹ በጦርነት በጣም ባተሌ የሆኑበት፣ ብዙ ልምድ ያገኙበት እና ዕውቀትና ክህሎታቸውን ያዳበሩበት እንዲሁም ያሳዩበትም ጊዜ ይመስላል። ከአበጋዝ በዛብህ ቤትም ጋር በሰፊው ከተላመደ በኋላ ልክ እሱ ራሱ እንዳለፈበት ሂርጳዬ ጂማ የሚባለውን የታላቅ (የአንገፋ) እኅቱን ልጅ ለአበጋዝ በዛብህ አሽከርነት እንዲገባ ለመነለት። ይህ ሰው የደጃች ባልቻ አባ ጠለስ ታላቅ ወንድም ሲሆን ጎበና ለአበጋዝ በዛብህ ጎበዝ ፈረሰኛ ነው ይጠቅምዎታል ብሎ አመጣው። በዛብህም እናያለና እኛም አለን ጦርነቱም አላለቀ ብሎ ተቀበለው። በዛብህም ከአንድ ሁለት ጊዜ በስምሪት ወይም ጦርነት ካየው በኋላ "ከቶ ከወንዶች የተረፈች የወንድ ወንድ ነች" ብሎ አድንቆት ነበር። ከዚያም ጉረኔ የሚባለውን አገር መልከኛነት ሾመው። እዚያው ጉረኔ ተክሌ አኖ የሚባል ባላባት ባለቡርቃ ነበር። እዚያው ጉረኔ የጎበናንም ከበዛብህ ጋር የነበረውን ግንኙነት የቀየረ ነገር ተከሠተ። ጎበናም ከአጋፋሪነት ወደ ሽፍታነት ተቀየረ[97]።

ከተወሰኑ የስምሪት ጊዜያት በኋላ ጎበና ሂርጳዬን አሁን ስምሪት የለም፣ ከመልከኛነት ሀገርህ ሂድና ከብቶችን (ፈረሶችን) በደንብ ቀልብ ለቀጣይ ስምሪት እንድንዘጋጅ ይሁን እኔ እዚህ ሥራ ይበዛብኛል ብሎ ይልከዋል። ተክሌ አኖም ባለቡርቃው[98] በዚሁ ኩታ ገጠም አገር ከወንድሞቹና ከሌሎች ወገኖቹ ጋር የሚኖርና የተከበረና የተፈራ ሰው እንደ ነበር ይነገርለታል። እሱም እንደ ዘመኑ ልማድ ግብር የሚያገባ (የሚያበላ) ሰፊ ኑሮ እና ሁለት፣ ሦስት ሚስቶች ያሉት ሲሆን ከአበጋዝ በዛብህም ጋር ወዳጅ የነበሩና አንደኛዋን ልጇን ትወልድልኛለች ብሎ በዛብህ አስቀምጧት ነበር። ታዲያ በዚሁ መካከል ወጣቱ ሂርጳዬ ከታናሺቱ የተክሌ አኖ ሚስት ጋር ይጠረጠራል፣ ይህን ተክሌ አኖ ይሰማል። እንደሰማ ወዲያው አካኪ ዘራፍ አላለም። የጎበናን ቤተሰብ ጦረኛነትና የሂርጳዬን ፈረሰኛነት በደንብ ስለሚያወቅ፣ እንዲያውም የበለጠ ጓደኛ አደረገውና በየግብዣው ካልተገኘህ እያለ ይጋብዘው ጀመር። በደንብ እንላመድ እያለ ከግብር መልስም በእልፍኝ ከወንድሞቹ ጋር ጠጅ እየጠጡ በሚጫወቱበት ሥነሥርዓት ላይም እንዲገኝ አደረገው። አንድ ቀን ታዲያ በዚሁ ሥነሥርዓት ላይ ትጥቅህን አውልቅ ለምን ትጨናነቃለህ አስቀምጠው ብሎ እሱ ትጥቁን ሲያስቀምጥ ከወንድሞቹ ጋር ተረባርበው

96 ፍጹም ወልደ ማርያም፣ገ፡ 291-297።

97 የጎበና ዳጨው ሰነዶች፣ IES MS, 4614.

98 የአካባቢው አስተዳዳሪ፣ ምናልባትም ባላባት።

ያዙትና ከእግር ብረት አግብተው አሰሩት። ከዚህ በኋላ ማታ ማታ ጠጅ እየጠጡ እያላገጡ አንተ የአብደላ አሮሞ ምን ትሻ መጣህ? እያሉ በድብደባ ያሰቃዩታል። ለሦስት ተከታታይ ቀናት እንዲህ እንደደበደቡት በሦስተኛው ቀን ይሞታል[99]።

ከዚያም ከጓሮ ጉድጓድ ቆፍረው እስከ እግር በረቱ ጭንቀላቱን ወደ መሬት ቁልቁል ዘቅዝቀው ይቀብሩታል። ይህን ሁሉ ነገር እናቲቱ ተረዳች። ለቅሶ ሆነ። ይህን ጊዜ ጎበና አብደላ ሳይሆን ወልደ ተንሣይ ከበዛብህ ዘንድ ነበር። ከዚያ ይህ መርዶ ለበዛብህ ይነገረዋል። በዛብህም ለጎበና አትንገሩት ብሎ፣ ጎበናን ከሹመት አገር ሄደህ አታውቅ እስቲ ደርሰህ ና ብሎ ይነግረዋል። ጎበናም በልቡ ማን ነገረልኝ ሌላ ጊዜ ይከለክሉኛል ብሎ ደስ ተሰኝቶ ልመጣ ነውና ድግስ ደግሱ ብሎ ይልካል። ዛሬ ነገ ሲል በዛብህ ያይና ጎበና ሌላ ጊዜ ካልሄድኩ ትላለህ አሁን ሂድ ስትባል ነገ ሠልስት ማለት አበዛህ፣ አሁን ቶሎ ሂድና ተመለስ እዚህ ብዙ ሥራ አለ ይለዋል። እሱም እሺ፣ ሹም አይደለሁ በባዶ ቤት ሄጄ እንዳላስጨንቃቸው ብዬ ነው ብሎ ወደ አብደላ ይሄዳል። ሲደርስ በቀጥታ የሄደው ወደ ታላቅ ወንድሙ ወደ ጂማ ዳጪ ቤት ነበር። ምክንያቱም አባት ቢኖር መጀመሪያ ወደ አባት ቤት ነበር የሚኼደው። አባት ግን ስለሌለ ወደ ታላቅ ወንድም ቤት እያመራ እንደ አገሩ ልማድ "መኒ ነጋያ፣ ሆሪን ነጋያ፣ ቢት ነጋያ" እያለ ሀገር ዘመድ አዝማድ እየጠየቀ ወደ ቤት ሲገባ ወንድምየው አልነበረም፣ ሌሎቹ የቤተሰብ አባላትም በሐዘን ተቆራምደው ያገኛቸዋል። ምነው ብሎ ቢጠይቃቸው ሂርጳዬ ሞቶ ነው ይባላል። ታላቅ ወንድሙም እኅታቸው ቤት ከሚቴ እናት ዘንድ እንደሆኑ ይነገረዋል። እሱም እያለቀሰ ከመንገዱ ማዶ ወደ አለው አምባ ከእኅቱ ቤት ይሄዳል። በታላቅ ለቅሶ ዘመድ አዝማድ ከተቀበለው፣ እርሙን ካወጣ በኋላ ምነው ምን አገኘው? እኔ ልኬው መታመሙን ሳልሰማ? ብሎ ይጠይቃል። አይ እሱስ አልታመም ብለው የሞቱን ምክንያት ከላይ እንደተገለጸው አንድ በአንድ ዘርዝረው ይነግሩታል[100]።

ሽፍትነት

ሽፍትነት በኢትዮጵያ ታሪክ ውስጥ የጠየቁትን በሰላም ካላገኙ ተጠያቂውን ወገን ማስገደጃ ወይም የራስና የወገን ጥቃትን ለመበቀል ዋንኛ መሣሪያ እንደሆነ ይታወቃል። በሀገር ደረጃም ይሁን በየአካባቢው በተለይ ከተራ ሰውነት ወደ ተመኙት ደረጃ ለማደግ አንድ መንገድ ነበር። ማኅበረሰቡም በጣም ያሞግሰዋል፤ በዐማራው ዘንድ ገዳይ ገዳይ፣ በኦሮሞም ዘንድ አጄስ አጄሲ ፋቻን ገርማምሲ ይባልለታል። በተለይም ድሆችን

99 የጎበና ዳጨው ሰነዶች፣ IES MS, 4614.

100 ዝኒ ከማሁ።

ማለትም ተራ አራሾችንና ነጋዴዎችን የማይነካ ከሆነማ ትልቅ ክብር አለው። በዚሁ መሠረት በርካታ ግለሰቦች ከተራ አራሽነት ወይም አሽከርነት ወደ ተለያዩ ደረጃዎች ከፍ ብለዋል፤ የሚጠብቁትንም ክብርና ሥልጣን አግኝተዋል። በዚህች ሀገር ታሪክ ውስጥ ስማቸው ከሽፍትነት ጋር የተያያዙ በኋላ ለንጉሠ ነገሥትነት የበቁ ግለሰቦች ሁሉ የሚገኙ ሲሆን ለዚህ በጣም ጥሩ ምሳሌ የሚሆነው ካሣ ኃይሉ የሚባለዉ በኋላ ዳግማዊ አጼ ቴዎድሮስ የሆነውና ካሣ ምርጫ በኋላ አፄ ዮሐንስ 4ኛ የተባለው ይገኙበታል። ወደ ቀደምት ጊዜያትም ብንሄድ የነ ሱስንዮስ ዘመንም ቢሆን ሽፍትነት ለንጉሠ ነገሥት ሥልጣን የሚያበቃበት ጊዜ ነበር። ወደ ሃያኛው መቶ ክፍለ ዘመን የመጀመሪያ አጋማሽም ስንመጣ ብዙ ዝና ያተረፉ በጣም የተዘፈነላቸው ግለሰቦች ተዋጊነታቸውን የጀመሩት በሽፍትነት ነው። ጣልያን ኢትዮጵያን ስትወር አልገዛም ያሉት እንዲሁ ወደ ሽፍትነት ገብተዋል።

በዚሁ መሠረት ጎበናም የወገን፣ የወንድም (የእኅት ልጅን ሞት) እንደ ትልቅ የጎሳ ወይም የቤተዘመድ ጥቃት በመቁጠር በወቅቱ የሥልጣን መሠረቱን የሚያናጋ ወንጀል ስለፈጸመ ላለመታሰር ወይም ላለመቀጣት ሸፈተ። ዕድለኛ ሆኖ ጊዜው አጭርና ብዙ መሥዋዕትን ያላስከፈለው ቢሆንም። ለማንኛውም ሁሉንም ነገር ከእኅቱ፤ ከሚቴ እናት አንደበት ሲሰማ ተናዶ፣ እሳት ለብሶ እሳት ጎርሶ እንደሚባለው ዓይነት "አካና ማሌ ኮርማ ዳጪ፣ ቆርቻ ፈርዳ! እኔ እግዜር ገደለው ብዬ ምነው ጌታዬ ቀኝ እጄን ቆረጥከኝ እያልኩ ፈጣርዬን እያማረርኩ የማለቀሰው" ብሎ ያን ጊዜውኑ ወደ ቤቱ ተመልሶ ሲበላ፣ ሲጠጣ፣ ሲያቅራሩ ሲፎክሩ አደሩ[101]።

በማግሥቱም ማታ አራት ተከታዮችን አስከትሎ ሲጋልቡ አድረው ረፋድ ላይ ከወደተሲያት (ከሰዓት በኋላ) ላይ ጉረኔ ደረሱ። ከዚያ እወንዝ ሸለቆ ውስጥ ፈረሶቻቸውን አራግፈው ሲያግጡ ሲያንከባልሉ አምሽተው ማታ ተክሌ አኖ ከግብር መልስ (ከራት በኋላ) እንደልማዱ ከወንድሞቹ ጋር ጠጅ እየጠጡ ሲያወጉ እነ ጎበና ከውጭ አንኳኩተው በረኛውን ከአበጋዝ በዛብህ መልእክት ይዘው የመጡ ሰዎች መሆናቸውን ተናግረው ክፈቱልን ብለው ጠየቁ። በረኛው የወጭውን ደጃፍ ከፍቶ እልፍኝ ሊያንኳኳ ሲሄድ ፈረሶቻቸውን የያዙት ሁለቱ አሽከሮች በሩን እንዳይዘጉባቸው አስጠንቅቆ ከተክሌ በረኛ ኋላ ከአንዱ አሽከር ጋራ ወደ ፊት ቀጠለ። ልክ አሽከሩ እልፍኝ አንኳኩቶ ከፈት ሲደረግለት ዘሎ ይገባና "ጎበኒ ዳጪ ኩኖቲ (ይሄዋ ጎበና ዳጪ!)" ብሎ ተራ በተራ ተክሌ አኖንና ወንድሞቹን ሲወጋ፣ አሽከሩ በበኩሉ የተክሌን አሽከር ሲወጋው በአንድ ጊዜ ሁሉንም ፈጅተው የተክሌ አኖን እግር በገመድ ከፈረሱ ኮርቻ ላይ ጠልፎ እየጋለበ ወጣ። ተጮኸ ግን ማንም አልደረሰባቸውም። ከወንዝ ሲደርሱ ወንድማቸውን (የእኅታቸውን ልጅ) የገደለበትን እጅ ቆርጠው፣ ሱሪውን ገፈው አስከሬኑን

101 የጎበና ዳጬው ሰነዶች፣ IES MS, 4614።

እዚያው ጥለው ሲጋልቡ አድረው በማግሥቱ ቀን አብደላ ገቡ። ከዚያም ከአባቶቹ ውጁባ ላይ ሄዶ ሰለባውን አስቀመጠው፣ "ይኸው እኔ ልጃችሁ፣ የልጃችሁን ደም መልሻለሁ" ብሎ ለእኅቱም፣ ለሚቴ እናት ይህንኑ ብሎ አምርረው ተላቀሱ። ምንም ቢሆን ልጅሽን ላመጣልሽ አልችልም፣ ግን ደሙን መልሻለሁ አላት። ከዚያ እናቲቱም ከዛሬ ወዲያ ለቅሶ ይቁም ሆዳ (ነውር) ነው። አንተም አታልቅስ እኔም አላለቅስም ብላ ተቀባች፤ ጎበናንም ቀባችው። ለጎበናም ይኸው በምትኩ ታናሹን ባልቻ ጅማን (በኋላ ደጃች ባልቻ አባ ጠለስ) ውሰድ፣ አንተ ብቻ ቁምልኝ አለችው፤ ተመራረቁም[102]።

ከዚህ በኋላ ያለው ዕዳ እንግዲህ ከበዛብህ ጋራ ያለው ጉዳይ ነው። ምክንያቱም ተክሌና በዛብህ ወዳጆች እንደሆኑ የሚታወቅ ስለነበረ በዛብህ እንደማይለቀው እርግጠኛ ነበር። ስለዚህ እቤቱ ሆኖ የሚሆነውን መጠበቅ ጀመረ። ሲጠራም አልመጣም ብሎ መለሰ። በቤቱ ሆኖ ከየአቅጣጫው፣ ከአብቹ፣ ከወበሪ እና ከመሳሰሉት የኦሮሞ ሽማግሌዎችን ሰብስቦ መመካከር ጀመረ። በመጨረሻም ሽማግሌዎች ወደ ኦሮሞ መኻል ወደ ሰላሌ ግባ ብለው መከሩት። እሱ ግን እምቢ ብሎ እዚሁ ሆኜ፣ ከዋሻው ገብቼ እከራከራለሁ አልሸሽም ከሚስቴና ከልጆቼም አልለይም አለ። በዚሁ ምክንያት የሽፍትነት ሕይወቱ ተጀመረ[103]።

ከዚህ በኋላ አበጋዝ በዛብህ በጎበና እምቢታ በጣም ተቆጥቶ ለጦርነት ሲዘጋጅ "ይህ እርስዎንም አይሻ እኛ እጁን ይዘን እናመጣዋለን" ብለው የበዛብህ አሽከሮች መጡ። አማን ከጎበና ቤት አጠገብ ተጋጠሙ፤ ፈረስ ለፈረስ ውጊያ ተደረገና ጎበና አሸንፎ መለሳቸው። ጎበና የተማመነው በቅርበት ያለውን ዋሻ ብቻ ሳይሆን ነፍጠኞቹንም ጭምር ነው። አፄ ቴዎድሮስ በ1849 አንኮበር ላይ ሰይፉ ሣህለ ሥላሴን ከአሸነፈ በኋላ የሱ ተዋጊዎች የነበሩትን ወደ አስራ አምስት (15) የሚደርሱ ነፍጠኞችን ወደ መርሐቤቴ ሊሻገሩ ሲሄዱ ጎበና ከመንገድ አባብሎ አስቀርቷቸው ነበር። እነዚህ ምርጥ አልሞ ተኳሾች የተደነቁ የተኩስ ዕውቀት ብቻ ሳይሆን አንዳንዶቹ የጠመንጃ (የነፍጥ) ጥገና ችሎታና ባሩድ የመውቀጥ (ጥይት የማምረት) ችሎታም የነበራቸው ስለሆኑ በጣም ይፈለጉ ነበር[104]።

በነገራችን ላይ ከሣህለ ሥላሴ ዘመን ጀምሮ በሸዋ በተለይ መኻል ወንዝ በሚባለው ቦታ በተቋቋመው የባሩድ ማምረት (ጥይት) ሥራ ይታወቅ ነበር። በጣም በርካታ ልጆች በዘመኑ አገላለጽ ጋሜዎች ባሩድ ይወቅጡና የዒላማ ተኩስ ይለማመዱ ስለነበር ሥራው እንደ ባህል የተወሰደበት ዘመን ነበር። የተለማመዱትን ሥራም ወደ ዓፋርና ጥሙጋ እየሄዱ ግድያ

---

102 ዝኒ ከማሁ።

103 ዝኒ ከማሁ።

104 ዝኒ ከማሁ።

ይፈጽሙ ስለነበር በርካታ ነፍጠኞችን ያፈራ ቦታና ዘመን ነበር። የእነዚህ ቅሪት ነው አፄ ቴዎድሮስን ገትሮ የተዋጋው ይባላል። በተለይም እነ ሲላ በዳሳ፣ ባሻ አልዬ ቁንጮ እና አቶ በፍርዴ የሚባሉት ዕውቅ ተዋጊዎች ነበሩ። "ቆቅ ስትበር ተኩሰው አንገት የሚበጥሱ፣ እባብ ውሃ ሲጠጣ ጭንቅላቱን መተው ይገድላሉ" ከሚባልላቸው ዕውቅ ተኳሾች መካከል ባሻ አባ መንድብ የሚባል ተጉለቴ ነበረበት ተብሎ ይነገራል። እንዲሁም እያንዳንዱን የጠመንጃ ክፍል አሳምረው ይጠግናሉ ከሚባልላቸው ደግሞ አቶ በፍርዴ የሚባል ይገኝበታል። ጎበና እነዚህን አስራ አምስት (15) ነፍጠኞች ብቻ ሳይሆን ከቆላ ዘመዶቹ ደግሞ ባለ ሾተሎችን በዘመኑ አነጋገር በሾተል መንጣሪዎች የሚባልላቸውን ሃያ አምስት (25) ሰዎች ይዟል። ከአብቹ ዘመዶቹም እንዲሁ የተመሰከረላቸው ፈረሰኞችን ሰብስቧል። ስለዚህ ከዋሻው በተጨማሪ እነዚህንም ይዞ ነው አማን ከቤቱ ቁጭ ብሎ የሚጠባበቀው። ወደ ኦሮሞ የምሄደው እነዚህን ይዤ ተከራክሬ ካቃተኝ ነው ብሎ ለግጥሚያ ወይም ከዋሻው ለመጠለል ተዘጋጀ። ዋሻው በገደል ወገብ ላይ ያለና በአንድ የዝንጀሮ መንገድ አንዳንድ ሰው እየተሆነ የሚገባበት ስለሆነ ከተገባ በኋላ በምንም መልክ ጠላት ሊጠጋው አይችልም። ከውስጥ ቁጭ ያለ ነፍጠኛ አንድ በአንድ የሚጠጉትን መልቀም ይችላል የሚባልለት ቦታ ነበር[105]።

ነገር ግን አሁንም የበዛብህ ሰዎችና አንዳንድ የራሱ ደጋፊ የሆኑ የአብቹ ባላባቶች "እርስዎ ይነሡ እንጅ ለዐርባ (40) ጎረምሳ ይህን ያክል ማሰብ አያስፈልግም" ይሉ ነበር ይባላል። በርግጥ በበፊተኛው የጎበና ድል በዛብህ በጣም ተቆጥቶ ስለነበር ነው። ከዚያም በዛብህ ገስግሶ ሄዶ አማን እሜዳዋ ላይ በተለምዶ መስቀል መተኮሻ (መስቀል አደባባይ) ላይ ከጎበና ጋር ተጋጠሙ። በዚህም ግጥሚያ ብዙው ፈረስ ለፈረስ ነበር፤ አንዱ ኦሮሞ አብዮ ቡቶ የሚባል ጎበናን በጦር ሊያስቀረው ከጋሻው ሲተክል ሌላው የጋሜ ነፍጠኛ እሱን ጥሎ አዳነው። ሌሎችም የጎበና ነፍጠኞች በርካታ ግንባር ቀደም የበዛብህ ሰዎችን ጣሉ። ጎበናም በራሱ በርካታ ሰው ጣለ። በዚህም የበዛብህ ተዋጊዎች ሸሹ። በዛብህ በዚህ የሰዎቹ ሽሽት ተቆጥቶ መጣ፣ እራሱ ጦሩን በመምራት ገጠመ። በዚህን ጊዜ ጎበና የዱሮ ጌታውን ሲያይ ሸሽቶ ጓዙንና ቤተሰቡን ወደ አስቀመጠበት ዋሻ ገባ። አንዴ በሽሽት ዋሻው ከገባ በኋላ ሁለቱ ፊትለፊት ገጥመው አያወቁም። አንዳንዴ የተከታዮቻቸው ቁርቋሶ ብቻ ይኖራል። በተለይም ጅሎ ገብ በሚባለው ወደ ቆላው ባለው ትንሽ ሜዳ ላይ ለግጥሚያ እንካ ሰላንትያ (የቃላት ስድድብ) ይባባላሉ፤ አልፎ አልፎም ይዋጋሉ። ጎበና ከሸሸ በኋላ አማን ያለውን ቤቱን በዛብህ ገብቶበት ፌሽታ ሲያደርግ ያመሻል። በገባ በማግሥቱ ምሽት ጎበና ተደብቆ ይመጣና ሌሊት የካብ አጥሩን ድንጋይ አንሥቶ ከሁለት አሽከሮቹ ጋር ወደ

---

105 ዝኒ ከማሁ።

ግብር አዳራሹ ሲዘልቅ በሩም ሳይዘጋ ሰውም ደካክሞ ግማሹም ሰክሮ አፉን ከፍቶ ሲያንኮራፋ መቅረዙ ላይ ባለው ብርሃን ተመለከተና ጠላት ጠላቶቹን ሲሰይፍ አንዱ በጣም አጓርቶ ሌሎቹን አነቃ። ጎበና ሊያዝ ሲል በቀደዱት ካብ ዘሎ ወደ ቆላ ከዚያም ወደ ዋሻው ገባ[106]።

ከዚያም በኋላ በዛብህ በከበባ ውስጥ ቢያስገባውም ከዋሻው ድረስ ለመግባት የቻለ አልነበረም። እንዲያውም አንድ ኦሮሞ በቾሬ ነፋ የሚሉት ብልሃተኛ ቀን ቀን የበዛብህ ወዳጅ የሚመስል ሌሊት ከጎበና የሚመክር ሰው ነበር። በዚሁ ምክንያት በዛብህ አስሮት ነበርና ተጠርቶ ምክር ተጠየቀ። እነጎበናን ባገኛቸው ጊዜ ትልቁ ችግራቸው እንጨትና ሣር እንደነበር ያውቃል፤ ይህን አጋጣሚ በመጠቀም የነጎበናን ችግር ሊፈታላቸው አሰበ። በዚሁ መሠረት እነ በዛብህን እንዲህ አላቸው፣ "ይህን፣ ሻጉራ ኦሮሞ እኔንም ጭምር ከርስዎ ጋር ያጣላኝን እንደ ጃርት አፍኖ እስከ ቤተሰቡ መፍጀት ነው" ብሎ ለነበዛብህ የውሸት መላ ዘየደ። እነ ጎበናን ለመያዝ መድኃኒቱ መጀመሪያ ሣርና እንጨት ወደ ገደሉ መወርወር፣ ቀጥሎ ቀስ ተብሎ የሚወረወረውን ትልልቅ ድንጋይ እንዲያግደው፣ ከዚያም ሣርና እንጨት ይወረወራል፣ እስከ ዋሻው አፍ ሲመጣ በእሳት መያያዝ ነው ብሎ መላ ሰጠ። በዚሁ መሠረት የአካባበው አሮጌ ቤቶች ሳይቀሩ ፈርሰው ሣርና እንጨት ሲወረወር ሰነበተ፤ ሌሊት ሌሊት ደግሞ የጎበና ሰዎች ሣርና እንጨቱን ወደ ዋሻቸው ያግዛሉ፤ እንዲሁ ሲያደርጉ አንድ ወር ሆነ በአብደላ በኩል ቁልቁል ስለማይታይ በዋዩ በኩል ዞረው ሲያዩት ምንም ከፍ ያለ ነገር የለም፤ በቀጭን አረህ ላይ ሣርና እንጨቱ መርጋት ቢችልም ድንጋዩ እየነጠረ እታች ጅረት እንደሚወርድ ተገነዘቡ። ይህ አልሳካ ሲል እነ ጎበና ብቻ ከዋሻው እንዳይወጡ የሚጠብቁ ዘበኞችን (ወታደሮችን) ትቶ በዛብህ ወደ ከተማው ወልደ ተንሣይ ተመለሰ። አማንን ሁለተኛ ከተማው ለማድረግም አቅዶ በሚገባ አሳድሶትም ነበር። ዘበኞቹ በአቅራቢያው ባለው ገደል አፋፍ በበቀሉ ትላልቅ የጥድ ዛፎች ላይ ማማ (የጎጆ ፎቅ) ሠርተው ለሚቀጥሉት ዘጠኝ ወራት እነ ጎበና ወደ አብደላ እንዳይወጡ ሲጠብቁ ከረሙ[107]።

ይህ በእንዲህ እንዳለ እነ ጎበናን ነጻ የሚያወጣ ጥሩ አጋጣሚ ተፈጠረ። ይኸውም የምኒልክ ከመቅደላ እስር ማምለጥና ወደ ሸዋ የመግባት ወሬ መሰማት ነበር። ይህ ነገር በዛብህ በፊት ይሆናል ብሎ ያልገመተው ነበር። በፊት እንዲያውም ለሸዋ አልጋ (ሥልጣን) ባለቤቱ ሲመጣ አስረክባለሁ ሲል እንደነበር ቢነገርም አሁን እውን ሲሆን እንደማይለቅና እንደሚዋጋ ወይም ምኒልክ ወደ ግዛቱ እንደይገባ እንደሚያግድ ታወቀ። እንዲያውም የጦርነቱን ዝግጅት ያዩ የሸዋ ሰዎች በጣም ከታዘቡት መካከል አንዲት መነኰሴ እንዲህ አለች ይላሉ፡-

106 ዝኒ ከማሁ።

107 ዝኒ ከማሁ።

ለማነው ጦሩ መሳሉ?
ለማነው ጋሻው መወልወሉ?
የጌታችሁ ልጅ ነው ኧረ በስማም በሉ።
አንተም አታድርገኝ የመነኵሴ ፈራጅ፣
የሙት ልጅ ሲቀበል እንዲህ ነው ወይ ወዳጅ[108]።

ሆኖም የበዛብህ ጦር ተሰባስቦ ምኒልክን ለመውጋት ወደ ይፋት ጋዲሎ (በርጊቢ ጊዮርጊስ) መሄዳቸው ተነገረ፤ በዚሁ ምክንያት እነጎበና ነጻ ወጡ፣ ጎበናም ወደቤቱ ወደ ታደሰችው አማን ተመለሰ። ደስታ ፌሽታ ሆነ፤ የአካባቢው ዘመዶቹና ወገኖቹ አስፈላጊውን ነገር ሁሉ አቀረቡለት። በዚሁም ላይ የበዛብህ መሸነፍና ወደ መንዝ አፍቀራ አምባ መሸሽ እና የምኒልክ ማሸነፍ ዜና ተሰማ። ይህ የሆነው በ1856 ዓ.ም ክረምት ሲሆን በጥቢው 1857 ምኒልክ የሸዋ ንጉሥ ተብሎ ነገሠ። ከዚህ በኋላ በሚቀጥለው ምዕራፍ በሰፊው እንደሚታየው ጎበና ዕጣ ፈንታውን ለመወሰን እንደልማዱ የአብቹ ሽማግሌዎችን እና ሃዩዎችን ሰብስቦ መምከር ጀመረ። ይህ ምክክር ሳይቋጭ ሌላ አጋጣሚ ተፈጥሮ ጎበና ከምኒልክ ጋር ለመተባበር ወደ አንኮበር አቀና።

108 ኅሩይ፣ ገ፡ 98-99።

ምዕራፍ ከራት

የሽግግር ዓመታት

የጎበናና የምኒልክ ትውውቅ

እንደ በርካታ ባለሙያዎች ግንዛቤ ምኒልክ በ1857 ከመቅደላ ሸዋ ሲገባ ለሸዋ ሥልጣኑ በጣም አስጊ የነበረው ነገር ግዛቱ (ሸዋ) በኦሮሞ ሕዝብ ውስጥ ተሰንጋ መገኘቷ ነበር። እነዚህም በተለምዶ የወሎ ኦሮሞና የሸዋ ኦሮሞ የሚባሉት ነበሩ። ስለዚህ የምኒልክን የወደፊት ዕጣ ፈንታ የሚወስነው ከነዚህ ከሁለቱ ሕዝቦች ጋር የሚኖረው የግንኙነት ዓይነት ነበር። በዚሁ መሠረት ከወሎ ጋር የነበረውን ፈተና በፖለቲካ ጋብቻና ከ1860-1868 ድረስ በነበረው ተከታታይ ጦርነትና ድርድር ሲፈታ፣ ከሸዋ ወይም ከቱለማ ኦሮሞ ጋር ያለውን ደግሞ ከጎበና ጋር ባደረገው ጥምረት በ1860ዎቹና በ1870ዎቹ እንዴት እንደፈታው የጎበናን ሕይወት ከሚዳስሱት ቀጥሎ ካሉት ተከታታይ የዚህ ጽሑፍ ምዕራፎች መረዳት አዳጋች አይሆንም።

በነገራችን ላይ ምኒልክ ራሱ የተወለደው በቱለማ ኦሮሞ እምብርትና ከጎበና የትውልድ ቦታ ብዙም እሩቅ ባልሆነ፣ የሣህለ ሥላሴ ሁለተኛ የበር ከተማ በነበረችው በአንጎለላ ነው። ከዚህ አንጻር በሁለቱ መካከል የነበረው ዋነኛው ልዩነት ዕድሜ ብቻ ይመስላል። ስለዚህ ተቀራራቢ ሥነልቡና እና ስለ ሕዝቡና ስለአካባቢው ተቀራራቢ ዕውቀት የነበራቸው ሰዎች ነበሩ ብሎ መገመት ይቻላል። በጎበናና በምኒልክ መካከል ቢያንስ የሃያ ሰባት ዓመት የዕድሜ ልዩነት ይኖራል። ምኒልክ እስከ አስራ ሁለት (12) ዓመቱ አካባቢ ባደገበት በዚህ በአንጎለላና በአንኮበር መካከል እየተመላለሰ እንደሚሆን የሚገመት ሲሆን የኦሮምኛ ቋንቋን አይሰማም ብሎ ማመን ያዳግታል። በአካባቢው የሚኖሩ ሰዎች በተለይም በደጋው ያሉት ከሁለቱ ቋንቋዎች ወደ አንዱ የሚያደሉ ይሁኑ እንጂ አማርኛ ተናጋሪው ኦሮምኛ

ይሰማል፣ አሮምኛ ተናጋሪው አማርኛ ይሰማል። እንዳንዱማ ሁለቱንም ያለ ምንም ግድፈት አቀላጥፎ ይናገራል። ምኒልክና ጎበና የተወለዱትና ያደጉት በእንደዚህ ዓይነት ማኅበረሰብ ውስጥ ስለነበር አንዱ የአንዱ ድጋፍ ሊሆን እንደሚችል አያጡትም ብሎ መገመት ይቻላል። ምንም እንኳ ከ1847 እስከ 1857 ዓ.ም ባሉት ዓመታት ሁለቱም በተለያየ ነባራዊ ሁኔታ ውስጥ ቢያልፉም፤ ጎበና ከአቦዬና ከበዛብህ ጋር ምኒልክ ከቴዎድሮስ ጋር፣ ጎበና በነጻነት ምኒልክ በእስረኝነት፣ ጎበና በራሱ ማኅበረሰብ መካከል ምኒልክ በባይተዋርነት። ስለዚህ ጎበና ምኒልክን ከመጥፋት ሊያድነው እንደሚችል ከምኒልክ የተሰወረ አይመስልም። ጎበናም ከምኒልክ ጋር እንዴት በኅብረት መቀጠል እንዳለበት የተረዳ ይመስላል።

ጎበና የውትድርናን ሕይወት የጀመረበት ሁኔታ ባለፉት ምዕራፎች እንደተጠቀሰው ሆኖ ስለፖለቲካ ሕይወቱ ግን ብዙም ግልጽ ነገር የለም። ሆነም ቀረም እስከ 1857 የሸዋ መንግሥት ዳግም ምሥረታ ድረስ ይህ ነው የሚባል የተጫወተው የፖለቲካ ሚና አልነበረውም ብሎ መደምደም ይቻላል። የትውልድ መንደሩ የሸዋን መንግሥት የበላይነት ከተቀበለች ረጅም ጊዜዋ ነበር። ነገር ግን እስከ አፄ ቴዎድሮስ ወደ ሸዋ መምጣትና የነገሮች መመሰቃቀል ድረስ በአካባቢው እምብዛም አልታየም ነበር። ከዚያ በኋላ ግን ጎበና እየጎላ መጣ። ጎበና በዚህ የምስቅልቅል ጊዜ የሸዋን ዙፋን ለማግኘት ተፎካካሪና ባላንጣ ከነበሩት ከአንዱም ጋር ለመወገን ወይም ለማበር ምክንያት የነበረው አይመስልም። የአቶ በዛብህንም የሸዋ ገዢነት በራሱ የቤተሰብ ችግር ምክንያት ለአጭር ጊዜም አልተቀበለም ነበር። እንዲያውም የራሱን ሠራዊት አሰባስቦ ለትውልድ ቀዬው በጣም ቅርብ ወደ ሆነው የአዙ ጮዌ ዋሻ ሸሽቶ በመመሸግ ለዘጠኝ ወራት ከበዛብህ ጋራ ሲከራከር ቆየ[109]። በዛብህ ጎበናን ባለው የስትራቴጂ ዕውቀት፣ የውጊያ ጉበዝና እና የላቀ የጦር ስልት ምክንያት እንደማያሸንፈው ወይም እንደማይዘው፣ ጠላትነታቸውም እንደማይታረቅ ለበዛብህ ግልጽ ነበር። በጋዲሎ ሲሸነፍም ወደ አካባቢው ከመሄድ ይልቅ በቀጥታ ወደ አፍቀራ አምባ ወጥቶ ነበር የተቀመጠው[110]።

ጎበና ሁሉንም የሸዋ ሥልጣን ፈላጊዎችን ሳይቀርብ እንዴት ከምኒልክ ጋር ብቻ ማበር እንደቻለ የሀገር ውስጥ መረጃዎች እንደሚከተለው ይተርካሉ። ዳግማዊ አፄ ቴዎድሮስ ወደ ሥልጣን ሲመጣ ከነበረው ጠንካራ አከባቢያዊነት መገለጫዎች ውስጥ አንዱ በክርስትና ላይ በኢትዮጵያ ኦርቶዶክስ ቤተ ክርስቲያን ውስጥ የነበረው ክፍፍልና ክርክር ነበር። በተለይ ሦስት ልደትና ሁለት ልደት በሚባሉ የክርስቶስ ባሕርይን በተመለከተ ያለው ክፍፍል ውስጥ ለውስጥ በጣም የጦፈበት ጊዜ ነበር። በዚህ ሂደት ላይ ከዐባይ ወዲያ ማዶ ያለውና ከዐባይ ወዲህ ያለው ቡድን ጠንካራ የውስጥ ለውስጥ ቅራኔ

109 የጎበና ዳጨው ሰነዶች፣ IES MS, 4614.

110 ጎሩይ፣ ገ፡ 99፤ ፍጹም ልደ ማርያም፣ ገ፡297።

ነበራቸው። ሸዋዎች ካህናቱ የሣህለ ሥላሴን እና የወራሾቹን ቤተ መንግሥት ጨምሮ የሦስት ልደት አቀንቃኞች ሲሆኑ ከዐባይ ማዶ ያሉት አዲሱን አቡን ጨምሮ ደግሞ የሁለት ልደት አቀንቃኞች ነበሩ። ይህ ክርክር በአፄ ዮሐንስ 4ኛ በ1870/71 ፖለቲካዊ መፍትሔ እስኪያገኝ ድረስ አንዱም የበላይ ሳይሆን ሁሉም በየፊናቸው ቀጥለው ነበር። በብዙዎች ዘንድ እንደሚታየው እንደዚህ ካሉ ክፍፍሎች ውስጥ ትክክለኛ ተብሎ የሚወሰደው የፖለቲካ የበላይነት ያለው ቡድን የተቀበለውና መሪው ልክ ነው ብሎ ያመነው ነው። ስለዚህ ሌሎቹ በግድም ይሁን በውድ እንዲቀበሉ ይደረጋሉ።

በዚሁ መሠረት ባለሁለት ልደት የተባለው የንጉሠ ነገሥቱና የአቡኑ እምነት ተቀባይነት ሰላገኘ ሁሉም አካባቢ ይህንኑ እንዲይዝ የተገደደ ይመስላል። አቡኑ የሚለውን ነገር ቴዎድሮስ ነበር የሚተገብረው፣ ምንም እንኳ በኋላ ላይ ቢጣሉም። ይህን ሁኔታ ብዙ ኢትዮጵያውያን ታዝበውት ሊሆን ይችላል በሁለቱም ላይ ትችት ይቀርብ ነበር።

> ባለ ጥላው (ድባብ) ንጉሥ ባለ ጥናው አቡን፣
> እየዞሩ ፈቷት ድፍን ኢትዮጵያን። እንዲል ሕዝባዊ ሥነ ግጥም።

ስለዚህ ይህ የመሪውን ወይም የንጉሡን ነገረ መለኮታዊ ይትበሃል በግድ የመቀበል ዕጣ ፈንታ ከ1847 ዓ.ም ጀምሮ ሸዋንም ደርሷት ነበር። አፄ ቴዎድሮስ እምቢ ያሉትን የሸዋ ካህናት ማስገረፍ፣ ማስገደል ሥራው አድርጎት ነበር። ኋላም አበጋዝ በዛብህ የሸዋ እንደራሴ ሲሆን ይህን የቴዎድሮስንና የአቡኑን እምነት ያልተቀበሉትን መግደል የማያስጠይቅ መሆኑን አውጆ ነበር። "ሦስት ልደት ያለ ብትገድል ከወደል ውሻ እቆጥርልሃለሁ" ብሎ አዋጅ አስነገረ[111]። ይህንን ቀውጢ ጊዜ ለማሳለፍ አንዳንዶች ካህናት በመደበቅ ሌሎች ከአካባቢው በመሸሽ አንዳንዶች ደግሞ እዚያው ሆነው አድርጉ የተባሉትን በማድረግ ኑሯቸውን ይገፉ ነበር። ከተደበቁትና በፊትም በሣህለ ሥላሴ ቤተ መንግሥት እንዲሁም በኃይለ መለኮት ቤተ መንግሥት ተደማጭነት ከነበራቸው ካህናት አለቃ ሐሴቱ እና አለቃ ወልደ ኪዳን ይጠቀሳሉ። ከእነዚህ ከሁለቱ ሊቃውንት አለቃ ሐሴቱ የምኒልክ የክርስትና አባት የነበረና ወገኖቹም የሚጣቅ አማኑኤል ገዳም አስተዳዳሪ የነበሩ ናቸው። ምኒልክንም ዳዊት ያስደገመው እሱ ነበር ይባልለታል። አለቃ ወልደ ኪዳንም የጳጳስ ያኽል በሸዋ ቤተመንግሥት ተከባሪ እና ተፈሪ ነበር ይባላል። ሁለቱም ካህናት ሸዋ በቴዎድሮስ ምክንያት ብጥብጥ ውስጥ በነበረች ጊዜ ከጎበና ቤት የተጠለሉ ሲሆን ለጎበና ትልቅ ግምት ነበራቸው። ምኒልክ ከመቅደላ አምልጦ ጋዲሎ ላይ በነሐሴ 18/1856 በዛብህን አሸንፎ

111 ፍጹም ወልደ ማርያም፣ ገ፡ 295።

በጥቢው 1857 አንኮበር ላይ እስከ ነገሠ ድረስ እነዚህ ካህናት እዚያው ጎበና ቤት ነበሩ[112]።

ምኒልክ የሸዋ ንጉሥ ተብሎ ከነገሠ በኋላ የጠየቀው የመጀመሪያው ነገር አባቴን አለቃ ሐሴቱን ፈልጋችሁ አምጡልኝ የሚል ነበር። ከዚያ ሚጣቅ አማኑኤል ገዳም ተፈለገ አልተገኘም፤ ከጎበና ቤት መልዕክተኛ መጥቶ ጠየቀ። ይኸው ለጎበና ተነገረው። በዚህን ጊዜ ቀድሞ እንደተጠቀሰው ጎበና ከአብቹ ሽማግሌዎች ጋር ምክክር ላይ ነበር። ካወጣ ካወረደ በኋላ ምናልባትም ሽማግሌዎቹ የመጨረሻ ውሳኔ ላይ ሳይደርሱ ሁለቱ ካህናት ጎበናን አሳምነው ከአዲሱ ንጉሥ ጋር እንደሚያስተዋውቁት ተማምነው (ተማምለው) ጎበና ወደ ዐርባ የሚደርሱ አሽከሮቹንና የአካባቢውን አንገፋ ባለቡርቃ የሆኑ ሰዎችን አስከትሎ በአጠቃላይ ወደ ሦስት መቶ ዐርባ የሚሆኑ ሰዎችን ይዞ አንኮበር ደረሰ። የጎበናን ዜና መዋዕል ለመጻፍ የሞከረው ሰው በዘመኑ አገላለጽ እንዲህ ይላል፤

> ይህ ወሬ በተሰማ ጊዜ አጋፋሪ ጎበና...... ወደ ሽማግሎች ሁሉ ላኩ ዋልድያ ምክር እናርግ ሲሉ። የኦሮሞ አዛውንት ሁሉ ተሰበሰበ። በዚህ መካከል አለቃ ሐሴቱን አባቴን ፈልጉና አምጡልኝ ብለው ወደኛ ወደ ሚጣቅ ላኩ የሚል ዘመዳቸው መጣ። አለቃ ሐሴቱም ከአማን አጋፋሪ ጎበናን ጨምረው ተከትለው ወደ አንኮበር ከተማ ሄዱ። የአብደላ የወረ አንገፋ፣ የጋሞ፣ የሳላይሽ የጨዋ፣ የሀብታም ልጅ ሁሉ በወልድያ እንደመከሩት ፈረስ በቅሎ አጋሰስ ጠፍ ያለ 300 ሰው ሆነው አንኮበር ገቡ። የራሳቸው 15 ነፍጠኞች 25 አሽከሮች ነበሩና በከተማው ለሰፈር ቦታ ስላላገኙ ከጨፋ ወዲያ ጫካ ገበያ ከተረተሩ ሰፈሩ[113]።

የማስተዋወቁን ሥራ የሠሩት አለቃ ሐሴቱ እና አቶ አቦዬ (የጎበና አማት) ናቸው ተብሎ ይታመናል። ጎበናን አቅርበው ይህ ጎበና ዳጪ በጣም ውድ ሰው ነው። ጎበዝ ፈረሰኛ ሥራው የስምሪት ሲሆን በጣም ታማኝና አምኖ የማይከዳ ለወደደው ሟች የሆነ ነው ብለው አቀረቧቸው ይባላል። ምኒልክም ትውውቁን ከተቀበለ በኋላ ይህ ሰው ባለብዙ አሽከር ነውና መተዳደሪያው ምን ይሁን እስኪ ምከሩኝ አለ። አውጥቶ አውርዶ አገሩ ሁሉ ትልልቅ ስለሆነ ለሱ ሰጥተን ሌሎችን በምን እናሳድራለን በማለት ሲቸገር አይቶ አቶ አቦዬ የኔን ሀገር ቅምብቢትን ስጡት ብሎ ከአስራ አምስት ቀን በኋላ የቅምብቢት ሻለቅነት ተሰጠውና የቤተመንግሥቱ አባል ሆነ[114]። በርግጥ ቤቱ እዚያው አብደላ አማን ነበር። ነገሮች በዚህ ሁኔታ

---

112 የጎበና ዳጨው ሰነዶች፤ IES MS, 4614.

113 ዝኒ ከማሁ።

114 ዝኒ ከማሁ።

ሆነው እያሉ ሥርግው ሐብለ ሥላሴ የመረጃ ምንጬን ሳይነግረን በይሆናል ጎበና ብዙ ካስተማረውና ካሰለጠነው ከበዛብህ ከድቶ ከምኒልክ ጦር ጋር በጋዲሎ ከተቀላቀሉት ወታደሮች አንዱ ነበር ይለናል[115]። በላይኛው ገለጻ መሠረት ግን ጎበና በጋዲሎ ጦርነት አልተሳተፈም።

ታዋቂው የምኒልክ አማካሪ ደጃች ገርማሜ ከጡጤ (ምንጃር) ሲመለስ ጎበና የቅምቢብት ሻለቅነት መሾሙን ሲሰማ ለምኒልክ "ይህን ሻጉራ ኦሮሞ ተቆናኝ አይናገር፣ መሾምስ ሾምከው ማን ይሸርልሃል? ለአጅሬ ለበዙ አባደከር እንኳ ያስቸገረ" አለው። እንዲህ ሲባል ምኒልክ እንደገና "ምን ይበጅ እንሻረው ወይ" ቢለው፣ "ትላንት ሾማችሁት ዛሬ መሻር የት ይሆናል፤ አሽከሮችህን ይዘህ ከኦሮሞ ተቀላቀል ማለት ነውና" በማለት የጎበናን አደገኛነት አሥምሮበት አስጠነቀቀው[116]።

ከዚህ በኋላ ደግሞ ጎበናን ከምኒልክ ጋር የበለጠ የሚያቀራርቡ ተከታታይ ገጠመኞች ተፈጠሩ። ከነዚህ አንዱ የሁለት ወንድማማቾች የከንቲባ ማናዬ እና የአባ መንድብ መገናኘት ነው። ከንቲባ ማናዬ ከምኒልክ ጋር ከመቅደላ የመጣ ሲሆን አባ መንድብ ደግሞ ከጎበና ጋር የቆየ ነበር። ሁለቱ ወንድማማቾች ሲገናኙ ማናዬ የምኒልክን አባ መንድብም የጎበናን ጉብዝና ተሰባበኩ። ሁለቱም ነፍጠኞችና የታወቁ ጠመንጃ ጠጋኞች ነበሩ። ብልሃታቸውን በቴዎድሮስ ቤተመንግሥት እንግሊዞች ሳይቀሩ አይተው አድንቀዋል። ማናዬ ከምኒልክ ጋር ወደ አገራቸው ሸዋ ከተመለሱት ወስጥ ሲሆን ወንድሙ አባ መንድብም በቤተመንግሥቱ ተሰሚነት እያገኘ ነበር። እነዚህ ሁለት ወንድማማቾች ስለጎበና ሰፊ ዝና ነዙ፤ ጎበና ከበዛብህ ጋር ያደረገው ውጊያም ወሬው በስፋት ተሰማ። በአጠቃላይ ስለ ጎበና ዝና በቤተሰብ ምክንያት ቤተኛ የነበረው የከንቲባ ማናዬ ወንድም እና የጎበና ነፍጠኛ አባ መንድብ በሰፊው አወራ፣ ስለሠራው ጀግንነት፣ ፈረሰኛነትና ድፍረቱን እንዲሁም ቅልጠፍናውን። በዚህ ምክንያት ምኒልክም እየቀረበው በየቀኑ የጦርነት ወሬ ይጠይቀው ነበር። ለመቀራረቡ ከጀግንነቱ ውጭ የበዛብህም ጠላት ስለነበረ የጠላቴ ጠላት ወዳጄ ነው በሚልም ይመስላል። ከዚህ በተጓዳኝም ብዙ ኦሮሞ ጎበናን እንደ ጥላ ከለላ ቆጥረው በብዙ ቀርበውት ስለነበር ሰፊ የድጋፍ መሠረት ያለው ሰው መሆኑን የምኒልክ ሰዎች (አማካሪዎች) መታዘብ ጀመሩ። በዚህም ምክንያት በቤተመንግሥት ቋሚ ሹመት እንዲያገኝ ተመከረ። ከብዙ ክርክርና ድርድር በተለይም ከኦሮሞ ጋር ለሚኖረው ሰላማዊም ሆነ ግጭታዊ ግንኙነት ጎበና እንደዋና

115 ሥርገው ሐብለ ሥላሴ፣ *ዳግማዊ ምኒልክ፡ የአዲሱ ሥልጣኔ መሥራች* (ሙኒክ፣1992)፣ ገ፡155።

116 የጎበና ዳጬው ሰነዶች፣ IES MS, 4614.

ድልድይ እንደሚሆናቸው ከስምምነት ተደረሰና የደጅ አጋፋሪነት ሹመት ተሰጠው[117]።

እኤአ በ1870ዎቹ ሸዋ መጥቶ የነበረው ጣሊያናዊው ተጓዥ ቼቺ ምኒልክ በሸዋ ሰዎች ዘንድ በጣም ጥሩ የሆነ አቀባበል አግኝቶ ነበር ይለናል። ጎበና ይህንኑ የምኒልክን ተቀባይነት አይቶ ሰውና ሀብቱን ይዞ ከምኒልክ ጋር እንደተቀላቀለ ይነግረናል። በዚሁ ምክንያት ምኒልክ ተቀብሎ አድንቆ ማዕረግ ሰጠው ይላል። ለማንኛውም ጎበና ቤተመንግሥት ማገልገል የጀመረው በማለዳው የሥልጣን ዘመን ሲሆን በዚሁ አገልግሎቱ ተከታታይ ማዕረጎችን እስከ ንጉሥነት ድረስ ተቀብሏል። በጣም ጎበዝ ፈረሰኛ ስለነበር ብዙዎች የኦሮሞ ፈረሰኞች በሱ ዙሪያ ተሰባስበዋል። በቀጣዩም አስርት ዓመታት ጪምብሲ የምትባለዋ ከተማው ወደ ታዋቂ ወታደራዊ ቀጠናነት ተቀይራለች[118]።

የአጋፋሪነት ሹመት

የጎበና የቅምቢብት ሻለቅነት ብዙ ተቃውሞ ቢያስነሣም ከላይ እንደተገለጸው መዘዙን በመፍራት አጽድቀውታል። መጀመሪያውኑ አለመሾም እንጂ ከተነካኩ በኋላማ ተከታዮቹን ሰብስቦ ከኦሮሞ መኻል ከገባ አንችለውም በሚል እንድምታ ተቀብለውታል። ይህ በእንዲህ እንዳለ ከጊዜ በኋላ የነገሮችን አካሄድ ገምግመው በተለይም የምኒልክ ዋና አማካሪዎች ደጃች ገርማሜና ደጃች ወልደ ገብርኤል የወደፊቱን ትርፍና ኪሳራ አስልተው፣ የጎበናን በኦሮሞዎች ዘንድ በምኒልክ ቤተመንግሥት ያለውን ተቀባይነትና ድጋፍ አመዛዝነው ለአጋፋሪነት ሹመት አጬት። "ይህን ኦሮሞ አየነው ለኦሮሞውም ለአብቹና ለገላን ለድፍን ኦሮሞ ለጌታው ይምከር .... እኛም አመሉንና መላውን ሁሉ እናውቀዋለን .... አጋፋሪ ይሁን አሏቸው"[119]። በደጃች ገርማሜ የሕይወት ታሪክ ላይም እንደተጠቀሰው የነገሩ ዋና ጠንሳሽ ገርማሜ ይመስላል።

> ..... ባለፈው ነገር ሁሉ ቂም በቀል የለንም የሚረዳን ሰው እየፈለግን ሥራ ማስያዝ ነው ብለው ለንጉሥ ምኒልክ መከሩ፤ የኦሮሞ ባላባት ሁሉ እየመጣ ከንጉሡ ለመገናኘት፣ ለጉዳዩም የሚመጣ ሁሉ ልክ የለውም ...። እንደራሴውም ደጃች ገርማሜ ናቸው። ጥቂት ጥቂት በጆሮአቸው ከመስማት በቀር የኦሮሞ አፍ አያውቁም። ለሹም ሽር ምክር ተይዞ ሳለ ገርማሜ 'በእግዚአብሔር ቸርነት አልጋችን ገባ። እንግዲህ መጀመሪያ የደጅ

117 ዝኒ ከማሁ።

118 Cecchi and Chiarini, pp. 445-455.

119 የጎበና ዳጨው ሰነዶች፣ IES MS, 4614.

> አጋፋሪ ነገር እንምከር’ ቢሉ ሌሎቹም ‘ሌላውን ነው እንጂ የደጅ አጋፋሪማ አለን አይደለምን’ አሉ። ደጃች ገርማሜም ‘የኦሮሞ አፍ የማያውቅ አጋፋሪ አለን አይባልም። እኛ ጥቂቶች ነን ስንት ባላባት እየመጣ በስማ በለው ሲያነጋግሩኝ ተቸግሬአለሁ። ግዛታችንን ለማስፋት የምናስበው ወደ ኦሮሞ ቤት ነው። የሚመጣ ሁሉ በደስታ እንዲገናኝ ደስ እንዲለው ኦሮሞዎችም ጀር ጀር ሲያደርጉት አያለሁ፣ እኛን እየፈራ ነው እንጂ ንገርልንም ሳይሉት አይቀሩም። እንደኔ አሳብ በእናቱ ዐማራ ባባቱ ኦሮሞ ነው። ጎበና ይሁን ብለው ተናገሩ።’ ነገሩም በዚህ ተቆርጦ ጎበና ተሾሙ። በእውነትም የኦሮሞ ቤት ሁሉ ደስ አለው። ባላባቶችም እየመጡ ንጉሡን መረቁ[120]።

ከዚህ በላይ በተጠቀሰው ጥቅስ ውስጥ በጣም በርካታ የዘመኑን አመለካከትና ዓላማ መገንዘብ ይቻላል። አንድ ትልቅ ነገር ግን የጎበና ሹመት የአንድ ግለሰብ ሹመት፣ በእሱ የግል ችሎታ ላይ ብቻ የተመሠረተ እንዳልነበርና እንዲያውም የሸዋ ቤተመንግሥት ልሂቃን ከኦሮሞ ጋር ለሚኖራቸው ግንኙነት ወይም ትብብር ጎበናን እንደ ድልድይ ለመጠቀም ማሰባቸው ነው። ሰፊ ግዛት ለመመሥረት ከተፈለገ በሁለት ምክንያት ኦሮሞን መያዝ የግድ መሆኑን ከገርማሜ ንግግር መረዳት ይቻላል።

አንዱ ሐሳብ እኛ ጥቂቶች ነን የሚለው ነው። ሰፊ ግዛት ለመመሥረት የሰው ኃይል ያስፈልጋል። ለዚያ ደግሞ ከቅርባቸው ያለው ሰፊ ሕዝብ ኦሮሞ ነው። እንዳሰቡትም የአስራ ዘጠነኛውንና የሃያኛውን መቶ ክፍለ ዘመን ሰፊ ኢትዮጵያን ለመመሥረት የቱለማ ኦሮሞ እንደዋና የሠራዊት ምንጭ በተለይም ፈረሰኛው ቱለማ መሆኑ ግልጽ ነው። ሁለተኛው ሐሳብ ግዛት ወይም መሬት ነው። ከሣህለ ሥላሴና ቀደምት የሸዋ ዐማራ መሪዎች ጀምሮ ምናልባትም ከአስራ ሰባተኛው ክፍለ ዘመን መግቢያ ጀምሮ በዐማራውና በኦሮሞው መካከል የነበረው ቁርቋሶ በመሬት ምክንያት ነበር። እንደተረዱትም ይህ ሰፊና ለም መሬት ደግሞ ያለው በኦሮሞው እጅ ነው። ላለፉት ሁለት መቶ ዓመታት አካባቢ በዐማራው በኩል መሬቱን ለመንጠቅ የተደረጉት ሙከራዎች ከሞላ ጎደል የተሳኩት በጣም ትንሽ በሆኑ ቦታዎች ለምሳሌ በይፋትና በተጉለት ከአንኮበር እስከ በሬሳ ወንዝ ድረስ ብቻ ነበር። በተረፈ ቱለማን ከመሬቱ ለማስለቀቅ አልቻሉም። በመሆኑም ለዚህ ዓላማ ሌላ ዘዴ መቀየስ ነበረባቸው። ይኸውም ኦሮሞን በተለይም ቱላማን ቀርቦ ስምምነት አድርጎ ሌሎችን በማስገበርም ይሁን በመውጋት ግዛቱን ማስፋት፣ ለዚህም ነው ገርማሜ ግዛታችንን ለማስፋት የምናስበው ወደ ኦሮሞ መሬት ነው የሚለው። ይህንን ለመተግበርም ጎበና ለምን ትክክለኛ ሰው እንደሆነ የተናገሩትም የረጅም ጊዜ ዓላማን ግምት ውስጥ ያስገባ ነበር። ጎበናን ኦሮሞዎች በጣም እንደሚመኩበት ከሸዋ መንግሥት ጋር ለመግባባት እንደዋና

120 ቀኛዝማች ኃይሌ ዘለቃ፣ “የደጃዝማች ገርማሜ የሕይወት ታሪክ”፣ 1937፣ IES. MS. 2478.

መሣሪያ እንደሚሆናቸው እንደሚያምኑት ይነገራል። ስለዚህ ይህንን እምቅ ዕድል ማጣት እንደሌለባቸው ይገልጻል ገርማሜ።

ሌላኛው ነገር ደግሞ የቋንቋ ጉዳይ ነው። የኦሮምኛ ቋንቋ የማያውቅ አጋፋሪ አይጠቅመንም ብለው አስበው በዚሁ ምክንያት ቋንቋቸውን በቁጥር ብዙ በሆነው ኦሮሞ ላይ በግድ ለመጫን ሙከራ ከማድረግ ይልቅ ሁለቱንም ቋንቋዎች የሚናገር ሰው አስፈላጊ መሆኑ ገብቷቸዋል። ጎበና የተሾመበት ቦታም ልክ እንደዘመኑ የሕዝብ ግንኙነት ጭምር የሚያገለግል ስለሆነ ሁለቱንም ቋንቋ መቻል ከሁለቱም ሕዝቦች ጋር ወይም ተወካይ ባላባቶች ጋር ለመነጋገር አስፈላጊ ነበር። በአጠቃላይ ጎበናን ለቤተ መንግሥት ሰውነት ካሳጩት የግል ዕውቀትና ክህሎት በተጨማሪ እነዚህ ነባራዊ ሁኔታዎች ግምት ውስጥ ገብተው ነው። በዚህ ጽሑፍ መግቢያ ላይ እንደተጠቀሰው የዘመኑ የግለሰቡ ውስጣዊ ሁኔታዎችና የአከባቢው ወጫዊ ሁኔታዎች ጎበናን ለሸዋ የዐማራ መንግሥትና የቱላማ ኮንፌደረሲ በኋላም ለቱላማ መጫ ኮንፌደረሲ ምሥረታ ምክንያት አድርጎታል።

በርግጥ ይህ የኦሮምኛ የቋንቋ በምኒልክ ቤተመንግሥት የጐንደሬዎችና የተወሰኑ መንዜዎች ቡድን ከጊዜ በኋላ ጉልበት እያበጁ ሲመጡ ከጎበና ቡድን ጋር የነበራቸዉን የሥልጣን ወይም ዕድገት ሽኩቻ በአሸነፊነት እየተወጡ እንደሆነ ሲሰማቸው ውስጥ ውስጡን ሲያደርጉት የነበረውን ሽሙጥና ንቀት ምናልበታም ኋላቀር አድርጎ መቁጠርን ወደ ሸዋ መንግሥት በኋላም ወደ ኢትዮጵያ መንግሥት ፖሊሲነት ቀይረው ከሸዋ ቤተ መንግሥት አራቁት። ስለዚህ በአስራ ዘጠነኛው ክፍለ ዘመን የመጀመሪያ አጋማሽ በቱለማ ላይ ያልተገበሩትን የቋንቋ ፖሊሲ በሌሎች ላይ የተገበሩት በጣም ዘግይተዉ በተለይም ከጎበና መገለልና ሞት በኋላ ነበር። ራሳቸውን የምኒልክ ዋነኛ ደጋፊ አድረገው የቆጠሩ እነዚህ ቡድኖች በቱለማ ላይ በግልጽ ያልተገበሩትን የቋንቋ ፖሊሲ በደቡባዊ የኢትዮጵያ ክፍል ላይ ፈጽመዋል። በቋንቋ ብቻ ሳይሆን ሌሎችንም የጭካኔ ድርጊቶች በምኒልክ ዕውቅና ብቻ የሚፈጽሙት አይመስሉም። ለምሳሌ ምኒልክ አንዳንዱን በነዚህ የጦር ሰዎች የሚፈጸሙ ጫፍ የወጡ አካል የማጉደል ቅጣቶች መፈጸማቸውን ሲሰማ "ይህማ ከፈጣሪ የሚያጣላ ድርጊት ነው!" ብሎ እንደተቆጣ ይነገራል። ስለዚህ ጐንደሬዎችና መንዜዎች እነርሱ የማይናገሩትን የኦሮምኛ ቋንቋ ቀስ በቀስ ከሸዋ ቤተ መንግሥት በኋላም ከኢትዮጵያ ቤተ መንግሥት አካባቢ የማራቅ ሥራቸውን አስፍተው ሀገራዊ ፖሊሲ አደረጉት።

በዚሁ መሠረት በሁለቱ (የዐማራ-ኦሮሞ) ስምምነት ይህ ሰፊ ሀገር እንዲመሠረት በገርማሜ አእምሮ ውስጥ የተቀረጸ ሐሳብ፣ በምኒልክም ፖለቲካዊ አመራር በአንክሮ ተይዞ በጎበና ወታደራዊ ዕውቀትና ክህሎት ላይ በመንተራስ በካህናት በነ አለቃ ወልደ ኪዳንና አለቃ ሐሴቱ አደራዳሪነት ተነድፎ ወደ ትግበራ የተገባ ይመስላል። ይህ አብሮ የመሥራት ዕቅድ ምን

ያህሉ እንደታሰበው ተሳክቷል? ምን ያህሉስ በየምክንያቱ ታጥፏል ለሚለው ጥያቄ በሚቀጥሉት ተከታታይ ምዕራፎች ይብራራል።

በነገራችን ላይ የዚህን ጽሑፍ ረቂቅ ካነበቡ የጸሐፊው ባልደረቦች አንዱ ይህን ምዕራፍ ካነበበ በኋላ "በእውነት ጎበና ደግና የዋህ ሰው ነበር፤ ይህን ሁሉ የሰው ኃይል፣ የጦር ክህሎትና ዕውቀት ይዞ በሊቃውንቱ አስተዋዋቂነትና አስማሚነት ከተቀላቀለ በኋላ የተሰጠውን የአጋፋሪነት ሹመት አሜን ብሎ መቀበሉ። አንድን የሸዋ ዐማራ ወይም ከዐባይ ማዶ ካሉት ልሂቃንን ብናስብ፣ እንኳን ይህን ያህል ጉልበት ይዞ በዚህ ቦታ መሥራት ወይም መስማማት ይቅርና ሁሉን ራሱ ካልያዘው እሺ አይልም ነበር፤ ማን ከማን አንሶ ለማን ይገዛል በሚል። በቀጥታ ወደ ጦርነት ገብቶ እስኪለይለት ድረስ።" ብሏል።

ሆነም ቀረም ጎበና ይህ የደጅ አጋፋሪነት ጥያቄ ሲቀርብለት በቀጥታ እሺ አላለም። ብዙ ጥርጣሬ አድሮበት በመጀመሪያ ላስተዋወቁት ካህናት አለቃ ሐሴቱ እና ለአለቃ ወልደ ኪዳን አምጥቶ አጫውቷል። እዚህ ላይ የጎበና ጥረጣሬ በሁለት ምክንያት ይመስላል። አንደኛው የቤተመንግሥትን የሸርና የሸፍጥ ፖለቲካ በመፍራት ሊያሳስሩኝ፣ ሊያስገድሉኝ ሊያጠፉኝ ነው የሚል ሲሆን ሁለተኛው ደግሞ የልምድ አለመኖርና የባይተዋርነት ስሜት ይመስላል። ከንጉሥ ሣህለ ሥላሴ ጀምሮ በሸዋ ቤተመንግሥት ውስጥ የነበሩ ብዙ በለሚሎች የሞሉበት ቤት ስለሆነ ከዚያም መካከል ተጠልፎ እንዳይጣልና የእነሱንም አሠራር ስላላወቀ ነበር[121]።

ሐሳቡን ለካህናቱ እንደሚከተለው እንደገለጸ ይነገራል። "በዚህን ጊዜ ጎበና በጣም ተጨነቁ። ከቤታቸው ገብተው አለቃ ወልደ ኪዳንን ጠርተው ጉድ ልሆን ነው አሉ። 'የቤተመንግሥት ሰው አይደለሁ፣ ዘመድ ወዳጅ አላውቅ፣ የትልቅ ንጉሥን የልጃቸውን የኃይለ መለኮትን ሰፊውን ነዋሪውን አዲስ ገቡን፣ ቅን ጠማማውን ለይቼ አላውቅ ... ሊያስሩኝ፣ ሊያጠፉኝ ነው ሲሉ' ለአለቃ ሐሴቱም የሐዘን ቃል ላኩ"። በዚያን ጊዜ አለቃ ሐሴቱ ሚጣቅ ስለነበር አንኮበር አይገኙም። ለሁል ጊዜውም ቢሆን በጣም አንገብጋቢ ጉዳይ ካልገጠመው በቀር ከተማ የማይታይ ስለሆነ ይህ መልእክት እንደደረሰው ወደ አንኮበር መጣ። አፄ ምኒልክም ምነው አባቴ በሰላም ነው ወይ? ብሎ ጠየቀው ይባላል። ጎበናን ማን አጋፋሪ አድርገህ ሹም አለህ ብሎ ሲጠይቀው። ምኒልክም እነገርማሜ ናቸው፣ እኔ እንኳ ያልለመድኩትን ሰው አጋፋሪ ማድረግ አልታየኝም ነበር አለ። አለቃውም ደግ ነገር አድርገሃል ብሎ ነገር ግን ሰውና ሥራውን እስኪለምደው ታምሬን ዘጊ አድርግለት ብሎ መከረው። ታምሬ ደግሞ ሰፊ ልምድ ያለውና የቤተመንግሥቱን ሰው ወጪ ገቢውን ተመላላሹን በሙሉ በደንብ ያውቃል። በፊትም ቢሆን ከሣህለ

121 የጎበና ዳጨው ሰነዶች፣ IES MS, 4614።

ሥላሴ ጊዜ ጀምሮ ከቤተ መንግሥት ወደ ሚጣቅ በገዳሙ መምህር ለነበረው አለቃ ዐምደ ጽዮን ድርጎ (ስንቅ) አመላለሽ ስለነበር በደንብ ይተዋወቃሉ። አለቃ ሐሴቱም የአለቃ ዐምደ ጽዮን ልጅ ነው ይባላል። በዚሁ ትውውቅ ምክንያት በኃይለ መለኮት ጊዜ የእልፍኝ አስከልካይነት ሹመት አሰጥቶት ነበር። አሁን ደግሞ በምኒልክ ቤተ መንግሥት ዘጊ ሆኖ ጎበና አጋፋሪ እንዲሆን ሐሳብ አመጣ። በዚሁ መሠረት የነበረው አጋፋሪ፣ ምናልባትም ደጃች ወልደ ገብርኤል ተሽሮ የጎበና ሹመት ተቀባይነት አግኝቶ ደጅ አጋፋሪ ሆነ[122]።

እዚህ ላይ አጋፋሪ የሚባለው ሥልጣን በኋላ ላይ የምናውቀውን ለምሳሌ እንደ ፍቅር እስከ መቃብሩ አጋፋሪ ጉደታ ብቻ አድርገን ከተገነዘብነው ስሕተት ላይ እንወድቃለን። በዘመኑ በነበረው ግንዛቤ በጣም ትልቅ የፖለቲካ የሥልጣን ቦታ እንደሆነ ምናልባትም ከዚህ ዘመን የሕዝብ ግንኙነት የሥልጣን ቦታ ጋር ተመሳሳይነት ያለው ቦታ እንደሆነ ሥርግው ስለ ምኒልክ በጻፈው መጽሐፋ ይነግረናል። ጎበና ያን ሁሉ የሰው ኃይልና የጦር ዕውቀትና ክህሎት ይዞ ሄዶ እንደምን "የዘበኝነትን" ሥራ አሜን ብሎ ተቀበለ የሚሉ አንባቢዎች እንደሚያጋጥሙ ግልጽ ስለሆነ ነው የዚህን የአጋፋሪነት ሹመት ምንነት ለማብራራት ያስፈለገው። ይህን ቦታ እንኳ እንዴት ለሱ ትሰጣላችሁ ብለው የተቃወሙ እንደነበሩ ግልጽ ሲሆን በተደጋጋሚ እንደተነገረው ይህ ቦታ ዐማራን ከኦሮሞ ጋር የሚያገናኝ ዋና በር ወይም ቢሮ ነው የሚባልለትም ቦታ ነበር። በጦር ክንፍ ያለውን ተሰሚነት ደግሞ መዘንጋት የሌለበት የተጽዕኖ መፍጠሪያ ቦታ ነበር። ከበዛብህ ጋር የነበረውን ተደናቂነትና እየተመካከርን እንሠራለን መባባልን በምኒልክም የነበረውን ተደናቂነትና ተደማጭነት እና በሌሎች የነበረበትን ተቀናቃኝነት ስናስብ የአሽከርነት ደረጃ ሳይሆን አብሮ የመሥራት ስምምነት ነበር የሚል ሐሳብ በዚህ ጸሐፊ ዘንድ አሳድሯል።

ከዚህ በኋላ ጎበናና ታምሬ እጅና ጓንት ሆነው ሥራውን ተግባብተው በቅልጥፍና ማከናወን ጀመሩ። የአጋፋሪ ታምሬን ቀልጣፋነትና፣ ሥልጡንነት፣ ፈጣንነትና ንቁነት አስገራሚ እንደነበር የጎበና ዜና መዋዕል ይገልጻል። በተጨማሪም ትሑት እንደሆነና አስፈላጊ በሆነበት ሁኔታ ደግሞ ቁጡ እንደሆነ ይነገርለታል። በዚሁ ባሕሪው ከጎበና ጋር እንደ ልጅ አሽከር በመሆን ከምኒልክ ቤተመንግሥት አልፎ እስከ ጎበና ቤት ድረስ ባለሟል፣ መካሪ፣ አዛዥ እና አጋፋሪም ነበር። ጎበናም ከቤተ መንግሥቱ በተጓዳኝ ስለ ግል ቤቱ ያማክረው እንደነበር ይነገራል። የጎበና ጸባይም ለታምሬ የሚመች ዓይነት ይመስላል። በጣም ዝምተኛ፣ ለረጅም ጊዜ ካልለመደው ካላየው ለተጠየቀው ምላሽ ከመስጠት በቀር ብዙ አያወራም፣ ዓይናፋር ይመስላል ይባላል። እንደ ዘመኑ ባህል ለወዳጁ ደግሞ ግልጽና ሙት ነው ይባልለታል።

122 ዝኒ ከማሁ።

እንደ ጊዜው ፕሮቶኮል ጎራዴውንና ካራውን ቁንን አድረጎ በአርምሞና በተደምሞ በመቆም የሚሆነውን ይከታተላል፣ ሲያስፈልግም ትእዛዝ ይሰጣል። ብዙውን ቴክኒካዊ ነገር ምክትሉ ታምሬ በቅልጥፍና እየተሯሯጠ ያከናውናል፤ አስፈላጊ ሲሆን ጠጋ ብሎ በጆሮ መረጃም ለመስጠት ለምሳሌ ይኽ እንዲህ ዓይነት ሰው ነው ንጉሡ ይወዱታል፤ ይጠሉታል፤ ዘመድ ወገን ነው፤ አምቻ ጋብቻ ነው እያለ ለጎበና ይነግራል። በዚህ ጊዜ ጎበና "ጎበዝ ዞር እንበል" ይላል፤ ይህ ማለት ለታምሬ እንዲያስወጣቸው ትእዛዝ ማስተላለፉ ነው። ቆይቶማ ጎበናና ታምሬ በጥቅሻ ብቻ በመናበብ ሥራቸውን መሥራት ጀመሩ ተብሎ ይነገራል[123]።

ጎበና ቤቱን ከተላመደ በኋላ እንደጊዜው ልማድ ዘመድ ወይም የዘመድ ልጆችን ማስጠጋት ጀመረ፣ ይህንን ከበዛብህም ጋር በነበረ ጊዜ እንደሚያደርገውና ከበዛብህም ጋር ያጣላቸው ይኸው የዘመድ ጉዳይ እንደሆነ በባለፈው ምዕራፍ ተጠቅሷል። አሁንም ለክፉ ባይሰጥም ልክ እንደዚያው እዚያው ካሉት ባለሚሎች ጋር በዘመድ ምክንያት ይጋጫል። ቱሉ ጅማ የሚባል የወንድሙ፣ የጅማ ዳጪ ልጅ ከሱው ቤት ገብቶ በአሽከርነት የአጎቱን የጎበናን ጎራዴና ጠመንጃ እየያዘ ይከተል ነበር፣ በዚህም ምክንያት ዘወትር ከእልፍኝ አዳራሽ ግብር በኋላ አጋፋሪ ታምሬ ከንጉሡ ጋሻ ኋላ ሆኖ ያበላዋል፤ ጠጅም ከራስጌ ከማለፊያው ሁለት፣ ሁለት ዋንጫ ይሰጠዋል። ታዲያ አንድ ቀን ከፋይ ግብር ገብቶ (መጠነኛ ግብዣ) ተደርጎ የንጉሡ ዋና ባለሚል አሉላ ብጡል እዚያው እየተላፋ ሲጫወት ነበርና ቱሉ ጅማ በትልቅ ብርሌ ፈንጠር ብሎ ተደብቆ ሲጠጣ ያይና "እስኪ ማ አያ አሮሞ" ብሎ ጠጁን ነጥቆ ግጥም አድርጎ ጠጣበት። ማታ ወደ ቤታቸው ሲሄዱ ቱሉ ለታምሬ እነዚያ ሞላጮች ነጠቁኝ ብሎ ይነግረዋል። መቼም እነዚህ ጐንደሮች መጫወቻ አርገውናል፣ ለሁለተኛው አይዞህ አትፍራ ለኔ ንገረኝ ይለዋል። በሦስተኛው ቀን እንዲሁ ሲያደርግ ጐንደሮች ያዩትና ቢያባብሉት፣ ቢያንቆለጳጵሱት እምቢ ሲላቸው አዘናግተው ጠጁን ይነጥቁትና ይጠጡበታል። ቱሉ ይህንኑ ለታምሬ ይነግረዋል[124]።

ይህችን በልቡ ይዞ ታምሬ ለጎበና እዚህ እልፍኝ እነዚህ ጐንደሮች በዝተዋልና "ዘወር በሉ!" ይበሉና ይጀምሩልኝ ብሎ ለጎበና ይነግረዋል። ጎበናም ወጥቶ ዘወር በሉ እንዲያውም በዝታችኋልና በራስጌ በር ውጡ ቢላቸው ሸዋዎቹ እነ ሸዋረገድ ዳርጌ፣ እነ መኰንን ወልደ ሚካኤል፣ እና ሌሎችም መሰስ ብለው ሲወጡ ጐንደሮቹ ተቆነኑ። በዚህን ጊዜ ታምሬ በክርን በእርጩሜ እየገረፈ አስወጣቸው። ከነሱም ውስጥ ሦስቱ ታጥቀውት የነበረው ሽጉጥ ተለጉሞ (ጥይት ጎርሶ) ስለተገኘ ታሰሩ። ንጉሡ ይህን የመታሰራቸውን ወሬ ሲሰማ በጣም ተቆጣ። በዚህም ሽምግልና ተቀመጡ፤

123 ዝኒ ከማሁ።

124 ዝኒ ከማሁ።

እነ ዳርጌ (በኋላ ራስ ዳርጌ)፣ ደጃች ወልደ ሚካኤል፣ ደጃች ናደው፣ ደጃች ማሙዬ እና ካህናትን ጨምሮ። ምኒልክ ተቅበጠበጠ ይባላል፤ በመከዳ ላይ መገላበጥ ሆነ ሥራው፣ ተደፈርኩ አሽከሮቼ እንዴት ይታሰራሉ በሚል። ጎበናም ተጠራ፣ ንጉሡም አባት እናታቸውን አገር ወገናቸውን ጥለው እኔን አምነው በመጡ መደብደብ መታሰር አለባቸውን? አለ። በል ጎበና በምን የተነሣ ነው ብሎ ቢጠይቀው፣ ጎበናም ጌታዬ ራስጌዎ ሽጉጥ ለጉመው (አጉርሰው) ታጥቀው ሰክረው ሲላፉ ባርቀስ ከፊትዎ ካሉት ሽማግሌዎች አንዳቸው ቢወድቁ ምን ይባላል? ብሎ መለሰ። ታምሬንም፣ ታምሬ በል ሽጉጦቹን አምጣ ብሎ ለንጉሡ አሳይቶ በንዴትና በብስጭት ተናገረ። ንጉሡም ወሌንና አሉላን አስጠርቶ የለጎማችሁት እናንተ ናችሁ ወይ? ብሎ ጠየቀ። እነሱም አዎን ብለው አመኑ። የንጉሡም ቁጣ ቀርቶ አኩርፎ ዝም አለ ይባላል[125]።

በነገራችን ላይ ለሸዋ መንግሥት፣ ሥርዓትና ሥልጣኔ እንደ አርአያ የሚወሰዱት ጐንደሮች ናቸው። በቀዳማዊ ኢያሱ ጊዜ ሸዋን ለማስገበር መጥተው ከነበሩት ውስጥ ከተማረኩት ሰዎች የመንግሥት ሥርዓትን እንዴት እንደተማሩ የእርሻን ሥራ እንዴት የይፋትን ጫካ መንጥረው ለማስፋፋት እንደረዷቸው ከሸዋ ሥርወ መንግሥት ታሪክ ማወቅ ይቻላል። ምኒልክም የልጅነት ዕድሜውን ከአፄ ቴዎድሮስ ዘንድ ስላሳለፈ ከብዙ የአካባቢው ሰዎች (ወጣቶች) ጋር በመላመዱ በተለምዶ ጐንደሬዎች የሚባሉ የሠራዊቱ እርሾ የነበሩ በርካታ ወጣቶች ተከትለውት ወደ ሸዋ መጥተው ነበር። የራሳቸው የሆነ ቡድን ተመሥርቶ ጐንደሬዎች የሚባል ጦርም ነበር። በዚህ በሸዋ በመገኘታቸው ሸዋዎች እንዳልሠለጠኑ ጐንደሬዎች ደግሞ እንደሥልጡን ይወሰዱ ነበር። ሸዋ በፈረስ ወረሳ እየመታ የሚገድል ፈረሰኛ እንጂ በዘመናዊ የጦር መሣሪያ አጠቃቀም የተካነ ወይም ሰልፍ የሚያውቅ ተደርጎ አይወሰድም ነበር። እንደ መንግሥትም ጐንደርን እንደ በኩር ሸዋን እንደ ታናሽ የመቁጠር ልምድ ስለነበር ምኒልክ ጐንደሮችን በጣም የሚያቀርበው ከዚያ የተነሣ እንደ ነበር ይታመናል[126]።

ከዚያ በኋላ ጎበና ለሦስት ዓመታት አጋፋሪ ተብሎ በትልቁም በትንሹም እየተከበረ ሥራውን ሲያከናውን ቆየ። በዘመኑ አነጋገር ሁሉም ከሱ ቃል አያልፉም ነበር። በማዕረግ ግብርም ጊዜ በአለቃ በአለቃው እንግዳ ለብቻው ከዐማራና ከኦሮሞ የመጡ ሽማግሌዎችና ባላባቶችም፣ ባለ ማዕረግና ተራ ወታደሮችንም እንዲሁ ከታምሬና ከአለቃ ወልደ ኪዳን ጋር ተመካክረው በቦታ ቦታ አድርገው ይህ ከዚህ አይለፍ ብለው መድበው በየማዕረግ ክፍሉ ይሠሩ ነበር። ጎበና በምክር በጣም የሚያምንና የሽማግሌዎችንና የብልህ ሰዎችን ምክር የሚሰማና ሁሌም ለመማር ዝግጁ

125 ዝኒ ከማሁ።

126 ጎሩይ፣ ገ፡ 105-107።

የሆነ ይመስላል። ለምሳሌ ከንጉሥ ሣህለ ሥላሴ ቤት ልምድ የነበራቸውን ሰዎች እነ አለቃ ወልደ ኪዳንን፣ አጋፋሪ ወልደ ሥሉስን እና አስተዋይ ደጅ ጠኚ ሽማግሌዎችን ያቀርብ ነበር። ማታ ማታ ከነዚህ ሰዎች ጋር ሰፊ ምክክር ነበረው፤ ሥርዓቱንም ያስጽፍ ነበር ይባላል። በተለይ አለቃ ወልደ ኪዳን ሰፊ ዕውቀት የነበረውና በዲቁና ሄዶ በዋድላና በጐንደር አስራ አራት (14) ዓመት ተምሮ የመጣ የፍትሐ ነገሥት፣ ያቡሻኽር፣ የሐዲስና የብሉይ ኪዳን ዐዋቂ ስለነበረ ጎበናን በምክር በጣም ይረዳው ነበር። የአለቃ ወልደ ኪዳን ዕውቀት የቤተ ክህነት ብቻ ሳይሆን በኦሮሞ ጨፌ ላይም ሰፊ ዕውቀት እንደነበረው ይነገርለታል። "...ይህ ፍትሐ ነገሥታችን ሥጋዊው ከጨፌ ስልት ምንም አይለይም ... በደም ነገር ስንኳን ጨፌን ያበልጡ ነበር። በኛ ፍለጠው፣ ቁረጠው ይበዛልና።" በነዚህ አማካሪዎች ምክንያት እንደዘመኑ ግንዛቤ የጎበና የአጋፋሪነት ጊዜው የተደነቀና የተመሰገነ ነበር[127]።

በዘመኑ በነበረው አሠራር ስምሪት ወይም የጦርነት ውሎ ዋነኛው ለሹመት የሚያሳጭ ክህሎት ስለነበር ጎበና በዚህ የተዋጣለት ባለሙያ ነበር። እንደተሾመ ይህንን በበለጠ የሚያስመሰክርበት ዕድልም በተደጋጋሚ ተፈጠረለት። እንደ ተሾመ ምናልባትም በ1858 ሊሆን ይችላል በማጀቴ፣ በጥሙጋና በጅሌ ኦሮሞ አምጾ ሰው ፈጀ፤ አስቸገረ፤ ሰፋሪውን ወይም ባላገሩን አባረረ፤ ዘረፈ ተባለና ዘመቻ ታዘዘ። ከዚያም እነ ጎበና ደርሰው ወሪሳ መቱ። የጎበና ዜና መዋዕል ጸሐፊ እንዲህ ይተርካል፤

> አጋፋሪ ጎበና ከደጃዝማች በሻህ አቦዬ ጋራ በአቶ በዛብህ ጊዜ ከአየለች ከእኅቱ ጋር አይለይም ነበርና ደጃዝማች ለማንና በሻህን ፈረስ ያስተማሩት ጎበና ነበሩና ከአንተ አንለይም ስምሪትም እንግራለን ባይ ስለነበሩ አባረው ተቆርጠው ጠፉ። አጋፋሪ ጎበናም ከበሻህ አቦዬና ከፈጣን ቀልጣፋ አሽከሮቹ ቀኝ አዝማች ወልዳማኑኤል፣ አልሞ ተኳሽ አባ መንድብ (አቶ ፍርዴ የከንቲባ ማናዬ ወንድም)፣ ፈረሰኛ ወርዶፋ ግራኝ ሆነው እየተጋደሉ ጠፉ፣ ሞቱ ቀሩ ሲባል 5 ቀን አድረው 7 ገድለው 7 ዋና ዋና ማርከው ገቡ። አገዳደላቸው ገና ጦርነቱ እንደተጀመረ፣ ፈረሰኛ በመካከል እንዳበደ ተፍ አድርጎ አስነሥቶ ሁለት በጦሮቹ አምስት በካራ እንዲሁ ወልዳማኑኤልም በሻህም የነፍጠኞቹም እንዲሁ እንደነበሩ ይነገርላቸዋል። ከዚህ ውሎ በኋላ ንጉሡ አጋፋሪ ጎበናን አስጠርቶ ማታ ማታ ልክ በበዛብህ ጊዜ እንደነበረው የስምሪት ጨዋታ ወይም ወግ ይጫወታሉ[128]።

ጎበና በአንጻራዊነት በክርስትና ሃይማኖት ማእቀፍ ውስጥ እየኖረ ስለነበር፣ በስምሪት ጊዜ ሁሉ ሳይቀር ጾመኛና ረኃብ የማይፈታው ነበር

127 የጎበና ዳጬው ሰነዶች፣ IES MS, 4614.

128 ዝኒ ከማሁ።

ይባላል። በአንድ ዘመቻ ከበሻህ አቦዬ ጋር አብረው ዘምተው ነበርና “በመንፈቀ ሌሊት ገስግሰው ወደ ማታ ሰፈር ሲሆን እንደ ልማዳቸው ይላላ (ቃፊር) ጠብቀው ሠራዊት ሲከት ከሰፈር ዳር ደርሰው ማራኪና ዘራፊ ሲጣሉ ያገኛሉ። በዚህን ጊዜ ጾማቸውን ቢውሉም ከሰፈር ዳር ችሎት አደረጉና ሲያነጋግሩ ደጃዝማች በሻህ እንግባ ቢሉ እስኪ ይህ ነገር ይቆረጥ ሲላቸው በሻህ ተናደዱና ወንድሜ አንተ ሮጠህ አታባራ፣ አይርብህ አትበላ ሩጥ ብሎሃል” ብሎ ወደ ሰፈራቸው ጥሎት እንደሄደ ይነገራል[129]።

የጎበና ተጠባባቂ የጦር አበጋዝነት ሹመት

ጎበና ማንኛውንም ሹመቱን በአማላጅና በደጅ ጥናት ስለማግኘቱ የሚያሳይ ማስረጃ የለም። ሁሉንም ከመጀመሪያ ትውውቅ በስተቀር የሦስተኛ ሰው አማላጅነት አላስፈለገውም። ችሎታው ታይቶ ተለምኖ ነው የሆነው። በርግጥ በውስጥ ሁልጊዜም ደጋፊዎችም ነቃፊዎችም ነበሩት። አሁንም ለሦስት ዓመታት ያኽል በአጋፋሪነት ከሠራ በኋላ ለጦር አበጋዝነት ታጨ። ምክንያቱም ከሱ ውጭ ቦታውን ለመያዝ የሚችል ሲያስቡት የለም፤ ጎበዞች ስም ያተረፉ ኃያላን ቢኖሩ እንኳ ድፍረት እንጂ እንደ ጎበና የጦር መላ አያውቁም እየተባለ ለጎበና ድጋፍ ተሰጠ። ስለዚህ ጎበና ለአበጋዝነት ታጨ።

ጎበና ለአበጋዝነት በታጨበት ወራት ወይዘሮ መስታወት ከልጇ ከአባ ዋጠው ጋራ ከድተው መቅደላ በገቡ ጊዜ ወደ ወሎ መዝመት ግዴታ ነበርና ብርቱ የግምባር ለግምባር ውጊያ ስለነበር ጎበና ችሎታውን ያስመሰከረበት የውጊያ ዐውድ ነበር። በዚህ ውጊያ የወሎ ጦር በጣም በረታ፤ ከእነ መተኮ፣ ከእነ በዛብህ ይወዳደሩ የነበሩ እነ ባቡ ቃንቄሬ እነ ጨርቆስ የተባሉ የሸዋ ጀግኖች ወደቁ። ብዙ የሸዋ ሰው መሸሽ ጀመረ። ወረሂመኑዎች ሲያባርሩ ሸዋ ሲሸሽ አንዱ የወሎ ጀግና በጣምራ ጦሮቹ እየጣለ በባለሁለት አፍ ጠመንጃ አንዱን ጥሎ ባለቤቱን (የጦር መሪውን) አሳየኝ እያለ ደረሰ። ኃይሌ ግብሩ የሚባል ተዋጊ ባያድነው ኖሮ ምኒልክን ሊጥል ወይ ሊማርክ ነበር። በዚህ ቀውጢ ሰዓት ጎበና አሸርሽሮ (አፈግፍጎ) ፈጣን አሽከሮቹን እነ ደጃች ባልቻ፣ ቀኛዝማች ወልዳማኑኤል፣ ፊታውራሪ ቱሉ፣ ግራዝማች ነገዎ፣ አቦዬ አስታጥቄ፣ ግራዝማች አፍራሳ፣ ባላምበራስ ጣሰው፣ አልሞ ተኳሾች ደግሞ እነ ባሻ አልዩ ቁንጮ፣ ባሻ አባመንድብ እና ሌሎችም ውሃ ስንቁዎች እና ቢትወደድ አጥናፌ ሆነው የተበተነ አባራሪ የወረሂመኑን ጦር ያዙት። በቅጽበት ሸዋ አጠፈ (መልሶ አጠቃ) የጎበና ጦር አሸነፈ። ይህ ሁሉ ሲሆን እነ ራስ ዳርጌ፣ ደጃች ናደው፣ ንጉሡ ሳይቀር ራሳቸውን ከደበቁበት ቀና አድርገው በአግራሞት ሲመለከቱ ነበር ተብሎ ይተረካል[130]።

---

129 ዝኒ ከማሁ።

130 ዝኒ ከማሁ።

ሁለተኛው የጎበና ግጥሚያ የነበረው ከዚህ ብዙም ባልራቀ ጊዜ የሆነው የአዳአ ገበቴ ጅሎ የጃራ ወገን ዐመጽ ነበር። ደጃዝማች ዳርጌ አጋፋሪ ጎበና ይከተለኝ ብሎ ዘመተ። የጎበና ከውጊያ ውጭ ያለው ልዩ ችሎታ በሚቀጥሉት ምዕራፎችና ክፍሎች እንደሚብረራው መረጃ የማሰባሰቢያና የመደራደር ስልቱ ናቸው። በዚህ ዘመቻ ወቅትም ያደረገው ይህንኑ ነበር። ከኦሮሞች ጋር በመቀራረብ እህ ብሎ አሰለለና በአንደኛው ግምባር ዞሮ ዐመጸኛው የያዘውን አምባ ሰብሮ የጎበና አሽከር የሆነው ወልዳማኑኤል የዐመጹን አባዱላ (መሪ) ማረከ። በርካታ ሰዎችም ተገደሉ። ከዚያ ከዳርጌ ጋር ተገናኝተው አንደዘመኑ ልማድ ፉከራ ሆነ።

ከዚህ ዓመት በኋላ ደግሞ ምኒልክ ወሎ ዘመቻ ዘምቶ ነበርና የአብቹ፣ የገላን፣ የወበሪ፣ የጅዳ፣ ከሲቢሉ ወንዝ በላይ ያለ ያመነ (የገበረ) ኦሮሞ ይዝመት ተብሎ ታዘዘ። ኦሮሞችም ሕግ ሊያወጡ (ሴራ ሊቆርጡ) ዋልዲያ (ሸንጎ) ተቀመጡ። በጉባኤው አዋጅ አወጡ (ላላባ አደረጉ)። ግብር የተጀመረው በንጉሥ በሣህለ ሥላሴ ጊዜ ግማሹን በአማችነት ግማሹን በፍቅር በስምምነት ሲሆን የግብሩም ዓይነት ሰንጋ ፈረስና በቅሎ በቁጥር ነበር። በተጨማሪ የነበረው ስምምነት ከነሱ በስተምራብ ያሉትን ኦሮሞችን እነ መጫ፣ አርሲን አብረው እየወጉ ሊያቀኑ እና የሚገኘውን ነገር ሊካፈሉ ነበር። አሁን ወደ ወሎ ዝመቱ የሚባለው ነገር ከውላችን ውጭ ፣ የሞቱ ወንድሞቻችን ልጆቻችንም አሉ፣ የተረፍንም አለን፣ ከበፊቱ ነገር ወደ ሌላ ፈሊጥ ከተለወጠ አንዘምትም ብለው አዋጅ ነገሩ (ላላባ አሉ)[131]።

ምኒልክ ይህንን እምቢታና አዋጅ ሲሰማ እንግዲያውስ እናንተ ከቀራችሁ ፈረስ በቅሏችሁን አምጡ ብሎ ትእዛዝ አስተላለፈ። ኦሮሞችም እንደገና ለዚህም ደግሞ ዋልዲያ (ሸንጎ) ሊያደርጉ ተሰበሰቡ። የወበሪ፣ የጅዳ ባላባት አካ ቡታ ወደ ኋላ ዘግይቶ ነበርና በስብሰባው መካከል መጣ። ነገሩን ሁሉ በዝርዝር ነገሩት ሁለት ቀን ሰማና በሦስተኛው ቀን "ሰማችሁ!" ብሎ የሚከተለውን ተረት ተረተ፡

> ሴትዮዋ ባሏ፣ ወንድሟ፣ ሚዜዋ፣ ውሽማዋ አራቱም ዘመቻ ይሄዳሉ። አራቱም በዘመቻው ሞቱ። መርዶ አርጂ መጣና በየተራ ያረዳት ጀመር፡ እሷም "ባሌ፣ ስሜ፣ የልጆቼ አባት፣ እኔ ጠፋሁ፣ እኔ ጠፋሁ" ብላ አለቀሰች። ደገመና ወንድሟን አረዳት እሷም "ወንድሜ፣ ወንድሜ፣ የናቴ ያባቴ ልጅ፣ ዳግመኛ አላገኝህ፣ ሞገሴ፣ ኃይሌ፣ መመኪያዬ" ብላ አለቀሰች። ቀጥሎ የሚዜዋን ነገራት "ዋ! ጉዳቴን መንገሪያዬ፣ ባሌን መውቀሻዬ" ብላ አለቀሰች። በመጨረሻ የውሽማዋን ሲነግራት "ያ ሃርካን ኢዳ ኮ ማላን ሲን ጄዳ!" ብላ አለቀሰች። "በገዛ እጄ ያመጣሁህ እዳዬ ምን ልበልህ!" ማለቷ ነው። ይህን ተርቶ ከፈረሱ ላይ ቂብ አለና "አካ ቡታ ፈርዲ ሂንቤኩ

131 ዝኒ ከማሁ።

ጎንቢሳ ማሌ፡ ሆ!...ሄ!"... ብሎ ተከታዮቹን እያዘፈነ ሄደ። አካ ቡታ ፍርድ አያውቅም፣ እዝ አያውቅም ጉግስ እንጂ ማለቱ ነበር[132]።

ከዚያ በኋላ አካ ቡታ ዓመጸ፣ ወደ ኦሮሞ አውራጃዎች እስከ መጫ፣ ጨቦ፣ አርሲ የራቀን በማሊማ የቀረበን በፈረስ በመላላክ ሰው አሰባስቦ ተነሣ። አምቢም፣ እሺም ሳይል ወደኋላ ያለውን በመውጋት እስከ መጫ እሺ አሰኝቶ በማሰባሰብ የሣህለ ሥላሴን ከተማ አንጎለላን አቃጠላት። ምኒልክ ወሎ ወረኢሉ ነበርና ትልቅ ሥጋት ሆነበት በጅሩ ወደ ሸዋ ለመመለስ የማይሞከር ሆነ። በመንዝ ለመመለስ ምክር ተያዘ። የባሰው ጭንቅ ደግሞ ወሎ አብሮ (አምጾ) እንደይነሣበት ነበር። በመጨረሻ ጎበና ለብቻው በምኒልክ ተጠርቶ በምሥጢር ለዚህ ነገር ምን ይበጃል? ተብሎ ተጠያየቁ። ጎበናም

> አይሥጉ ሰውዬው ወዳጄ ነው፣ እኔን ብቻ ይላኩኝ አስታርቅዎታለሁ፤ እርስዎም በኋላ እምቢ ብለው ዕርቁን በምክንያት አያፍርሱብኝ፤ ወበሪና ጅዳን የአባቱን ሀገር አይንኩበት፣ የዓመት ግብርዎን ፈረስ ሰንጋ ከመቀበል በቀር፤ ስለ ግንደበል ምድር ይቁጠሩት። ሲመጡም በዚሁ በጅሩ መንገድ ይምጡ፣ እኔ እልከብዎታለሁ። እሺ መልካም ምን ጦር ልጨምርልህ? ቢሏቸው እኔው ከአሽከሮቼ ጋራ እበቃለሁ ነገሩ መቼ ውጊያ ሆነ፤ ነገር ግን በሐዩ፣ በቦኩ፣ በሉባ ነውና ብለው በምሥጢር ተነጋግረው ወደ ሸዋ መጡ።

በዚህን ጊዜ መኳንንቱ ሁሉ ምኒልክን ማማት ጀመረ "ደግ ኦሮሞን ከኦሮሞ ቀላቀሉ" እያለ። ጎበና እንደ ተናገረውም መጥቶ በሰላም በፍቅር በሴራ (በሕግ)፣ በሐዩ፣ በቦኩ፣ በሸንጎ (ዋልዲያ) ተቀመጡ። ኮርማ ታረደ፣ ሞራ ታዩ፣ እንደ ሕጋቸውና እንደ እምነታቸው "አካ ቡታ አሜን" አለ ይላሉ። አጋፋሪ ጎበናም ለልጅ ያልተረፈ ጉልበትና ቤት ምን ያረግልሃል፤ ይልቅስ የአባትህን ሀገር ወበሪና ጅዳን ላይነኩ እንደ በፊቱ በዓመት ፈረስ ሰንጋ ከመስጠት በቀር በማንኛውም ነገር ላይደርሱብህ፤ ወደ ተቀሩት የኦሮሞ አካባቢዎች እንደ ግንደበል ልትዘምት፤ ወደ ዐማራ ሀገር አትዘምትም አለውና በዚህ መልካም ነው ተባብለው፤ ተስማሙ። ከዚህ በኋላ ይህ እንደአለቀ አንጎለላን ከተማውን አቃጥለሃልና ሺህ ሰንጋ፣ አምስት መቶ ላም፣ መቶ ፈረስ፣ አስራ አምስት በቅሎ፤ አምስቱ ማለፊያ አስሩ መናኛ ካሣ ትከፍላለህ ሲለው፤ በዚህ በጣም ተቆጥቶ ለኔ አልመጣህም፣ መጣህብኝ እንጂ አለ። ጎበናም ምነው ባህላችንን አፈረስከ የአባቶቻችንን ደምብ፤ እንደ ዐማሮች ነገሬን ሳታስጨርስ አቋረጥከኝ እስኪ ሐዩ፣ ቦኩ ፍረዱኝ አለ። ሐዩና ቦኩም ከጨፌ ላይ ተቀምጠን፣ አለንጋ በጥሰን ስንነጋገር በቁጭት መናገር ነገር ማቋረጥ አይገባም፤ አንተም ሐሳብህን እሱም ሐሳቡን ለኛ ስጡ እኛ

---

132 ዝኒ ከማሁ።

ተከራክረን እንፈርዳለን፣ ፍርዳችንን መቀበል አለመቀበል የናንተ ጉዳይ ነው ሕጋችንም እንደዚያው ነው ተባለ[133]።

ሽማግሌዎችም ጎበና እንዳለው ነገርህ የዐማራ ዝብርቅርቅ ሆነ አሉት። "አካም?" (እንዴት?) ቢል ሳታስጨርስ ሲሉት ይኸውልህ ሰጠሁህ ጎበና አለ። ጎበናም እንደ ሕጉ እህ... እህ... እያለ ኢሂ .... ኢሂ እየተባለ ካሣ ብዬ መቁረጤ፣ ከበረቱ አውጥቶ ይክፈል አላልኩም። አዳአና ሙሎ፣ ሜታና መጫን መትተን (ዘርፈን) እንካስ ማለቴ ነው አለ። ይህን አስማምተን ከዚህ ታርቀን፣ ዐማራ ደግሞ ቢከፋ፣ በነገራችን ባይስማማ ነገ አናረገውምን? እኔስ የማን ነኝ? ከቦረና አልተወለድኩምን? አለና አስረዳ ጎበና። አካ ቡታም ተደስቶ፣ ተስማምቶ ምክሩ አለቀ። ጎበናም ሁሉንም ነገር በዝርዝር የካሣውንም ቁጥር ጨምሮ አስጽፎ ለምኒልክ ወደ ወረኢሉ ላከበት። በጅሩ መጥቶ ከልቼ ከተማው እንዲገባና እንዲጠብቀውም ጭምር። ከዚህ በኋላ ጎበናና አካ ቡታ አብረው ዘመቱ፣ ድፍን አብቹ አንድ ሳይቀር። ወደፊት በሌላ ምዕራፍ እንደሚገለጸው አዳአን፣ ሙሎን፣ ሜታን መጫን አስገብረው ብዙ ከብት ይዘው ተመለሱ። ጎበና እንዳለውም አካ ቡታን ከምኒልክ ጋር አስታረቀ[134]።

እላይ እንደጀመርነው እስከዚህ ጊዜ ድረስ ጎበና አበጋዝነቱ በአንተ እጅ ይቆይ ተባለ እንጂ በአዋጅ አልተሾመም ነበር። ሦስት ዓመት ያለ ሹመትና ማዕረግ በአጋፋሪነት ማዕረግ በሥራ ግን አበጋዝ ሆኖ ቆየ። በነዚህ በተጠበባቂነት ጊዜያት ወስጥ አልፎ አልፎ ከላይም እንደተጠቀሰው ወደ ወሎ ከንጉሡ ጋራ ሁለት ጊዜ ወደ ዓፋርና ከረዩ ሦስት ጊዜ በተጨማሪም ለራሱም ከጨቦ እስከ አመያ እስከ ጨሊያ ዘምቶ ከንጉሡ ጋርም እስከ ማረቆ፣ አርሲ፣ ቸሃ ድረስ ዘምቶ ነበር። አካ ቡታም ለስምሪቱ ሁሉ ወደ ሦስት መቶ ፈረሶች፣ ቤተ ዘመዱን ጭምር አስከትሎ አልተለየውም ነበር። የእነ በዛብህ፣ የእነ መተኮ አምሳያ ነበር ለጎበና። የአካ ቡታ ጎበናን ተከትሎ የሚወዳቸው ወንድሞቹ በአርሲ ጦርነት ሞተውበታል። የአካ ቡታ ሰው የማረከውን ቀረጥ ምርጥ ስንጋውን ብቻ ለንጉሡ ይግባ ብሎ ጎበና ምንም አይነካበትም ነበር።

ከቤተ መንግሥቱም የተዛመደ ይመስላል። የአካ ቡታ ወንድም የልዑል ዳርጌን ልጅ ደጃች ደስታ ዳርጌን ያሳደገ ነበርና አበጋዝነቱን ያዝ ቢሉት እኔ አላውቅበትም ሌላ ሰው አታድርጉ ይኸው ጎበና ዳጪ የእናንተንም የእኛንም ዐመል ያወቀና የሚችል እሱ ነው ብሎ ለጎበና ድጋፍ የሰጠ ሰው ነበር። ጎበናም ቢሆን ከቤተ መንግሥቱ ጋር መዛመድ፣ በአምቻ በጋብቻ መተሳሰር ጀምሮ ነበር። ምኒልክ አጎቱንና ጎበናን ለማዛመድ ሲል

133 ዝኒ ከማሁ።

134 ዝኒ ከማሁ።

ፀሐይ ወርቅ ዳርጌንና ወዳጆ ጎበናን አጋባ። ጎበና እንኳ ለትሕትናም ሊሆን ይችላል፤ ልጁ እብድ ነው ከጌታዬ ያጣላኛል ብሎ ነበር ይባላል። ነገርግን ዳርጌም ምንም ምንም አትፍራ እሷም እንዲሁ እብድ ናት ወይ ፍሬ ይሰጡንና ያቀላቅሉናል ብለው ነውና ንጉሡ ያጋቧቸው ይሁን አለ ይላሉ። ጎበናም ከምኒልክ በላይ የዳርጌን ቃል ይጠብቃል ያከብረዋልም። በርግጥ እንደፈሩትም የልጆቹ ጋብቻ አልዘለቀም። የጎበናን ዝምድና የፈለገው ዳርጌ ብቻ ሳይሆን ምኒልክም እራሱ ከዚያ ፍች በኋላ ይመስላል፣ ሴት ልጁን ሸዋረጋን ለራስ ጎበና ልጅ ለወዳጆ ድሯት ነበር። ነገር ግን ሁለቱ ተጋቢዎች ስላልተግባቡ ጋብቻው አንድ ልጅ ካፈሩ በኋላ ፈርሷል[135]።

ወደ ነጥባችን ስንመለስ ከዚህ ሁሉ ዘመቻ በኋላ ከተጠባባቂነት ሙሉ የጦር አበጋዝነቱን በማዕረግም ደጃዝማች ሊባል በክርክር ተቆረጠ። የክርክሩ ምክንያት ከቤተ መንግሥት ወገን ስላልሆነ ብዙ ተቃዋሚ ስለነበረበት ነው። መማክርቱ ግድ በሥራው ተገፍቶና እሱን የሚስተካከል በወቅቱ ስላልነበር ምናልባትም ከኦሮሞው ጋር ያለውም ጉዳይ ስላላለቀ ወደ ፊት በሰፊው እንደሚገለጸው በነጋሪት በሽልማት አበጋዝ ደጃዝማች ጎበና ተብሎ ተሾመ። የዚህን ጉዳይ ዝርዝር በሚቀጥለው ምዕራፍ ስለምንመለስበት ለጊዜው ይቆይና ወደ ተጀመረው የጎበና የማስገበር ስልት እንመለስ።

የጎበና የማስገበር ስልት

ጎበና በተደጋጋሚ እንደተገለጸው በማደራደር ሥራ ብቻ ሳይሆን በስምሪት ሥራውም በዘመኑ የተደነቀ ነበር። የስምሪት ሥራው እንዲህ ነበር ይባላል፤

> በድንገተኛ አግኝተው መረጃ ከሚለዋወጡት በቀር፤ ሁለት ወይም ሦስት ተከታታይ የሆኑ ኩታ ገጠም አካባቢዎች ወይም ግራና ቀኝ ተራራ ሆኖ ፊትና ኋላ የሆኑ ወይ በስምምነት የሚኖሩ ወይ የሚዋጉ መሆናቸውን በዘር ወይም በጎሳ አንድ መሆን አለመሆናቸውን መርማሪና ሰላይ ወርጅ (ነጋዴ) ወይም ነጋዴ መስሎ መንገዱን፣ ወንዙን መስፈሪያ ቦታን ለምሳሌ አቋራጭ መንገድ፣ ሥርጥ፣ በር፣ ጎራ፣ ሜዳ ይህን ሁሉ መርምሮ የሚመጣ ይላካል። ወይምንም ደግሞ ማሊማ የሚባል በኦሮሞ የሃይማኖት ተጓዥ በክርስቲያን ቄስ እንደሚባለው ዓይነት፣ እሱን መግደል ነውር ነውና በነጻነት ስለሚንቀሳቀስ ባላባቶችን ሰውነታቸውን (ያሉበትን ሁኔታ እንዲመረምር) ሥራ ይሰጡታል። ለምሳሌ የታጠቀን፣ ባላንጣውን፣ የተጋደለን፣ በየአካባቢው ጎበዝ ማን እንደሆነ፣ ቤታቸው ምን ያኽል እንደሚራራቅና እንደሚቀራረብ፣ ሀብታሞች እነማን እንደሆኑ፣ ብዙ ጎበዝ ልጆች ያላቸው

135 ዝኒ ከማሁ።

> እነማን እንደሆኑ፣ ነገር ዐዋቂዎችስ እነማን እንደሆኑ ካስመረመሩ በኋላ አባባይ ልከው ለዚያ ሀገር መሪ በገንዘብ ይገዙና ወይም ተጠቂን (ተገፉሁ የሚለውን) አገሩን ለአንተ እሰጥሃለሁ (አንተን አንገፋ አደርግሃለሁ) ይሉታል። ሰላማዊ የሆኑትንም ቢሆን ሰው ልከው ለአባትህ ሀገር አንገፋ አደርግሃለሁ፣ ለምን ቁጢሱ ተብለህ ትጠቃለህ፣ ልጅህማ ባሪያ ሊሆን አይደለምን? ብለው ጠርተው ሸልመው፣ አስማምተው ያስገቡታል። ይህን አልለመድነውም የኛ ሕግ አይደለም ያለውንም የማይስማማበትን፣ በዚህ የማይጓዝበትን፣ ይህ መንገድ ከፋቱ ምን እንደሆነ፣ ሌላ ብልኀት ካለውም ይጠይቁትና አቡልቱ (በይደር) ከሀገር ጉባኤ አድርጌ እመለሳለሁ ብሎ ቀን ተቆርጦ ነጋሪ፣ አቅራቢ፣ ተከራካሪ ተቀብሎ ይቆያል[136]።

ከላይ በተጠቀሰው የማግባቢያና እና የምክክር ስልት ሊገብር አሜን ያላለውን ቀጥሎ በአጭሩ በተጠቀሱት የውጊያ ስልቶች ይጠቀም እንደነበር ይገለጻል። ብርቱ የሆነውንና የማይችለውን የጠላት ጦር ላይ ሁለት ጣምራ ስልቶችን ይጠቀም ነበር። አንዱ ዘዴ አማላጅ ልኮ ተለማምጦ፣ ነገር ግን ዕቅድን ለጊዜው ከልብ አኑሮ መሰናዳት ሲሆን፣ በሁለተኛው ዘዴ ደግሞ በድንገት ሳያስበው ገስግሶ ጧት ሳይሆን ወደ ማታ መምታት፣ ቢሸነፉ ሸሽቶ ለማምለጥ፣ ቢያሸንፉ ዋና ዋናዎቹ የገደሉትን ገድሎ በፍጥነት ወደ ቦታ ለመመለስ። በዚህ በሁለተኛው ዘዴ፣ በውጊያው ጎበና የተለያዩ ዘዴዎችን መጠቀም ያውቅበታል። ለምሳሌ የሸሸ መስሎ ጦሩን ከፋፍሎ አሸምቆ መጠበቅ፣ ጠላት እሱ ካሸመቀበት ሲደርስ መልሶ ማጥቃትና ድል ማድረግ።

በጎበና ስልት ጦርነት ከታሰበ አንዱና የመጀመሪያው፣ ለመውጋት የተፈለገውን ሀገር ማጥናት ነው። ይህም በየጋራው ለመነጽር ሰላዮች (ለሩቅ ተመልካቾች) ተነግሮ ይታያል። ይህም ማለት በየተራራው በመነጽር ለማየትና መመርመር የለመዱ ልጆችን በመላክ ነበር። ለምሳሌ እነ አቶ አባ ይርጋ፣ እነ ግራዝማች ደገፋ፣ እነ ፊታውራሪ ወልደ ሚካኤል፣ እነ ገራሡ ቢራቱ፣ እነ ባላምበራስ ናዴ እነ ደጃች ጋረደው ወልዳማኑኤል ከነወንድሞቻቸው ይልቁንም አሽከራቸው ይሁን አንዳርጌ የታወቁ የመነጽር (የርቀት መመልከቻ ባለሙያዎች) ልጆች እንደ ነበሩ ይነገራል። ይህ ከታየ በኋላ በመንገድ መሪዎች እየታገዘ አካባቢውን ያስጠናል። ጎበና ከመንገድ መሪዎች አንድም፣ ሁለትም፣ ሦስትም ከፊት ከፊቱ ከፈረሶቹ አይለይም፣ ወንዝም ሲሻገር ሆነ ተረተር ሲያልፍ ግራ ቀኙን ይጠይቃል። ምናልባት ከነገሩት ሐሰተኛ መረጃ ይልቅ በክፋት ከሠሩ ይታሰራሉ፣ አካላዊ ቅጣትም አይቀርላቸውም። ምርኮኞች እንዲህ ባለ ጊዜ በሰንሰለት ተቆራኝተው ይመራሉ። አንዳንድ ጊዜ በቂም ወይ በቁጭት የመሩና ያሳዩ በኋላ መጣንባችሁ ሽሹ፣ በዚህ አልመራባችሁም በዚህ ነው እያሉ ዘዴ የሠሩ

136 ዝኒ ከማሁ።

ተገኝተው ነበርና በዚህ ምክንያት በሰላይ ላይ ሰላይ አድርጎ ማሳሳቻቸውን ያገኙባቸው ነበር።

ጎበና ያችን የሚወጋትን ሀገር (አካባቢ) ሦስት ቀን አማትሮ፣ ዞሮ ካሰለላት በኋላ ምርጥ ምርጥ ፈረሰኞች ለኃምሳው አንድ፣ ለመቶው ሁለት ጥሩ የተፈተኑ ብረት ተኳሽ አድርጎ ደልድሎ ጎበዝ ከተባሉት እገሌና እገሌ፣ ሀብታም ከተባሉት እገሌና እገሌ ለባላባቱ ደግሞ እኔ አለሁ ብሎ ለሁሉም አንዳንድ መሪ ቤታቸውን ያወቀ አድርጎ ለራሱም አንድ መሪ አስቀርቶ በስምንት ወይ በዘጠኝ ሰዓት ከሌሊቱ ጨረቃ ጠብቆ ይነሣና ወለል ሲል (ሊነጋ ሲል) እጅ እጁን በየደጁ ያስይዛል (ያስማርካል)። ምናልባት ምሥጢር ዐውቀው፣ ወሬ ደርሷቸው የተጠነቀቁትና እንዋጋ ያሉትን ግድያና ዝርፊያ ያጸናባቸዋል። በማግሥቱ ጓዝ ይደርሳል ወይም ከዚያች ከምትወረረው ሀገር ድንበር ይሰፍራል።

ምንም እንኳ የጎበና ዜና መዋዕል ከላይ በተከታታይ የተረከው ስለ አዋሽ አካባቢ በተለይም ስለ ጨቦ ዘመቻ ቢሆንም ሩሲያዊው ብላቶቪችም ይህንን የጎበናን የማስገበር ስልት በተመሳሳይ መልኩ ገልጾታል።

> እሳቸው[ጎበና] ኦሮሞዎችን ከመውጋታቸው በፊት በሰላም እጃቸውን እንዲሰጡ፣ አለበለዚያ ግን ድምጥማጣቸውን እንደሚያጠፏቸው ማስጠንቀቅ ልማዳቸው ነበር። ይህንን ዓይነት ምክር በአካባቢው ለሚገኙ ጎሳዎች ሁሉ ይልካሉ፣ ነገር ግን በፈቃዱ እጁን የሚሰጥ አምብዛም አልነበረም። ከዚህ በኋላ ራስ ጎበና እምቢተኞቹን መውረር ይጀምራሉ። ራስ ጎበና ጓዝ ይዘው ስለማይዘምቱ በብዙ ሺህ የሚቆጠረው ሠራዊታቸውም የሚጠቀምበት ታክቲክ ወሮ መመለስ ነው። ራስ መቼ እንደሚነሡ፣ ወዴት እንደሚሄዱና መቼ እንደሚመለሱ ማንም አያውቅም። ጦር እንዲነሣ ትእዛዝ የሚሰጠው ሌሊት ሲሆን ወደ ጧት ገደማ ለውጊያ የወጣው ሠራዊት ከሰፈሩ ጋር ያለው ግንኙነት በሙሉ ይቋረጣል። ቤት ቀርተው ሲጠብቁ የሚውሉት ሰዎች የራስ ጎበናን መመለስ የሚያውቁት በሚቦነው አቧራ ነበር። ቁጥር ስፍር የሌለው የራስ ሠራዊት አልማረከም ያለውን ጎሳ ወሰን ሌሊት ያልፍና ሲነጋጋ እንደ አውሎ ነፋስ በየአቅጣጫው በመከነፍ ፊቱ የሚገኘውን ነገር ሁሉ ያወድማል። ጊዜውም ጠመንጃና ጭስ የሌለው፤ ባሩድ የወታደርን ክብር ያላቀለሉበት ጠላቶችም ፊት ለፊት በጨበጣ ውጊያ በመግጠም የሚፈታተኑበት ነበር[137]።

ከዚህ በኋላ ቁጢሱ (ታናሽ) የነበረውን በአገሩ በመሾም ባላባት፣ ጎበዝ፣ ሀብታም የተባሉትን መርምረው እምቢ ባዮችን ይዘው መምጣትና ታማኞቹን ለቁጢሱ ረዳት አድርጎ ይሾማቸዋል። ከከብት ምርኮውም ግማሽ

137 ዝኒ ከማሁ።

> መልሶ ሰንጋን መልምሎ በመጀመሪያነት እንደ አባቶቻቸው ሕግ በሐዩ በቦኩ አስምሎ እንደ አገሩ ጥበትና ስፋት ይህ ለንጉሥ፣ ይህ ለኔ ብሎ ግብር ቆርጦ በዓመት በዓመት ይህን ያህል ክፈሉ ብሎ ይወስናል። ከሰው ምርኮም ጥቂት የድሆችን ልጆች ከባላባቶችም ብዙ ልጆች ለማሠልጠን ነው ብለው ይመለምላል። የዜና መዋዕል ጸሐፊው ለባርነት እንዳይመስላችሁ የሚል ማስተባበያ ጨምረውበታል። ላምና ጥጃ፣ ጊደር ወይፈን ይመልሱለታል፣ ጥሩ ጥሩ ሰንጋ ለንጉሥ ብለው ይወስዳሉ። መቼም በግ፣ ፍየል፣ ፈረስ፣ አህያ ልብስ፣ ጨሌ፣ ዳባ እሳት የገባ ቅቤ ነው፣ የወታደሩ ነው ይለዋል። ይህ ዓይነቱ የማስገበር ስልት መጀመሪያ ለተወረረ (ለተመታ) ሀገር ነው። ብዙ ጊዜ ሸዋን ስላላወቀ ግባ ሲሉት እምቢ አልገብርም ላለ አገር ነው እንዲህ የሚደረገው። ከገባ ወይም በሰላም ከገበረ አይነካም። ካወቀ ወይም ከገበረ በኋላ ወይም ደግሞ ተይዞ ላመለጠ ወይም ለከዳ እና ለሁለተኛ ዙር ለተዋጋ አይደለም[138]። ለሱ ደግሞ ሌላ ስልት አለው።

ሁለተኛው አሁንም እምቢተኞችን የማስገበር (የስምሪት) ዓይነት ደግሞ ቀስ እያሉ፣ እየተንፏቀቁ ቤት እያቃጠሉ በደጀን በደጀን ተደጋግፎ ፈረሰኛና ነፍጠኛ በጣም ሳይራራቅ ቀጭን ወሪሳ እያደረጉ (በመጠኑ ፈረሰኛ እያጠቃ) በመምታት ነው። በዚህ ስልት ዘራፊ ጉድጓዱን (እህል የተቀመጠበትን) በመዝረፍ ሲሆን፣ ይኸኛው ስልት በጥቅምት እኩሌታ ተጀምሮ ለገና ወይ ለጥምቀት ምላሽ ይሆናል። እንደተባለው በዚህኛው መንገድ በፈረስ እየሰለሉ፣ በመጠኑ ወሬሳ እየመቱ፣ ቀስ በቀስ ጓዝንና ሴትን፣ ሕጻናትን፣ ገበርትን (ባሮችን)፣ ሽማግሌዎችን በመማረክ እምቢ ያለን በመግደል ነው።

ሦስተኛው ደግሞ ታላላቅ አውራጃዎች ከገበሩ በኋላ እርስ በርሳቸው ተዋግተው የተጋደሉ እንደሆነ፣ ንቀኸኛልና በበረት ይህን ያኽል ሰንጋ ክፈል ብሎ ይቆርጥበታል። በተጨማሪም ነጋዴ በአገሩ ሞተ፣ ተዘረፈ የተባለ እንደሆነ፣ ወይ ደግሞ ሎሌ ነኝ ያለ ከመካከላቸው ቢጋደሉ ሎሌ ነኝም ያለ ነጋዴውም የተዘረፈውን ገንዘቡን፣ የገደለንም ከባለደሙ ጋር አውጡ፤ ደግሞም አሽከሬንም፣ ነጋዴየንም የገፈፋችሁት፣ አሽከሬን የገደላችሁት ብትንቁኝ ነውና ግዳዩ በፈረስ (ፋሎ ባፍታ) ነው፤ ማለት ሰንጋ ፈረስ ለስምሪት (ለጦርነት) የሆነን ሁሉ አምጥተህ አስረክበኝ ይላል። በአዋጅም፣ በመልእክትም፣ በወረቀትም ቢያስነብብ፣ ባያስነብብ፣ ቢያውቅ፣ ባያውቅ መቀጣቱ አይቀርምና ይነገራል። ሰንጋ ፈረሱን መስጠት (ፋሎ ባፍታ) እምቢ ቢልና በቻለው ፍጥነት ባይመጣ፣ ከየት መጣ ሳይባል በአዋጅ ሳይስበሰብ በቦታ በቀጠሮ ከየት እንደመጣ ሳያውቅ በጠፍ ጨረቃ በእልፍ

138 ዝኒ ከማሁ።

አእላፍ ፈረስ እፍን አድርጎ ሞቱን ጨምሮ ከብቱን፣ ፈረሱን፣ ማቲውን፣ ሚስቱን እንኳ ሳይቀር ያስረክባል ይለናል ዜና መዋዕሉ[139]።

ጎበና በውጊያው ብቻ ሳይሆን የሚታወሰው አስተዳደራዊ ሥራም እንደነበረበት በሚገዛቸው ሀገራት ላይ ብዙ ጊዜ ዳኝነት ሲቀመጥ እንደነበር ያዩት በርካታ የውጭ ዜጎች ይመሰክራሉ[140]።

በአጠቃላይ የጎበና ወደ ምኒልክ መግባት የአካባቢውን የኦሮሞ ሀብትና የሰው ኃይል እንዲሁም የእሱን የውትድርና ልምድ በመጠቀም የሸዋን ሥልጣን አጠናክሯል። በአንጻሩም ምኒልክ ንጉሥ ሆኖ ለመጀመሪያ ጊዜ የአበጋዝነት ማዕረግ ለጎበና ሰጥቷል። በዚህም የተነሣ ብዙም ሳይቆይ ከአበጋዝነት በቀጥታ የደጃዝማችነት ማዕረግ ተሰጠው። የደጃዝማችነት ማዕረግ ለጦር አዛዥነት የሚሰጥ ማዕረግ ነው። አሁንም ብዙ ሳይቆይ በሚቀጥለው እንደሚብራራው እ.ኤ.አ. በ1878 ዓ.ም ራስ ተብሎ ተሾመ። ከኦሮሞዎች መካከል ለመጀመሪያ ጊዜ ራስ የተባለው ጎበና እንደ ሆነ ይታወቃል። ቀጥሎም ጎበና ራስ ተብሎ መሾሙ የበለጠ በመሥራት የንጉሥነት ማዕረግ ለማግኘት በከፍተኛ ሞራል እንዲነሣሣ እንዳደረገው አንዳንድ የታሪክ ባለሙያዎች ያምናሉ። ሲደመድሙም፤ “እኚህ የኦሮሞ መስፍን የታወቁ ፈረሰኛ፣ ጀግና፣ ተዋጊና ወታደራዊ ስትራቴጅስት ከመሆናቸውም በላይ በኦሮሞ የውጊያ ስልትና በኦሮሞ ሥነልቦና ላይ የጠለቀ ዕውቀት ነበራቸው”። ጎበና ይህን ብቃት ሙሉ በሙሉ ለሀገር ግንባታ አገልግሎት አውሎታል። ከሁሉም በፊት የኦሮሞን ግዛት ያስገበረ (ያሰባሰበ) ምኒልክ ሳይሆን ጎበና ነበር። ራስ ጎበና አንዱን ጎሳ ከአንዱ ጋር በማጣላት ዘዴ ከመጠቀሙም በላይ በጋብቻና በአበልጅነት ያቀረባቸውን ባላባቶች ሁሉ በየጦር ግንባሩና በተለያዩ ቦታዎች ይጠቀምባቸው ነበር። ለምሳሌ የሴት ልጁ ባልና የገላን ባላባት የነበረው ብሩ ነገዎን፣ እንዲሁም የክርስትና ልጁና የሜታ ባላባት የነበረውን ቢራቱ ጎሌን ጨቦን በሚያስገብርበት በ1880 ዓ.ም ገደማ ወቅት ተጠቅሞባቸዋል ይላሉ[141]።

---

139 ዝኒ ከማሁ።

140 Darkwah, *Shäwa Menilek and the Ethiopian Empire: 1813 – 1889* (London, 1987), p. 124.

141 Ibid.

ምዕራፍ ከምስት

የጎበና የጦር አበጋዝነት ሹመት

የደጃዝማችነት ማዕረግ

ጎበና ሦስት ዓመት በአጋፋሪነትና ሦስት ዓመት ደግሞ በተጠባባቂ የጦር አበጋዝነት ካገለገለ በኋላ ደጃዝማች ተብሎ የጦር አበጋዝ እንዲሆን ተወሰነ። በዚህም መሠረት 1868 ዓ.ም ጎበና የመጫ ደጃዝማች ሲባል ዳርጌ ደግሞ የሰላሌ ደጃዝማች ተባለ[142]። በዚህ ላይ የዳርጌን ኃላፊነትና የጎበናን ኃላፊነት ክብደትና ቅለት ማወዳደርም ይቻላል። ማዕረጉ እኩል ቢሆንም በኋላ ላይ አርሲን ያህል ጠንካራ ሕዝብ ተመደበለት እንጂ ዳርጌ ለጊዜው ቀድሞውኑ በመግባት ላይ በነበረ ሕዝብ ላይ ነው የተሾመው። ጎበና ግን ምንም ባልተነካ አዲስ አካባቢ ላይ ነበር።

በነገራችን ላይ ጎበና የቤተ መንግሥት ዝርያ ስላልነበረውና በማህለ ሥላሴም ይሁን በኃይለ መለኮት የቤተ መንግሥት አሠራር ልምምድ ስላልወሰደ በሚል በጣም በርካታ ሰዎች ሹመቱን በበጎ ዓይን አልተመለከቱትም ነበር። ሆነም ቀረም ጎበና ተጠርቶ ደጃዝማችነት ልትሾም ነውና ተዘጋጅ (ልበስ) ሲባል እንደከዚህ በፊቱ ፍርሃትና ባይተዋርነት አልታየበትም። ይልቅስ ሥራችን ተለይቶ እንዲታይ ወይም እንዲመሰከር የማቀናውን ሀገር ለይታችሁ አሳውቁኝ ነበር ያለው። ይህም ሥራውን ያለ ጣልቃ ገብነት በትጋት ለመፈጸም እንዲችል ነበር።

---

142 ፍጹም ወልደማርያም፣ ገ፡ 342።

አወዛጋቢው ግዛት የማስፋት ዕቅድ

በዚሁ እላይ በተጠቀሰው መሠረት መልካም ሐሳብ እንደሆነ ተስማምተው ግዛት የማስፋት ዕቅዳቸውን እንደሚከተለው ተከፋፈሉ።

1. ደጃች ወልደ ገብርኤል- ምሥራቁን ጨርጨር፣ ሐረር እስከ ቻለ ድረስ ሊያስገብር
2. ደጃዝማች ዳርጌ - ጃርሶ እስከ ዐባይ ሙገር በውል ካስገበረ፣ በኋላ አርሲ ባሌን ምሥራቁን እስከቻለ ድረስ ሊያስገብር፣ለዚህም ሊሆን ይችላል የሸዋ ኦሮሞዎች ሲዘፍኑ፣

   Salalee Goobani mo'uu Daaregee malee,
   Jalalttitee fardaa mitii gangee malee የሚሉት።
   ሰላሌን ጎበና አይገዛውም ዳርጌ እንጂ፣
   ፍቅርሽ ፈረስ አይደለም በቅሎ እንጂ።

3. ደጃዝማች ገርማሜ- አዋሽን ተሻግሮ ያለውን ግራ መሬት ጉራጌን ይዞ እስከ ቦረና እስከቻለ ድረስ ሊያስገብር
4. ደጃዝማች ጎበና - ምዕራቡን ከሶዶ ከጉራጌ በመለስ በዚህም ከሙገር በመለስ እስከቻለ ድረስ ሊያስገብር
5. ምኒልክ ራሱ ደግሞ በፊቱን በተደጋጋሚ የተዘመተበትን ወሎን እንደሚያስገበር ድልድል ተደረገ[143]።

ይህ ድልድል እንግዲህ በአንድ ፊት ግዛት ሊያሰፉ ወይም ሊያስገብሩ ውል የገቡበት፣ ለምኒልክ፣ ለገርማሜና ለጎበና ደግሞ ሁለተኛው የሕብረት ስምምነት የተፈራረሙበት ሲሆን ለተግባራዊነቱ እነማን እስከምን እና እንዴት ባለሁኔታ እንዳሳኩ በተከታታይ ክፍሎችና ምዕራፎች ይታያል።

እነዚህን አምስት ግዛቶች ለማስገበር ከተቀመጠው ዕቅድ ወስጥ እንደ ወሎ ያወዛገበ አልነበረም። ወሎን በተመለከተ ቡድኑ ለሁለት ተከፍሎ ብዙ ንትርክ ነበረበት። እሱም ወሎን መክፈት የለብንም በራችን ነው በሚሉ ወገኖች ሐሳብና ወሎ ተከፍቶ ከአውሮፓ ሰዎች ነጋዴዎች በተለይም የጦር መሣሪያ ነጋዴዎች ጋር መገናኘት ከተቻለም ጐንደር ላይ መንገሥ በሚሉ ወገኖች ሐሳብ መካከል ነበር። ብዙ ክርክርና ውዝግብ ተደርጎ በመጨረሻም የመክፈቱ ሐሳብ በንጉሡ ግፊትም ቢሆን ተቀባይነትን አገኘ።

የክርክሩ ርእሰ ጉዳዮች የሚቀጥሉት ነበሩ። አማካሪ አዛውንቶች ወሎ ለጐንደርና ለትግሬ በራችሁ ነው አትክፈቱ፣ የኦሮሞን ሀገር አስገብሩ፣ ቦረና፣ በምዕራብ እስከ ከፋ እስከ ጉሙዝ ነጭ ዐባይ እስከ ከሰላ ድንፍ የሌለው ሀገር አለና ወደዚያ ግፉ በሀብትም ትከብራላችሁ እያሉ ይመክራሉ።

---

143 የጎበና ዳጨው ሰነዶች፣ IES MS, 4614።

ወደ ወሎ መዋጋት ክርስቲያን ለክርስቲያን ስለሚሆን ጥፋቱና ውርደቱ የጋራ ነው። ይህ ወሎን ያለ መክፈት አጀንዳ ከንጉሥ ሣህለ ስላሴ ጀምሮ የነበረ ሲሆን አሁንም ወሎን "አትንኩት ብለው ነው የተናዘዙት" የሚባል ነገር እየተነገረ ነበር። ምኒልክ ግን ይህንን ወሎን አትክፈቱት የሚባለውን ሐሳብ ሊቀበለው አልፈለገም። የምኒልክ ሐሳብ ወሎን መክፈትና ማስገበር ሁለተኛም ከአውሮፓውያን ጋር መገናኘት በዚያውም ጐንደር ላይ ንጉሠ ነገሥት ሆኖ የመቀመጥ ትልቅ ምኞት ነበር። ይህ ምኞት የመጀመሪያው እንዳልሆነ በሸዋዎች ዘንድ ይነገር ነበር። በየጁዎች ዘመንም ወሰንሰገድ እኔ ከነሱ አላንስም ብሎ የቀደምቶቹን ማዕረግ ትቶ ራስ የሚባለውን ማዕረግ ወስዶ ነበር። ሣህለ ሥላሴም ቢሆን ከማን እናንሳለን በሚል ነው ንጉሥ የሚባለውን ማዕረግ የወሰደው።

ምኒልክ ወሎን እንዳይመኝ ለማሳመን ይጥሩ ከነበሩት ተቋማት አንዷ ቤተክህነት ነበረች። ይነገሩ ከነበሩት ማሳመኛ ነገሮች አንዱ፣ ሣህለ ሥላሴ የሸዋ ንጉሥ ከተባለ በኋላ አንዱ መነኵሴ ከበረሃ መጥቶ በምሥጢር ከንጉሡ ዘንድ ገብቶ፣

> የጐንደርን መንግሥት አትሹ በኩር ነውና፤ ይልቅስ የተነጠቃችሁትን ኦሮሞ የያዘውን አስመልሱ ጉራጌንም ከኦሮሞ እጅ አድኑ፣ ፊታችሁን ወደ ኦሮሞ ሀገር ብትመልሱ ትሰፉላችሁ፣ ትለመልማላችሁ። ለልጅ ልጅ ትገዛላችሁ፣ ጐንደሬንም በሎሌነት በማብላትና በማጠጣት በማልበስ ትገዙታላችሁ። ወሎን አትክፈቱ በራችሁ ነው። ፊታችሁን ወደ ጐንደር ብትመልሱና ክርስቲያን ለክርስቲያን ማስተራረድ የበኩርን ተዋረደ አነሰ ብሎ መንጠቅ ያልተገባ ትርፉ ውርደት ይሆንባችኋል። እግዚአብሔር አይፈቅድላችሁም። ይህንንም ለልጆቻችሁና ለልጅ ልጆቻችሁ አስታወቁ። ንግሡም ለልጅህ ለልጅ ልጅህ ነው። ከልጅህ የሚወለደው ልጅ 40 ዘመን ይገዛል። ካወቀበትማ ከቶም ይጨምራል ብለው ሄዱ[144]።

እያሉ ለማሳመን ይጥሩ ነበር ተብሎ ይነገራል። ሆኖም ግን ይህ ሁሉ የማሳመኛ ምክንያት ወይም ስብከት ምኒልክን ከዓላማው አልገታውም ነበር። በተጨማሪም በዚያኑ ጊዜ የፈረንጅ መነኰሳት የጐንደር መንገድ ስለተበላሸባቸው ወደ ከፋ ለማለፍ በ1860 አካባቢ ወደ ሸዋ መጥተው ነበር። የቡድኑ መሪ የነበረው አባ ማስያስ ይህን ክርክር ሰምተቶ ከእነ አዛዥ ወልደ ጻድቅና አዛዥ ወልደ ጊዮረጊስ ጋር ተነጋግሮበት ነበር። የመነኵሴውንም ምክር እጅግ መልካም ምክር ነው፣ የጥንቆላ ሳይሆን የማስተዋል ውጤት ነው ብለው ምክንያታቸውን እንደሚከተለው ዘረዘሩ።

144 ዝኒ ከማሁ።

> እኔ ትግሬን፣ ጐንደርን፣ ጎጃምን፣ ከጉዱሩ እስከ ሌቃ፤ ወለጋን፣ ጅማን፣ የምን፣ ኢናርያን ሁሉ ዐውቃለሁ። ሃያ አራት (24) ዓመት በኦሮሞ፣ ስድስት (6) ዓመት በጐንደርና በትግሬ ተመላልሻለሁ። በጐንደር ምን አለ? ምን ይገኛል? ጿኖ ሽማ ብቻ ነው ያለው። ከዚያ በተረፈ ወሬ መጠረቅ ነው። ከንቱ ኩራት፣ በምጥዋ አንዳንድ የንግድ ዕቃ እንደ ብርሌ፣ ብርጭቆ ምንጣፍና ጨርቅ ከምሥርና ከእስጣንቡል ይመጣል። በዚህ በዚህ የበለጡ አይምሰላችሁ። ማሩ፣ ሰንጋው፣ ሙከቱ፣ ቅቤው፣ ላሙ፣ ፈረሱ፣ ቡልኮው፣ የዝኖን ጥርሱ፣ ሰሙ፣ ቡናው፣ ዝባዱ፣ ወርቁ፣ የሕዝቡ ብዛትስ፣ ጌትነትስ ይህን ብትይዙ ነው እንጂ። ያለ ምንም ጥርጥር ከበሽሎ ማዶ ያለ ሰው በሎሌነት ያልቃል (ተሰዶ ወደ እናንተ ይመጣል)። እናንተ ሹመት በሹመት ላይ ትጨምራላችሁ። ይህ ብልጭልጩ ነገር እንኳ እንዳይቀርባችሁ የዘይላን፣ የአሰብን፣ የጅቡቲን መንገድ ብትከፍቱ የበለጠ መሆን ትችላላችሁ[145]።

ብለው የቤተ ክህነትንና የሸዋ አማካሪዎችን ምክር አጠናከሩ ይባልላቸዋል። ይህን ሁሉ እነ አዛዥ ወልደ ጻድቅና አዛዥ ወልደ ጊዮርጊስ ለምኒልክ ቢነግሩትም አላሳመነውም። ለዚያም ሊሆን ይችላል ምኒልክ ለልቼ ስምምነት ሁለት ዓመት አካባቢ እስከሚቀረው ብዙ ጊዜውን በሸዋና በወሎ መካከል በመመላለስ የፈጀው። አስገበርኩ ብሎ ዞር ሲል ወሎ ሲያምጽ የቴዎድሮስን ያኽልም ባይሆን በወሎ ብዙ ፈተና አይቷል፤ በዚያው ልክም ብዙ ሰው ፈጅቷል። ነገሮች ሙሉ በሙሉ የከሰሙትና የወሎ እምቢ ባይነት ያከተመው በንጉሡ ነገሥቱ መድረስና በልቼ ስምምነት እና በቦሩ ሜዳ የሃይማኖት ጉባኤ በተወሰነው መሠረት በተወሰዱት አስከፊ የኃይል እርምጃዎች ምክንያት ነበር[146]።

ይህ ምናልባትም የሆነው በአንጻሩ ወሎ ለሌሎች ከተደለደሉት አካባቢዎች በተለየ መልኩ አንዳንድ የጦር መሣሪያ በማግኘቱ ለምኒልክ ከባድ ሳይሆን አልቀረም። በተለይም እንግሊዞች ከመቅደላ ሲለቁ የመቅደላን አምባ ለዮሐንስም ስላላስረከቡ ምኒልክ አካባቢውን ለማስገበር ይመኘው ስለነበር ምኞቱን "... እኔ ስለፍቅር ያደረኩትን ሁሉ ራሳም ያውቃል። መስታወትም የመቅደላን ነፍጥ ሁሉ አስበጅታ ክርስቲያኑን ሁሉ ትወጋለች" በማለት ደብዳቤ ለእንግሊዝ መላኩ ይታወሳል[147]። ምኒልክ ወሎን ለመውሰድ የእንግሊዞችን እገዛ በጣም ስለፈለገው አንዴ ልረዳችሁ አስቤ ነበር አልተሳካልኝም፤ አንዴ እናንተ የተዋችሁትን የተበላሸ ነፍጥ

---

145 ዝኒ ከማሁ።

146 ፍጹም ወልደ ማርያም፣ ገ፡ 303-325።

147 Sven Rubenson(ed.), Internatinal Rivalries and Foreign Threats: 1869-1879, ACTA ATHIOPICA. Vol.iii (Addis Ababa, 2000), p. 8.

አስበጅታ መስታወት ክርስቲያኑን እያስፈጀች ነው፤ ሌላ ጊዜ ደግሞ ሰላም እንድናወርድ እርዱኝ የኔ ድንበር እስከ በሽሎ ወንዝ ነው። አልፎ አልፎም አባቶቼ በስንፍናቸው የናንተን ሰዎች ከሸዋ ስላስወጡ ጥበባችሁንና ሥርዓታችሁን ባለማግኘቴ ተጸጸትኩኝ ይቅርታ አድርጉልኝ እያለ ጉጉቱን በልቡ ይዞ በሽንገላ ቃላት ያባብላቸው ነበር።

ይህን በቀጥታ በኤደን የእንግሊዝ ምስለኔ ለሆነው ለጂ. አር. ጉድፌሎው እንዲህ ሲል ልኳል።

> .... ሰዎቻችሁ ንጉሥ ቴዎድሮስን ድል አድርገው ከሄዱ ወዲህ እጅግ ተጠጠትሁኝ፤ ሥራታቸውንና ጥበባቸውን ሰምቼ ይህ መልካም ትምህርትና ጥበብ ሁሉ ስለቀረብኝ አሁንም ባባቶቼ ስንፍና ባገሬ ላይ የተጻፈውን በደል ሁሉ ይቅር እንድትሉኝ ያለ ዕውቀት አድርገዋልና። ክርስቶስ በኛ ላይ የተጻፈውን ጽሕፈት እንዳጠፋ ይቅር እንድትሉኝ እንግዲህም እኔ በናንተ ፍቃድ የሚመጣውን ሰው ሁሉ በደስታ በፍቅር እቀበላለሁኝ። እኔም በስንፍና የማደርገውን ነገር ሁሉ ያለ ዕውቀት ነውና ምከሩኝ፤ ከፈቃዳችሁም አልወጣም፣ አሁንም የሐበሻን ነጋሥታት እንደናንተ በፍቅር እንድንኖር በየሀገራችን እንድንቆም ሰልፍ እንዲቀር የሰው ደም በከንቱ እንዳይፈስ አስታርቁን፤ እኔ ከዐባይ በመለስ ከበሽሎ በፈሰስ አላልፍም። የጥንት ድንበር ነውና፣ መንግሥት የክርስቶስ ነውና እንዳንጣላ ያድርጉን[148]።

ከደብዳቤው ለመረዳት እንደሚቻለው ወሎ ላይ ድርሻ (ፍላጎት) ያላቸው ሰዎች ስለሚኖሩ ምናልባትም ተክለ ጊዮርጊስና የወደፊቱ ዮሐንስ 4ኛ ሊዋጉኝ ስለሚችሉ አስታርቁኝ፤ አገሩ የኔ ነው እስከ በሽሎ ያለው እያለ ከግራ ከቀኝ እየተላላከ ነበር። እነ ጎበና ግን የተደለደለላቸውን አካባቢ ለመያዝ ዓለምአቀፋዊ ጉዳይ ሳያደርጉት በተለይም ጎበና የራሱን ድርብ ስልት በመጠቀም እንደሚቀጥልበት እናያለን።

ይህንን ውይይትና ውሳኔ የቅኝ ግዛት ሐቲት አራማጅ ጸሐፊዎች ምናልባትም ልክ አውሮፓውያን እ.ኤ.አ. 1884/85 (በታኅሣሥ 1877) ጀርመን በርሊን ላይ ተገናኝተው ያለ ጦርነትና ግጭት አፍሪካን እንዴት መከፋፈል እንደሚቻል ከተወያዩበት ጉባኤ ጋር ሊያመሳስሉት እንደሚችሉ መገመት ይቻላል። ነገር ግን በዚህኛው አካሄድ ዋና ዓላማው ወደድንም ጠላንም ማስገበር ብቻ ነበር። በገባሪውና በአስገባሪው መካከል ምንም ዓይነት የቴክኖሎጂ (ዕድገት፣የሥልጣኔ) ልዩነት በሌለበትና የዓመት ግብር አስገብሮ፣ ባስፈለገ ጊዜ የራሱን ሠራዊት ለሀገራዊ ጉዳይ እስከ አሰባሰበ ድረስ ሙሉ የውስጥ ነጻነት ይዞ የሚደራጅ የግዛት ወይም የአስተዳደር

148 Ibid, p.60.

ሥርዓት ነበር። ጭቆና፣ ብዝበዛ በአጠቃላይ ያጋጠሙት የሕዝብ መከራና ስቃዮች የደረሱት በአስገባሪው ወገን ሳይሆን በራሱ ውስጥ በነበሩት ገዥዎች እንደነበር የሚታወቅ ነው። በርግጥ ሰፊውን ሀገር ለመመሥረት በተደረገው እንቅስቃሴ ወቅት ገብር አልገብርም ወደ ሚል እሰጥ አገባ የተገባባቸው አካባቢዎች የአስገባሪው ኃይል ጠንካራ ዱላ አርፎባቸዋል፤ የንብረት ዘረፋና የሕይወት መሥዋዕትነት መክፈልን አስከትሎባቸዋል። በኋላም በሰፋሪዎች የበላይነት በተመሠረተ አገዛዝ ሥር እንዲሆኑ ተፈርዶባቸዋል።

በዚህም ብቻ ሳያበቃ የአባ ማስያስን ምክርና መረጃም፣ ልክ የአውሮፓ መንግሥታት በተግባር አፍሪካን በወረራ ከመያዛቸው በፊት አህጉሪቱን ዕምብርት ድረስ ዘልቀው በመግባት ጓዳ ጎድጓዳዋን የሚያስሱና ሪፖርት የሚያቀርቡ ሚስዮናውያንና ተመራማሪ ሀገር አሳሾችን አሰማርተው እንደ ነበር ሁሉ፣ አባ ማስያስም ከነሱ አንዱ ሲሆን ለዚያ ዓላማ የሰበሰበውን መረጃ ጎበናም ተጠቅሞበታል። ምን ምን ሀብት እንዳለ፣ ወንዙ በየት በኩል እንደሚፈስ፣ ብዙ ሕዝብ የት የት እንደሰፈረ፣ ምን ዓይነት አስተዳደር እንዳለው፣ ማን ከማን ጋር ሰላም እንዳለው፣ ማን ከማን ጋር ጦርነት ውስጥ እንዳለ፣ ማን በማን ላይ ቅሬታ እንዳለው እና የመሳሰሉትን ነገሮች ጥርት አድርጎ ከአባ ማስያስ ተቀብሎ ሠርቶበታል። በርግጥ በፊትም ቢሆን ከዚያም በኋላ ይህ አቀራረብ ከጎበና የማስገበር ስልቶች ውስጥ የነበረ ነው[149]።

የጎበና የምኒልክን ሥልጣን መታደግ

ምኒልክ ከመቅደላ እስር አምልጦ ሸዋ ከገባ በኋላ ሥልጣኑን ለማደላደል ብዙ ፈተናዎች እንደነበሩበት በበርካታ አጋጣሚዎች ተጠቅሷል። ከነዚህ ፈተናዎች ዋነኛው ደግሞ የሥጋ ዘመዶቹ የሥልጣን ተቀናቃኝነት ነበር። በተለይ በተለይ የአጎቱ ልጅ የነበረው መሸሻ ሰይፉ ምኒልክን ከሥልጣን ለመፈንቀል በሌሎች ጎትጓችነት ጭምርም ቢሆን በተደጋጋሚ ሙከራ አድርጓል። ከዚህ ከሥልጣን ከመፈናቀል አደጋ ከታደጉት በግምባር ቀደምትነት ከሚነሡት ሰዎች መካከል ጎበና ዋነኛ ባለውለታው ነበር። ከአጋጣሚዎቹ አንዱ የተከሠተው ምኒልክ ወሎ በነበረበት ጊዜ ነበር። ወሎ በነበረበት ተደጋጋሚ ዘመቻ ለምኒልክ አሜን ብለው ከገቡት መካከል የወሎ እንደራሴነት የተሰጠው በኋላም ክርስትና ተነሥቶ ንጉሥ ሚካኤል ከመባሉ በፊት መሐመድ ዓሊ ይባል ነበር። በዚሁ ምክንያት ገና ባይጠመቅም በተለመደው የፖለቲካ ጋብቻ በወቅቱ የምኒልክ ሚስት የነበረችው ባፈና ማናለብሽ የምትባል ልጅ ነበረቻትና ምኒልክም ይህችን ልጅ ለመሐመድ ዓሊ ይሰጠዋል። በዘመኑ አገላለጽ "አጼ ምኒልክም ስለመውደዳቸው የወይዘሮ ባፈናን ልጅ ወይዘሮ ማናለብሽን ድረውላቸው ነበር።" ለነገሩ ባልና ሚስት

149 የጎበና ዳጨው ሰነዶች፣ IES MS, 4614.

ተባሉ እንጂ መሐመድ ገና ስላልተጠመቀ ገበታቸው (ምግባቸው) ለየራሳቸው ነበር፤ መሐመድ ዓሊ የሙስሊሙን ማናለብሽ ደግሞ የክርስቲያኑን ነበር የሚታደሙት። መሸሻ ሰይፉ የኃይለ መለኮት ታናሽ ወንድም የምኒልክ የአጎት ልጅ ነበር። ለምኒልክ የአጎቶቹ፣ የአክስቶቹ ልጆች ሁሉ የእልፍኝ አሽከሮቹ ነበሩ፣ ሌሎች አገልጋዮች ቢኖሩም ዋናዎቹ እነሱ ናቸው። ስለዚህ መሸሻም ከነዚህ የእልፍኝ አሽከሮች አንዱ ነበር[150]።

እንደቤት አሽከርነቱ፣ ወይዘሮ ባፈና በወቅቱ የንጉሡ ሚስት ስለነበረች ለመሸሻ ሰይፉ ታጥበህ ለመሐመድ አሳልፍ (ምግብ ስጥ) ብላ ታዘዋለች። እሱም በውስጡ ይህን ትእዛዝ የተቀበለ አይመስልም። በሁለት ምክንያት ሊሆን ይችላል አንዱና ዋነኛው ከባፈና ጋር ያለ ችግር ምናልባትም እንደ ንጉሥ ሚስት ዕውቅና የሰጣት አይመስልም። በሁለተኛ ደረጃ ይህችኑ ለመሐመድ የተሰጠች ልጅ መጀመሪያ ለሱ ተሰጥታው በግልጽ ሳያፋቱት ነጥቀው ለመሐመድ መስጠቷም እንዳስከፋው በውጭ ዜጎች የጉዞ ማስታወሻ ላይ ተጠቅሷል። በዚህ የባፈና አድራጊ ፈጣሪነት ዘመን ነው የሸዋ ሰዎች እንደፈለጋት ባል የተቀያየረላትን የባፈና ልጅ፣ "እናትሽ ባፈና አባትሽ ምኒልክ፣ አንቺ ማናለብሽ" በማለት ምናልባትም ሁኔታውን ከአንድ ሰው ጉዳይ በላይ አድርሰውት ወሎ ከሸዋ በላይ እንዴት ተመረጠ ያሉት። ራስ ጎበና የምኒልክን ሥልጣን የታደገበትን መንገድ ሌላም ጸሐፊ ቢጠቅሰውም የአመጹን ምክንያት በተመለከተ ግን የሙስሊም ምግብ አላሳልፍም ብሎ ነው የተባለው ምናልባትም ከውስጥ የነበረውን ምሥጢር ባለማወቅ ወይም ላለመናገር እንደ ምክንያት ተጠቅሞ ሊሆን ይችላል። ምክንያቱም ሌላኛው ሰው የሚለው እንደተለመደው ባፈና ልጆቿን ወደ ዙፋን ለማቅረብ ብዙ ትጥር ስለነበር አንዱ መንገድ በፖለቲካ ጋብቻ ሲሆን አንዷን ሴት ልጇን ለመሸሻ ድራ ነበር። ነገር ግን አሁን በግልጽ ጋብቻው ሳይፈርስ ለሌላ ሰው ሰጥታ ስለነበር ምኒልክም ወሎ ስለነበር ይህን ጉዳይ ስለማያውቅ መሸሻ ውስጥ ውስጡን ከሴትዮዋ ቅሬታ ስለነበረው ለሷ አልታዘዝም ማለቱ ነው ይላሉ[151]። ፊት ለፊት በሸዋ ወገን የተነገረው ግን ያለ ሃይማኖቱ የሙስሊም ምግብ አሳልፍ ተብሎ ስለ ታዘዘ አኩርፎ ዐመጸ የሚል ነበር። እንዲህ አለ ይላሉ "እሱም ህሊናው ታወከችበት በልቡም እኔ የእስላም ሥጋ ወጥ የማሳልፈው ቀምሼ ነው ወይስ ሳልቀምስ አለ። ባልቀምስ እንኳ ሽታውን መታጠኔ ምን በወጣኝ ነው ብሎ በአፉ ግን እሺ ብሎ አደግድጎ ታጥቆ ውሃ አምጣ ብሎ ከዚህ ምንጣፉ ላይ ይፈሳልና ና ከደጁ ብሎ ወጣ። ከእልፍኙ እንደወጣ ድግድጋቱን ፈትቶ ሸማውን አፍንጫው ላይ አድርጎ (ተከናንቦ) ከግቢ ወጣ[152]። "

150 ዝኒ ከማሁ።

151 Darkwah, p. 91.

152 የጎበና ዳጬው ሰነዶች፣ IES MS, 4614.

ከዚህ ክፍተት በኋላ ነው እንግዲህ ሁኔታውን ለፖለቲካ ዓላማ ለመጠቀም የተመኙ የምኒልክ ተቀናቃኞች ወይም ተገፋን ብለው የሚያምኑ የሸዋ ሰዎች መሸሻን እንደ መሪ በመያዝ ምኒልክን በመሸሻ ለመተካት የዶለቱት። በራሳቸው ሥልጣኑን የኛ ነው ማለት ስለማይችሉ ልክ እንደ የሃያኛው ክፍለ ዘመን መጀመሪያ በአዲስ አበባ እንደነበሩት መኻል ሰፋሪዎች የሚመስሉ አባት ነፍጠኞችና ጠመንጃ ያዢዎች የሚባሉ ነበሩ። ይህን ከሃይማኖቱ ያልሆነ የሙስሊም ምግብ አሳልፍ ተብሎ መታዘዙን ሄዶ እያለቀሰ ይነግራቸዋል። ሁሉም እየተናደዱ "እኛ ምነው ከመቅደላ ኮብልለህ ናልን በዛብህን እጁን ይዘን በአባትህ አልጋ እናስቀምጥሃለን ብለን ብንሠራ፣ ጐንደሬና የወሎ እስላም ሆነ ባለሟሉ" እያሉ እነሱም ብሶታቸውን ጨመሩበት። እሱንም እኛ የገዛ የአጎትህን ልጅ ስናማ አንውልም፤ አታደርገውም አንጂ ካደረግከውማ ከአባትህ እናት ከአያትህ ሀገር ቆላ (መርሐቤቴ) ሂድና ወደ ሁሉ ተላላክ ይመጡልሃል። ወደ መንዝም ብትሄድ ወደ ፊት እየላክህ ትሰበስባለህ ይዘውህ አንኮበር ይገባሉ። ወደ መርሐቤቴ ብትሄድና የመንዝን፣ የአብቹና የገላን ኦሮሞም የአባትህ ወዳጅ ነውና መልእክት ብትልክባቸው ይዘውህ ደብረ ብርሃን ያስገቡሃል። ድሃውም (ገባሩም) በጐንደሬ ምሪት ተማሯል። ከዚህም ያለነው እኛ ነን፣ ወሎ ተከትሎት ሸዋ አይገባ፣ አንተ ከፈለግህ እኛም መንዝን ይዘን አንኮበር ከአያትህ ቤት እንቀበልሃለን ብለው ገፋፉት። በተጨማሪም ሸዋ ቀርተው የማስተዳደር ሥራ ይሠሩ ከነበሩት ደጃች ኀበናና አዛዥ ወልደ ጻዲቅ ጋር እንዳይደርስ ወይም ከነሱ እንዳይላላክ አስጠነቀቁት፤ ምናልባትም እነዚህ ግለሰቦች የምኒልክ ቀኝ እጅ መሆናቸው ስለሚታወቅ[153]።

እሱ ግን ይህን ሁሉ ዱለታ ሰምቶ ከፋም ለማም ሳይል ምክራቸውን ትቶ ኮብልሎ ሸዋ ከእኅቱ ከወይዘሮ ዘርፈሽዋል ቤት ደነባ፣ ባንቱ መጣ። የእኅቱ ባል ቱሉ ገዳ በባንቱ (ደነባ) ትልቅ የተከበረ ሰው ነበር ይባልለታል። መሸሻ ሰይፉ መጥቶ ከዚያ አረፈ። በዚህም አላበቃም፤ ከዚህም ከእኅቱ ቤት በቀጥታ ተነሥቶ ወደ ጪምቢሲ ከኀበና ቤት ይሄዳል። እዚህም ይህ የፍቅር ጣጣ አልለቀቀውም ነበር፣ ከኀበና ልጅ ከጸዳለ ኀበና ጋር በእንዲህ ዓይነቱ ግንኙነት ይተዋወቁ ነበርና እሷን ፍለጋ መምጣቱ ነበር። በወቅቱ ጸዳለ ኀበና የልጅነት ባሏ ቱሉ አብዲ የሚባል በቀዳሚው የሶዶ ዘመቻ በጦርነት ሞቶ ከወላጆቿ ቤት ነበረች። እንዳለመታደል ሆኖ ለካ እዚህም ጸዳለ የሱ ብቻ አልነበረችም ምኒልክም በተመሳሳይ መልኩ ያውቃታል። ያም ሆነ ይህ መሸሻ ይህን የጸዳለን ፍቅር በልቡ ይዞ ለነሱ ግን ኀበና ይረዳኛልና እሱ ጋ እሄዳለሁ ይላቸዋል። ቱሉ ገዳ ግን እሱስ አይሆንም፣ ምን እሱን አለማመጠህ ድፍን አብቹ፣ ድፍን ገላን፣ ድፍን ጅዳና ወበሪ፣ ጎርፎና ጉምቢቹ ሁሉ የአባትህ የሰይፉ ወዳጅ ነው፤ ከጨርጨር ሲመላለስ የሚያውቁት ስለሆነ ይህ ሁሉ ከኛ

153 ዝኒ ከማሁ።

ጋር ይሆናል። ዐማራም ሁሉም ወዳጃቸው ነበር። አባትህ ያኔ እንተባበርህ ቢሉት እምቢ እናቴ ሀገር አርፌ ከዚያ ወዲያ ነው ብለው መርሐቤቴ ወርዶ የገዛ አሽከሩ ክብረት፤ ከድቶ ገደለው። ለአንተም ይመጡልሃል ብሎ መከረው። አደአና ሉሜም አክስትህ አለች፤ መልካም ሽማግሌና መልእክት ጨምረህ ላክ ይመጡልሃል። እኔ አሁን የቅርቡን ሄጄ በዋልድያ (ሸንጎ) ቆርጬ ጎበናን ከበን ይዘን አንኮበር እንገባለን አለው። ጎበናም አሁን ብቻውን ነው፣ አሽከሮቹ ተበትነዋል ብሎ ከልክሎት፣ ተቆጣውና ሊሰበስብ ሊያሳድም ወደ ወበሪ ሄደ፣ ቱሉ ገዳ። መሸሻ ግን ሄጃለሁ ብሎ መልእክት አስቀምጦ ወደ ጪምቢሲ ከጎበና ቤት መጣ[154]።

እንደሚነገረው ከሆነ ለመሸሻ የጅሩና የዋዩ የሙጤ ገላንም ሳይቀር ውስጥ ለውስጥ መተያያ እየያዙለት ቢመጡ ወደ ደጃዝማች ጎበና ሂዶ ነበርና የመጣው ሁሉ አጥቶት ተመለሰ። ለእኅቱም ለወይዘሮ ዘርፈሽዋል ጪምቢሲ በደኅና ገብቻለሁ፣ ከደጃዘማች ተስማምቻለሁ፣ ለባልሽም ላኪበት ብሎ ላከ። ደጃዘማች ጎበናም በመምጣቱ ብዙ ተጠራጥሮ አሽከሮቹን ሁሉ ትልቁ ወደ ግዛቱ ትንሹም ወደ ሪሙ (ጉልማው) ባለ ቀለቡም ወደ ቀለቡ ሂዶ ነበርና መላ ማሰብ ጀመረ። ያለውም ሰው በዚያውም ላይ ከዘመቻ በቅርብ የገባ ነው። ምንም እንኳ በድል ቢገቡም ሐዘንና ድካም የሰውና የከብት ሞትና ጥፋት የሰውነትም መጎዳት ያለ ነገር ነውና ሳያገግምና ድካሙን ሳይረሳው ችግርን ብቻ አይቶ በግድ ቢይዙት መጉረምረሙ የእምቢታ ያህል ይሆንና ንዴትና ብስጭት ያስከትላል ብሎ አሰቦ፤ ሌሎችንም አማከረ። ስለዚህ ጎበና ትልቅ ችግር ውስጥ ገባ። ከዚያ የጎበና በለሟሎች መላ አመጡ፤ የውጭው የተበተነው እንጥብጣቢ ቢቸግረን እንጂ የኛውስ ለእነ እገሌ እገሌን፣ ለእነ እገሌ እገሌን እንደ ቄስ ሰባኪ እንደ ሽማግሌ መካሪ እንላክባቸው ብለው ተናገሩ። ጎበናም ሁኔታውን አገናዝቦ "ፈረስ በቅሎ ለደከመ እለውጣለሁ አማርጦ ይወስዳል፣ ስንቅ እንኳ አያሳስባችሁም እኔው ነኝ ስንቃችሁ፣ እናንተም በፈንታችሁ የለመናችሁኝን ነገር ስንመለስ እሰጣለሁ። ዛሬ እዝ (ትእዛዝ) አይደለም ልመና ነው፤ በዚህ ቀን ግቡልኝ፣ የቀረ ከቀኑ ያስተላለፈ ግን እሱም አሽከሬ አይደለም እኔም ጌታው አይደለሁ" ብሎ ላከ። መልእክተኞቹም ለተላኩበት ሰው ሁሉ ከደጃዘማች የምትለምነውን ንገረኝ እኔ እሰጥሃለሁ፣ የበዛውን ይህ ይቆይህና ይህን ይህን እሰጥሃለሁ እያሉ ለሦስት ቀን ማታ ማታ መከሩና ከጫጫ፣ ከአማን እስከ ጉምቢቹ እስከ አምስት ቀን እንዲገቡ የራቀው እስከ ሳምንት ጪምቢሲ ከከተማው እንዲገኝ (እንዲከት) አደረጉ። ምኒልክ ወደ ሚገኝበት ወደ ወሎ ወረኢሉ ከተማም ባላምበራስ ናዴን መልእክተኛ ላከ። መልእክቱም እንዲህ የሚል ነበር፡

-"እስከ ..... ሰባት፣ ስምንት ቀን ከቤቴ ባይደርሱልኝ ከመሞት መቆምን እንደምንመርጥ ከአብቹና ከገላን ጋር ለመሸሻ ሆኜ አንኮበር መሄዴ

154 ዝኒ ከማሁ።

ነው። ድፍን ቆላ የጥዱ ዘር መንዝ ገዛን ብሎ መጉረምረሙን ያውቃሉ። የይፋቶችን ምክር ሰምተው እንዳይቀሩ ሲያብልዎ ነው እነ መላ ፍቱ አሉባቸው። ሸዋስ ጐንደሬና ወሎዬ ነው የወደደው ቆለኛው እንኳ የራሱን ወገን አይደለም የሚስቱን፣ የባፈናን ወገን ነው የወደደው ብሎ ከአንገት በላይ ነው። ነገሩ ሁሉም ጠልተዎታል፤ የዳዊትን ነገር ያስቡ የመካሪ ምክር ሳይሰማ ታንቆ ሞተ ነገሩን እንዲያ እንዳያረጉት። እኔም ብሆን እንደዚያ አልታነቅም ጠፊ ነውና ይደረሱልኝ ማንንም አይስሙ"[155]።

ምኒልክም መልእክቱ እንደደረሰው ለታላላቆቹ ወይም ለአማካሪዎቹ ቢያማክር፣ "ዋ! ይህ ሻጉራ ኦሮሞ ዘዴው አይታወቅም አይሆንም" ብለው በብዙ መንገድ ቢያስፈራሩትም ለአፉ እሺ ብሎ፣ በማግሥቱ አሞኛልና እንደ ፈረንጅ ውሽባ በፍል ውሃ የሰባት ቀን መድኃኒት አደርጋለሁ ብሎ አስከልሎ ተደብቆ አምስት ሰው ስድስተኛ ራሱ ሆኖ በግስጋሴ፣ ሌት ተቀን እየተጓዙ ባላምባራስ ናዴ በሄደ በአምስተኛው ቀን ከዚህ ሃያ ፈረስ አስር በቅሎ ጅሩ አፋፍ ተልኮ ነበርና በአምስተኛው ቀን በጧት ሲነጋ ጨምቢሲ ደረሱ። ደጃዝማች ጎበናም ፈጥኖ ሲወጣ የእልፍኝ አሽከሩ ጥጋቤ ንጉሥ ምኒልክ እንደሆነ አሳወቀው። እጅ ነስቶ ወደ ትልቁ አርጌ እልፍኝ እንዲያመጣው ነግሮ ወደ ውስጥ ዘለቀ ይለናል የጎበና ዜና መዋዕል[156]። ስለዚህ ምኒልክ በጎበና ቤት ቤተኛ የሚባል ዓይነት ስለነበር ወይም የጎበናን ቤት የለመደው ነበር፤ ወትሮም ከልቹና ደብረ ብረሃን ከተማ እነዋሪ ከተማው ሲወርድ ሲመላለሱ በመንዝ ቀርቶ በጅሩ በወረኢሉ ከተማም ሲሄድ በጨምቢሲ ወይ በአማን በሰኮሩ ከጎበና ቤቶች ሰባት፣ስምንት ቀን እየሰነበተ ጉግስ ጨዋታ እየተመለከተ ነበር የሚያልፈው። በዚህ ላይ የጎበናም አሽከሮች በቅርብ ያሉት ወደ 140 የሚሆኑ ከአዳራሽ እንዲያድሩ ወዲህና ወዲያም እንዳይሉ ሦስት መቶ የሚሆን ሰንጋ ታርዶ ራስጌ ጓዳ ቢላም በቁጥር ከነሞጎጎው፣ ገበታው ተጥሎ ሸማ ለብሶ አምስት ስድስት ሙክት ለወጥ ከበሮች ዐጥንት ጋር፣ በምግብ ነገር አለጥያቄ የወደደውን መብላት፤ መጠጥ ግን ሁለት ሁለት ጋን ጠጅ ለምሳና ለራት እንዳይሰክሩ ተብሎ የሚገስጣቸውም ተሾምባቸው ነበር። ይህን ሁሉ ካዘጋጀ በኋላ አሽከሮቹም ደርሰውለት ነበርና ምኒልክ በመጣ ጊዜ የጥንት አበጋዞች ቤት የአቶ መረጭ ከአቶ መረጭ ለአቶ መተኮ ከአቶ መተኮ አቶ በዛብህ የነበረች እየታደሰች ነበረችና ጎበና ምኒልክን እያጫወተ ወደዚያች እልፍኝ ወሰደው። ንጉሡም ምነው ጎበና እሩጫ አበዛህ ቢለው ግማሽ ሰዓት ያኽል እንዲታገሰው ነግሮ የምግብ ግብዣ ተጀመረ[157]።

155 ዝኒ ከማሁ።

156 ዝኒ ከማሁ።

157 ዝኒ ከማሁ።

ምኒልክ ከተጋበዘና ስውነቱን ካጸና በኋላ (ከድካም ከበረታ በኋላ)፣ ደጃዝማች ጎበና ቀኛዝማች ወልዳማኑኤልንና አቶ ደባልቄን ከእልፍኝ አሽከሮቹ ጥጋቤንና ቤተን አስከትሎ ከትልቁ እልፍኝ መሸሻ ሰይፉ ካለበት ገባ። የጎበና አሽከሮችም እንደነገራቸው ተከታትለው ገቡ፣ መሸሻ ሰንጠረዥ ይጫወት ነበርና እህ ደጃዝማች ብሎ ቀና አለና አየው። ደጃዝማች ጎበናም ጎራዴውን እየነቀነቁ ይህን ጎረምሳ ያዘው አለ። ቀኛዝማች ወልደማኑኤልም ፈጥኖ ያዘው። ደጃዝማች መሸሻም ደንግጦ "ምነው ምነው ደጃዝማች ምን አልኩዎ?" ቢለው ምኒልክ ስለመጣ እንደሚያስታርቀው ነግሮት ከአቶ ደባልቄ ጋር አቆራኝቶ ምኒልክ ወደ ነበረበት አሮጌ እልፍኝ ወሰደው። ሊመጣ የሚችለውን የመሸሻ ደጋፊዎች ተቃውሞ ወይም ግጭት በመገመት አብረው የነበሩትን የእልፍኝ አሽከሮች አስወጥቶ ነበርና ከወጡት ሰዎች እንኳ የነሸጣቸውና ተመልሶ ለመግባት የማንን ጌታ ማን የይዛል የሚሉ ነበሩ። ነገር ግን ቢያዩ ግራና ቀኙ ከትልቁ እልፍኝ እስከ አሮጌው እልፍኝ በታች እስከ አዳራሹ ተሰልፈው ቆመው ነበርና ምንም ማድረግ አልቻሉም። መሸሻ ሰይፉም በሰንሰለት ተቆራኝቶ ከአሮጌ እልፍኝ ገባ። ከወጋግራው ተለጥፎ እያለቀሰ ቆመ[158]።

ከዚህ በኋላ ምኒልክ በበርካታ የዲፕሎማሲ ቃላት በተሞላ ንግግር ገበናውንም ጨምሮ መሸሻን ለወቀሳ አቅርቦት ነበር። ለምሳሌ ቢሞት ሌላ ወራሽ እንደሌለውና ወራሹ ራሱ መሸሻ ሊሆን እንደሚችል ማሰቡንና እንዲህም ለምን እንዳሰበ በመግለጽ የማሳመኛ ቃል አቅርቦ መሸሻ ግን በተቃራኒው እየሄደ መሆኑን በሽማግሌዎች ፊት ወቀሳ አቅርቧል። ቃል በቃል ሲነገር "ልጄ ስልህ ልጅ እንኳ የለኝ ብቀድም እንኳ ወራሼ የምለው አንተኑ ነበር፣ ታውቀዋለህ የአንተና የኔ ከሌሎች ወንድሞቻችን ይልቅ የተለየ ነው፤ ኃይለ መለኮትና ሰይፉ ከበዛብሽ ከአንድ እናት ሆድ የወጡ ናቸውና"። በዚህ ጊዜ ጎበናም ምኒልክን በመቆጣት ወቀሳ ማብዛት እንደሌለበት በማሳሰብ "እንግዲህ ወቀሳ አያብዙ ልጅዎ እንደሆነ እናውቃለን ልጅን መቅጣት የተገባ ነው" በማለት ነገሩን ለማለሳለስ እንደሞከረ ይነገራል። ከዚያም ጎበና መሸሻን ከገበየሁ ጋር አቆራኝቶ ምኒልክ እና ራሱ ጎበና ለውይይት ለብቻቸው እንዲሆኑ አመቻቸ። በነገራችን ላይ ይህ የመሸሻ ቁራኛ የተደረገው ገበየሁ የበኋለኛው የዓድዋ ጀግና ፊታውራሪ ገበየሁ ነበር። በውይይቱም ጎበናና ምኒልክ ያነሥዋቸው ነጥቦች ተብለው የሚነገሩት "አሮሞውም ሁሉም መጋጠሙን ዐማራውም መርሐቤቴም መስማማቱን ተወያዩ። ተመካከሩና ለአንዳንድ ዋና ዋና ለቆላም ለመንዝም ለዘመድ ወዳጅ በዘዴ ከእነ እገሌ እነ እገሌ እንዲህ አድርገው ሊያፋጁን ይህን ልጅ አስኮበለሉብኝ፤ ከሽማግሌስ ተርፌ (ወጥቼ) ዘመዶቼንስ በድዬ (ነው ወይ?) ምን ተገኘብኝና ነው? ግጭቱ የድፍን የዐማራና አሮሞ መሆኑ ነውና ጥሉ ቀርቶ እግዜርን መለመን

158 ዝኒ ከማሁ።

እንዳለበት፣ የአባቴ ሀገር ሰው ለምን ጠላኝ ብሎ በልብ ዳኝነት እየመዘነ እንዲሠራ ተመከረ። "መቼም ሹመት ማለት አባቶች ሺህ ሞት ብለው ፈትተውታልና በሰበብ አስባብ ሹመቱን ለሚጠቅምና ለሚያገለግል ከአንጀት ለወደደም ማዛወር አሁንስ ለሽማግሌዎች ምን አልኩ እያሉ እሲ እዩብኝ ማለት ነው።" እንዲል ነበር ለምኒልክ የተነገረው። በዚሁ መሠረት "ከልቼ ከተማዬ ኑና የመሸሻን ነገር እዩብኝ" እያለ ወደ ሁሉም መልእክት በዝርዝር ልኮ ከሌሊቱ በዘጠኝ ሰዓት ተነሥቶ ወደ ደብረ ብርሃን ገስግሶ ከዚያም ሳይውል ሳያድር ወደ አንኮበር ሄደ። ጎበናም ወደ ቤቱ ተመለሰ። ምኒልክም መኳንንቱና ሠራዊቱ ከወረኢሉ ከተማው ሚስቱን ወይዘሮ ባፈናን ተከትሎ አጅቦ እንዲመጣ አንደንዶችም አስቀድመው ገስግሰው እንዲመጡ መልእክት ላከ። ከዚያም ሚስቱም ሠራዊቱም መጡ። በመጨረሻም በዚሁ ስልት የኦሮሞና የነፍጠኛ (ነፍጥ/"ጠመንጃ" ያዥ) ትጥቅ ተፈታ። መሸሻም እንደተባለው ሁሉ ተወቀሰና ጎንቾ በወላስማ አበጋዝ እጅ እስላም ቤት ወርዶ ታሰረ ይባላል።

ይህ ከመሸሻ ጋር የነበረው ችግር የተፈታ ቢመስልም ከጊዜ በኋላ ደግሞ የተከሠተው ሌላኛው አጋጣሚ መሸሻ ከእስር ተፈቶ ሌላ ዐመጽ ሲቀሰቅስ ይመስላል። የጎበናን ዜና መዋዕል የዘገበው ጸሐፊ እንዲህ ይላል፤

> በዚህ ጊዜ የሸዋ መኳንንቱም ሕዝቡም ብዙ ተጨነቁ ልጅ ልጁ ከመሸሻ ጋራ ሆነ፣ ሽማግሌ ሽማግሌው ከምኒልክ ጋር ሆነ። አባት ልጁን ልጅ አባቱን ሊገድሉ ሆነ። አፄ ዮሐንስም ወደ ጐንደር ገቡ፣ ንጉሡ ነገሥትነታቸውን አደላደሉ። ወደ ሸዋ ግን አላሰቡትም ነበር። ይልቁንም ዳርጌ ለማስታረቅ ይጥሩ ነበርና መሸሻ ሰይፉ የደጃች ገርማሜን፣ ሰሙ ንጉሥ የሚባለውን ትልቁን ልጃቸውን ወደ አፄ ዮሐንስ ላከ፤ ይምጡልን ጥንትም በጐንደር አልጋ ተቀማጭ በኩራችን ነውና በፍርድ እንቆማለን ሲል። ምኒልክ ብዙ ግፍ ሠሩብኝ ያልበደልኩትን ሲል ላከና አፄ ዮሐንስ መጡ ወሎ ገቡ። በዚህ መካከል ራስ ዳርጌ በረቱና መሸሻና ምኒልክን አስታረቁ። ከዚያ መቼም ከመሸሻ ሰይፉ ጋር ታርቀው ነበርና ደጃዝማች ብለው በኤፍራታና ግድም ሾመውት ነበር። እላይ እንደተገለጸው የደጃዝማች ጎበና ሴት ልጃቸው የአሚን ባሏ ለእርዳታ አሩሲ ዘምተው ሞቶ ነበርና አፄ ምኒልክና ደጃች መሸሻ ሰይፉ ሳይተዋወቁ ይዘዋት ነበርና በኋላ ደጃዝማች መሸሻ ሰይፉ ከአባቷ ቤት አስኮበልለው ኤፍራታ ወስደዋት ነበር። በርግጥ ደጃዝማች ጎበና ዘምተው ስለነበር ነው እንጂ የአጅሬ ቤት አይበገርም ነበር፤ ያውም እናቲቱ ፈቅደው ነው እያለ ሰው ያማ ነበር[159]።

---

159 ዝኒ ከማሁ።

ይህ በእንዲህ እንዳለ ምኒልክ ጸዳለን መሸሻ እንደወሰዳት ሲሰማ በጣም ተናዶ መሸሻን ከኤፍራታ ደብረ ብርሃን እንዲመጣ ላከበት። ነገር ግን ውስጥ ውስጡን ሌላ ተንኮል ሠርቶበታል ይባላል። ይኸውም እሱ ሲመጣና ደብረ ብርሃን ሲገባ ኤፍራታ ከተማን ከባችሁ የጎበናን ልጅ ጸዳለን ይዛችሁ ኑ ብሎ ወልዴንና መንገሻን (በኋላ ሁለቱም ራስ ሆነዋል) በምሥጢር ላከ። መሸሻ ሰይፉም ደብረ ብረሃን ከተማ ሲገባ ተያዘና ታሰረ። ወልዴና መንገሻ እንደታዘዙት ኤፍራታ ከመሸሻ ከተማ ገብተው ጸዳለ ጎበናን ከሁለት የአባቷ አሽከሮች ጋር ከእልፍኝ የገረድ ጨርቅ አልብሰው የጨርቅ ራስ ማሰርያ አሳስረው እንሥራ አሸክመው ውሃ ቀጂ አስመስለው፣ አምስት ደንገጡሮችን አስከትለው እንደስዋው አሸክመው "እስከ አሁን ውሃ ሳትቀዱ" እያሉ እያባረሩ ከበር ከግቢው አስወጥተው ውጭ ተደብቀው ይጠብቁ ከነበሩት አመንቴና ባዬ የሚባሉ በኋላ ቀኛዝማች አመንቴ የተባሉ ጋር በቅሏቸውን ጭነው ወደ ወንዝ አዙረው ወንዝ ለወንዝ ወስደው ከኤፍራታ በላይ ወደ ደጋ አውጥተው በፍርኩታ በጥጃ ሣር በተጉለት በወግዳ አድርገው አማን አባቷ ቤት ወሰዷት። ከእናቷ ከወይዘሮ አየለች ጋር አገናኟት። መጥተውም ለምኒልክ ከእናቷ ቤት እናገኛታለን ከዚያ ገብታለች እናምጣት ወይ? ባሉት ጊዜ አይ አባቷ ዘምቶ ለመንግሥታችን ሲለፋ እኛ ቤቱን ልንዘርፍ፣ ይህስ አይሆንም ብሎ እምቢ እንዳላቸው ይነገራል። በዚህም ጉዳይ ላይ በወሩ መኳንንት ተሰብስቦ ችሎት ተቀምጠው ምኒልክ ጠበቃ አቆመ። የምኒልክ ስሞታ የነበረው እላይ የተነገረውን ገመና አደባባይ አውጥቶ ፊት ለፊት ፍርድ የጠየቀበት ነበር "እኔ የኃይለ መለኮት ልጅ እሱ የሰይፉ ልጅ፣ ልጅ የለኝምና ትወልደልኛለች ብዬ ያኖርኳትን ነጠቀኝ ፍረዱኝ" እያለ። መሸሻም ሲከላከል ለእሱም ሚስቱ አይደለች ወይም በይፋ እቁባት ተብላ አልተቀመጠች፤ እኔ ሚስት የለኝ አገባታለሁ ብዬ ጠልፌ ወስጃታለሁ በማለት የምኒልክ መሆኗን እንዳልሰማ ተናገረ። ፈራጅ ተቺዎችም ይቀጣ አሉ። ሽማግሌዎች ግን ልጅ ነው፤ አያውቅም ባይሆን ይታሰር ብለው ሲፈርዱ ጎንች ወርዶ ታሰረ። በዚህ ምክንያት የድፍን ሸዋ ሰው ማጉረምረም እንዳበዛ ይነገራል። በነገራችን ላይ እላይ እንደተጠቀሰው ምኒልክ በብዙ ነገር ከጐንደርና ከወሎ በመጡ ሰዎች ላይ የበለጠ እምነት ጥሎ ሹመት ሽልማትም ለነሱ ነው የሚያበዛው የሚል ቅሬታ በሰፊው ይነገር ነበር። ለዚህም ነው በርካታ ሰዎች በመሸሻ መታሰር ያጉረመረሙት[160]።

የአፄ ዮሐንስ ወደ ሸዋ መምጣትና የጎበና ድብቅ ጥቃት መሰንዘር

የጎበና የሥልጣን መሠረት በእጅጉ የተጠናከረው እኤአ በ1876 (1868 ዓም) አፄ ዮሐንስ በሸዋ ውስጥ በተጓዘበት (ባለፈበት) ወቅት ነበር። ንጉሠ

160 ዝኒ ከማሁ።

ነገሥቱ በጎበና ግዛት አካባቢ ሰፈሩን አድርጎ በነበረ ጊዜ ሠራዊቱ ለዘረፋ ተሰማርቶ በርካታ መንደሮችን ሲያጠፉ ጎበና ይህንኑ አጋጣሚ በመጠቀም የተሰራጩትን የንጉሠ ነገሥቱን ሠራዊት በመግደል (በመዝረፍ) ወደ አንድ ሺህ የሚጠጋ ሰናድርና ሪምንግቶን ጠመንጃዎችን መሰብሰብ ችሎ ነበር። የእነዚህ ዘመናዊ መሣሪያዎች በአጋጣሚ መገኘት ለጎበና ሥልጣን ትልቅ ጉልበት ጨመረለት። ወዲያው በአካባቢው ያሉትን የሸዋ ኦሮሞ ግዛቶችን ማስገበር ቻለ። ዓመቱ ሳያልቅ ከአባ ማስያስና ከላይ የምኒልክ የሥልጣን ተቀናቃኝ ከነበረው ከመሸሻ ሰይፉ ጋር በመተባበር ግዛቱን በሰፊው መለጠጥ ቻለ[161]።

የአፄ ዮሐንስ መምጣት በተሰማ ጊዜ የሸዋ ሰዎች እንዋጋለን እያሉ ልቼ ከተማ ላይ ፉከራ ሆነ ይባላል። የሸዋ ሰው ለአስር፣ ለአምስት፣ ለጎምሳ ሲናድር ተዋሰኝ እያለ ዋስ መጥራት ጀመረ። "ከምሥር የነጠቀውን ሲናድር እንረከበዋለን፣ ሳንፈልገው ፈልጎ እደጃችን ከመጣ" እያለ በርካታው የሸዋ መኳንንትና ሠራዊት መደንፋት እንደጀመረ ይነገራል። "ግሼን ሄደን ከበራችን እንዋጋ" ሲባል "ክርክር ቦታ ነውና ለፈረስ አይመቸንም ከሜዳ ይምጣልን" ተብሎ ተወሰነ። አፄ ዮሐንስም መንዝ ሲደርስ የመንዝ ሰው አላዘርፍ ብሎ ጥቂት ሲበተን እየፈጀ በጠባቡም ቦታ በየገደሉ በየአረኹ በራሱ አካባቢ በሚያውቅበት ሰፈር ትግሬዎች ተጨንቀው ለመመለስ ወስነው ነበር ይባላል። ነገር ግን ምኒልክ ውስጥ ለውስጥ ተላልኮ "ዝም ብለው ይምጡ እኔ ሰውን እበትነዋለሁ፤ የሸዋ ሰውና መሸሻ ሰይፉ እምነታቸው ሌላ ስለሆነ አይወዱኝም። እርስዎን ይገዬ ሁሉን ነገር እናቀናዋለን፤ እኔ ግን በአፄ ቴዎድሮስ፣ በአባ ሰላማ ጧት ማታ የጸጋ ልጅ እንዳልል የተገዘትሁ ነኝና። የሸዋ ሰው ግን አልወደደኝም 'የአባቱን የአያቱን ትቶ' እያለ። አያቴ ግን ወደ ኦሮሞ ተጠግተው ነበርና ታሪኩን ነገሩን ስንገኛኝ እንነጋገረዋለን" ብሎ ምኒልክ ለዮሐንስ ማረጋገጫ እንደሰጠ ያወሳሉ። እግረ መንገድም ምኒልክ መንገሻ አቲከምን ሾሞ የነበረ ሲሆን መንገሻም መሸሻን ከታሰረበት ከጎንች ሰውሮ ምናልባትም ወደ ዐማራ ሳይንት ይመስላል ሳይሆን አይቀርም ወሰደው፣ በኋላ አጼ ዮሐንስ ከሳይንት ኮረብታ ፈትቶ ከራሱ ጋራ አድርጎት ወገኑን ዳረለት[162]።

ዮሐንስም መንዝን አልፎ ሞፈር ውሃ ከደረሰ በኋላ ምኒልክ ለመኳንንቶቹ አልዋጋም እታረቃለሁ ክርስቲያን ለክርስቲያን አታፋጁን ብሎ በመነኰሳት አስገዘተ። በተጨማሪም "አያቴም ጉንደር በኩራችን ነውና አትፈልጉ ብለው መርገመቸውን ታውቃላችሁ፤ አፄ ዮሐንስም ሸዋን ለማጥፋት አልመጣም ከእኛም እጅ ለመውሰድ አልመጣም ተስማምተን ኦሮሞና ሙስሊም የያዘውን እናስለቅቃለን" ነው ያለው በማለት የራሱን

161 ፍጹም ወልደ ማርያም፣ ገ፡334።

162 ዝኒ ከማሁ፣ ገ፡ 329-330።

ሠራዊትና መኳንንት እንዳይዋጉ ከለከላቸው። "ዮሐንስም በአንጻሩ እንኳ እናንተን ኦሮሞውን አስተምረን አጥምቀን ታቦት ተክለን እንደ ጥንቱ መንግሥትን እንመልሳለን፤ ታውቃላችሁ እኔ እንኳ የመጣሁት ወንድምህ መሸሻ ሰይፉ ሲለምነኝ ነው" ብሎ ለምኒልክ መላኩን በሰፊው እንደተነገረ ይተረካል[163]።

በርግጥ ምኒልክ ዐቅሙን አመዛዝኖ ለዕርቅ እንደተዘጋጀ የሚገልጹ መረጃዎችም አሉ። ይህን የኃይል አለመመጣጠን ሥርግው፤

> ወሳኙ የሰውና የመሣሪያ ብልጫ ነው። በዚህ በኩል ሲታይ አፄ ዮሐንስ ከትግሬ ጦር ሌላ 10,000 ከጎጃም፣ 4-5000 ከወሎ ጨምሯል። ሁሉም ተደማምሮ ጦሩ ወደ 100,000 ይደርሳል። ምኒልክ ተስፋ ያደረገው ወሎን ነበር፣ እሱ ወደ ዮሐንስ ግብረ ኃይል ተደረበ። ቢሆንም እንደምን ብሎ ይህን ያህል ሰው አያጣም። በመሣሪያ በኩል ደግሞ ዮሐንስ ከእንግሊዞች በስጦታ ካገኘው ሌላ ከግብጾች በሁለት ጊዜ ውጊያ አያሌ ዘመናዊ መሣሪያዎችን ከነጥይታቸው ማርኮ ነበርና ማለፍያ መሣሪያ የታጠቁ 20,000 ሰዎች ነበሩት። ምኒልክ በዚህ በኩል በጣም ወደ ኋላ ነበር። ተመሳሳይ መሣሪያ የታጠቁ 80,00 ብቻ ነበሩ[164]።

በማለት የምኒልክን በሰላማዊ መንገድ ከዮሐንስ ጋር መነጋገር መፈለግን ምክንያታዊነት ያብራራል።

በዚሁ መሠረት ምኒልክ ሁሉንም በእያንዳንዱ እየለየ አሳመንና በአንድነት አምጥቶ እንደይዋጉ መከረ። ሁሉም እሺ ብለው መኳንንቱ ወደ እየአገሩ ወደ እየግዛቱ ሄደ፤ ወታደሩም ተበተነ። አፄ ዮሐንስም ሙሽ ሥላሴ ከደረሰ በኋላ እንደ መንዝ በዘረፋ ምክንያት የሚበተነው ትግሬ መታወኩና ማለቁ ቀረ ይባላል። የዮሐንስ ኃይል ከሙሽ አልፎ ድምባሮ ማርያም ሰፈረ። ለዕርቁ የካህናት መመላለስ በግልጽ ተጀመረ። እዚህምጋ ሥርግው ስለ ዕርቁ አስፋፍቶ ከተረከው ወስጥ የጎበናን አቋም በተመለከተ ለየት ያለ ነገር ይጠቅሳል። "ከዚህ በኋላ የሽምግልናው ነገር ተጠናከረ። ተመኳንንቱም ተካህናቱም ቁጥራቸው በርከት ያሉ በነገሩ ገቡበት። ከመኳንንቱ ዋናዎቹ ራስ ጎበናና ራስ መንገሻ አቲከም ሲሆኑ ተካህናቱ ደግሞ የታወቁ የሁለት ልደት ተከታዮች እንደ አለቃ ኪደነ ወልድና አለቃ ምላት የመሳሰሉት ነበሩ።[165] " አለቃ ኪዳነ ወልድ የተባለውም ምናልባት አለቃ ወልደ ኪዳን ሳይሆን አይቀርም የሚል ግምት ያሳድራል።

---

163 ዝኒ ከማሁ።

164 ሥርግው ሐብለ ሥላሴ፣ ገ፡ 168።

165 ዝኒ ከማሁ፣ ገ፡ 169።

ምኒልክም ልቼ ና ደብረ ብርሃን ከተማውን ለቆ አንጎለላ ከሚባለው ከተማው ወርዶ ተቀመጠ። ትግሬዎችም እስከ ሓራምባ፣ እስከ ማፉድ ዘረፋ መዝረፍ ጀመሩ። አንድና ሁለት ትግሬ ልክ እንደሚያስገብር አድርጎ የሰባ በሬን፣ መሲናን፣ ሙክትን እየነዳ ሁለት ሦስት ቀን እያደረ ወደ ሰፈር መመለስ ጀመረ፤ በዚህም በተጉለት እንዲሁ መደረግ ተጀመረ[166]።

ደጃች ጎበና ግን ሠራዊቱን በየሀገርህ ግባ ብሎ አሰናብቶ ከደብረ ብርሃን ቤቱ ቀርቶ ነበር። "እኔ ጎበና ዳጪ ስንፎክር ከረምንና ለሲናድርም ዋስ ጠራንና አንድ ሰው ሳይወድቅ መረታታችን... ጉድ እኮ ነው" እያለ ይቆጭ ነበር። ቀድመው ከተዜሙት ሽለላዎች መካከል እንዲህ የሚሉ ነበሩበት[167]፤

ትግሬንም አየነው ላጮ ነው፣ ላጮ ነው፣
ጎጃምንም አየነው ላጮ ነው፣ ላጮ ነው፣
በጌምድርንም አየነው ላጮ ነው፣ ላጮ ነው፣
አባ ዳኘው ብቻ ገና ቆንዳላ ነው።

የሸዋ እምቢ ባይነትም በሰፊው በወታደሩ ሲንጸባረቅ ነበር። በተለይም ሌሎች ግዛቶች ለዮሐንስ እሺ ብለው ቢገዙም እኛ አንገዛም የሚል እንድምታ ያለው ቀረርቶ ያሰሙ ነበር[168]፤

በስተ ጎጃም በኩል ገበያ ቢያስማማ፣
በስተ በጌምድር፣ በስተ ቋራም በኩል በስተ ትግሬም በኩል ገበያ ቢያስማማ
እኛም ዐውቀነዋል እንዳንገዛማ። በማለት።

ይሁን እንጂ በምኒልክ አቋም ምክንያት ውጊያው አልታወጀም ነበር። በርግጥ የአፄ ዮሐንስ ወገኖች ወይም ወታደሮች በተመሳሳይ መልኩ እንዲህ ሲሉ መልስ ሰጥተዋል ይባላል።

ትግሬም አለን አቤት አቤት፣
በጌምድርም አለን አቤት አቤት፣
ጎጃም ወሎም ወልቃይት ጸገዴም ደምቢያም አለን አቤት አቤት፣
ሸዋ ብቻ ቀረን የኦሮሞ ጎረቤት።

በመጨረሻም መታዘብ እንደሚቻለው ጎበናን ግን የምኒልክ ይፋዊ ምክርና አዋጅ በድብቅም ቢሆን ከዮሐንስ ወታደሮች ጋር ከመጋጨት ያስቀረው አይመስልም። "ምንም ቢሆን እንደ ኦሮሞነቴ ከዘራፊ ገጥሜ ሁለት ሦስት ሲናድር ሳልይዝ እቤቴ አልገባም የመጣው ይምጣ" ብሎ

166 ፍጹም ወልደ ማርያም፣ ገ፡ 332።

167 ሥርግው ሐብለ ሥላሴ፣ ገ፡ 168።

168 ዝኒ ከማሁ።

ከጦርነትም በይሆን ከዘረፋ እንደገባ ይነገራል። ከአንጎለላም ይህን ወሬ እነ ደጃች ኃይሌ አንዳርጋቸው .... እነ ወልሼ የሚባል ሌሎችም ወደ አስራ አምስት የሚሆኑ ተጠቃቅሰው በሌት ከአንጎለላ ደብረ ብርሃን በጧት ደርሰው ከቤታቸው ገና ይወጡ ከነበሩ ከእነ ጎበና ጋር ተገናኝተው በስላቅ እየተነጋገሩ ወደ ተመሳሳይ ቦታ ለተመሳሳይ ጉዳይ መሄዳቸውን ከጎበና ዜና መዋዕል እንረዳለን። "ደጃች ጎበናም ፈረሶቻቸውን ጭነው ከቤታቸው ሲወጡ ከነሱ ተገናኙ፣ ተየት መጣችሁ? ቢሏቸው ተዋውቀዋልና ኃይሌ አንዳርጋቸው ደጃዝማች አንተስ የት ልተሄድ ታጠቅህ ፈረስህንም ጭነሃል አጅሬ ተባባሉና ወደ ቦሎ ወርቄ ወጡ። ቦሎ ወርቄ ከገበያው ሲደርሱ ዳር ላይ ትንሽ ጉብታ ተራራ ነበርና ወጥተን በመነጥር የሰፈሩን እና የዘራፊውን አካሄድ እንመልከት አሉ።" ይለናል። በርግጥ በሻህ አቦዬና ኃይሌ አንዳርጋቸው በሸዌዎች በጣም ተደናቂ ነበሩ፣ ከዚህ የድብቅ ውጊያ (ዘረፋ) ጋርም በዚህ መልኩ ነበር በግጥም የተሞገሱት[169]፡

ለጎምሳ ሰናድር ዋስ የጠራችሁ፣
በሻህ አቦዬ ከፈለላችሁ።

ሌሎቹ ዕድሉን ስላለገኙ እነዚህ ከዘረፉት መጀመሪያ በፉከራው እንደተስተጋባው መከፈላቸውን ለመጥቀስ ይመስላል። ማለትም እላይ እንደተጠቀሰው ብዙ ሰው የአፄ ዮሐንስ ሠራዊት የታጠቀውን የጦር መሣሪያ እንረከበዋለን እያሉ፣ እኔ ይህን ያኽል እማርካለሁ እያሉ ይፎክሩ ስለነበር ያንን ለማመልከት ነው።

ከፈረሰኞቹ ከምናወቃቸው፣
በሻህ አቦዬ ኃይሌ አንዳርጋቸው[170]።

ይህም ከላይ የተነገረው ግጥም ቀጥሎ ከሚጠቀሰው ገጠመኛቸው በኋላ ሳይሆን አይቀርም።

> ኃይሌ አንዳርጋቸው ለፈረሶቻችን ልጓም አውልቁ ይጋጡ ቢሉ ደጃዝማች ጎበና የሌባ ቅንጡ፣ የኔን ፈረስ ልጓሙን አታውልቅ አሉና ተሣሥቀው ወደ ጉብታዋ ወጡ። በመነጥር ሲያዩ ትግሮች ደግሞ ቀድመው ከታች ወደ ላይ ሲወጡ በመነጥር አይተዋቸው እነዚህን ሸዋዎች እናስቀራቸው እያሉ ነበር። ወደ ሁለት መቶ የተረፈ አንጋች ከጉብታው ኋላ ጥጉ ላይ ፈረስ መጋለቢያ የሚባል ሜዳ አለና ከዚያ ደረሱ ብቅ ሲሉ አሽከሮች ጮሁ፣ ፈረስ አንጋች መጣ መጣ እያለ። በዚያን ከጉባዋ በፍጥነት እየሮጡ ወረዱ እየዘለሉ እየዘለሉ ከፈረሱ መለጠፍ መሸሽ ሆነ፤ የፈረሱን ልጓም ያወለቀ እንዳወለቀ

169 ጎሩይ፣ ገ፡ 116፤ ሥርግው ሐብለ ሥላሴ፣ ገ፡ 169።

170 ሥርግው ሐብለ ሥላሴ፣ ገ፡ 169።

የተለጎመም እንደ ተለጎመ የደጃዘማች አሽከሮች ሁሉም ወደ እናት ጉያ ወደ ተጉለት አፋፍ ሸሹ። የምኒልክ ኃያላን ወልሼ የሚባለውና ወልደ ጨርቆስ የሚባለዉ ከጎበና አንድ ጋ ሸሹ። ጎበና ፈረሳቸውን ያለ ልክ ገርፈው ሲሸሹ ወልሼ በምኒልክ ሞት አንድ ጊዜ ያስተኩሱን ቢላቸው ወግድ እብድ ብለው ሰደቡትና ፈረሳቸውን ገረፉ። ፋቾ ወንዝ ሲደርሱ ሁለተኛ ቢጠይቃቸው እንደፊቱ ሰደቡትና ፈረሳቸውን ጋለቡ። ለባልንጀራው ኧረ ንሱ ይህ አሮሞ ቶስቷሳ ኖሯል! አለው[171]።

ይህ ከላይ የተተረከው እንግዲህ ጎበና ከሚደነቅበት የጦርነት ስልቱ አንዱ የማይችለው ሲሆን ሽሽት ስለነበር ምን ያክል ጭልጥ ባለ ግልቢያ ይሸሽ እንደነበር የሚገልጽ ነው። ለማጥቃት እንደሚችል እርግጠኛ ሲሆን ደግሞ ከላይ የተነገረውን ትርኢት ሁለተኛውን ትእይንት እንዲህ ይገልጹታል፡

> አጤ ዘርዓ ያዕቆብ ምንጭ ከምትባል ሜዳ ደረሱ በአንድ ጊዜ እንደ መብረቅ ጮኸው ቲቲማታ ዳጪ! ኮርማ ዳጪ! ብለው ቀልጥፈው አጥፈው በሰላጢን ጦራቸው ከእልቂቱ (ከወደ መቀመጫው) ከተቱበት በአንዱ ጦር በጭንቅላቱ ተከሉበት፣ በቀለጠፈ አንገታማ ፈረሳቸው በከርን ዘወር ዘወር እያደረጉ ሦስቱን አንገት አንገቱን ሲሉ፣ ወልሼና ወልደ ጨርቆስ ከፈረስ ወርዶ ለመታኰስ ለትግሬዎች ጊዜ አልሰጡም። አስራ ሦስቱን ባለብር ቤኔቻዎች ቀልጥፈው አስቀሯቸው "አሞራው ሸዬ የዳኘው ባሪያ" ማለት ሆነ። ደብረ ብርሃንም ከዚያ ከቤታቸው አጠገብ ነውና ፈረሶቻቸውን እየነዱ ከደጃዘማች ቤት ገቡ፤ ፉከራ ሆነ፣ ጠጅ እየጠጡ ደጃዘማች ጎበናም ወልሼን እንዲህ አሉት፤ እህ ወልሼ የዳኘው ባሪያ ይህን አሮሞ ምን ትለዋለህ? አሉት። እሱም አዬ ደጃዘማች እንደ ጧቱ መቼ ሆነና እንደ ማታው መብረቅ አይቼም ሰምቼም አላውቅ፤ ከአፈጣጠኑ የመቀልጠፉ የፈረሱ ለግንባር የነዘረውን እግምባሩ ብሎ መሮጡ ያገባቡ ነገር ያስገርማል ማለት ሆነ። ወልሼ ሆይ! የጧቱ ሽሽትኮ ሦስት ነገር አለበት። አንድ ሌባ ነን፣ እጌታችን ፊት አይደል አልታዘዝን። ሁለተኛ የጦር ዕቅድ መዋጋት አሸንፎ ለመግባት ነው፤ እንደ ግድ ካልሆነ ሞቶ ለመቅረት አይደለም፤ ዘዴ ማወቅ አለበት። ጧት እኮ እንደ ደረሱ እልፍ ብለን ብንመለስ ቆጠሬ ድሃ ትግሬ ከድብ ተደግፋ ከነፈረሴ ተመልከት ባለወርቅ መጣብሩን ብላ ታንከባልለኝ ነበር፤ ሞተ ቢባል ለወሬ እንኳ አያምር፣ እጌታዬ ፊት አይዶል። ሦስተኛ መስሎቻችን ሲመጡ አረግናታ። ወልሼ ሆይ! አሉት እኔስ የማታው የገረመኝ ዘዴ ተጉልበት እንዴት ተስማምተው ተገኙ እያልኩ ነው አለ።

---

171 የጎበና ዳጨው ሰነዶች፣ IES MS, 4614.

> እነ ደጃች ኃይሌ አንዳርጋቸው ሌሎቹ ሁሉ አሽከሮቻቸውም አክርረው ስለሸሹ ትግሬዎች ጥቂት ተከታትለው በየዘርፋቸው ተመለሱ[172]።

ምኒልክ ግን አፄ ዮሐንስ ሞፈር ውሃን በተሻገረ ጊዜ ከሊቼ ከተማው ተነሥተው ወደ ሴሪቲ አፈገፈገ ይባላል። ሆኖም ግን የቱለማ ኦሮሞ ከድቶ ሠራዊት ይፈጅ ነበር። በዚህ የሸዋ ሜዳን ሲያቋርጡ ብዙ መሥዋዕትነት የከፈለው ምኒልክ ብቻ ሳይሆን ንጉሠ ነገሥቱም ራሱ በብዙ እንደ ተጎዳ ይነገራል። "አፄ ዮሐንስ ሙጤ ገላን የሰፈሩ ቀን ሠራዊታቸው ወሬሳ መታ፣ ከተመለሰው የቀረው ይበልጣል። በዚያን ወራት የኦሮሞ ሹም አበጋዙ ደጃች ጎበና ዳጪ ነበሩና ሺህ የሚያኽል ሰናድር ገባላቸው፤ ብዙ ትግሬ አለቀ"። ይህ ሁኔታ አስመርሮትም ሊሆን ይችላል ምኒልክ በሻህ አቦዬን ወደ ጎበና "ያው ኦሮምነትህ ይዞህ ከድተኸኝ እንደሆነ መቼስ ምን አረጋለሁ። ጎረምሶቹ አርፈው ቃሌን ሲፈጽሙ አንተ አለመስማትህ፣ እኔ በመስቀል በካህናት እንታረቅ እያልኩ መላክ፣ አንተ ሰው መግደል ማስገደል ቃሌን ትሰማ እንደሆነ ከቦታህ ውረድ[173]።" ብሎ ላከበት።

በሻህም ከአንጎለላ ከተማ ወደ ደብረ ብርሃን ከተማ ሲመጣ የጎበናን አሽከሮች እነ ቀኛዝማች ወልዳማኑኤልን ቤተ አባ ሰብስብን ሌሎችም ወደ አስራ አምስት የሚሆኑ በተሰናዳ በጥሩ ፈረስ ተከሽነው አገኛቸው። ወዴት ትሄዳላችሁ? ብሎ ቢጠይቅ ለዘረፋ እንደሚሄዱ ቢነግሩት፤

> ዋ! ጌታዬ አላናግር ብለው ምን እንነገርህ አሏቸውና እሳቸውም አብረው ሄዱ። ኋላ ራስ ኃይለ ማርያም የሚባሉ የአፄ ዮሐንስ የእኅት ልጅ ነው አሉ ኋላም መተማ አብሮ የሞተ ጥቂት ትግሬዎች ከፊት አስልፎ ሲሄድ ያባ ጥጉ ጎቤ አሽከሮች በንፋስ ፈረሶቻቸው ተፍ አድርገው ከመኻል ገቡባቸው፣ ብትንትናቸው ወጣ። አንድ የደጃች ጎበና ባለሚል እጅግ የሚወዱት፣ ያሳደጉት በቤቱ እሱ ዋና ሆኖ የነበረ በስምሪትም አቦ አቦ እያሉ ማብቃቃት የጀመሩ የሃያ ስምንት ዓመት ልጅ ነበር፤ እሱን ትግሬዎች ጣሉት፤ ቤተ አባ ሰብስብ የሚባለው የጣለውን ትግሬ ደረቱን በጦር ብሎ ጥሎ ከፈረሱ አጎንብሶ እሬሳውን ታቅፎ ከዳር ከርሱ ወገን አድርጎ ተመልሶ አምስት ጣለላቸው። ሸሹ ሌሎችም ተማረኩ። ልጅ ኃይለ ማርያምን ደጃች በሻህ ማረኩና መልእክቱን ለደጃች ጎበና ቀኛዝማች ወልደ ሚካኤል እንዲነግር አጠንክረው ላኩና ልጅ ኃይለ ማርያምን ይዘው አንጎለላ ከተማ ተመለሱ[174]።

ምኒልክም ልጅ ኃይለ ማርያምን ባየ ጊዜ እንደምርኮኛ ሳይሆን የጌታው ልጅ ስለሆነ ሽር ጉድ ብሎ አስተናገደው። በብዙ ስጦታዎችም ደስ

172 ዝኒ ከማሁ።

173 ዝኒ ከማሁ።

174 ዝኒ ከማሁ።

አስኘቶት ለአባቱ ለንጉሠ ነገሥቱ ደግሞ የማባበያና የይቅርታ መልእክት "ጃንሆይ አደራ አይበሳጩ እኛ የቁም ነገሩን እንነጋገር የጎረምሳና የባለገር ሥራ ያስቀይማልና" ብሎ ላከ። ጎበናም ከዚህ በኋላ በአሽከሩ ሞት በብዙ ስለአዘነ ከቤቱ ከአማን ከተማው ወረደና የአብቹና የገላን አሮሞ አገሩን ከዮሐንስ ሠራዊት ዘረፋ እንዲከላከል አካባቢውን ሁሉ አስጠንቅቆ የአሽከሩን የጥጋቤን ተዝካርና ለቅሶ ማውጣት ያዘ። ዮሐንስም ከድንባሮ ማርያም ወደ አብቹ መጓዝ ጀመረ። ከአብቹም ከደረሰ በኋላ ሠራዊቱ እንደ በፊቱ መበተን ትቶ ሲሆንለት በሰልፍ ሆነ የሚዘርፈው ያውም ፈረስ እያለበት በፍጥነት፣ በዚህ ምክንያት ሸዋ ሜዳ ላይ ብዙም ውሎ ሳያድር በፍጥነት ተወርውሮ ሰላሌ እንደገባ ይነገራል[175]።

5.5 የጎበና ራስነት ማዕረግ

በተለመደው ባህላዊ አገላለጽ ከዚህ ጊዜ በኋላ ምኒልክና ዮሐንስ ታረቁ፤ ምኒልክም የአፄ ዮሐንስን ንጉሠ ነገሥትነት ዐወቀ። ዮሐንስም የምኒልክን የሸዋ ንጉሥነት አፀደቀ። ከዚሁ ጋር በተያያዘ ምኒልክ ንጉሥ ስለሆነ በራሱ "ራስ" መሾም እንዲችል ተፈቀደለት፤ ነገር ግን ሁለት ብቻ እንዲሾም ነበር የተፈቀደለት ይባላል፤ አንድ የቀኝ አንድ የግራ ከዚያ በላይ አይቻልም ተብሎ። በዚሁ መሠረት ጎበና የቀኝ፣ ዳርጌ የግራ ራስ ሆነው ተሾሙ። በዚሁ ፈቃድ መሠረት ከቦሩ ሜዳ ጉባኤ በኋላ ንጉሥ ምኒልክ ወደ ሊቼ ከተማው ተመለሰ። እዚያ የዘውድ በዓል ዝግጅት ሲካሄድ ሰንብቶ በአዲሱ ዓመት ጥቅምት 4 ቀን፣ 1871 ዓ.ም ደብረ ብርሃን ሥላሴ ቤተ ክርስቲያን ሥርዓተ ንግሥ በመምህር ገብረ ሥላሴ ና በመምህር ግርማ ሥላሴ ተደርሶለት ዘውድ ጫነ። ይኸውም ሁለተኛ ንግሥ መሆኑ ነው፤ የመጀመሪያውን ከመቅደላ አምልጦ እንደመጣ አድርጎ ነበርና። በዚህ ቀን ደጃዝማች ዳርጌና ደጃዝማች ጎበና የራስነት ማዕረግ ተሰጧቸው የራስ ወርቅ አሰሩ። ይህ ሹመት በኦሮሞዎች ዘንድ የጎበናን ታዋቂነት በእጅጉ ከፍ ወደአለ ደረጃ አደረሰው። የሸዋ ጸሐፊዎች ሁኔታውን እንዲህ ይገልጹታል፤

> በ1871 በዘመነ ሉቃስ በወርኃ ጥቅምት የሸዋ ሰው ካህናቱም ሁሉ በክተት ልቼ ከተማው ተሰበሰበ፣ በየመንደሩ ከሴት በቀር ለሹል የደረሰ ወንድ ልጅ እስከ ሽማግሌው አንድ አልቀረም ሁሉም በክተት ተሰብስቦ በገባ ጊዜ፣ ንጉሥ ምኒልክ ከልቼ ተነሥተው ደብረ ብርሃን ወርደው አደሩ። ከዚያ ከሥላሴ ቤተ ክርስቲያን ከዬ ዮሐንስ የተቀበሉትን ዘውድ ጫኑ። ቀሳውስት በዙሪያቸው ዕጣን እያጠኑ ከህናቱ ደብተሮቹ በፊታቸው እየረገጡ ወታደሩ እየጨፈረ የደጃች ጎበና ሠራዊት የመላ ቱለማ አሮሞ

175 ዝኒ ከማሁ።

በፈረስ ጉግስ እየተጫወተ ንጉሡም ሕዝቡም በደስታ ልቼ ገቡ። ታላቅ በዓል ተደረገ፣ ታላቅ ምሳ ተሰናዳ፣ ከምሳ በፊት ራስነት ለራስ ዳርጌና ለራስ ጎበና ተሰጠ[176]።

እ.ኤ.አ. በ1878 ጣሊያናዊው ቼቺ ጎበናን ከአጋሮቹ ጋር 4-5 ሺህ ከሚደርስ ፈረሰኛ እና 6-7 ሺህ ከሚደርስ እግረኛ ጠመንጃና ሻምላ የታጠቀ ሠራዊቱን ይዞ እንጦጦ ላይ እንደ ሰፈረም አይቶታል[177]። በሚቀጥሉት ተከታታይ ምዕራፎች እንደሚገለጸው ከዚህ ከእንጦጦ ወደ ተለያዩ አጎራባች ግዛቶች በርካታ ወረራዎችን አድርጓል። በዛሬው አዲስ አበባ ውስጥ የገቡትን ጉለሌና የካ፣ ወጨጫ፣ ጉምቢቹ፣ አዳአ፣ ሜታ፣ መጫ፣ ባኮ፣ ጨቦ የሚባሉትን በ1849 በራስ ዳርጌ ተወረው የነበሩና ከ1855 በኋላ አንጻራዊ ነጻነታቸውን የመለሱ ግዛቶችን አስገብሯል። ማስገበሩን ወደተቀሩት ግዛቶች ለምሳሌ ጉዱሩ፣ መጫ፣ ጅባትና ጉራጌ አካባቢዎች ቀጠለ። በነዚህ አካባቢዎች አንድ ቀን ዐማራ ተነሥቶ ኦሮሞን ያስገብራል የሚል ትንቢት የነበረ ቢሆንም ጎበና ግን ትንቢቱን የሰማው በ1880ዎቹ ነበር። ስለዚህም ትንቢቱን ለመፈጸም ነው ሊያስብል አይችልም። ጎበና የወሊሶና የአመያ ጉራጌዎችን ካስገበረ በኋላ ጊቤን ተሻግሮ በርቀት ያሉትን የደቡብ ግዛቶች አስገብሯል። እስከዚህ ቦታና ጊዜ ድረስ ምን ዓይነት ጠንካራ ተገዳዳሪ አላጋጠመውም።

ጎበና እንዲህ ባለ ሂደት ዝናው በጣም እየጎላ መጥቶ ተወዳጅነቱም በምኒልክ ዘንድ ብቻ ሳይሆን በሕዝቡና በኪነጥበብ ባለሙያዎችም ዘንድ ነበር ተብሎ ይነገራል። ለዚህም ማሳያ በሱ ዘመን እራሱን የቻለ "የጎበና ምት" የሚባል የዘፈን ቅኝት መኖሩ ይወሳል[178]።

በዚሁ ቅኝት እንዲህ እየተባለ ክራር ይመታ ነበር፣

አሽከሮቹ ንብ እሱ ዝኆን ነው፣
ጎበና አባ ጥጉን የሚችል ማነው?
ዐረብ ገበረ የወርቅ ፍንጅ፣
ጎበና አባ ጥጉ የዳጪ ልጅ።
የጎበዝ ጎሳው ሁለት ፊት ነው፣
አንደኛው ዝግና አንዱ ገዳይ ነው፣
የጎበና ልጅ ጭራሽ እሳት ነው።
ወፍ መጠበቂያ ይሠራል ጎጆ፣
የጎበና ልጅ ተምትም ወዳጆ[179]።

176 ፍጹም ወልደ ማርያም፣ ገ፡342።

177 Cecchi and Chiarini, pp. 445-455.

178 ሥርግው ሐብለ ሥላሴ፣ ገ፡ 186።

179 ማኅተመ ሥላሴ ወልደ መስቀል፣ ገ፡ 883።

ክፍል ሦስት

ወርቃማ ዓመታት
(1870-1878)

"ኀበና ዳጪ መቼም ፈረሱ እንቅፋት አይመታው፣ ልጓም አይገታው፣ በክንፍ እንጂ በአራት እግር የሚሄድ አይመስል ነበር።"

(አፈወርቅ ገብረ ኢየሱስ፡ 32)።

ምዕራፍ ስድስት

የጎበና "የቱለማ ኮንፌደሬሲ" ምሥረታን ማጠናቀቅ

የሸዋን የግዛት ወሰን እስከ አዋሽ ወንዝ መለጠጥ

በተለምዶ የሸዋ የግዛት ወሰን ተብሎ የሚታወቀው እስከ አዋሽ እንደማይደርስ ከዚያ በጣም የጠበበ መሆኑ ለማንም የኢትዮጵያ ታሪክ ተማሪ የተሠወረ አይደለም። በዚህ ጽሑፍ በምዕራፍ ሁለት እንደተጠቀሰው አማርኛ ተናጋሪ ከሚኖርባቸው በሰሜን አንጾኪያ፣ ኤፍራታ፣ ግድም፣ መንዝ፣ ግሼ፣ ዶባ፣ ምሁይ፣ ኮራ (መርሐቤቴ)፣ ተጉለት፣ ሞረት፣ ወግዳ፣ ደብብ በሰሜን ምሥራቅ ቡልጋ እና ጠራ ወረዳዎች የነበሩ ሲሆን የቱለማ መሬት የሆነው በተለምዶ የሸዋ ሜዳ የሚባለውና ይፋት የሚሉት መንዞች ከከረዩ አስለቅቀው የሰፈሩበት የአንኮበርና አዋሳኙ ቆላማ አካባቢ ነው[180]። ዛሬ ሸዋ የሚባለውና በደቡብ፣ በምዕራብና በምሥራቅ ገላጭነት የሚጠራው አካባቢ በሙሉ ለማለት በሚቻል ሁኔታ ወደ ታሪካዊው የሸዋ ግዛት የመጣው ወይም ሸዋ የሚባለው ግዛት እስከዚያ የተለጠጠው በነዚህ የጎበና የጦር አፍላነት ዓመታት ነበር[181]።

ጎበና ያስገበረውን የኦሮሞ አካባቢ በሰፊው እንይ ቢባል ቱለማና መጫ ተብለው ለሁለት ይከፈላሉ። የመጀመሪያው በተለምዶ የሸዋ ኦሮሞ የሚባለውና ጎበና ራሱ የበቀለበት ነው። እነዚህኞቹ ኦሮሞዎች ከሞላ ጎደል ከሣህለ ሥላሴና ከሱም ቀደምት ከነበሩት የሸዋ ገዥዎች ጋር ከአስራ ስምንተኛው ክፍለ ዘመን መጀመሪያ ጀምሮ ሲቀራቀሱ አልፎ አልፎም ሲጋቡም የኖሩ፤ አሁን ግን ጎበና ሙሉ በሙሉ ያስገበራቸው ወይም እንደ

180 Dechasa Abebe, "A socio-economic history of North Shewa", pp. 1.3.

181 የጎበና ዳጨው ሰነዶች፣ IES MS, 4614.

አንዳንዶች ገለጻ በአንድ ኮንፌደሬሲ ሥር ያስገባቸው ናቸው[182]። በርግጥ በበርካታ የታሪክ ጽሑፎች ምኒልክ ሙሉ በሙሉ ያስገበራቸው ተብሎ ይገለጻል። ያ ማለት ከመቶ ሰባ እስከ ሁለት መቶ ዓመታት ለሚጠጋ ጊዜ ከሸዋ ገዥዎች ጋር ሲዋጉ በዘረፋ ካልሆነ መደበኛ ግብር አሜን ብለው ገብረው በሸዋ መንግሥት ሥር ያልገቡ ነበሩ።

ከቱለማ ወገን የሆኑት አብቹዎች ከአስራ ዘጠነኛው ክፍለ ዘመን መጀመሪያ ጀምሮ ከሣህለ ሥላሴ ጋር በመተባበር ሌሎች ቱለማዎችን በተለይም ገላንን መውጋት ጀምረው የሣህለ ሥላሴን ወታደራዊ አቅም አጎልብተው ነበር። ለዚያም ይመስላል በዘመኑ በነበረው አመለካከት ከሸዋ ገዥዎች ሁሉ የሣህለ ሥላሴ የሥልጣን ዘመን ወርቃማ ነው የሚሉት[183]። ያም ሆነ ይህ እነዚህ ቱለማዎች በምዕራፍ ሁለት እንደተብራረው እስከ አዋሽ በሚደርሰው የመኻል ኢትዮጵያ ክፍል የሚኖሩ ናቸው። እነዚህን ለማስገበር (ለማሰባሰብ) እንደ ሣህለ ሥላሴ ጊዜ በጦርነት ከመሞከር ይልቅ ጎበና በውይይት፣ በድርድርና በስምምነት እንደተሳካለት ቀጥሎ ባለው ክፍል እንመለከታለን።

በዘመኑ በነበረው ግንዛቤ አዋሽን እንደተሻገርን ሁለት ግዛት ወይም ሁለት ሕዝቦችን እናገኛለን። እነሱም የግራ መሬት በሚባለው በደቡብ አቅጣጫ የጉራጌ ምድር የሚገኝ ሲሆን በሌላ ምዕራፍ እንደሚተነተነው በተደጋጋሚ እና ሰባት ዓመት በፈጀ ጦርነት የገበረ ነው[184]። በቀኝ በኩል በምዕራብ አቅጣጫ ደግሞ የመጫ ኦሮሞ ምድር የሚባለው በጣም ሰፊ አካባቢ ሲሆን ሙሉ በሙሉ በጎበና አማካኝነት የገበረ ነው። ይህም ለትንተና እንዲመች ታስቦ በሁለት ምዕራፍ ተከፍሎ በዋነኛነት የግቤ አካባቢ ወይም ደቡብ መጫ[185] እና የሰሜን መጫ ወይም የሌቃና የወለጋ[186] አካባቢ የኦሮሞ መንግሥታት ላይ የተደረገ የጎበና ዘመቻ ተብሎ በሰፊው ገለጻ ይደረግበታል።

የቱለማና የመጫ ኦሮሞን ወደ አንድ በማምጣት ጎበና ባለውለታ መሆኑ የሚጠፋቸው ወገኖች ቢኖሩም፣ ከዚያ በፊት በሁለቱ መካከል የነበረውን የአኗኗርና የሥነልቦና ልዩነት ዐጽሜ በማጋነንም ቢሆን በሰፊው አብራርቶታል። መጫዎች ምን እንደሚሉ ግልጽ ባይሆንም በቱለማ በኩል ስለመጫ ወንድምነት ሳይሆን ባዕድነት የሚተርኩ የመንደር አመለካከቶች በሰፊው ነበሩ። ለምሳሌ “መጫቲ ሁዱ ሂነጋታታኒ” (ለመጫ ጀርባ

182 Richard Greenfield, pp. 74-76.

183 ፍጹም ወልደ ማርያም፣ ገ. 273-278።

184 ወርቁ ንዳ፣ ጀብዱ፣ *የጉራጌ ባህልናታሪክ* (አዲስ አበባ፣ 1983)፣ገ፡19-27።

185 Mohammed Hassen, *The Oromo of Ethiopia: A History 1570-1860* (USA, 1994), p. 18.

186 Terrefe Woldesadik, “The Unification of Ethiopia (1880-1935) Wälläga” in the *Journal of Ethiopian Studies,* Vol. 6, No. 1 (JANUARY 1968), pp. 73-86.

አይሰጥም ወይም ወደ መጫ አይሸሽም) እና "ዲና መጫሌ ፊራ ኑ ጎዲ" (ጠላት የሆነውን መጫን ዘመድ ያድርግልን) የሚሉት አባባሎች የሁለቱን ወገኖች መራራቅና አለመተማመን ገለጮች ነበሩ። እንደተባለው ዐጽሜ ደግሞ የሁለቱን ልዩነት አግዝፎ እንደሚከተለው ይገልጸዋል፤

> እንዲያውም መጫ ማለት ባዕድ ማለት ነው፤ ከቱለማ ግጥም ያለው አይመስልም፤ የመጣበትም መንገድ ለብቻው ነው መልኩም ውብ ሥራውም አኳኋኑም የመንግሥት አኳኋን ነው። መጫ የዕውቀት ሥራ እርሻ ንግድ ያውቃል። ቱለማ ግን.... ሰውነቱን የሚሸፍንበት ልብስ የለውም ....ብቻ በጌኛ መቀመጥና ዐማራን መግደል ወደደ.....ደግሞ ምግቡ ገንፎ፣ ቆሎ ከቅቤ ጋር መጠጡ ወተት ነው.....መጻፋቸው ሞራ ማየት ነው። መጫ ግን ከአምሐራ ይሻላል። በወንበር በበርጩማ ይቀመጣል፣ ልብሱ ጥሩ፣ ምግቡ ጥሩ ..... በሁሉም ነገር ከቱለማ ግጥም የለውም። በቋንቋ ብቻ ከጥቂት መለያየት በቀር አንድ ናቸው[187]።

እንግዲህ እነዚህን ነው ጎበና ወደ አንድ አምጥቷቸው ከሱ ኅልፈት በኋላም ቢሆን በጋራ ጭቆናን ለመከላከል ልማትን ለመሥራት በማኅበር ሁሉ "መጫና ቱለማ መረዳጃ ማኅበር" በማለት ለማቋቋም የበቁት። ወደ ያዝነው ምዕራፍ ስንመለስ ከሸዋ አውራጃዎች የጉለሌን፣ የኤካን፣ የገላን፣ የአብቹን እና ራቅ ካሉት በጎበና እንቅስቃሴና ተጽዕኖ አካባቢ የነበሩት ሜታ እና ጨቦ ነበሩ። ቀጥሎ በዝርዝር እንደሚቀርበው ሜታ ከሞላ ጎደል ያለ ጦርነት በድርድር እና በውይይት የገበረ ሲሆን ጨቦ ግን ጎበና ብዙ ጊዜ ጦርነት ያደረገበት አካባቢና በኃይል የገበረ ነው።

የጉለሌ፣ የኤካ፣ የገላን፣ የአብቹና የሜታ ወደ ቱለማ ኮንፌደሬሲ መጠቃለል

ጎበና ከበርካቶቹ የቱለማ ኦሮሞ ጎሳዎች ጋር እንዴት እንደተስማማና እንዳስገበራቸው ይህን ያክል ግልጽ ነገር ያስቀመጡ የታሪክ መረጃዎች ጥቂት ናቸው። ከነዚህ ውስጥ እንዱ ቸሩሊ የሚባለው ጣልያናዊ ነው። እሱ ደግሞ በርካታ የቦታና የጊዜ ስሕተቶች አሉበት። በታሪክ የቦታና የጊዜ ጉዳይ ደግሞ በጣም አንገብጋቢ ነው። ያም ሆነ ይህ እሱ ካለውና ከሌሎችም ከተገኙ መረጃዎች ለማጠናቀር እንደተሞከረው፣ ከዚህ ከቱለማ ውስጥ ከጎበና ጋር ስምምነትን እምቢ ብለው ለጦርነት የተጋበዙ የአብቹ ኦሮሞ የጎሳ መሪዎች ነበሩ። ከነሱ አንዱ ቱፋ ቦጦራ ሲሆን ጎበና እሱን ካሸነፈ በኋላ ነበር የመከላከያ ከተማ ወይም ምሽግ ፋሌ ላይ የመሠረተው። በአብቹ

187 ፍጹም ወልደ ማርያም፣ ገ፡ 346-347።

ኦሮሞ ምድር ላይ ጎበና ሌሎች ሁለት ከተሞችም ነበሩት፤ ጪምቢሲ እና አማን። ጪምቢሲ በዘመኑ አገላለጽ ከልቼና ከአንጎለላ ትንሽ ወደ ደቡብ ዝቅ ብሎ የተከተመ ሲሆን አማን ደግሞ ከበሬሳ ወንዝ በስተደቡብ ትንሽ ወረድ ብሎ ነው። ልክ እንደ ፋሌ ሁለቱም ከተሞች በሁሉም አቅጣጫ በገደል በተከበበ ኮረብታ ላይ የተከተሙ ሲሆን በተፈጥሮ ምሽግ የተከበቡ ስለሆኑ ለማንኛውም ጥቃት በቀላሉ የሚጋለጡ አልነበሩም[188]።

ከቱፋ ቦጦራ በኋላም ጎበና ሁለት ያልተሳኩ ዘመቻዎችን ወደ ሌላኛው የአብቹ ጎሳ መሪ ከሆነው ቱፋ አባ አደረገ። ሁለቱንም ጊዜ የጎበና ሠራዊት በርካታ ምርኮ ይዞ ቢመለስም ቱፋን ለመያዝ አልቻለም። ጎበና ለሦስተኛ ዘመቻ እየተዘጋጀ በነበረበት ወቅት የምኒልክ ሞግዚት የነበረው ናደው አባ ወሎ በዕርቅ ስም ጣልቃ ገብቶ ከጥፋት አዳነውና የቱፋ አባ ጎሳ በሰላም የጎብረቱ አባል ሆነ። አዋሽ ድረስ በሸዋ ሥር ለሚጠቃለለው አካባቢ የዛሬው አዲስ አበባ የተመሠረተበት የጉለሌ ኦሮሞ የነበረበትን አካባቢ ሁሉ ይይዛል። የጉለሌ ኦሮሞ ደግሞ ለመዋጋት በገዳ በሽማግሌዎች ወስነው የሸዋን ሠራዊት ለመግጠም ቆረጡ። ወልዴ በሥዩም በሚባል ሰው የሚመራ የሸዋ ሠራዊት ዘመተባቸው። ተዋጉ ወልዴን አሸነፉት። ይህን በየዘፈኖቻቸው ሲዘክሩት ቀይተው በኋላ መሪያቸው ቱፋ ሙና የጎበናን የኦሮሞ ጎብረት አልቀላቀልም በማለቱ የጎበና ሠራዊት ከሌሎች የጎብረቱ አባል ከሆኑት ከአብቹና ከሜታ ኦሮሞዎች ጋር በማበር ተዋግተው ገደሉት። ስለዚህ ቱፋ ሙና እ.ኤ.አ. በ1875 ሲሞት እንዲህ ተብሎ ተዘፍኖለታል ይባላል[189]፤

Cufaakoo cufaakoo
Cufaa jaalan bulaa
Tufaakoo Tufaako
Tufaa yaailma Munaa
Yaaleenca Gullallee
Dur silaa si abdanee.

መዝጊያዬ መዝጊያዬ፣
ከመዝጊያ ሥር አድራለሁ፣
ቱፋዬ ቱፋዬ፣
ቱፋ የሙና ልጅ፣
የጉለሌው አንበሳ፣
ድሮ አንተን ተማምነን ነበር።

188 ElAmin Abdel Karim Ahmed Abdel Karim, "An Historical study of Shawan-Amhara Conquest of the Oromo and Sidama regions of Southern Ethiopia 1865-1900" PhD Thesis in History (Khartoum University, 2009), p. 96.

189 Tamene Bitima, p. 319.

ከዚህ በኋላ የቱለማ ኦሮሞ ኮንፌደሬሲ በጣም እየጎለበተ ስለመጣ ጎበና አቡ የሚባለውን በዝቋላ (ጩቃላ) ተራራ አካባቢ ያለውንና ጂሌ የሚባለውን በዝዋይ (ባቱ) ሐይቅ አካባቢ የሚኖሩትን ኦሮሞዎች አሸንፎ የጎብረቱ አባል አደረጋቸው። በነገራችን ላይ እ.ኤ.አ. 1875 እና 1876 ምኒልክ ራሱ ደግሞ የሸዋን ሠራዊት በመምራት በዝዋይ ሐይቅና በሻላ ሐይቅ አካባቢ በሚኖሩ ኦሮሞዎች ላይ ዘምቶ እንደነበር ይነገራል[190]።

በአጠቃላይ በዚህ በቱለማ አካባቢው ከሣህለ ሥላሴ ዘመን ጀምሮ የሸዋ ነገሥታት የማስገበር የትኩረት አካባቢ ሆኖ ተደጋጋሚ ጦርነት ተሞክሮ የነበረ ቢሆንም በኋላ ግን ብዙዎቹን በውይይትና በድርድር ወደ ሸዋ ለማጠቅለል የቻለው ጎበና ነበር። በርግጥ በወቅቱ ከነበሩት በተለምዶ እንደሚነገረው አስራ ሁለት የጎሳ የወረዳ መሪዎች (ገዢዎች) የጉሌለው ቱፋ ሙና ሁሉንም ለመጠቅለል እየሞከረ ስለነበር ሌሎች ከሱ ጥቃት ለመዳን ለጎበና መግባታቸው አስገራሚ አይሆንም። እስከ አሁን በተገኘው መረጃ መሠረት የአካባቢው የጎሳ መሪዎች ከቱፋ ሙና ውጭ ዱላ ሃራ፣ ጂማ ጃታኒ፣ ጉቶ ወሳረቢ፣ ጂማ ቲክሴ፣ አቤቤ ቱፋ፣ ዋሬ ጎሎሌ፣ ቱፋ አራዶ፣ ሞጆ ቦጦራ ለሥልጣን የሚቀናቀኑ ቢሆንም በጋብቻ በአምቻ የተሳሰሩ እንደነበሩ የቃል መረጃዎች ያስረዳሉ። ሌላው ቀርቶ በዛሬው የአዲስ አበባ አካባቢ በነበሩት ጉለሌዎች ዘንድ እንኳ አንድ ወጥ አስተዳደር እንዳልነበረና በተለያዩ ግለሰቦች የሚተዳደሩ ቀበሌዎች ወይም ወረዳዎች መኖራቸውን በተደጋጋሚ ከሚነገሩ የቃል መረጃዎች መገንዘብ ይቻላል። ከነዚህ ውስጥ ለምሳሌ እንዱ መረጃ እንዲህ ይላል፤ ጨፌ ቱለማ በቱፋ ሙና፣ የቢርቢርሳና የጉለሌ አካባቢ በቀጂላ ዶዮ፣ በወል ቴቾ የሚባለውና ከዮሴፍ እስከ ሐና ማርያም ጎፋንና አዲሱ ቄራን የመሳሰሉትን የሚይዘው ደግሞ በጉደታ አራዶ፣ ቦሌ በቡሹ ኤጀርሳ፣ ቦሌ ቡልቡላ በሶራ ላሚ፣ ኮልፌ በአጣለ ጃታኒ፣ ዳላቲ (ቃራኒዮ) በጃሞ ደባሌ፣ የካ በአቤቤ ቱፋ ይገዙ እንደነበር ይተረካል።

አለፍ ብሎ ወደ ሜታ አካባቢ ሲደርስ ደግሞ እንዲሁ በድርድርና ምክክር የጎሳው መሪ ከሽማግሌዎች ጋር ተማክሮ የወሰነው ውሳኔ እንደሚከተለው ይተረካል[191]።

> በአዳአ በርጋ፣ በሜታ ኦሮሞ ዘንድ አራት ድልብ ታርዶ ከእልፍኝ ድንኳን ተጠርተው ቢላው በእጅ በእጅ ተሰጥቶ እየበሉ በኦሮሞ ጨዋታ እየተደማመጡ በዙርያው አንድ ሕፃን አንድ ሴት ሳይኖር እየተቀባበሉ እጅግ ወዳጃቸው ከሆኑት የሜታ ባላባት ቢራቱ ጎሌ ለጎበና እንዲህ አላቸው፣ በእውነት እወድሃለሁ ለዚህም ቃል ኪዳን እንዲሆን ገንዘብ አይደለም፤

190 Ibid, pp. 97-98.

191 የጎበና ዳጨው ሰነዶች፣ IES MS, 4614.

አንገፋ ልጄን ገረሡ ቢራቱን ሰጥቼሃለሁ ክርስትና አንሥተህ ልጅ አርገው ብለው አሉ። እሳቸውም ክርስትና አስነሥተው ወልደ ሚካኤል ተብሎ እንደ ልጆቻቸው ተምሮ ደብተራ አስተኔ ሁኖ አድጎ ፊታውራሪ ወልደ ሚካኤል ተብሎ ተሹሞ በዓድዋ ጦርነት ሞተ።

በስምምነታቸው መሠረት ቢራቱ ጎሌም በምኒልክ ቂም ተይዞበት ምንም ዓይነት ቅጣት ወይም መገፋት አልደረሰበትም። ስለዚህ ቢራቱ ጎሌ ከወጨጫ ተራራ በስተደቡብ የሰፈረው የሜታ ኦሮሞ የጎሳ መሪ ጎበና እየመሠረተ ከነበረው የኦሮሞ ኅብረት ከተቀላቀሉት የመጀመሪያው ነበር። ከዚህ ቀጥሎ የሚገለጸውን የጎበናን የጨቦ ድል ካስገኙት ዋንኞቹ ሰዎች አንዱ ቢራቱ ጎሌ ነበር። ልጁ ገረሱም በዓድዋ እንደሞተ ከላይ ተጠቅሷል። ይህ ልጅ ከጎበና አልፎ በምኒልክም ዘንድ በጣም ተወዳጅ እንደነበር ይነገራል። በሞተም ጊዜ ለለቅሶው የተገጠሙ ግጥሞች በሙሉ የሱን ሚና በሜታና በሌሎች ቦታዎችና የንጉሡን ጠንካራ ሐዘን የሚያስረዱ ነበሩ።

Mootiin mal gaddani, yaa Garasuu Biiratuu, Garasuu Birreedhaa
Fardarra Mirredhaa.
Abba bantii Meettaa, yaa Garasuu Biiratuu, harki lachuu fooni
Akka ijjolee qalii, Yoo Garasuu waamanii.
Nugufni nidubbata, bu' ii kella cufii, qawweewan Gullallee
Warqee safarsiisee Dhedhessa gamatti, hiyyessa badhasee reeban Birree Goolee.
Nitisa ayyantu, fardatu dalachoo, nugusti Miniilikii, giifftiin xaayituudha
Lafa Metta qaba, saniif mettaa jira, sassaban Biirratu, Dagnoo biraa oota.
Guudin falmaa jedhe, warqee huubboo kahee
Garasuu biirratu, huubboo harka kahee.
Nugusaan gabbaree.
Mootiin mal gaddani, yaa Garasuu Biratu.

በግርድፉ ሲተረጎም እንዲህ ለማለት ነው፡-

ንጉሡን ምን አሳዘነው (አናደደው)፣ አንተ ገረሡ ቢራቱ፣
ገረሡ የቢራቱ ልጅ፣
ከፈረስህ ላይ ሆነህ የምትፎክር (የምታገሳ)።
የሜታ በር ጠባቂ፣ አንተ ገረሡ ቢራቱ፣ ሁለት እጅህ ሙሉ ሥጋ፣

እንደ ሥጋ ቤት ልጅ፣
ገረሡ ሲጠራ፣ ንጉሡ ቢናገር፣ ውረድና ኬላውን ዝጋ ቢል፣ ለጉለሌው ባለነፍጥ፣
ከደዴሳ ወንዝ ማዶ፣ ወርቅ እንዲሰፈር ያደረገው፣ ድሃን ሀብታም ያደረገው፣
ጀግና የብሬ ጎሌ ልጅ፣
ሚስቱ ዕድለኛ ናት፣ ፈረሱ ዳለቻ ነው፣
ንጉሡ ምኒልክ፣ ንግሥቲቱ ጣይቱ፣
የሜታን ሀገር የሚገዛው፣ ድርሻው ሜታ ነው፣
ከዳኘው አጠገብ ይፎከራል፣ እፋለማለሁ ይላል፣
ወርቁን በማሰሮ ይከታል፣ ገረሡ የቢራቱ ልጅ፣
ወርቁን ዘግኖ ለንጉሡ ይገብራል።
ንጉሡን ምን አሳዘነው፣ አንተ ገረሡ ቢራቱ ሆይ!

ወደ ጎበናና ቢራቱ ጎሌ ድርድር ስንመለስ፣ እንዲሁ ሥጋ ቀርቦ እየተበላ በአርምሞ ሲጫወቱ ይላል የጎበና ዜና መዋዕል፣

ጎበና፡- "ኤ ያቢራቱ! ገምና ጎታስ ሲንጄዳኒ ዱጋሞ ዳራ ?
    ቢራቱ ሆይ! ብልህም ጎበዝም የሚሉህ እውነት ወይስ ሐሰት ነው?
ቢራቱ፡- "ገሩ ቢቲ ናንጄቲ።
    ቢሆንም አገሩ ይለኛል።
ጎበና፡- "ሲቲ ፋካቴ ማሌ ሂን ሶባኒ።
    መሰለህ እንጂ ዋሽታውሃል።
ቢራቱ፡- "አታምሬ?
    እኮ እንዴት?
ጎበና፡- " ሳኣፊ ፈርዳ ኬ ሥራፉዴ ካናፉ ላቹ ሂነቀብዱ ሲንጅዱ።
    ፈረስህንና ከብትህን ተቀበልኩህ ሁለቱም የሉትም ይሉሃል።
ታዳሚው በሙሉ፡- "ኤዬ ዱጋዳ ጎፍታኮ።
    አዎ፣ እውነት ነው ጌታዬ ተባለ።

ይህ አግቦ ለሁሉም ገብቶታል ማለት ነው። ቢራቱ! ጎበዝ ብትሆን መጫንና ጨቦን ጨምረህ አንድ ሆናችሁ ትወጉኝ ነበር። ብልህ ብትሆን ደግሞ እነሱን ለቀህ ልጅህን እንደሰጠኸኝ ለኔ ሆነህ ውስጠ ምሥጢራቸውን ቁጥራቸውን ጎረቤት ነህና ታውቀዋለህ፣ ከፈረስህ ከከብትህ ሳትዘረፍ የጨቦ ርስት ለአንተና ለልጅህ ይሆን ነበር። ስለዚህ ጎበዝም ብልኅም አይደለህ ያልኩህ ለዚህ ነው ብሎታል ይባላል። ከዚያ ሁለተኛው የጌታችን ቃል

ያማረ የሠመረ ነው፤ ይሁን ለመተባበሩ ተስማማተናል ብለው እንደወሰኑ ይነገራል[192]።

ከዚህ በኋላ ስለ ሜታ ውስጥ ለውስጥ ከቢራቱ እየተማከረ ለሱ ከብቱም ከታረደው በቀር ፈረሱም ተመልሶለት ጎበና ወደ በቾ ወርዶ ወደ ቤቱ በወጨጫ በኩል ተመለሰ የሚሉ መረጃዎች አሉ። ከዚያም ፊታውራሪ ብሎ የሾመውን ብሩ ነገዎን ገዥ አድርጎ ሾመ። ፊታውራሪ ብሩም አድአ በርጋ ሄዶ ወይዘሮ የምትባል ከተማ መሥርቶ ማስተዳደር ጀመረ። ለዚሁ ሰውዬ ሙሎን፣ መጫን ግዛት ጨመረለትና በመጫ ሌላ ከተማ ሠራ፣ ቦታውም ጎላ ማርያም የሚባል ሲሆን ቤተ ክርስቲያኒቱንም የመሠረተው ራሱ ብሩ ነገዎ ነው ይባላል[193]።

ጎበና በዚሁ በቀኝ አዋሽን ተሻግሮ በደቡብ ጨቦን ቀጥሎ እንደተጠቀሰው በጦርነት ሲያሳምን በሌሎች ተከታታይ ምዕራፎች እንደሚብራራው ወሊሶን፣ አመያን፣ ኖኖን፣ ቶኬን ጨሊያን በተለምዶ እንደሸዋ እንዲቆጠሩ ምክንያት ሆኗል። አሁንም ከአዋሽ ማዶ በግራ በኩል ያሉትን በሌላኛው ምዕራፍ የጉራጌ ዘመቻ ተብሎ በሰፊው እንደተብራራው ሶዶ፣ አገምጃ፣ አባዶ፣ አይመለል፣ ቀቤና፣ እነሞር፣ አነር፣ ማረቆ፣ መስቃ፣ ስልጤ፣ ወራቤ፣ ጉመር፣ እዡያ፣ ምሁር፣ ጌቶ፣ በርበሬ፣ ሻሻጎ፣ አንኮር፣ እንዳገኝ፣ ኮትኬ፣ ሶሮ፣ ጠንባሮ፣ ዴንጎ፣ ካምባታ እና የመሳሰሉትን በሸዋ ሥር አስገብቷል። በሚቀጥለው ምዕራፍ በሰፊው እንደምንመለከተው ከቱለማ በተጨማሪ ጎበና አስገበራቸው ተብሎ ከሚወደስበት አካባቢዎች አንዱ የመጫ ኦሮሞ ያለበትን የዛሬው ደቡብ ምዕራብ ኢትዮጵያ ነበር። ለምሳሌ እ.ኤ.አ. ከ1868-1878 ድረስ ጎበና በጉደርና በአዋሽ መካከል ያሉትን የሊበን ኦሮሞዎች ያስገበረበት ጊዜ ነው። እንግዲህ ጉደርን ሲሻገር ነበር ጉዳሩ ደርሶ ከጎጃሞች ጋር የተጋጨው[194]።

ይህንኑ በደንብ ስለተረዳ ይመስላል ምኒልክ በግንባር ቀደምትነት የሠራው ሥራ ከተከታታይ ግጭትና ጦርነት ወይም በዝርፊያ ግብር ከመሰብሰብ ይልቅ ቱለማን ማሳመንና ሕጋዊ የመንግሥቱ አካል አድርጎ ግብር መቀበል ነበር። የቱለማ በዚያ ደረጃ ላይ መሆን ከዚያም በላይ ሌላ ተጨማሪ ጥቅምም ነበረው። ይኸውም እነሱን እንደመነሻ እና የሰው ኃይልም አድርጎ ቀጥሎ ያሉትን ኦሮሞዎች (መጫዎችን) እና ጉራጌዎችን ማስገበር ነበር። በርግጠኝነት ለዚህም ነው ምኒልክ ከወጣትነት ዕድሜው ጀምሮ ጎበና ላይ የተመረኮዘው። እንዳሰበውም ወደ ፊት እንደምናነበው ተሳክቶለታል። ምክንያቱም እነዚህም የተባሉት አካባቢዎች በሙሉ በጎበና

192 ዝኒ ከማሁ።

193 ዝኒ ከማሁ።

194 Darkwah, p. 98.

ስልት የምኒልክ መንግሥት አካል ሆነዋል። እ.ኤ.አ. በ1876 ወደሸዋ መጥተው የነበሩት አውሮፓውያን ቼቺና ቻሪኒ እንደሚሉት ሸዋ የሚባለው አካባቢ ጸጥታ የሰፈነበት ቦታ ቢሆንም የኦሮሞ አካባቢው ዕያመጸ አስቸግሮ ስለነበር ከነሱ ጋር ሰላም ለማውረድ ወይም ለማስገበር በተደረገው ጥረት ጎበና ውጤት ስላስገኘ የደጃዝማችነት ሹመት አገኘ ይላሉ። ምክንያታቸው አሳማኝ ይመስላል፤ ምክንያቱም ጎበና ደጃዝማች በተባለ በአመቱ ነውና ሸዋ የደረሱት። በተጨማሪም ምኒልክም ራሱ ለጎበና ዕውቅና በመስጠት "የሀገር ንጉሥ እኔ የጦር ንጉሥ አንተ" ብሎታልና[195]።

በአጠቃላይ ጎበና እ.ኤ.አ. ከ1868-1878 ባሉት አስር ዓመታት ውስጥ የተሳካ ዘመቻና ድርድር አካሂዶ የጉለሌን፣ የኤካን፣ የሜታን እና የጉራጌ አጎራባች የሆነውን ጨቦን የጎብረቱ አባል ማድረግ እንደቻለ ይታመናል። ስለዚህ እ.ኤ.አ. በ1875 የሸዋ ኦሮሞ የሚባለው ቱለማ እንዲሁም ቀድሞም በጥቃት የተሸነፈውና ከይፋት የተፈናቀለው ከረዩ ሙሉ በሙሉ በሸዋ መንግሥት ውስጥ እንደተጠቃለሉ ይታመናል። ይህ ማለት አልፎ አልፎ ዐመጾችና ዘረፋዎች የሉም ለማለት አይቻልም[196]። ለምሳሌ እ.ኤ.አ. በመጋቢት ወር 1878 ሸዋ የነበረው ቼቺ እንደሚለው በፊንፊኔ አካባቢ የሚኖሩ የአብቹ ኦሮሞዎች አምጸው ወደ ስድስት መቶ የሚደርሱ ወታደሮችን ገደሉ ይለናል[197]።

በዚህም አልፎ አልፎ በሚኖር የአካባቢው የኦሮሞች ዐመጽ ምክንያት ይደርስባቸው የነበረው ቅጣት በጣም አስከፊ ነበር። እንደሚባለው ከደብረ ብርሃን እስከ እንጦጦ ያሉት በሙሉ ለጎበና በሰላም እየተገዙ ነበር ቢባልም አብቹ፣ ጉምቢቹ፣ በቾ፣ አቡ፣ ሜታ በተለይም ከጫጫ እስከ አዋሽ ያሉት ጎሳዎች አንዳንዴ ጎበና ከጪምቢሲ ወይም ከእንጦጦ በሌለበት ጊዜ የሚያምጹ ነበሩ። በዚህም ምክንያት የሚደርስባቸው ቅጣትና በዚህም እያሳበቡ የከብቶቻቸው በጎበና ሠራዊት መዘረፍ የተለመደ ነበር ይላሉ በአካባቢው ያለፉ የውጭ ዜጎች የተውት የጉዞ ማስታወሻዎች። ለምሳሌ ቢያንቺ የሚባል ተጓዥ እ.ኤ.አ. በ1880 እንደሚለው በበቾና በአቡ ኦሮሞዎች አካባቢ ሲያልፍ መንደሮች በጣም የተጎሳቆሉና ተቃጥለው አመድ ብቻ የቀራቸው የተተው ወናዎችን አይቷል። እሱ እንደሚለው ከሆነ ወደ አመድነት የተቀየሩ አካባቢዎች በጎበና ወታደሮች የተቃጠሉና የተዘረፉ ነበሩ[198]።

---

195 ElAmin Abdel Karim Ahmed Abdel Karim, p. 95.

196 Ibid, p. 100.

197 Cecchi and Chiarini, pp. 436-438.

198 ElAmin Abdel Karim Ahmed Abdel Karim, p. 108.

የጨቦ በተደጋጋሚ ጦርነት ወደ ሸዋ መጠቃለል (1875-1878 ዓ.ም)

ጨቦ ብቸኛው ጎበናን ለረጅም ጊዜ የተገዳደረው ዛሬ ሸዋ ተብሎ በተጠቃለለው ክልል ውስጥ የሚኖር ኦሮሞ ነበር። በርግጥ እዚህ ላይ በጨቦ ኦሮሞነት ላይ የሚቀርቡ የተለያዩ መላምቶች አሉ። ከነዚህ ውስጥ በተለይም በውጭ ተመራማሪዎች የሚራመደው መጀመሪያ ምናልባት በቸሩሊ የተነገረው ጨቦ ከጉራጌና ከሲዳማ ራሱን ወደ ኦሮምነት የቀየረ ቡድን ነው የሚባለው ነው[199]። ይህንን መላምት እውነት የሚያስመስሉ አንዳንድ መረጃዎች መኖራቸው አይካድም፤ ለምሳሌ ጠንካራ የእንሰት ባህል መኖሩ፣ አዳብና የሚባል ዓመታዊ በዓል መከበሩ፤ በኦሮሞች ያልተለመደ ነገር ግን በዘመኑ የደቡብ ሕዝቦች ተብለው በተመደቡት ዘንድ የተለመዱ ባህሎችና ሥርዓቶች ከሌላው ኦሮሞ በተለየ በጨቦዎች ዘንድ መኖራቸው ነው።

ከዚህ በተጨማሪ ስለ ምንጫቸው የተለያዩ መላምቶች አሉ፤ ለምሳሌ ጀቤሳ እጀታ የሚባል የኦሮሞን ባህል የጻፈ ሰው ጨቦ በቀጥታ ከባሬንቱ የወረደ ነው ይላል[200]። ይህንን መላምት ለማመን ከሚያስቸግሩ ነገሮች አንዱ የሰፈራ አካባቢያቸው ነው። በሬንቱ ምሥራቅና ሰሜን ምሥራቅ ኢትዮጵያን ቆላ ቆላውን እንደ ስንሰለት ተያይዞ የሰፈረ በእንስሳት ርቢ የሚታወቅ እንጂ በእንሰትና በሌሎች ተያያዥ የግብርና ሥራዎች አይደለም። ሦስተኛው ወገን ደግሞ የጀርመናዊው አይኬ ሀበርላንድ መላምት ሲሆን ጨቦ ቦሩና ሆኖ ምንም ዓይነት ገበሮ የሌለበት ነው የሚለው ነው[201]። ይህንን ለማመን የምንቸገረው ደግሞ ጨቦ በአካባቢው ከተለመዱት ከሌለው የመጫ ጨፌዎች ላይ ሳይሆን የራሱ የገበሮዎች ጨፌ እንዳለውና ከመጫዎችም የተለየ የሚያስመስለው ነው። ይህ ነጥብ ሃንቲንግ ፎርድ[202] የተበለው ጸሐፊ ጨቦ መጫ ነዉ የሚለውንም መላምት ጥያቄ ውስጥ የሚከትተው ነው። ላጲሶ[203] ደግሞ ያለምንም ማወላወል ጉራጌ አድረጎ ገልጾታል።

ምናልባትም ከጎበና ጋር ለመደራደርና የኛው ነው ብለው ለመቀበል ያልቻሉበት እና ጠንካራና ተደጋጋሚ ጦርነት የተመራባቸው ይህ ከሥረ መሠረቱ ኦሮሞ አይደሉም የሚባለው ነገር እውነት ይሆናል የሚልም

199 J. Spencer Trimingham, *Islam in Ethiopia* (Oxford, 1952), p. 28.

200 ጀቤሳ ኤጀታ፣ *የኦሮሞ ብሔር ባህልና አጭር ታሪክ* (አርቲስቲክ ማተሚያ ቤት ቢልም ቦታና ዓመተ ምሕረት የለውም)፣ ገ፡ 24-25።

201 E. Haber land, *Untersuchungen zum athiopischen konigtum* (Wiesbaden, 1965), p. 14.

202 Beckingham and Huntingford, *The Galla of Ethiopia: the kingdom of Kafa and Janjero* (1969, London), p. 427.

203 Getahun Dilebo, p. 97.

እምነት አለ። በርግጥ ለእምቢ ባይነታቸው የሰፈሩበትም መልክአ ምድራዊ አቀማመጥ በተለምዶ ኦሮሞች እንደሚሰፍሩባቸው ሰፋፊ ሜዳዎች እና ለጥ ያሉ ቆላማ አካባቢዎች ሳይሆን የሸዋ ዐማራዎችና ጉራጌዎች እንደሰፈሩባቸው ተራራማና ሰበርባራ መሬቶች ሆነው በተራሮቹ አናት ላይ ቤቶቻቸውን በመሥራትና ወረራዎችን ጠንክሮ በመከላከል ነው።

ያም ሆነ ይህ የጎበና ዕቅድ ወሬ እንደተሰማ የአገሩ ሰዎች ተሰብስበው የጎበናን ነገር ምክር አምጡ መባባል ጀመሩ።

> ጎበና ለዐማራ ባሪያ ሊያደርገን ነውና ከዚህ ቀደም የገላን አንጋፋ በጅዳ በወበሪ ባላባት አካ ቡታ የሚባል አንድ እንሁን ከዐማራ እናብር ብሎ ቢልክ እነሱም በማሊማ ቢልኩ ነገሩን አቅላችሁ ሳይሆን ቀረ። አካቡታ ግን ገምና (ብልኅ) ስለነበር ነገራችንን አይቶታልና ከጎበና ጋር ሁኖ ይወጋናል። እስኪ እንመልከት ከጫጫ በታች ድፍን ገላን ሁሉ እዚህ አዋሽ ኡዳ ነቤ ከሚባል ጨፌ የሚሰበሰብ እኛን ሺህ ጊዜ የሚበልጥ ከጎበና ጋር ነው። እኛ ከአርሲ እንኳ ግጥም (መግባባት) የጋራ ግምባር የለን፤ ከጊቤ ማዶ አይመጣልን ምንና ምን ሆነን እንኼዳለን፤ ለአርሲ እንኳ ለመላክ ለመጋጥም መኻሉ ጉራጌ የነሱ ነው። ሆነም ቀረም ለአርሲ ጨፌና ለኡዳ ነቤ ጨፌ ልከን ተስማምተን፣ ለማሊሞች አስታውቀን፤ ለጉባኤዎች ላላባ (አዋጅ) ነግረን በአንድ ነገር ካልጸናን ከጎበና ዳጪ እግር አናመልጥም፤ በከንቱ ሕግ እንመረምራለን አንጅ። ይልቅስ እንደ አካ ቡታ የዐማራን ሕግ እናጥና ተባባሉ። ከዚያ ሁሉም በአንድ ድምፅ ኤ..ዱጋ....ሃቡልቱ ለጼቲ ሁባና፤ አዎ ይደር፣ መልካም በልባችን እናስብበት ተባባሉ[204]።

በዚሁ መካከል ጎበና መርማሪ (ሰላይ) ያደረገው ጉራጌ ኦሮሞች መምከራቸውን መልእክት ላከበት። የመልእክቱም ይዘት ጨቦ ብቻውን አይደለም መጫና ሜታም በምክሩ አሉበት። እነ እገሌን የገደሉ መጮች ናቸው የሚል ነበር። ከዚያም ጎበና ከጫጫ በታች እስከ ሲቢሉ ያለውን ጦሩን በክፍል በክፍሉ ደልድሎ በየረርና በበቾ አድርገን ከሲቢሉ በታች አዋሽ አንገናኝ ብሎ በኀቡዕ አዘዘ። በዚያን ጊዜ ዋጂቱ የሚባለው ቦታ፣ ከኬኩ እስከ ቦሎ እስከ ሸንኩርት መጫ፣ ጨቦና ሶዶ የሚዋጉበት ዐውድማ ነበር። የዝኖን፣ የአንበሳና የአጋዘን የአውሬ ሀገርም ነበር ተብሎ ይታወቃል። በዚሁ ዐውድማ የሶዶም፣ የጨቦም ምናልባትም የመጫም የከብት ደረባ ነበረበት። በደረባ በማብላት (በማጋጥ) ሂደት ይህ የኔ ነው በመባባል ፀብ የሚበዛበት ቦታ ነበር። በዚሁ ምክንያት በእረኞች መካከል መጋደል፣ ከብት መዛረፍ፣ የእረኞች መሞት፣ ይበዛበት ስለነበር ሁሌ ቦታው ውጊያ አያጣውም። ስለሆነም ሐዩና ቦኩ ሁል ጊዜ መምከራቸው አይቀርም፤ ነገር

---

204 የጎበና ዳጨው ሰነዶች፣ IES MS, 4614.

ግን ለጊዜው እሺ ተብሎ በኋላ እያፈረሱ በያቡልቱ (በይደር) የሚዋጉበት ዐውድማ ነበር። ወደ ዋናው ነገር ስንመለስ፣ የጨቦ ጉዳይ መልእክቱ ሲደርሰው ጎበና ከጪምቢሲ ከተማው ወደ ወጨጫ አዲስ ትንሽ ከተማው መጣ። እንደልማዱ ከአሽከሮቹ ጋር ዋጅቱ (ኬኩ) ከተባለው ዐውድማ አዋሽ ዳር ሊገናኝ ጨረቃ ለክቶ ቀን ቆርጦ ከጥቂት ሰው ጋራ ወጨጫ ሲገባ ሰባት መቶ (700) የሚያህል ፈረሰኛ ሆኖ አዘዡ ወልደ ሰማያት መንዲ መድኃኔ ዓለም አጠገብ ተቀበለው[205]።

ስለዚህ ጨቦዎች የመከሩት ነገር በጨፌ ቱማ ተወዶለት ተመስግኖ ወደ ሁሉ ጉባኤ መልእክቱ ሳይደርስ እነ ጎበና ቀድመው ገሰገሱ፤ ለመግጠም። ጎበና ለሠራዊቱ "ማርክ፣ ከብት ንዳ፣ ሰው መግደል ይበቃናል፣ መሬቱን ውድማ አናድርግ" ብሎ አዋጅ ነገረ[206]። የፍልሚያውን ዝርዝር በተመለከተ በጎበና ዜና መዋዕል እይታ ከሞላጎደል የሚከተለውን ይመስል ነበር።

ከወጨጫ ወደ ጨቦ ተዘመተና የጨቦ ተራራ ተረተሩን ወደ ሶዶ ፊትና ወደ ጥቁር ምድር ጅባትና ኖኖ ፊት ከወገቡ ጦሩን አስፍሮ ጧት ወሬሳ ለመምታት ነበር። ያ ማለት ሰው ተበትኖ መዋጋት፣ ለመበተን ተደጋጋፊ እንዳገሩ እንደቦታው እንደ መሬቱ ዘዴ ዐዋቂ ጠንካራና አሰማሪ ተመደበ። ከተመደቡት ዋነኞቹ የጎበና አማቾች የነበሩት አርገኖ ጅሬ እና ብሩ ነገዎ ነበሩ። ዳሩ ግን እነዚህ ሁለት አማቾቹ ይቀናኑ ነበር። ታላቁ ወንድና ሴት ልጆች ወልዶ ነበርና እዚያው ከአያታቸው ከጎበና ቤት የሚያድጉ እንደነበሩ ይነገራል። የታናሺቱ ባል ግን መካን፣ አልወለደም ነበር። በጎበና እልፍኝም ሆነ አዳራሽ መጋረጃ ውስጥ ግብር ሲበላ ከጎበና በቀኝ የታላቂቱ አርገኖ ጅሬ፣ በግራ የታናሺቱ ባል ፊታውራሪ ብሩ ነበሩ የሚቀመጡት። ሦስተኛው የጎበና የቅርብ ሰው ከፊታውራሪ ብሩ ቀጥሎ ያለው አቶ አባ ይርጋ የሚባል ሲሆን አንድ ጊዜ እሱ ሌላ ጊዜ ብሩ ከጎበና አጠገብ ይቀመጡ ነበር። የጎበና የታላቂቱ ልጁ ባል አርገኖ ጅሬ በስምሪቱ ልክ አፋፍ እንደ ደረሰ ፈረስ ታጥፎ ሲመለስ አየና ጠየቀ። በሽሽት ላይ የነበሩት የጎበና ወታደሮች ጨቦው ሰው ፈጀ ብለው ነገሩት። አባ ይርጋ የተባለውም ሸሽቶ መጥቶ ነበርና ስለሁኔታው በሰፊው ነግሮት እሱም አምስት ገድሎ እንደመጣ እና ውጊያው በጣም አደገኛ እንደነበር ተረከለት። በዚሁ መካከል፣ ብሩ ነገዎ የተባለው የጎበና አማች አሽከሮቹን አስከትሎ ደረሰ። እየተመመ የነበረውም ሠራዊት አይመችም ሲባል አቶ አርገኖን አይቶ ቆሞ ነበር። ፊታውራሪ ብሩ ሲደርስ ግን ምነው ወሬሳ ሆኖ ቆማችሁሳ ብሎ ቢጠይቅ አባ ይርጋ እኔ በአሳር ሸሽቼ አምልጬ መጣሁ ሰውም ውጊያውን አቋርጧል፣ ቦታውም ለፈረስ አይመችም፣ ጎበና ጠመንጃ የያዙትን ይዞ እስከሚመጣ መጠበቅ

205 ዝኒ ከማሁ።

206 ዝኒ ከማሁ።

እንደሚኖርባቸው እሱ ሲደርስ ከባለጠመንጃዎች ጋር ተቀላቅለው ለመዋጋት እንዳሰቡ ይነግሩታል[207]።

ብሩ ነገዎም በተራው አባ ይርጋን ለካ ፈሪ ነህ" ብሎ፣ "ሳቡ!" ብሎ ወደ ሃያ ከሚጠጉ አሽከሮቹ ጋር ወደ ግጥሚያው ጋለበ። አባ ይርጋም ብሩ አብዷል ይገሉታል እንውረድ (እንከተለው) ብሎ አርገኖን ለማሳመን ሞከረ። አርገኖ ግን ፈቃደኛ የነበረ አይመስልም። እነዚህ ጎረምሶች አብደዋል ዝም በሉ ደጃዘማች ሲመጡ ከብረት ጋር እንወርዳለን እያለ ሲያንገራገር አባ ይርጋ ጥሎት ወደ ጦርነቱ ሽመጠጠ። እነ አባ ይርጋ ጥቂት ወረድ እንዳሉ ጨቦዎች ብሩ ነገዎን ከበው ጣሉት። አባ ይረጋም እንደ ደረሰ በመታኰስ ጨቦችን መጣል ሲጀምር አካባቢው ደን ስለነበር ከዚያ ውስጥ ተሹለክልከው አንዱ ከጫንቃው አንዱ ከባቱ ላይ ወግተው ጣሉት። ጎበና አፋፍ በደረሰ ጊዜ የሕዝቡን ግርግር አይቶ አቶ አርገኖን ሰውን አግደህ ያቆምከው በምን ነገር ነው? ብሎ፣ እየተቆጣ ሲሮጥ የተኩስ ድምፅ እየቆየ ይሰማ ነበር። እሱም ሩጫውን የባሰ እያከረረ ከፍልሚያው ቦታ ሲደርስ ጨቦ ዙሪያውን ከቦ ብሩ ነገዎና አባ ይርጋ ወልዴ ወድቀው፣ ብሩ ነገዎ ሞቶ አባ ይርጋ ቆስሎ ነበር። አባ ይርጋን ከነነፍሱ ነበር የደረሰበት ታቀፈውና ሲያናግረው አባ ይርጋም "እያ! አንተን ካገኘሁ አቶ አርገኖ ነው ሕዝቡን ከልክሎ ያስገደለን" ብሎ ተናግሮ በእጁ ላይ እንደ ሞተ ይነገራል[208]።

ጨቦዎችም የጎበናን አማች ብሩ ነገዎን መግደላቸውን እና በዚህም ሸዋ በተለይም ጎበና እንዴት እንዳዘኑ እንዲህ ብለው በዘፈን ያስታውሱታል[209]።

Birruu Nagawoo soddaa Goobanaa
Allattiin Caboo Guloo Waariyoo
Shurrubbaa Birruu nyaattee fixxe moo
Tuultee keesse?
Cabaa irbaata koo
Caboo diina koo
Jedhe Goobanni.

ብሩ ነገዎ፣ የጎበና አማች፣
የጨቦ የጉሎ ዋሪዮ አሞራ፣
የብሩን ሾርባ በልተሽ ጨረስሽ
ወይስ አስቀመጥሽ።

207 ዝኒ ከማሁ።

208 ዝኒ ከማሁ።

209 Enrico Cerulli, *Flok-Literature of the Galla of Southern Abyssinia* (Cambridge, 1922), p. 73.

ቁራሽ የራቴ፣
ጨቦ ጠላቴ።
ይላል ጎበና።

ጎበና የሁለቱን ሟቾች ሬሳ ለቀኛዝማች ወልዳማኑኤል አደራ ብሎ በጣም ጭካኔ በተሞላበት ጨቦዎችን ሊበቀል "ጎበዝ! አረኽ፣ ከነፍጥ ተገኝቶ የወንድምህ የአባ ይረጋ ደም ፈሶ ይቅር?" ብሎ ሮጦ ገባበት ይባላል። የሸለቆውን በሸለቆ የተረተሩን በተረተር እያሳደደ በሸዋ ትረካ መሠረት፤

> በዓይን የታየ በጆሮ የተሰማው አንድ ዐማራ ሳይሞት ወደ ሁለት ሺህ አንድ መቶ (የተረፈው አልቆ) በፋጨትና በቱልቱላ በመለከት ተሰብስቦ የተረፈ አድሮ በማግሥቱ ተቀላቀለ። እንደ ኦሮሞው ወግ እንደ ዋለ ውሎ፣ የገደለም ገድሎ፣ የሞተበትም ቀብሮ፣ ሰባት ቀን ተሩጦ ጌቶችም 38 ግዳይ ገለው የእነ ጋሜ ገላጋይ፣ የእነ አባ መንድብ፣ የእነ ግራኝ ዘወልዴ፣ የእነ ነብሮ የእነ አቦዬ አስታጥቄ የአርባ አሽከሮቻቸው፣ ቤተ ዘመዶቻቸው ሥራ ወደ ሁለት ሺህ የደረሰ [ብልት] (ግዳይ) መሰከረ[210]።

በዚህ የጎበና የበቀል እርምጃ እንደ ተጠቀሰው ብዙ ሰዎች በጅምላ ተጨፍጭፈዋል። በዚህም ምክንያት አንዲት አልቃሽ ይህ የጎበናን ሥራ እንዲህ ብላ ገለጸችው ይባላል[211]፤

Yaa soreessa koruma korii
Yaa hiyyeessa bohuma bohii
Qabbaneessa Daaccii
Goobana farad qilleessaa
Innumtu dhufaa, wal-nuqixxeessa.

ሀብታሙም ኩራ ኩራ
ደሃውም አልቅስ አልቅስ
ጎበና ዳጨ ባለ ነፋስ ፈረስ
አይቀርም ይመጣል
አንድ ያደርገናል።
እልቂቱንም በተመለከተ እንዲህ ብለው ገጥመዋል[212]፤

Waraanni gaaraa duultee
Allaattin caboos quuftee.

210 የጎበና ዳጨው ሰነዶች፣ IES MS, 4614.

211 Enrico Cerulli, p. 74.

212 Tamene Bitima, "on Some Oromo Historical Poems" in *Paideuma: Mitteilungen zur Kulturkunde*, Bd. 29(1983), pp. 317-325.

ጦሩ ከጋራዉ ተነሥቶ ተመመ
የጨቦም አሞራ ጠገበ።

ጎበና በእነ ብሩና አባ ይርጋ ሞት በጣም አዝኖ ምግቡን እንኳ በወስከምባይ እየበላ "ምን ማዕረግ አለኝና በማዕረግ እበላለሁ" አለ ይባላል። እሱ በዚህ ሐዘን ውስጥ እያለ በሌለው መልኩ ደግሞ ግንደበሉም (የገበሬ ሠራዊት) አቤት ማለት ጀመረ። "ስንቃችን አለቀ አገሩ እህል የለም እንስት ብቻ እንደ አውሬ ሥጋ ብቻ በልተን በተቅማጥ አለቅን" እያለ። በተጨማሪም ከንጉሡ ለእርዳታ የተቀበለው የ"ቁጥር ጦር" ተማሮ "አገሩም ይቅርብን አንከተልም። እሱም (ጎበና) ከኦሮሞ ዱለት (ሸር) አለው ወሬሳ ብሎ ለቆን የኋሊት ዞሮ እሱ ከብቱን ማቲውን ዘርፎ በጤና ከእነ አሽከሮቹ ይመለሳል፤ በዚሁም ላይ አጠፋችሁ ሜራ ዘረፋችሁ ገደላችሁ ብሎ ጅራፉ አሳር አንችልም" ብለው ዐመጹበት። እነዚህ የቁጥር ጦር የተባሉት የጎበና ጦር ሳይሆኑ በቁጥር ለእርዳታ የመጡ ነበሩ። እነሱም ሦስት ሻለቆች ከአበጋዝ ጋር የዘመቱ ሲሆኑ የጨቦ ውጊያ ሲጠናባቸው በዘመኑ ግንዛቤ በውርደትና በስድብ ከላይ እንደተባለው ተናገሩ። የጎበና ምላሽ ለዚህ ክስ በጣም ምሬት የተሞላበት መሆኑን ከንግግሩ መረዳት ይቻላል። "ለኦሮሞነቴ ትንሽ፤ ለቤተ መንግሥትም ኢምንት፡ ለክፉ ሰዓት ግን ክፉ እንደ ግምባሬ፤ በግሌ ማንንም አልበልጥ" ብሎ ተናገረ ይባላል። በዚሁ ንግግር ምክንያት ይህ ኦሮሞ በአጋፋሪነቱ ሙግት ተምሯል ብለው ያሙት ነበር። ከዚህ በኋላ ጎበና ጪምቢሲ ዶጋማ ከተማውን ለቆ በወጨጫ ከተማ አድርጎ ተቀመጠ። ጭፍራም የቁጥር ጦርም ቀረ፤ የቁብ ሻለቆችና ግንደበሎች ግን በዓመት አንድ ጊዜ ወይም ሁለት ጊዜ ብቻ ይታዘዙና ይዘምቱ ነበር። ይህችን የቁጥር ጦር ክስ ጎበና ጉራጌ በዘመተ ጊዜም አቂሞ ሰው ይሰጥህ ሲባል የራሴ ይበቃኛል ብሎ እምቢ እንዳለ በምዕራፉ ይብራራል[213]።

ይህ ጦርነት ከተካሄደ ከተወሰኑ ዓመታት በኋላ በዚህ አካባቢ የነበረው ሩሲያዊ ብላቶቪች ጦርነቱ የተወውን አሻራና ከዚህ በፊት የተገለጸው የጎበና የማስገበር ስልት ከሆኑት የመጨረሻው አማራጭ፤ በኃይል የማስገበር ስልት በተወሰነ መልኩ ግነት በተቀላቀለበት ዝንባሌ በሰፊው አብራርቶታል።

> የአዋሽ ሸለቆ በጣም ውብና ከአካባቢው ጋር ሲነጻጸር ብዙ ሕዝብ የሚኖርበት መሬቱ ለምና ውሃ እንደ ልብ የሚገኝበት ሲሆን .... ነዋሪዎቹ ከሐበሾች ጋር ሲዋጉ የነበሩና አሁን በሰላም የሚኖሩ ሲሆኑ ለንብረታቸው በጣም ተቆርቋሪ ናቸው። ከአድማሱ ላይ ግዙፍና አስፈሪ ተራሮች የሚታዩበት ውብና ሰፊው የአዋሽ ሸለቆ ከሃያ ዓመታት በፊት ፈረሰኞች የሚከሳከሱበትና ደም እንደ ውሃ የሚፈስበት የጦር ሜዳ ነበር። በዚህ ቦታ የሚኖሩ ኦሮሞዎች የታወቁ ፈረሰኞችና ጀግኖች በመሆናቸው እነሱን

213 የጎበና ዳጨው ሰነዶች፤ IES MS, 4614.

> ድል ለማድረግ ሐበሾች ብዙ ደከመዋል። .... ራስ ጎበና ይህን ደፋር ሕዝብ እየተከታተሉ በመውጋት አንበረከኩት። ..... ራስ ጎበና በደረሱበት ቦታ ሁሉ ድልና ምርኮ እንደማይታጣ ግልጽ ስለነበር የከተት አዋጅ ሲያውጁ በአንድ ጊዜ የሚጎርፈው ወታደር በአስር ሺህ የሚቆጠር ነበር ይባላል። እኒህም ዝነኛ ራስ በዘመቻ ጊዜ ደፋርና የማይደክሙ ነበሩ። የእሳቸው ዘመን በኢትዮጵያ ውስጥ የፈረሰኝነት ጥበብና የፈረሰኞች ውጊያ የተስፋፋበት ጊዜ ነበር። በዚያን ጊዜ የሚተኩስ መሣሪያ በኢትዮጵያ ውስጥ...አይታወቅም ነበር ለማለት ይቻላል። የጎበና ዋና መሣሪያዎች ጦር፣ ንቁ ፈረስ፣ ፈጣን ወረራ፣ ማጥቃትና የሠራዊት ብዛት ነበሩ[214]።

ከጦርነቱ በኋላ ሠራዊቱ ወደ ሰፈሩ ተሰባስቦ እያለ ጎበና የአርገኖን ጥፋት አልረሳለትም ነበርና በፍጹም አብሮት ገበታ መቀረብ እንደማይችል በመንገር ከልክሎታል። እንደሚባለው ጨቦ ፊታውራሪ ብሩና አቶ አባ ይርጋ ከሞቱ ከሦስት ቀን በኋላ እንደየ ማዕረጉ ግብር ለመብላት ሲዘጋጁ አቶ አርገኖም እጁን ታጥቦ እንደወትሮው ከድንኳን ገብቶ እንደ ማዕረጉ ከቦታው ከጎበና አጠገብ ሊቀመጥ ሲል በንዴትና በብስጭት በቁጣ ቃል "አርገኖ አብረኸኝማ አትበላም፣ አበረኻቸው የምትበላውን አፋፍ ቆመህ አላስደበደብካቸውምን? አስደበድብህ ነበር ወልደሃል፣ አፈር ውለድ ሰው ይስቅብኛል" ብሎ አጋፋሪው እንዲያስወጣው ነገረው። አጋፋሪውም በጎበና ትእዛዝ መሠረት ፈጥኖ ከድንኳን አሽቀንጥሮ አስወጣው ይባላል።

አርገኖ ጅሬም በባላባትነት እኔ እበልጣለሁ ባይ ነበርና ይህንን የአደባባይ ውርደት ለመቀበል አልቻለም። "ዳግመኛ ከጎበና ጋር እንኳ እህል ውሃ ልቀምስ ፊቱንም አላይ" ብሎ ተቆጥቶ እያጉረመረመ ሄደ። ከማንም ሳይገናኝ በቀጥታ ከዘመቻ ወደ ቤቱ ገባ። ከቤቱ ገብቶ ሚስቱን ጠርቶ የአሚን ሚስቱ (አንገፋ ባለረኮ) እንደሆነች እንደማትፈታ ነግሯት ነገር ግን አባቴ ካለች ወደ አባቷ፣ ባሌ ካለች ካሱ ጋራ እንድትኖር ነገራት። ዳግመኛ ከአባቷ ከጎበና ጋራ መገናኘት እህል ውሃ መቃመስ አንችልም አላት። እሷም እሱን ባሏን እንደምታስበልጥና እሱ እንዳለው እንደምትሆን ተስማማች። ከዚያም "አባትሽ ትናንት አፄ ምኒልክ ቢሾሙት ነው እንጂ አባቴስ ከአባቱ እርስቴስ ከእርስቱ መቼ ይበልጣል" ብሎ አለቃ ለመለወጥ ተነሥቶ መታያውን ይዞ ልቼ ከምኒልክ ከተማ ወጥቶ ከዚያ ለመንግሥት አሽከርነት ገባ። ሚስቲቱም (የጎበና ልጅ) ለወይዘሮ ባፈና መተያያ ይዛ ገብታ በአማላጅ "ልጅ ያድርጉኝ ጡት ያጣቡኝ" ብላ ለመነች። ባፈናም መጀመሪያ ከንጉሥ መክራ እንደምታሳውቃት ነግራ አሰናበተቻት። ባፈና ማታውኑ ለንጉሡ ብታማክር "ይህን ድንቁርና ለሰማ ጆሮሽ ቀኖና ይገባዋል። ለነፍስ አባትሽ ንገሪና፣ ጎበናን የመሰለ አባት አየለችን የመሰለች እናት፣

---

214 አምባቸው ከበደ (ተርጓሚ)፣ ከአፄ ምኒልክ ሠራዊት ጋር (አዲስ አበባ፣ 2001)፣ ገ፡2-3።

የወላጊዶሽ ሥራ አባት እናቴ ሊረግሙኝ ነው አማልዱኝ ይባላል እንጂ። እኔስ ንጉሥ ባልሆን ከቤቴ ባላስገባሁሽ ነበር፤ ንጉሥ የሀገር አባት ነውና እውሩም አንካሳውም መልካሙም ክፉውም የሱ ናቸው የት ሂዱ ልበል ብዬ" ብሎ ስለተቆጣ የባፈና እናትነትም በዚያው ቀረ[215]።

ከነሱ የተወለዱት የጎበና የልጅ ልጆች፣ ሴቲቱ አያቶቼን እወዳለሁ ብላ እምቢ ብላ ቀረች። ወንዱን ግን እናቲቱ "የኦሮሞ ልጅ ነውና ያስተምሩልኝ፣ ያሠልጥኑልኝ ያርጉልኝ" ብላ ለራስ ዳርጌ ሰጠች። ዳርጌም ተቆጥቶ "ከአባቴና እና ከእናቴ አስታርቀኝ ትላለች ብዬ ነበር እንጂ ለዚህስ አይሆንም" ብሎ ቢቆጣ በአማላጅ ባሏን ፈርታ ነው ልጁም ከዳርጌ ልጆች ጋር እንዲማርልኝ ነው፤ ሕፃኑም የወዳጅዎ የደጃች ጎበና ልጅ ደስ ይለዋል እንጂ አይከፋው። እሷም በጌታ አማካኝነት ባሏን አባብላ ያሉት ቃል ይሁን በነሱም በእኛም ያሚን ሚስት (የረኮ ሚስት) ሲስማሙ መለያየት አይገባም ተብሎ ተለመነላትና ልጁን ተቀብሎ እሷን መለሳት። ልጁም ከእነ ደጃዝማች አስፋውና ከሌሎች የዳርጌ ልጆች ጋር መማር ጀመረ። ነገር ግን ይህ ልጅ ተክለ ጊዮርጊስ አርገኖ ቀድሞውኑ "ዳዊት ደግሞ ትንሽ ሰዋስው ቆጥሮ ጉበኤ ቃና ዘአምላኪየ ለክፎ" እንዲያውም ከሚሲዮናውያን እጅ በተገኘ መጽሐፍ ቅዱስ አማርኛን በመልካም እንደተማረ የሚነገርለት ነበር። በአያቱም ቤት ሆኖ የዳዊትንና የሰለሞንን ታሪክ ያነብለት ነበር። ስለዚህ የጎበና ቤት ልጆቹ እነዚህን ታሪኮች እየተፈራረቁ ለራሱ ለጎበና ያነቡለት ነበር ይባላል። በዚህ ጎበናም በብዙ ደስተኛ ሆኖ በደንብ እንዲበረቱ ይመክራቸው ነበር ተብሎ ይነገራል። በአንጻሩ ከዳርጌ ቤት ግን ያው ግዕዙ እንጂ አማርኛው አልገባም (አልሠለጠነም) ነበር። ይህ በዚህ ሁሉ ውስጥ ያለፈውን ተክለ ጊዮርጊስ የጎበና የልጅ ልጅ፣ ዳርጌ "በል እንደ አያትህ ቤት አንብብልኝ" እያለ ልጁን በአማርኛ ማንበብ ችሎታው ያደንቀው ነበር። እንዲያውም "ጎበና ነው ኦሮሞ ወይስ እኛ" ብሎ ተቆጥቶ "ስታላግጥብኝ አሠልጥንልኝ አለች" አለ ይባላል[216]።

በኋላ ዳርጌ ከጎበና ሲገናኝ "ልጅህን ለኔ ጥላ ሄዳለች ይህንን ያስደረገኝ ለየህ ነው እኔማ እናት አባቷን የጠላች ልጁም ያደገበትን የአያቱን ቤት ለቆ የመጣ ምን ልጅ ይባላል ብዬ ነበር፣ አሁን ልጅህን አስወስድ" ቢለውም ጎበና የእናቲቱን ጥፋትና ክፋት ዘርዝሮ ልጁ እሱ ጋ ቢመጣ የተናደደ ቀን ንዴቱን ሊወጣበት ስለሚችል እንደሚፈራ ተናግሮ እሺ ካለ እሱም ልክ እንደ አባቱ ወደ መንግሥት ቢገባ ይሻለዋል ብሎ ለዚህም የዳርጌን እገዛ ጠየቀላት[217]።

---

215 የጎበና ዳጨው ሰነዶች፣ IES MS, 4614.

216 ዝኒ ከማሁ።

217 ዝኒ ከማሁ።

ደጃች ጋረደው ወልዴ ከደጃዘማች ጎበና ጋር ጥለኞች ስለነበሩ ከራስ ተሰማ አባት ከሆኑት ከደጃች ናደው ዘንድ ነበር። በዚህ በአቶ አባ ይርጋ (በወንድሙ) ሞት ተወቃቅሰውና ተራርቀው ነበር። ውሎ አድሮ ግን ጎበና፣ የማን ወንድም የሞተበትን ማን ይገዛል? የደጃች ናደው ቤት ይቆይህ ወደ እኔ ና! ብሎ ለጋረደው ወልዴ ልኮ፣ ፊታውራሪ ጋረዴ ብሎ ማዕረግ ሰጠው። ከዚያም እስከ ኖኖ ድረስ ባላባቶቹን ሁሉ አስገብሮ ሕግ ቆርጦላቸው እሺ፣ አሜን አሰኝቶ አዲስ ማዕረግ የሰጠውን ፊታውራሪ ጋረደው ደንዲን ከተማ እንዲያደርግ ቆረቆረ። እሱን ብቻ ሳይሆን ሌሎችንም ኬኩን ከአዋሽ ማዶ በቾ ጭምር ሿሹሞ ወደ ጪምቢሲ ከተማው መጣ። ቀጥሎም አማን ከተማው ወርዶ ወረይሉ ከተማ ወደ ምኒልክ መልእክት ላከ። ምክንያቱ ወደ ጨቦ ዘመቻ ዝግጅት ላይ በነበረ ጊዜ ምኒልክ ወረኢሉ ድረስ እንዲሄድ መልእክት ልኮበት ነበር። በፍጥነት ለመድረስ በየቦታው የጋማ ከብት መቀየሪያ ተዘጋጅቶ ከአማን በዋዩ በኩል ለሜዳው ሁለት ሁለት ፈረስ በአራት ቦታ ላይ የሚቀያየሩ ለቆላውም እንዲሁ ሁለት ሁለት ፈረስ እና አንዳንድ በቅሎ ሦስት ቦታ ላይ የሚቀየሩ አድርጎ የወረቀት (ደብዳቤ) መያዣ ኮሮጆውን ቆልፎ ላከ። የመልእክተኞች ዋና በለሚል ምኒልክ የሚያወቀውና የለመደው ባላምበራስ ናዴ የሚባል ነበር።[218]

የመልእክቱ ዋና ይዘት ተብሎ የተነገረው፣ "ንጉሡ ጌታዬ ቢጠሩኝ ሳልመጣ ቀርቼ ጨቦ መሄዴን አይዘኩሩኝ፣ ይማሩኝ ጨቦ ገስግሼ መሄዴ የልቤን ሠርቼ በጨቦ በአመያ እስከ ጊቤ ሾሜበት ግብሩን ቆርጨበት ለንጉሡ ሰንጋ ለአበጋዝ ሙክት በበልበላ ሉቂሳ (በበር በበር) አሞሌ አሞሌ ተቀበልኩት ማለትም በጭስ በቤቱ ቁጥር ከዚያም ቅቤ ላም ኩማ ኩማ (ሽህ ሽህ) በሽማግሌ ተካሥሁ። ከጊቤ ማዶም አስረግዣለሁ።" የሚል ነበር። እግረ መንገዱንም ከዚህ ዘመቻ የተሰበሰበውን ስፍር ቁጥር የሌለውን የምርኮ እና የግብር ንብረት ዓይነት በዝርዝር እንዲህ በማለት ልኮለታል። "ቁጥሩ ለእርስዎ ምን ሆኖዎታል ለአንኮበር ለበረት እንኳ አይበቃም፣ እንኳስ የሚሰማራበት ሊገኝ"። ይህ እንዲህ የተባለለት ከብት የተሰበሰበው ከመልእክቱ እንደምንረዳው ከአማያ፣ ከኖኖ፣ ከጨቦ፣ ጨሊያ፣ ከጥቁር ምድር እና ከቶኬ ከሚባሉ የመጫና የጨቦ አካባቢዎች ነበር[219]።

ስለዚህ ምኒልክ ምን ያህል ከየዓይነቱ እንደሚፈልግ ቢልክለት የፈለገውን መጠንና ዓይነት እንደሚልክለትም ገልጾለታል። ለጊዜው ግን ቦታ ቦታ ለማስያዝ ጎበና ወደ ደብረ ብርሃን አዛዥ ሺህ ሰንጋ አራት መቶ ድልብ አምስት መቶ ምርጥ ጥገት ላም እንዲሁም ለልቼ ከተማ አንድ ሺህ አምስት መቶ በግና ፍየል ሙክት የሰባ በደረሰኝ በወረቀት አስረክቡና ኑ! ብሎ ለአሽከሮቹ ላከ። ለማንኛም ወደ ወረኢሉ የተለከው መልእክተኛ ባላምበራስ

218 ዝኒ ከማሁ።

219 ዝኒ ከማሁ።

ናዴም በደስታ ተመለሰ። የጎበና ጥርጣሬ ምኒልክ እኔ ስጠራው ለምን ዝም ብሎ ዘመተ ብሎ ይጣላኛል ነበር። ምኒልክ ግን የጎበናን ሥራ በአድናቆት በመመልከት "ምን ገደደኝ ሳይል የራሱ ንብረትና ገንዘብ አድርጎት እኮ ነው መዝመቱ የሚጎዳውን አውቆ" በማለት በደስታ እንደመለሰ ይነገራል። እንዲያውም በዚህ ምንም እንዳልተከፋ መልካም እንዳደረገ ገልጾለት የሚከተለውን የምክር ቃል አክሎ እንደጻፈለት ይነገራል፤ "አንተም ተወዝውዘህ አትሙት፣ አሽከሮችህም ይረፉ፣ ግንደበሉም አይርገምህ፤ እኔም ይህችን ወር ቆይቼ እመጣለሁ እንገናኛለን"[220]።

ምንም ሆነ ምን ጎበና ይህን አካባቢ እስከ አዋሽ ማስገበሩ በሥነቃልም ተነግሮለት ሕዝቡ እንዲህ ይል እንደ ነበር ይነገራል[221]:-

> ፈረሱ ደስታ በቅሎው አረጋሽ፣
> አሳምኖት ገባ መጫን እስከ አዋሽ።

በሪቻርድ ግሪንፊልድ ግንዛቤ "ጎበና ለቱለማ ኦሮሞ ኮንፌዴሬሽን ውሕደት ዋና መሐንዲስ ሲሆን ይህንኑ ኃይል ምኒልክ በራሱ ቀጥጥር ሥር የሚያደርገውን ግዛት ለማስፋት ተጠቅሞበታል።" እውነትም ለኋለኛው ዘመቻ ግንባር ቀደም የነበረው የጎበና ሠራዊት በተለይም ፈረሰኛው የቱለማ ኦሮሞ ነበር[222]።

በአጠቃላይ ከላይ የተዘረዘሩትን ኩነቶች ሁሉ ስንመለከት ጎበና ጉልቆ መሳፍርት የሌላቸው እንደ ጨው ዘር የተበታተኑ የቱለማ ኦሮሞ የጎሳ መሪዎችን ወደ አንድ በማምጣት የሸዋ ግዛት አካል አደረጋቸው፤ ወይም የቱለማን ኮንፌደሬሽን መሠረተ። እስከሚታወቀው ድረስ ያስገበራቸውን (የሰባሰባቸውን) ኦሮሞችንም የሚገዛቸው እሱ ራሱ ነበር። በፊት ከነበሩበት የተበታተነ አስተዳደር በሕዝብ ደረጃ ከታየ እንድ ነገር ብቻ ግልጽ ነበር። እሱም ገዥ ለውጠው በትልቁ የቱለማ ኮንፌደሬሽን ሥር መግባታቸው። በዚህ ምክንያት ጎበና ወገኑን ከድቶ ለባዕድ ያስገበረ የታሪክ ባለዕዳ ሳይሆን ቱለማን አንድ አድርጎ የተቀሩትን ፍለጋ የቀጠለ የታሪክ ባለአደራ የሆነ በዚህ ጊዜ ብቻ ከታየ እንኳ የዛሬውን ሸዋ ከሁለት ሦስተኛ በላይ የሆነውን የቆዳ ስፋት ግዛት የሠራ ሰው ነው። ጎበና የቱለማ ኮንፌደሬሽን የመመሥረት ሥራውን ከሞላ ጎደል ካጠናቀቀ በኋላ በመቀጠል ደግሞ መጫንም ወደ ኅብረቱ ለማምጣት በታላቅ ወኔ የተንቀሳቀሰ ይመስላል። ይልቁንም የኦሮሞ ቤት በር በሸዋ ተዘግቶ ሲኖር በመከፈቱ ከጅማ፣ ከከፋ ከወለጋ ከሌቃ ወደ ጐንደር ነጋዴ ሲመላለስ ወደ ሸዋ አንድ ሰው ማለፍ አይችልም ነበርና።

---

220 ዝኒ ከማሁ።

221 Gobena's Chronicle, p. 4.

222 ElAmin Abdel Karim Ahmed Abdel Karim, p. 95.

የሩቅ ሰው ቀርቶ ጨቦ፣ ለመጫ ከአንዱ ሀገር ወደ አንዱ ሀገር መጋደል ነበር። ስለዚህ ጎበና ይህን አስቀርቶ ወደ መጫ የሚወስደውን መንገድ ክፍትና ሰላማዊ እንዲሆን ሁኔታዎችን አመቻቸ ለማለት ይቻላል። መጫ በጣም ለምና ሰፊ አካባቢን የያዘ ሲሆን በዚህ ጽሑፍ ቀጣይ ምዕራፍ ለትንተና እንዲመች ተብሎ የሰሜን መጫና የደቡብ መጫ ተብሎ ለሁለት ተከፍሏል።

ምዕራፍ ሰባት

የጎበና የደቡብ መጫና የከፋ ዘመቻ

በዚህ ጽሑፍ የደቡብ መጫ ተብለው የተከፈሉት አካባቢዎች በግልጽ እንደሚታወቁት የግቤ አካባቢዎች ናቸው። የሚገኙት ከሰሜን መጫ በስተደቡብ አቅጣጫ ሆኖ የጎጀብ ወንዝ ከሚለያቸው ከፋ ድረስ ይዘልቃሉ። እንግዲህ እነዚህኞቹ መጫዎች ናቸው ታዋቂዎቹን አምስቱን የግቤ የኦሮሞ መንግሥታት የመሠረቱትና በጎበና አማካኝነት ወደ ኦሮሞ ኮንፌደሬሲ ብሎም ወደ "ምኒልክ ኢትዮጵያ" ግዛትነት የተካተቱት[223]።

የግቤ የኦሮሞ መንግሥታት በጎበና ዘመቻ ዋዜማ

ከግቤ ማዶ ያሉ የመጫ ኦሮሞዎች ከወዲህ እንዳሉት ኦሮሞዎች በጎሳ የተበታተኑና ገና የተማከለ መንግሥት ያልመሠረቱ ሳይሆኑ ጠንካራ መንግሥታትን የመሠረቱ ሀብታም አካባቢዎች ነበሩ። ለመንደርደርያ ያኽል እነዚህ የመጫ ኦሮሞዎች ለምን የገዳን ሥርዓት ትተው የተማከለና መደብ በግልጽ የሚታይበት የፖለቲካ ሥርዓት እንደመሠረቱና ከሌሎች ኦሮሞዎች አልፎ እስልምና በሰፊው እንደተስፋፋ፣ ከግቤ ወዲህ ያሉት ኦሮሞዎች ያላደረጉትን ማድረግ ለምን እንደቻሉና ሁሌ ለምን ለወረራ ከሚመጡ አዲስ ኃይሎች ጋር ከመዋጋት ይልቅ ድርድርን እንደሚመርጡ፣ እረስበርሳቸው ግን ለምን እንደሚዋጉ በዚህ ምዕራፍ ወስጥ ለመዘርዘር ይሞከራል።

በኦሮሞ ታሪክ ውስጥ የተማከለ መንግሥታዊ መዋቅር ለመመሥረት የፈጀው ጊዜ ረጅም ነበር። ወደ ተማከለ የመንግሥት አስተዳደር ውስጥ በመግባት ወሎዎችና ከግቤ ማዶ ያሉ የመጫ ኦሮሞዎች እንደሆኑ በሰፊው

223 Guluma Gemeda, "Gomma and Limmu: the process of state formation among the Oromo in the Gibe region, C. 1750-1889" MA thesis in history (Addis Ababa university, 1984), p. iv.

ተጽፏል። ወደዚያ ደረጃ ለመሸጋገር እንደ ምክንያት የሚጠቀሰው ደግሞ ልማዱን ከጎረቤቶቻቸው እንደተዋሱት ሲሆን በተጓዳኝ የሚከተሉት ምክንያቶች ይጠቀሳሉ[224]:-

ሀ. ትርፋማ የሲራራ ንግድ መሥመሮችን ለመቆጣጠር በሚፈልጉ ጠንካራ ግለሰቦች

ለ. የእስልምና ሃይማኖት ወደ አካባቢው መግባት

ሐ. በአጎራባች ያሉትን ዐማሮች በመፍራት

ግቤን በሚመለከት በመጨረሻ ከተጠቀሰው ውጭ ሁሉቱ አስተዋጽኦ አላቸው ለማለት ይቻላል። ብዙዎቹ በዚህ ላይ የተጻፉ ጽሑፎች ሲገልጹ ግን ሁኔታውን እንደ ድንገተኛ ደራሽ የመመልከት ዝንባሌ ይታይባቸዋል። እውነታው ግን መንግሥታቱ የረጅም ጊዜ ሂደት ውጤቶች መሆናቸው፤ በጊዜ ቅደም ተከተልም በአንድ ጊዜ የተመሠረቱ ሳይሆን በተለያየ ጊዜ መከሠታቸውን የሚያሳይ ነው። ለምሳሌ የሊሙ ኢናርያን ብንወስድ ወደ 1800 እ.ኤ.አ. አካባቢ የተከሠተ ሲሆን የመጨረሻው የግቤ መንግሥት ደግሞ ወደ 1835 ገደማ የተከሠተ ነው። ጉማ በ1810፣ ጎማ ወደ 1820 አካባቢ እና ጅማ በ1830 አከባቢ የተፈጠሩ መንግሥታት ናቸው። ጌራ የመጨረሻዋ ስትሆን በ1835 አካባቢ እንደተመሠረተች ይታመናል። ስለዚህ የግቤ መንግሥታት ከውጫዊ ምክንያት በበለጠ በውስጣዊ ምክንያት የተመሠረቱ ይመስላሉ። እነዚህ መንግሥታት ከሚለያዩበት ነገር ይልቅ የሚመሳሰሉበት ነገር ይበዛል። ኢኮኖሚያቸው፣ የመንግሥት ሥርዓት፣ ባህልና ሃይማኖታቸው እንዲሁም ራስን የመከላከያ ስልታቸው ከሞላ ጎደል ተመሳሳይ ነበር። በርግጥ አቅራቢያቸው ከነበሩት ሲዳማዎች የአኗኗር ስልታቸው ምንም ዓይነት ተጽዕኖ አልደረሰባቸውም ወይም አልተሳቡም ብሎ መደምደም አይቻልም[225]።

በየትኛውም አካባቢ ባሉ የኦሮሞ ታሪክ ውስጥ አንዱና ዋንኛው ሽግግር ከአርብቶ አደርነት ወደ አራሽነት የነበረው ለውጥ ነው። ይህ ደግሞ ከማንም በላይ ከግቤ ማዶ ባሉት መጫዎች ዘንድ ታይቷል። በረጅም ጊዜ ሂደት አራሽ እና ከብት አርቢ ከነበሩት መጫዎች መካከል ባለጸጋ ቤተሰቦች ሲወጡ በነበረው የገዳ ሥርዓት ላይ ጥላ ማጥላት ጀመሩ። እነዚህ ቤተሰቦች ከአባዱላዎቹም ጋር ለመቀራረብ ሀብታቸው ምክንያት እንደሚሆናቸው ይታመናል። እነዚህ ቡድኖች በእንስሳት ሀብታቸው፣ በመሬት ይዞታቸው፣ በባሮቻቸው ብዛት ሶረሳ (ባለጸጋ) የሚባል ደረጃ ተሰጣቸው። በፊት ይከበሩ የነበሩት ከብት አርቢዎችና ቦረና በሚባል ደረጃ የሚጠሩት በነዚህ በሀብት

224 Mohammed Hassen, pp. 84-113.

225 Ibid.

እየከበሩ በመጡት ምናልባትም ብዙዎቹ ገበሮ በነበሩት ተበለጡ። በዚህ ምክንያት በቦረናና በገበሮ መካከል የነበረው የክብር ልዩነት እየጠበበ መጣ። ስለዚህ የግቤ መንግሥታት ሀብት ለመሰብሰብ ከፍተኛ ፍላጎት ባላቸው እና የሲራራ የንግድ መሥመርን ለመቆጣጠር በሚፈልጉት መሪዎች የተመሠረቱ ናቸው የሚባለው በከፊል እውነትነት አለው[226]።

በዐማራ ጎረቤትነት የሚባለው ሐተታ ውሃ የሚያነሣ አይመስልም። ለምሳሌ በዚሁ በጎበና የትውልድ ስፍራ ያሉት ቱለማዎች ለረጅም ዘመናት ከዐማራ ጋር ሲቆረቆሱ የኖሩ ቢሆኑም የተማከለ አስተዳደር ለመመሥረት አልጀመሩም። ስለዚህ ዋነኛው ምክንያት ኢኮኖሚ ሊሆን ይችላል ወደሚል መደምደሚያ ይወስደናል። እነዚህ የግቤና የወለጋ አካባቢዎች ሌሎች ኦሮሞዎች ከሚኖሩባቸው የሀገሪቱ ክፍሎች በጣም ሀብታም ከመሆናቸው የተነሣ የሀብቶቹ ባለቤቶች ለመሆን በፈለጉ ግለሰቦች ወይም ቡድኖች የተመሠረቱ እንደሆኑ መገመት ይቻላል።

እላይ እንደተባለው የግቤ መንግሥታት የተመሠረቱበትን ትክክለኛ ጊዜ ማስቀመጥ አስቸጋሪ ቢሆንም ከ1800 በኋላ የተለየ የፖለቲካ መዋቅር መጀመሩ ግልጽ ነበር። ከሁሉ በፊት እንድ መሥመር ያለበትን ጉዳይ ግን እነዚህ የግቤ መንግሥታት የተፈጠሩት በአባዱላዎች መሆናቸውን ነው። ጦርነት የግቤ መንግሥታትን ፈጠራቸው ብሎ መደምደም ይቻላል። ለጦርነቱ ዋናው ምክንያት ደግሞ ኢኮኖሚያዊ ጥቅም ነበር። በመጀመሪያ ደረጃ ይህንንም መሪዎቹ ወዲያውኑ በጠንካራ ተቀናቃኝ መከበባቸውን መረዳት ይቻላል። ተቀናቃኞችን ለማስወገድ ደግሞ ሁሉም ምንም ዓይነት ማመንታት አልታየባቸውም። ሲያስፈልግ እስከ ቤተሰቦቻቸው አጥፍተዋቸዋል፣ ገለዋቸዋል ወይም ለባርነት ዳርገዋቸዋል። በሁለተኛነት በሁሉም የግቤ መንግሥታት ሁሉንም ነገር በማእከል በንጉሡ እዝ ሥር ማስጋባት ሲሆን ይህ ድርጊት ከዚያ በፊት ያልተለመደ ነበር። ሁሉም ነገሮች ተወስነው ግልጽ የሆነ የሥራ ክፍፍል ነበር። በኋላ ሞቲ (ንጉሥ) የሆኑት አባዱላዎች ሥልጣኑን በቋሚነት የሚይዝ ሳይሆን ጦርነት ባጋጠመ ጊዜ የሚመረጥ ነበር። ጦርነቱ ሲጠናቀቅ ሥልጣኑ አያስፈልግም ነበር። ነገር ግን በጦርነቱ ጊዜ ከሚገኘው ምርኮ ብዙ ኢኮኖሚያዊ ጥቅም የማግኘት መብት ነበረው[227]።

ስለዚህ ብዙ ጦርነት አለ ማለት ብዙ ሀብት ተሰበሰበ ማለት ስለነበር በተገኘው አጋጣሚ ሁሉ ጦርነት እንዲኖር፣ እንዲፈጠር፣ እንዲራዘም ማድረግን ሥራዬ ብለው የተያያዙ አባዱላዎች መፈጠር ጀመሩ። እነዚህ

226 Guluma Gemeda, "Land, Agriculture and Society in the Gibe Region: Southwestern Ethiopia, c. 1850-1974" PhD dissertation (Michigan State University, 1996), pp. 50-52.

227 Mohammed Hassen, pp. 84-113.

አባዱላዎች ሌሎችን የገዳ የሥልጣን ቦታዎች የማቀጨጭና የራሳቸውን የማፈርጠም ዕድል ተፈጠረላቸው። በተለይም በየሁኔታው በሰበሰቡት ሀብት በርካታ ወታደሮችን ማሳደር ቻሉ። ይህ ደግሞ በተራዛሚ በሀብት ላይ ሀብት እየጨመረላቸው መጣ። በዚህም ምክንያት አባዱላዎች ሀገርንና ሕዝብን ከመከላከል ኃላፊነት በተጨማሪ ሌሎችን የሥልጣን ቦታዎችን ሰብስበው በእጃቸው ለመጠቅለል ቻሉ። ግብር መሰብሰብ፣ የጉልበት አገልግሎት ማግኘት፣ ከነጋዴዎች ቀረጥ መቅረጥ የመሳሰሉት ሁሉ የሀብት ምንጫቸው ሆኑ። ጦርነት ማወጅ፣ ሰላም ማውረድ፣ ፍርድ መስጠት የሞት ቅጣትን ጨምሮ የአባዱላዎች ሥልጣን ሆነ። በሁሉም የግቤ መንግሥታት የመጨረሻውን ፍርድ ሰጪ ጨፌ ሳይሆን ንጉሦች ነበሩ[228]።

በርግጥ ይህ ፍርዳቸው ባለጸጎችን የመጥቀም ዝንባሌ ነበረው። በፍርድ ለማሸነፍ የሰባ ኮርማ ወይም ሌላ ውድ ዕቃ በስጦታ ማቅረብ ወሳኝ ነበር። በአጭሩ በግቤ መንግሥታት ፍርድ በሀብት የሚገዛ ነገር እንደነበር ይገለጻል። በነዚህ ሥራዎች ንጉሡ ሦስት አባላት ባሉት መማክርት ይታገዝ ነበር። ከመማክርቱ ቀጥሎ የአካባቢ ገዥዎች አባቆሮዎች ነበሩ። አባቆሮዎች በሁሉም የአስተዳደር፣ የፍርድ እና የወታደራዊ አገልግሎት በእጅጉ ከንጉሡ ጋር የተቆራኙ ነበር። ከአባቆሮዎች በታች ባለው የሥልጣን እርከን ደግሞ አባገንዳ የሚባሉ የቀበሌ ገዢዎች ነበሩ። ከነሱ በታች ባለው ደግሞ አባፉኞ የሚባሉ በንጉሡ ስም የተለያዩ የግብር ዓይነቶችን የሚጥሉና የሚሰበስቡ ነበሩ። እነዚህ አባፉኞዎች ሕግ የጣሱ ሰዎችን የሚያስሩ የጉልበት ሥራ የሚያዙ እና በአባቆሮና በንጉሡ መካከልም እንደ መልእክተኛ ሆነው የሚያገለግሉ ነበሩ[229]።

ይህ በሁሉም የግቤ መንግሥታት ፖለቲካዊና ማኅበራዊ የሥልጣን ተዋረድ የነበረ ሲሆን በዚህ እርከን ውስጥ የማይገቡ በርካታ ባሮችም የነበሩበት ሥርዓት ነው። ስለዚህ ይህ ጠንካራ መደባዊ ክፍፍል የነበረውና የግዛቶቹን ሀብት በሙሉ የሚጠቀሙበት በጣም አነስተኛ ቁጥር የነበራቸው የኅብረተሰብ ክፍሎች ነበሩ። በተለይም የነገሥታት ቤተ መንግሥት አካባቢ ብዙ የሀብት ክምችት ያለበትና የቅምጥል ኑሮ የሚመራበት ቦታ ነበር። በዚህ ምክንያት ሁሉም የግቤ መንግሥታት የሚመሩት የሥጋት አስተዳደር (ኑሮ) ስለነበር ጠንካራ የመከላከያ ኃይልና ስልት ያስፈልጋቸው ነበር። መዋቅሩ ማእከሉን ከእያንዳንዱ የግዛታቸው መንደር ጋር ያያዘ ሲሆን ለጦርነት አዋጅ ሲነገር በጣም አጭር በሆነ ጊዜ የመሰባሰብ ስልት ነበረው። አዋጁ ቢድሩ

228 Ibid.

229 Ibid

(ነጋሪት) እየተመታ (እየተጎሰመ) ይተላለፋል፣ የነጋሪቱ ድምፅ በርካታ ኪሎ ሜትሮችን እያለፈ እንደሚሰማ ይነገራል[230]።

የመንግሥታቱ የሥልጣን እና የሀብት ማእከላት ዋና ከተሞቻቸው ነበሩ። በሁሉም የግቤ መንግሥታት የነገሥታት መቀመጫዎች መሠራ (ቤተ መንግሥት) ይገነባል። መሠራዎቹ የሥልጣን ማእከላት ሲሆኑ ሁሉም አዋጆችና ተያያዥ ፖለቲካዊ ጉዳዮች የሚመነጩባቸው ነበሩ። ጦርነት፣ ሰላም አዳዲስ አዋጆች ይታወጁባቸዋል፣ በርካታ እስረኞችም የሚታገቱት እዚሁ ነበር። ከመሠራዎቹ አቅራቢያ ደግሞ ትላልቅ ገበያዎች ይመሠረታሉ። በግቤ መንግሥታት ዋና ከተሞች ሁለት ዓይነት ገበያዎች ነበሩ። አንደኛው ለሀገር ውስጥ (ለአካባቢው ነጋዴዎች) የሚደራጅ ሲሆን ሁለተኛው መንደራ የሚባለው ደግሞ በንጉሡ የሚገነባ ሆኖ ለውጭ ነጋዴዎች አገልግሎት የሚሰጥ ነበር። ሰላማዊ የንግድ እንቅስቃሴ እንዲኖር ሁሉም የግቤ መንግሥታት በመደጋገፍ ይሠሩ ነበር ይባላል። ሳምንቱን ሙሉ ነጋዴዎች መንቀሳቀስ እንዲችሉ በውደት የሚከናወኑ በዕለቱ (በቀኑ) ስም የሚጠሩ ገበያዎች በእያንዳንዱ የግቤ መንግሥታት ማእከላት ይገኛሉ። ስለዚህ የአካባቢው ንግድ አፍቃላ በሚባሉ የኦሮሞ ነጋዴዎች የሚከናወን ሲሆን የግቤ መንግሥታትን እንደ መረብ ያስተሳሰረ እንደነበር የነገርለታል። በሌላ መልኩ ጀበርቲ የሚባሉ ሙስሊም ነጋዴዎች ከጐንደር፣ ከጎጃም፣ ከወሎ፣ ከሸዋ፣ ከሐረር እንዲሁም ሌሎች ነጋዴዎች ከከፋ፣ ከማጂ፣ ከወላይታ፣ ከወለጋ፣ ከኢሉ አባቦራ እና ከመሳሰሉት አካባቢዎች ወደ ግቤ መንግሥታት ይጎርፉ ነበር። ግቤ ነጋዴዎች የሚጎርፉበት ብቻ ሳይሆን እንደ ፀሐይ ጨረር ከውስጡ ወደ ሁሉም ማእዘናት ረጃጅም ርቀቶችን እያቋረጡ የሚሄዱበት (የሚለቁት) ስፍራ ነበር[231]።

ይህ እንግዲህ ምን ያኽል አካባቢው ሀብታም እንደነበር የሚያሳይ ሲሆን ብዙ የሚገዛበትና የሚሸጥበትም የነበረ መሆኑንም ያመለክታል። በተጨማሪም በግቤ መንግሥታት መካከል በአንጻሩ ፈጣን ግንኙነትና የመረጃ ልውውጥ እንዲኖር የአካባቢው ንግድ ትልቅ ሚና ነበረው። ነጋዴው የኢኮኖሚ እንቅስቃሴ የሚያደርግ ብቻ ሳይሆን ትልቅ የመረጃ ምንጭም ነበር። በእያንዳንዱ የግቤ መንግሥታት ዋና ከተሞች መካከል ቋሚ የመረጃ ልውውጥ ነበር። የእርስ በርስ ስለላም ያንኑ ያኽል ጠንካራ ነበር፣ አንዱ ስለ አንዱ ምን እንደሚያስብ ይሳለሉ ነበር። ሀብታም አባቆሮችም የጋብቻ ውል ለመዋዋል፣ ወታደራዊ ስምምነቶችን ለማድረግ፣ የፖለቲካ ሤራዎችን ለመሸረብ ከአንዱ የግቤ መንግሥት ወደ ሌላው ይመላለሱ ነበር። ስጦታዎችን እንደ የሰባ ኮርማ፣ ማር እና ጌጣጌጦችን በበዓላት ጊዜ፣

230 Ibid.

231 Mohammed Hassen, pp. 133-150; Guluma Gemeda, "land, Agriculture and Society in the Gibe Region", pp. 56-64.

በዘመን መለወጫ (ጃራ)፣ ቡታ፣ እና ከእስልምና በኋላም በሙስሊም በዓላት መለዋወጥ በግቤ ነገሥታት መካከል በእጅጉ የተለመደ ነበር። በሁሉም የግቤ መንግሥታት የሚገኙ አብዛኞቹ ለም የእርሻ መሬቶች፣ የግጦሽና የአደን ቦታዎች የንጉሡና የአባቆሮዎች ነበር። የነገሥታቱ መሬት በገበሬዎችና በባሮች የሚታረስ ሲሆን ሀብታም አባቆሮዎች መሬታቸውን በባሮቻቸው ጉልበት ያሳርሱ ነበር። በተጨማሪም መሬት ለሌላቸው ጭሰኞች በመጋዞ ይሰጡ ነበር። እነዚህን የመሳሰሉ ሰላማዊ መስተጋብሮች የመኖራቸውን ያኽል፣ እንዲያውም በበለጠ በግቤ መንግሥታት መካከል በርካታ ጦርነቶች ይካሄዱ ነበር[232]።

ለማንኛውም የግቤ መንግሥታት ጉልበት በተለይ ከ1870 በኋላ ለመዳከማቸው የተለያዩ ምክንያቶች ቢኖሩም ዋነኞቹ ሁለት ነበሩ። እንደ ትውፊቱ ከሆነ አንደኛው በተከታታይነት ይካሄዱ የነበሩት የግቤ መንግሥታት የእርስ በርስ ጦርነቶች ነበር። ሁለተኛው ደግሞ ደካማና ልምድ የሌላቸው ወጣት መሪዎች ሥልጣን መውረሳቸው፣ አባቶቻቸው ጠንካራ አባዱላዎች ሲሆኑ ሥልጣን የያዙት በጥረታቸው ሲሆን ልጆቻቸው ግን ተወላጅ በመሆናቸው ብቻ ሥልጣን መያዛቸው ነበር። ጦርነቱ በከፍተኛ ደረጃ የሀብት ውድመትና ብክነትን ያስከትል የነበረ ሲሆን በተለይም የከብት ዘረፋና የባሮች ፍንገላ ትልቁን አስተዋጽኦ አድርጓል። ከዚህ ባሻገር አንጻራዊ በሆነ መልኩ የትላልቅ ሰፈራዎች (ከተሞች) መፈጠር ምክንያት የወረሽኝ በሽታዎችም መከሠታቸው ለመዳከማቸው እንደ አንዱ ምክንያት ይጠቀሳል። እንዲያም ሆኖ በፊት በኢኮኖሚው አካባቢውን ስትመራ የነበረችው ሊሙ በጣም ተዳክማ መሪነቱን በጅማ ተነጠቀች። ብዙ የንግድ እንቅስቃሴም ከሰቃ ወደ ጅሬን የዞረ ይመስላል። ሌሎችም የግቤ መንግሥታት ከተሞች እንዲሁ ተዳከሙ[233]።

ለመዳከማቸዉ ምክንያት ተብለው በሁለተኛነት ወደ ተጠቀሰው ምክንያት ስንመጣ፣ የ1830ዎችና 1840ዎች ጠንካራ የግቤ መንግሥታት መሪዎች በ1860ዎቹ በጣም ልጅና ልምድ በሌላቸው መሪዎች ተተክተዋል። አባቦጊቦ በመስከረም 1861 ከሞተ በኋላ የሊሙን ሥልጣን አባ ቡልጉ የሚባለው ሁለተኛ ልጁ አባ ጎሞል ተብሎ ወደ ሥልጣን መጣ። አባ ጎሞል ጠንካራ የእስልምና ሃይማኖት ተከታይ ሲሆን በማሕተሙም "አባ ጎሞል የሊሙ ንጉሥ የሙስሊሞች አባት..." የሚል ነበር። ይህ የጠነከረ የእስልምና ሃይማኖት ተከታይነቱ በብዙኃኑ የሊሙ ሕዝብ ዘንድ አልተወደደለትም። ምክንያቱም የቤተ መንግሥቱ ተከታዮቹን ጨምሮ የዋቄፈና (የራሳቸው ባህላዊ እምነት) ተከታዮች ነበሩ። ይህ ደግሞ ብዙ ጊዜውን ከእስልምና ሃይማኖት መሪዎች ጋር እንዲያሳልፍና ከብዙኃኑ እራሱን እንዲያርቅ

232 Mohammed Hassen, pp. 115-132.

233 Ibid.

ምክንያት ሆኖታል። ስለዚህ አባ ቦጊቦ ከሞተ በኋላ ሊሙ በጥቂት ዓመታት ውስጥ የነበራትን ሁሉ አጣች። የኖኖና የሃጋሎ (በሰሜንና በሰሜን ምሥራቅ በቅደም ተከተል) በሊሙ ተይዘው የነበሩ ጎሳዎች ነጻነታቸውን እንደገና አወጁ፤ ዋና ከተማዋ ሰቃ ሁሉ በአደጋ ሥጋት ውስጥ ገብታ ነበር። ይህ ዳግማዊ አባ ጎሞል በ1882 አካባቢ ከሞተ በኋላ የአስራ አራት (14) ዓመት ልጅ በሆነው አባ ቦጊቦ ዳግማዊ (1882-1886) ተተካ። በዚህ ወቅት ደግሞ ሊሙ በጣም ልምድ ያለው ሰው በሚያስፈልጋት ጊዜ ላይ ነበረች። ምክንያቱም የጎጃምና የሸዋ ኃይሎች ለወረራ በመንገድ ላይ የነበሩበት ጊዜ ነበርና። ይህ ወጣት ንጉሥ እንደ እነ አባ ማስያስ ገለጻ ከሆነ ብዙ ጊዜውን ከመንግሥት ሥራ ጋር ሳይሆን በበርካታ ሴቶች ተከቦ ያሳልፍ ነበር[234]።

ልክ እንደ ሊሙ የጎማ መንግሥትም አባ ሬቡ በ1856 ከሞተ በኋላ ተመሳሳይ ዕጣ ፈንታ ነበራት። አባ ሬቡ የአብራኩ ክፋይ የሆነ ወንድ ልጅ ስላልነበረው ሥልጣን ወደ ሌላ የቅርብ ዘመዱ ተላለፈ። አዲሱ ወደ ሥልጣን የመጣው ወጣት ንጉሥ ደግሞ ለአስተዳደራዊ ሥራ ብዙም ፍላጎት እንደሌለውና ብዙ ጊዜውን ፈረስ ጉግስ በመጫወትና በመመልከት ያሳልፍ እንደነበር በጊዜው በአካባቢው የነበሩት የውጭ ዜጎች ይገልጻሉ። አስተዳደራዊ ሥራውን ይሠሩ የነበሩት እናቱና አንዱ አጎቱ የእናቱ ወንድም ነበሩ። እሱም በ1864 አባ ጅፋር በሚባል ሰው ተተካ። አባ ጅፋር በአንጻሩ የተሻለ መስፍን ሆኖ የጎማን ጥንካሬ እንደገና ለመመለስ በብዙ ጥሯል። ነገር ግን የሥልጣን ዘመኑ በጣም አጭር (ወደ 13 ዓመት) በመሆኑ የታሰበውን ያኽል ሊያደርግ አልቻለም። እሱን ተከትሎ አባ ቦቃ የሚባል ንጉሥ (1877-83) ወደ ሥልጣን መጣ፤ ጀኔ ዳጎይቲ ከምትባል እናቱ ቁጥጥር ሥር መውጣት ያልቻለ ንጉሥ ነበር። እሷም በሕዝቡ እና በሌሎች መሳፍንትና መኳንንት የማትወደድ ስለነበረች ከሥልጣን ሲያባርሯት ወደ ከፋ ሸሸች። ከዚያም ሌላ አባ ዱላ ተመረጠ[235]።

በ1870ዎች በሸዋና በጎጃም ወረራ ዋዜማ ላይ እየደከሙ የነበሩት የግቤ መንግሥታት ጎማና ሊሙ ብቻ ሳይሆኑ ሁሉም በግቤ ሸለቆ የሚገኙት የኦሮሞ መንግሥታት ነበሩ። በርግጥ ጉማና ጅማ የተሻሉ ነበሩ። ጌራ የምትባለው የግቤ መንግሥት ከ1878-80 አካባቢውን የጎበኙት የውጭ ዜጎች (ለምሳሌ ቼቺ) እንደሚሉት በንጉሡ እናት ነበር የምትመራው። በ1883 እዚያ የነበረው ሌላው የውጭ ዜጋ፣ A. Aubry የሚባል ፈረንሳዊ እንደሚለው የአስተዳደር ሥራውን ትሠራ የነበረችው የ59 ዓመት ንግሥት ነበረች። ንጉሥ የተባለው ልጇ አባት ሲሞት ገና ሁለት ዓመቱ ስለነበር ምንም ነገር ከሱ አልተማረም፤ አሁን የአስተዳደር ሥራውን ብዙም

234 Ibid.

235 Guluma Gemeda, “land, Agriculture and Society in the Gibe Region”, pp. 67-80.

አይወደውም፣ ይልቁንም በመብላትና በመጠጣት በብዙ ይደሰት ነበር። እነዚሁ የውጭ ዜጎች እንደሚሉት ይህች ንግሥት ልክ እንደ ጎማዋ ንግሥት በጣም ጨካኝና አምባገነን ነበረች። ብዙዎቹ ተከታዮቿ አይወዷትም ነበር። ምክንያቱም ለቀላል ጥፋቶች ሁሉ ወደ እስር ትወረውራቸው ስለነበር ነው። በዚህ ምክንያት ጎበና ወደ አካባቢው ሲመጣ ከሷ ጋር የነበሩት ሁሉ ጎበናን ለመደገፍ አላቅማሙም ነበር[236]።

እላይ እንደተባለው ጅማ የምትባለው የግቤ መንግሥት በዚህን ጊዜ (1870ዎች) ለየት ያለች ነበረች። የአካባቢውን ንግድ በሞኖፖሊ በመያዝ ሂደት ላይ ነበረች። ከ1830ዎቹ ጀምሮ በዙሪያው ያሉ ጎሳዎችን በማስገበር እየጠነከረ የመጣ ነበር። አባ ጅፋር ቀዳማዊም (1830-1854) ሆነ ልጁ አባ ሬቡ (1854-58) ጠንካራ የሥልጣን ወራሽ መተካት ችለው ነበር። አባ ቦቃ (1858-1864) የአባ ሬቡ ወራሽ የነበረው ከጎረቤቶቹ ጋር በነበረው የሰላም ፖሊሲው ይታወቃል። የሱ ልጅ የነበረው አባ ጎሞል (1864-1877) የመንግሥትን ሥልጣን ለማጠናከር ባደረገው ጥረቱ ይታወቃል። በተለይም የም እና ቦሻ (ጋሮ) የሚባሉ አጎራባቾችን በማስገበር ይታወቃል[237]።

ስለዚህ በ1870 ጅማ በምዕራብ ግቤ የሚገኙትን አስፈላጊ የንግድ ማእከላትንና ገበያዎችን በቁጥጥር ሥር ማዋል ችላ ነበር። ምንም እንኳ እንደሌሎቹ የግቤ መንግሥታት አባ ጎሞል የሚባለው ንጉሧ በትንሽ ልጅ (አባ ጅፋር ዳግማዊ) ቢወርስም (በ1877) ጥንካሬዋ በመሳፍንቶቿ ኅብረት መቀጠል ችሎ ነበር። የአባ ጅፋር ዳግማዊ እናትም፣ ጂኔ ጉምቲ፣ በብዙ ችሎታ የነበራትና የጉማ ንጉሥ እኅት የነበረች ናት። የጎጃምና የሸዋ ኃይሎች በየተራ ሲደርሱ አባ ጅፋር በአማካሪዎች አሳማኝነት በሰላም ገብረዋል[238]።

ጉማ የምትባለዋ ሌላኛዋ የግቤ መንግሥት የመጀመሪያ አመሠራረቷ እንዴት እንደነበር በግልጽ ባይታወቅም በዕድሜ ከሌሎች የግቤ መንግሥታት የምታንስ አልነበረችም። ጥንካሬዋንም እስከ አስራ ዘጠነኛው ምእተ ዓመት ሁለተኛ አጋማሽ ድረስ ማስቀጠል ችላ ነበር። በተለይም በ1870ዎች እና በ1880ዎች ከሷ በስተምዕራብ በኩል ወደ አሉት ቦታዎች ግዛቷን ለማስፋፋት በነበረባት ጦርነት በአሸናፊነት ትወጣ ነበር። በዚህ ጦርነት ብዙም ያልተደራጁትን እነ ሐና፣ ጋባ እና ሌቃ ሆርዳ የተባሉትን አካባቢዎች ለመያዝ ችላ ነበር። እንደ ውጭ ዜጎች ዘገባ ከሆነ አባ ጆቢር የሚባለው የጉማ ንጉሥ (1879-1881) እነዚህን አካባቢዎች አሸንፎ ይዞ ነበር። በርግጥ የጉማ ነገሥታትን የግዛት ማስፋፋት ወረራ እንደሙስሊም ወረራ

236 Guluma Gemeda, "Gomma and Limmu: the process of state formation among the Oromo in the Gibe region, C. 1750-1889", pp. 138-148.

237 Ibid.

238 Ibid.

በመቁጠር ተወራሪ ኦሮሞዎች የጋራ ግምባር ፈጥረው ጉማን ለመቋቋም ጥረት አድርገው ነበር፣ "አራቱ የኦሮሞ ሊግ" የሚባለው እንደ ቸሩሊ ዘገባ ጥሩ ምሳሌ ነው። ይህንን የኦሮሞ ሊግ ግምባር ለማቋቋም የጉማ የሙስሊም መንግሥት ተመሳሳይ ግንባር ለመፍጠር የአካባቢውን ሙስሊም በማሰባሰብ ጎጂ ላይ ኅብረት ፈጥረው ነበር። አባ ዲጋ የሚባለው የንጉሡ ወንድም ይህንን ኅብረት ለመፍጠር ትልቁን ሚና እንደተጫወተ ይነገራል። ጦርነቱን የግዛት ማስፋፋት ሳይሆን የጂሐድ መልክ እንዲይዝ አድርጎታል። በተጨማሪም ይህ የጂሐድ ጦርነት አዝማሚያ የጎጃምና የሸዋ ወረራንም ለመቋቋም የታለመ ነበር የሚሉ ባለሙያዎች አሉ[239]።

በ1870ዎቹ መጨረሻና በ1880ዎቹ መጀመሪያ ላይ በአካባቢው የነበሩ አንዳንድ የአውሮፓ ተጓዦች እንደዘገቡት ከሆነ በግቤ መንግሥታት መሠራ (ቤተ መንግሥት) አካባቢ ለምሳሌ በጌራ የጎጃምና የሸዋ ሠራዊት በቅርብ አካባቢ መታየት በሰፊው ይወራ ነበር። ጉማ ብቻ ሳይሆን ይህንን የእስልምና ሊግ ጅማ ለተመሳሳይ ዓላማ ለመጠቀም ትፈለግ ነበር። የግቤ መንግሥታት የጋብቻ ትስስሩም ይህንን ኅብረት ለማጠናከር እንደሚችል ተስፋ ተጥሎበት ነበር። ወደ ጉማ የግዛት ማስፋፋት ሕልም ስንመለስ ጉማ የፈለገችው ወደ ባሮ፣ ጋባ እና ብርብር ወንዞች መነሻ ወደ ሆነው ለም መሬት ነበር። የጋባ አካባቢ ጫካም ለቡናው በጣም ይፈለግ ስለነበር እሱም አንድ ዓላማ ነው። የግቤ አካባቢ የሲራራ የንግድ መሥመርም ላይ ቢሆን ፈላጎት ነበራት። ለምሳሌ የቤላሻንጉልና የሰዮ ገበያዎችንም ለመቆጣጠር ትፈልግ ነበር። ይሁን እንጂ በተባለው የሙስሊም ሊግ ውስጥ ጉማ ዋና ተዋናይ ሆና ለመውጣት አልቻለችም። የተባሉት የግቤ መንግሥታት በጉማ የግዛት ማስፋፋት ላይ ለእርዳታ ከሊሙ በስተቀር ለመምጣት አልቻሉም። በዚህም ምክንያት የጉማ ወደ ምዕራብ ግዛት ማስፋፋት ሐሳብ ብቻ ሆኖ ቀረ። እንዲያውም በጎጃም ጦር ለመጠቃት የመጀመሪያዋ ሆና እ.ኤ.አ. በ1881 ተያዘች[240]።

ራስ ደረሶ በግቤ መንግሥታት ግዛት ላይ

እነዚህ የመጀመሪያዎቹ ጠንካራ የግቤ ሞቲዎች በኋላ በተለይ በአስራ ዘጠነኛው ክፍለ ዘመን ሁለተኛ አጋማሽ ጀምሮ መዳከም ጀመሩ። በዚህም ምክንያት ቀድሞ በአካባቢው ላይ ዓይናቸውን ጥለው ለነበሩት ጎጃምና ሸዋ የጥቃት ዒላማ ሆኑ። ጎጃምና ሸዋ ቀድሞም ከግቤ አካባቢ በመነሣት

239 Mohammed Hassen, pp. 196-200; Guluma Gemeda, "Gomma and Limmu: the process of state formation among the Oromo in the Gibe region, C. 1750-1889", pp. 138-148.

240 Ibid.

ወደ እየራሳቸው ያመሩ የነበሩ የሲራራ ንግድ መሥመሮች በመኖራቸው የነዚህን የንግድ ሸቀጦች ምንጮች የነበሩትን አካባቢዎች ለመቆጣጠር ከፍተኛ ጉጉት ነበራቸው። ከተመሠረቱበት ጊዜ ጀምሮ እነዚህ የግቤ መንግሥታት ለተከታታይ ጊዜ በእርስ በርስ ጦርነት ውስጥ የገቡ ቢሆኑም አንዱ ከመካከላቸው ጠንክሮ ሌሎቹን ለመዋጥ ሳይችል ቀርቷል። በዚህ ምክንያት ትናንሽ መንግሥታት እንደሆኑ የራስ ጎበናና የራስ ደረሶ መምጫ ጊዜ ላይ ደረሱ። ይህ የውስጥ ክፍፍላቸውና ኅብረት ማጣታቸው በኋላ ላይ ለመጣው ኃይል በቀላሉ እንዲንበረከኩ አድርጓቸዋል፣ መጀመሪያ ራስ ደረሶ ከጎጃም፣ ቀጥሎ ራስ ጎበና ከሸዋ። እነዚህ ሁለቱ ኃይሎች በሲራራ ንግዱ ምክንያት ስለነዚህ አካባቢዎች ሀብት ጥሩ ዕውቀት ስለነበራቸው ጎጃም ዐባይን ተሻግሮ ሸዋም እንዲሁ ግቤን ተሻግሮ ለመያዝ ምኞት ነበራቸው። ይህ ምኞት በመጀመሪያ በራስ ደረሶ ተሞክሮ የተሳካለት ቢመስልም ቀጥሎ የመጣው ጎበና ግን አስለቅቆት ሙሉ በሙሉ በራሱ ቀጥጥር ሥር ለማድረግ ችሏል[241]።

የራስ ደረሶ ግቤን ማስገበር በብዙ የኢትዮጵያ ባህላዊ ታሪክ ጸሐፊዎች ሰፊ ሽፋን አልተሰጠውም። ጉማ ላይ ከገጠመው ውጊያ ውጭ ሌላ ምንም አላሉም። በዚሁ መሠረት ራስ ደረሶ ጅማ የገባው በአበልቲ (ሰሜን ምሥራቅ) በኩል ነው። የግቤ አካባቢዎችን ከማቋረጡ በፊት የራስ ደረሶ ጦር የኖኖ አካባቢን አጥቅቶ ነበር። ወደ ፊት ሲቀጥል ከግቤ መንግሥታት ለራስ ደረሶ መምጣት የተሰጠው ምላሽ በጣም የተለያዬ ነበር። አንዳንዶቹ በቀዝቃዛውም ቢሆን በሰላም ተቀብለዋል፤ ሌሎቹ ደግሞ ለመዋጋት ወሰኑ። ነገር ግን ዐቅማቸውን በማማዛዘን በኋላ ላይ እጅ ሰጡ። አንደኛቸውም በተግባር ለመዋጋት ብቅ አላሉም። ከዚያ በፊት የተወራለት ስምምነት ሁሉ በከንቱ ቀረ። ራስ ደረሶ ጅማን ሲያጠቃ አንደኛቸውም ብቅ አላሉም፤ ጅማ እራሷ በጦር ዐውድማ ለመጋጠም ዝግጁ አልነበረችም[242]።

በትውፊት እንደሚነገረው የራስ ደረሶ ጅማ የመግባት ወሬ ከአባ ጅፋር ዳግማዊ ቤተ መንግሥት ሲደርስ በአካባቢው ላሉት የግቤ መንግሥታት በሙሉ በኅብረት ስምምነታቸው (የሙስሊም ሊግ) መሠረት ለእርዳታ እንዲደርሱ ተላከባቸው። አማካሪዎቹንም ሰብስቦ ምን ማድረግ እንዳለበት እንዲመክሩ አዘዛቸው። አማካሪዎቹ ግን ከራስ ደረሶ ጦር ጋር መግጠም ውጤቱ ጥፋት ነው ይቅር ብለው መከሩ። ስለዚህ አባጅፋር እጁን እንዲሰጥ (እንዲገብር) መከሩት። በተለይም የሃይማኖት መሪዎቹ ይፋትና ዳዌ የተማሩት መምህራን አባ ጅፋር በሰላም እንዲገብር መከሩት። የጂሐድ ጦርነትም ማወጅ እንደማያዋጣ አስጠነቀቁት። አባ ጅፋር ግን ይህን ሁሉ ምክር ጥሶ ለመዋጋት ፍላጎት ነበረው። ለዚህም ዓላማ የተመረጡ

241 Mohammed Hassen, pp. 197-198.

242 Ibid.

ወጣቶችን ከራስ ደረሶ ጋር እንዲጋጠሙ ላካቸው። አፈታ በሚባል ቦታ ላይ ተጋጥመው ድባቅ ተመቱ[243]።

በኋላ ላይ ግን አባ ጅፋር ራስ ደረሶ በትክክል ምን እንደሚፈልግ ለማወቅ እንዲያጣሩ ሰዎች ላከ። የመልእክተኞቹ መሪ የነበረው አባ ሬቡ ራስ ደረሶ ምን እንደሚፈልግ አጣርቶ ዐውቆ መልእክት ይዞ መጣ። በዚሁ መሠረት ራስ ደረሶ የሚፈልገው ሁለት ነገር ነበር፤ አንደኛው ግብር ሁለተኛው ጅማን አቋርጦ ወደ ሌሎች የግቤ መንግሥታት ለመዝለቅና ለማስገበር ነበር። አባ ጅፋር ግብር ከከፈለና በግዛቱ ውስጥ የሚያልፈውን ጦር ካልነካ ምንም ግዛቱ እንደማይነካበት ተነገረው። አባ ጅፋርም ግብሩን ለመክፈል በግዛቱ ውስጥ የሚያልፈውን እና ወደ ጎማ፣ ጉማ፣ እና ሊሙ የሚያቋርጠውን የጎጃም ጦር ላለመንካት ተስማማ። ራስ ደረሶም ጅማን ላለመዝረፍ ቃል ገባ። በስምምነቱ መሠረት አባ ጅፋር በጅሬን በኩል ለሚያልፈው ራስ ደረሶ ስጦታና ለሠራዊቱም ቀለብና የሚያስፈልገውን ሁሉ አቀረበለት[244]።

በመጀመሪያው ለእርዳታ ተልኮባቸው ከነበሩት የግቤ መንግሥታት መካከል ለጥሪው መልስ የሰጠችው ጉማ ብቻ ነበረች። የጉማ ንጉሥ በገዛ ወንድሙ በአባ ዲጋ የሚመራ ጦር አባ ጅፋርን እንዲረዳ ልኮ ነበር። ያ ግን በጣም የዘገየ ነበር። አባ ጅፋር ተስፋ ቆርጦ ለራስ ደረሶ ጥያቄ ሁሉ አሜን ብሎ አዎንታዊ መልስ ከሰጠ በኋላ ነበር። ስለዚህ አባ ዲጋ ይህንኑ የአባ ጅፋርን ስምምነት መቀበል ይጠበቅበት ነበር። ነገር ግን አባ ዲጋ አባ ጅፋርን ሰድቦ፣ ራስ ደረሶን ካደባየሁት (ካሸነፍኩት) በኋላ መጥቼ ጅማን እገዛለሁ ብሎ ተመለሰ። በመልስ ጉዞውም ሠራዊቱ ጅማን እንዲዘርፍ አደረገ። ለወንድሙም ለጉማ ንጉሥ በጎማና በጉማ ድንበር ላይ ራስ ደረሶን ለመውጋት እንዲመጣ ሌሎችንም ኦሮሞዎች እርዳታ እንዲጠይቅ ላከበት። በተጨማሪም ሌሎች እንደ ከፋ፣ ኩሎኮንታ እንደ ስምምነታቸው እንዲረዱት እንዲልኩባቸው ላከበት። አባ ጆቢር (የጉማ ንጉሥ) ራስ ደረሶን ለመውጋት አልደፈረም፤ የወንድሙንም የ"ካልተዋጋህ እገድለሃለሁ" ማስፈራርያ በቀላሉ አላየም። በመጨረሻም ራስ ደረሶ ላይ ጦርነት ለማወጅ (ለመጋጠም) ተገደደ። አባ ዲጋ በራስ ደረሶ ላይ የታወጀውን ጦርነት የጂሐድ መልክ እንዲይዝ አደረገ። ራስ ደረሶ ጅማን አስገብሮ ጉማ ሲደርስ ያላሰበው ጠንካራ ተቃውሞ ገጠመው፤ ከአንድ ሙሉቀን ጦርነት በኋላ ጉማ ተሸንፎ ሁለቱም ወንድማማቾች አባ ጆቢርና አባ ዲጋ በጦርነቱ ሞቱ። ራስ ደረሶ በድል ታጅቦ ጉማ ገባ። ይህንን ካዩ በኋላ ሌሎቹ የግቤ መንግሥታት ጌራ፣ ጎማ እና ሊሙ የጅማን ፈለግ በመከተል በሰላም ገብተው ተገኙ[245]።

243 Ibid.

244 Guluma Gemeda, "Gomma and Limmu: the process of state formation among the Oromo in the Gibe region, C. 1750-1889", pp. 151-155.

245 Ibid, p. 155.

የራስ ደረሶ ግቤን ማስገበር ይህንን ቢመስልም ሊዘልቅ ግን አልቻለም። ያልዘለቀው ግቤዎች ተዋግተው አስለቅቀውት ሳይሆን ሌላ አካባቢውን በዓይነ ቁራኛ ይከታተል የነበረው ውጫዊ ኃይል መጥቶበት ነበር፣ ይኸውም የጎበና የሸዋ ሠራዊት ነበር[246]።

የጎበና የግቤ መንግሥታትን ማስገበር

በጎጃሞች የአካባቢው ድልና ቁጥጥር ወይም ግብር መሰብሰብ የተደነቀው የሸዋ ኃይል፣ በርግጥ ቀደም ብሎ ግዛቱን እስከ አዋሽና ግቤ መዳረሻ ለጥጦት (አስፍቶት) እንደነበር ባለፉት ምዕራፎች ተገልጿል። በተለይም የጎጃሞች አካባቢውን መቆጣጠርና የጉማን ንጉሥ መገደል ሲሰሙ በጣም ነበር የተደነቁት። ምናልባትም በዘመኑ የእነሱ ብቸኛ ሥጋት የነበረው የንጉሠ ነገሥቱ ኃይል እንጂ ጎጃም አልነበረም፣ ጎጃም እንደምን አድርጎ ዐባይን ተሻግሮ ይህን ይሠራል የሚል አስተሳሰብ ነበር።

ስለዚህ ጎበና የሸዋ ጦሩን መርቶ የጎጃምን ጦር ከአካባቢው ለማስለቀቅ በታኅሣሥ 1881 እ.ኤ.አ. ከአካባቢው ደረሰ። ሸዋዎችን ወደ አካባቢው የሳባቸው ምክንያት ጎጃሞችን ከሳባቸው ምክንያት የተለየ አልነበረም። የደቡብ ምዕራብ ኢትዮጵያን መነሻ ያደረገው የንግድ መሥመር ሁለተኛው ቅርንጫፍ ለሸዋ በደንብ ይታወቅ ስለነበር የአካባቢውን ሀብታምነት በደንብ ያውቃሉ። ምኒልክ ጎበናን ይህ ይቆይና ወደ ሌላ ዝመት ሲለው "የወርቅ ሀገር ትቼ ወደ ጎመን ሀገር አልዘምትም!" ያለው ስለዚህ ደቡብ ምዕራብ ኢትዮጵያ አካባቢ ለመግለጽ ይመስላል። በርግጥ ከነጋዴውም በተጨማሪ ለረጅም ጊዜ በአካባቢው ሲንቀሳቀስ ከነበረው ሚስዮናዊ አባ ማስያስ ስለ አካባቢው ሰፊ መረጃ እንዳገኘም ይነገራል።

ከማህለ ሥላሴ ዘመን ጀምሮ እየተጠናከረ የመጣው የሸዋ ኃይል በጎጃም ኃይል ሊቀደም የቻለው በየመኻሉ በተከሠቱ ውጫዊ ክሥተቶችና ከግቤ በፊት ለራስ ጎበና እንዲያስገብር በስምምነት ከተሰጡት ግዛት ውስጥ የሚገኙ አካባቢዎች ያጋጠመውን ተቃውሞ ለማሸነፍ ጊዜ ስለወሰደበት፣ ከራሱም ውጭ ለሌሎች ተከፍሎ በተሰጠው አካባቢ ለማስገበር ባለመቻላቸው፣ ጎበና ደርቦ እንዲሠራ ስለተደረገ የጎበና የማስገበር ሂደት የዘገየ ይመስላል[247]። በነገራችን ላይ ጎበና ጨክኖባቸዋል የሚባሉት አካባቢዎች መጀመሪያ በድልድሉ በደረሱት ቦታዎች ሳይሆን የደጃች ገርማሜ ክፍል በነበረው የጉራጌና የጨቦ አካባቢ ይመስላል።

---

246 Ibid, pp. 156-160.

247 Ibid, p. 161.

ከውስጣዊ ምክንያቶች አንዱ ደግሞ የቦታው ርቀት ቢሆንም የሸዋ በአፄ ቴዎድሮስ መወረርና በቁጥጥር ሥር መዋል የሸዋ መሪዎችን ከሥልጣን ቦታ መልቀቅ አስከትሏል። የተደረጉት ተከታታይ ጦርነቶችና ቀውሶችም እንዲሁም የአፄ ዮሐንስ ወደ ሸዋ አቅንቶ የምኒልክን በፍጥነት መጠናከር በማዘግየት ከጎጃም ጋር ተመጣጣኝ ጉልበት እንዲኖረው ለማድረግ መሞከርና ጎጃምን በርታ ማለት ሸዋዎች እንዲቀደሙ ያደረገ ይመስላል። በርግጥ ከቴዎድሮስ ሞት በኋላ የምኒልክ በግለሰብ ደረጃ ወደ ደቡባዊ ክፍል ከሚደረገው የግዛት መስፋፋት ይልቅ ወሎን ትኩረት ማድረግ ከዚህ በፊት እንደተጠቀሰውም ደቡባዊ መስፋፋቱን አዘግይቶታል። ወሎን በመክፈትና ባለ መክፈትም መካከል የነበረውን ክርክርና ድርድር በዚህ ጽሑፍ የመጀመሪያ ምዕራፎች በሰፊው ተብረርቷል። ራስ ጎበናም በዚህ በ1870ዎች ውስጥ በአዋሽ ተፋሰስ አካባቢ ያሉትን ኦሮሞዎችንና ጉራጌዎችን ለማስገበር በነበረው እንቅስቃሴ በጣም ባተሌ ነበር። በተለይም በሌላ ምዕራፍ እንደሚገለጸው በጉራጌው ዘመቻ መጀመሪያ አካባቢ ያለው በሽንፈት ያለቀ ስለነበር ነው። በአጠቃላይ ይህ አካባቢ ከተደጋጋሚ ዘመቻ በኋላ በተለይም ጨቦና ጉራጌ በ1870ዎቹና በ1880ዎቹ ለጎበና የገበሩት ከተደጋጋሚ ግጥሚያ (ውጊያ) በኋላ ነበር።

የጎበና ቀደምት ዘመቻዎች በላይኛው አዋሽ እና ጉደር ወንዝ በተለይም ወደ ሊበን ኦሮሞ የተደረገው ብዙም አይታወቅም ነበር። ነገር ግን ከአካባቢ የተገኙ ትውፊቶች እንደሚገልጹት ከሆነ የጎበና የአካባቢው ዘመቻ ቀደም ብሎ በ1858/59 የተጀመረ ይመስላል። ምናልባትም በኋለኛው ዘመን የኢትዮጵያ ታሪክ ትልቅ ስፍራ የነበረው ፊታውራሪ ሀብተ ጊዮርጊስ ዲነግዴ በልጅነቱ የተማረከው ከነዚህ ቀደምት ዘመቻዎች በአንዱ ሊሆን እንደሚችል ይነገራል። እነዚሁ ትውፊቶች ጎበና አካባቢውን በ1860ዎቹና በ1870ዎቹ መጀመሪያ አካባቢ እንደዘረፋቸው ይናገራሉ። ከነዚህ ከእያንድንዱ ዘረፋ በኋላ የጎበና ጦር ፋሌ ወደ ምትባለው ከተማው ይመለሳል። ፋሌ ከእንጦጦ በስተምዕራብ 45 ኪሎ ሜትር ርቀት ላይ የተከተመች ምሽግ ነበረች። እንዳንድ መረጃዎች እንደሚያመለክቱት ጎበና ከ1878 ዓ.ም ጀምሮ ግቤን መሻገር ጀምሮ ነበር። በዚሁ ጊዜ እስከ ጨሊያና ለገመራ የግቤ ወንዝ መነሻ አካባቢ ድረስ ዘልቆ እንደነበር ይነገራል። እንደ ዐጽሜ ገለጻ ከሆነማ ጎበና ጉዱሩንም ያስገበረው በዚሁ ጊዜ ነበር። ነገር ግን ይህ እውነት አይመስልም። ምክንያቱም ጉዱሩ እስከ እምባቦ ጦርነት (ሰኔ 1882 እ.ኤ.አ.) ድረስ በጎጃሞች እጅ ነበረች። ያም ሆነ ይህ ጎበና እንደ በፊቱ የዘረፋ ጦርነት ሳይሆን በተወረሩት የደቡብ ምዕራባዊ አካባቢዎች ከተማ (ምሽግ) ማቋቋም ጀመረ። ከነዚህ ከተሞች (ምሽጎች) አንዷ ቦዳ ስትሆን በደንዲ ወንዝ አጠገብ እና የጉደር ወንዝ መነሻ አካባቢ በ1873 ዓ.ም ተመሠረተች። በአጠቃላይ ጎበና በ1870ዎቹ እ.ኤ.አ. ከአዋሽ የላይኛው ተፋሰስ ምዕራብና ከግቤ ምሥራቅ ያሉትን ቦታዎች በቁጥጥሩ ሥር አውሎ ነበር። አለዚያም ቢያንስ የሱ መሆናቸውን

አውጆ ነበር። በ1880ዎቹ መጀመሪያ ግን ሁለቱም ደረሶና ጎበና በሰሜንና በሰሜን ምሥራቅ በኩል ወደ ግቤ እየቀረቡ ነበር[248]።

በ1879 እኤአ አጋማሽ ቼቺ የጌራ ንግሥት እስረኛ ሆኖ በነበረበት ጊዜ እንደተመለከተው ከሆነ የጎጃምና የሸዋ ጦር ወደ ሊሙ፣ ጅማ ሲገሰግሱ ከደንዲ ተራራ አጠገብ ሊጋጠሙ ትንሽ ነበር የቀራቸው። በ1880 እኤአ ጎበና ከግቤ ወንዝ ብዙም ባልራቀ አካባቢ ሲንቀሳቀስ ቆየ። በዚሁ ዓመት ከግቤ ምሥራቅ በኩል ከምትገኘው ታዳሌ ደርሶ ከግቤ ምዕራብ ያለችውን ቦተርን ለመውረር እየተሰናዳ ነበር ይባላል። እንደ አንዳንዶቹ መረጃዎች ከሆነ ግን ጎበና ከ1881 እኤአ አጋማሽ በፊት ግቤን መሻገሩ ያጠራጥራል። ሁለቱም ራስ ደረሶም ራስ ጎበናም ወደ አካባቢው ዘልቀው የገቡት 1880 እኤአ ዓመት ካለቀ በኋላ ነበር የሚለው ያሳምናል። ስለዚህ ሁለቱም የደቡብ ምዕራብ ኦሮሞ መንግሥታትንና የከፋ ገዢነታቸው ከቃል ያለፈ በተግባር እስከ 1881/82 ድረስ አልበረም። በዚህ አገላለጽ የጎበና አካባቢውን መቆጣጠር እውን የሆነው በሰኔ 1882 እኤአ ነበር። በርግጥ በታኅሣሥ 1881 በአካባቢው ደርሶ ጎጃሞችን (ራስ ደረሶን) ለማስለቀቅ እየተንቀሳቀሰ ነበር። የጎበናና የደረሶ ጦር ጉማ ላይ ሲገናኙ ራስ ደረሶ የራስ ጎበናን ዐቅም ገምቶ ሳይዋጋ ሁለተኛ በአካባቢው እንደማይደርስ ምሎ ተገዝቶ ሸሸ። ከዚህ የራስ ደረሶ ሽሽት በኋላ ጎበና ሁሉንም የግቤ መንግሥታት ለራሱ እንዲገብሩ ጠየቃቸው። ሁሉም በፊት ለራስ ደረሶ ገብረው ስለነበር ያለ ምንም ማንገራገር ለጎበና ታማኝነታቸውን ገለጹ። ለነሱ የአስገባሪ ለውጥ ብቻ ነበር እንጂ አዲስ ነገር አልመጣም። ስለዚህ ጎበና የግቤ መንግሥታትን ያስገበረው በ1881 ማለቂያና በ1882 መጀመሪያ እኤአ ነበር ማለት ይቻላል። ጎበና ልክ ይህንን እንዳደረገ ወደ ምኒልክ የደስታ መግለጫ መልእክት ላከ። እግረ መንገዱንም የራስ ደረሶን ለጥቃት መዘጋጀት አሳወቀው። ምኒልክም መልእክቱ እንደደረሰው የአርሲ ዘመቻውን አቋርጦ ከጎበና ለመገናኘት ወደ ግቤ ገሰገሰ። ከዚያም ከጎበና ጋር በመሆን በሚዝያ 27 1882 እኤአ የራስ ደረሶን ጦር ከቡኖ አስለቀቁ። ከዚህ በኋላ ያለው የጎበና የደቡብ ምዕራብ ኢትዮጵያ ዘመቻ አካል የሆነው የወለጋ (ሌቃ) ዘመቻ ስለሆነ በሚቀጥለው ምዕራፍ በሰፊው ይተነተናል[249]።

የግቤ መንግሥታት ከመዋጋት ለምን ድርድር መረጡ?

አንዳንድ የኦሮሞ ልሂቃንና የታሪክ ባለሙያዎች ከሌላኛው ጫፍ ቆመው እንደሚከራከሩት ሳይሆን የግቤ መንግሥታት መሪዎች የብልኅ ውሳኔ

248 Ibid, pp. 162-163.

249 Ibid.

ወስነው ንብረታቸውን፣ ከተሞቻቸውን እና ገበያዎቻቸውን ለማዳን ነበር። አርሲ እና ባሌ እንዲሁም ሸዋ (ቱለማም) እንደዚያ ዓይነት የኢኮኖሚ ሁኔታ ላይ አልነበሩም። ከብት አርቢና በጣም በተወሰነ መልኩ አራሽ ስለሆኑ ከብትና ቤተሰብ ለማሸሽና ሌላው ሕዝብ እንዲዋጋ ማድረግ ቀላል ነው። በዚህ ምክንያት ከላይ የተባለው የሚያሸሹት ንብረት ጥቂት ሊሆን ይችላል። የግቤው ግን ብዙ ንብረት ከተማ፣ ገበያ፣ እርሻ ዓመታዊ ሳይሆን ከዚያ በላይ ወስዶ የለማ ስለሆነ፣ ጦርነት ቢካሄድ በቀላሉ ሊወድም የሚችል ነበር፤ ለማሸሽም ከባድ ነው። ሌሎች መሠራ፣ ገበያ በጣም የተስፋፉ ዓመታዊም ሆነ ከዚያ ውጭ ያሉ የእርሻ ሥራ የመሳሰሉት ቋሚ ንብረት የነበራቸው አይመስልም። በግቤ መንግሥታትና በሸዋ መካከል በነበረው የማስገበር ሂደት ጦርነት የነበረው በመጀመሪያው ሂደት ሳይሆን ጎበና ከሥልጣን ከተነሣና ከሞተ በኋላ የሌሎችን የበላይነት አንቀበልም ብለው ስለዐመጹ ነበር[250]። ከጅማ በስተቀር ሌሎች በሙሉ ሁለመናቸው ወድሞ መሪዎቻቸው ጅማ እስር ቤት ተወስደዋል። ጅማና የሌቃ መንግሥታት ግን እሽ ባይነታቸውን ቀጥለው የነበሩት የገዥ መደቦች እስከ አፄ ኃይለ ሥላሴ እና ጣልያን ዘመን ዘልቀዋል። ከጣልያን ወረራ በኋላ ሙሉ በሙሉ የተነቀሉት በጣልያን ዘመን በነበራቸው አቋም ምክንያት ነው።

ራስ ጎበና ጅማንም አስገብሮ የተትረፈረፈ ግብር ከአባ ጅፋር (የጅማ ሱልጣን) እጅ ተቀበለ። ጎበና ቀጥሎም ሊሙ ላይ በመስፈር (በመመሸግ) አባ ዱላ አባ ራ ለሚባለው የጌራ ንጉሥ በሰላም እንዲገብር መልእክት ላከበት። እንዲሁም ተመሳሳይ መልእክት የወጣቱ የጌራ ንጉሥ ሞግዚት ለሆነችው ለጌራ ንግሥት ጉምቲ ጌኔ ላከባት። ሁለቱም የጎበናን የበላይነት ተቀብለው ገቡ፣ ግብርም ገበሩ። ከዚያ ወደ ሸዋ ተመልሶ ልክ እንደሱው ከአርሲ ዘመቻ ከተመለሰው ንጉሥ ምኒልክ ጋር ተገናኙ።

ሌላኛውና ዋነኛው ምክንያት ደግሞ የጎበና ኦሮሞነትና የድርድር ብቃት ነበር። የኛው ነው ብለው በመቀበል አብረው ለመግዛት የተስማሙ ይመስላል፤ እንደኛቸውም የምኒልክን ንጉሥነት ሳይሆን የጎበናን የበላይነት ነበር የተቀበሉት፤ እንደዚያ ባይሆን ኖሮ ጎበና ሲሻር ያ ሁሉ ዐመጽ ባልተደረገና መንግሥታቱ ሙሉ በሙሉ ባልወደሙ ነበር። በአጠቃላይ ብዙዎቹ የኦሮሞ አካባቢዎችና መሪዎች ከቱለማም ይሁኑ ከመጫ ጎበናን አሜን ብለው የተቀበሉት በሦስት ትልልቅ ምክንያቶች ይመስላል፡

ሀ. የጎበና ጠንካራ የመደራደር ክህሎትና ዕውቀት
ለ. የኛ ነው በሚል እምነት
ሐ. ጎበዝ ጦረኛ ስለሆነ በመፍራት

250 ፍጹም ወልደ ማርያም፣ ገ፡ 367።

የጎበና የከፋ ዘመቻ

ራስ ጎበና ለምኒልክ ግዛት የኢኮኖሚ ጀርባ ዐጥንት የሆኑትን የወለጋ፣ የኢሉባቦራና የግቤ ምዕራብ ሸዋን፣ አምስቱን ሀብታም የግቤ መንግሥታትን፣ ሆሮ ጉዱሩን፣ ሌቃ ነቀምቴንና ሌቃ ቄለምን በጥቂት ዓመታት ውስጥ በምኒልክ አገዛዝ ሥር በማስገባቱ ከምኒልክ ከፍተኛ አድናቆትን አትርፏል። በዚህም የተነሣ ጎበና የግቤ አካባቢ ገዥ ተደርጎ ከመሾሙም በላይ ገና ባልተያዘ ግዛት ላይ የከፋ ንጉሥ በማለት ሲመኘው የነበረውን የንጉሥነት ማዕረግ አግኝቷል[251]።

የቀረው ጠንካራና ጥንታዊው የከፋ ግዛት ብቻ ነበር የራስ ጎበናን ጥቃት የተቋቋመው። በዚሁ የእምባቦ ውጊያ በተከሄደበት ዓመት ራስ ጎበና ከደጃች መሸሻ ወርቄ ጋር በመሆን ጅማን በማቋረጥ ወደ ከፋ ገሰገሰ። ነገርግን አካባቢው በሙሉ በቀላሉ የማይደረስበት (የማይገባበት) ሕዝቡም አደገኛ ተዋጊ ሆኖ አገኘው። ንጉሡ ጋሊ ሶሮቾ ልክ እንደ ሌሎቹ አጎራባች ግዛቶች ግብር እንደሚከፍል ቃል ገብቶ በመልእክት አሳወቀው፤ በዚሁ ምክንያት ጎበና አካባቢውን ለቆ ወጣ። እንደ ጀርመኑ ተጓዥ ኤፍ.ጄ. ቢበር ከሆነ ራስ ጎበና ከአካባቢው የወጣው ከከፋ ንጉሥ የተትረፈረፈ ስጦታ ከተቀበለ በኋላ ነበር። ነገር ግን ብዙ ሰፊ ሀብት ከፊቱ እያለ ጎበና ለጥቂት ሀብት ብሎ እዚያ ውስጥ ሰምጦ መቅረትን አልፈለገም[252]። ጎበና ስለ ከፋ አስቸጋሪነት የሰጠው አስተያየት በርካታ እውነቶች አሉበት፤ ለዚያም ሊሆን ይችላል ምኒልክ ከዚያ በኋላ ከፋን ለማስገበር አስራ ስምንት (18) ዓመት የወሰደበት።

እኤአ በ1882 ምኒልክ ወደ ምዕራብ በመገስገስ ወደ ሃያ ሺህ የሚጠጋ ጦር ይመራ የነበረውን ጎበናን የጌራ፣ ሊሙ፣ ጉማ አስተዳዳሪ አድርጎ ሾሞት ከፋንም እንዲያስገብር አበረታታው። ጎበና ከጋሊ ሶሮቾ ቃል የተገባለት ግብር እየጠበቀ ቢሆንም እሱ ግን የውሃ ሽታ ሆነበት። እኤአ በ1886 ራስ ጎበና እንደገና ወደ ከፋ ገስግሶ (ዘምቶ) ሀገሪቱን አጠፋት፣ ሆኖም ግን የንጉሡን ደረጃ ሳይለውጥ ከአካባቢው ለቀቀ። በተመሳሳይ ዓመት (1886) ምኒልክ ጎበናን የከፋ ንጉሥ ሚካኤል ብሎ ከፋ ላይ ሾመው። ምናልባትም ከፋን ለማስገበር ማባረታቻ እንዲሆነው ይመስላል[253]።

---

251 Bairu Tafla, "Three portraits. Ato Asmä-Giyorgis. Ras Gonaba Dachi and *Sahafe Tezaz* Gäbrä Sillassé"in *Journal of Ethiopian Studeis*. Vol. 2. Addis Ababa, 1967.

252 የጎበና ዳጨው ሰነዶች፣ IES MS, 4614.

253 Bairu Tafla, "Three portraits. Ato Asmä-Giyorgis. Ras Gonaba Dachi and *Sahafe Tezaz* Gäbrä Sillassé" in *Journal of Ethiopian Studeis*. Vol. 2. Addis Ababa, 1967.

ሆኖም ግን ይህ ሹመት ፈርጀ ብዙና አደገኛ ችግር አስከተለ። የጎበና ታወቂነትና የተቀበለው ከፍተኛ ሹመት ምኒልክን በከበቡትና በሸዋ ቤተ መንግሥት ዕውቅና ባላቸው ሰዎች ዘንድ ከፍተኛ ቅሬታና ቅናትን ቀሰቀሰ። ምክንያታቸው ደግሞ በሌሎች የኦሮሞ ባላባቶች በመታገዝ የምኒልክን ሥልጣን ሊቀናቀን ይችላል፤ እንዲያውም የተባበሩት የኦሮሞ ፌደሬሽን የመመሥረት ዕድሉ በግልጽ እየታየ ነው በሚል። ይህ ወቀሳቸው በአንዳንድ አስተማማኝ ማስረጃዎች የተደገፈ ነበር የሚሉ ወገኖች አሉ። ያም ሆነ ይህ እኤአ በ1885-86 ሁሉም የመጫ ኦሮሞ ግዛቶች ከጎበና ውጭ ከምኒልክ ለሚላኩት ለማናቸውም ገዢዎች ዕውቅና አንሰጥም ብለው በደጃዝማች ተክለ ማርያም ጉልላቴ ላይ ዐምጸው ነበር። በተጨማሪም ንጉሡ የደጃዘማች በሻህ አቦዬን የሊሙ ገዢነት ሲሾመውና ከከፋ ላይ ግብር እንዲሰበስብ ኃላፊነት ሲሰጠው ልክ በሻህ የጎዴፎ ወንዝ አካባቢ ሲደርስ የከፋው ንጉሥ እንኳ ግብር ልከፍልህ አብሬህ ለመወያየት ከጎበና ፈቃድ ካላመጣህ አይሆንም አለው። ነገር ግን ጎበና የደረበው የንጉሥነት ካባ ገና ሳይሞቀው አሳዛኝ ውድቀት ተከተለው። ሸዋዎች ራስ ጎበናን ከግቤ ገዥነት ብቻ ሳይሆን የተሰጠውንም የንጉሥነት ማዕረግ መልሰው ነጠቁት። ይህ አሳዛኝ ውድቀት በምን ምክንያት እንደተከሠተ ባይሩ ታፍላ እንዲህ ይገልጸዋል፡- "የጎበና ታዋቂነትና ከፍተኛ የሥልጣን ደረጃ በምኒልክ ዙሪያ በሚገኙ ባለሥልጣናት ዘንድ ቅናትና ምቀኝነት ሳይጭርባቸው አልቀረም። በዚህ ምክንያት ጎበና በኦሮሞ መሳፍንት ደጋፊነት ለምኒልክ ሥልጣን አልገዛም በማለት የተባበሩ የኦሮሞ ግዛቶች ፌደሬሽን ሊመሠረት የሚችልበት ጊዜ ተቃርቧል በማለት ይናገሩ ነበር[254]።"

በነገራችን ላይ ቀደም ሲል እንደተገለጸው የደቡብና የደቡብ ምዕራብ ኢትዮጵያ ኦሮሞዎች በምኒልክ አገዛዝ ሥር ቢገቡም የወቅቱን የጎበናን ሥልጣን በመመልከት አንዳንዶቹ ጎበና ራሱ ገዢአቸው እንደሚሆን እምነት ነበራቸው። ስለዚህ በኃይል መጠቅለላቸው ላይቀር እንደ ራሳቸው ወገን ለቆጠሩት ራስ ጎበና መግባቱ ሳይሻል አይቀርም በማለት የወደፊት ዕጣ ፈንታቸውን በርሱ ላይ ጥለው የገቡ ነበሩ። ዳሩ ግን ራስ ጎበና ሳያስቡት ከነበረው ሥልጣን ላይ መወገድ የወደፊት ዕጣ ፈንታቸው ጨልሞ ታያቸው። ብዙም ሳይቆዩ የተማመኑበት የኦሮሞ መሪ ምሥጢራዊ በሆነ ሁኔታ ለሞት ሲዳረግ የቆየው ሥጋታቸው ወደ ዐመጽ ተሸጋገረ። የግቤ አካባቢ ሙሉ በሙሉ በዐመጽ ተጥለቀለቀ። ለዐመጹ የተሰጠው ምላሽ እጅግ አሰቃቂ ነበር። ከአባ ጅፋር ግዛት በስተቀር የቀድሞ የግቤ መንግሥታት በሙሉ በምኒልክ ጦር በጭካኔ ተመቱ፣ ንብረታቸውም ተዘረፈ፣ ከዘረፋ የተረፈውም

254 Ibid.

በእሳት ጋየ። በዚህ ዘግናኝ ድርጊት የግቤ መንግሥታት ገዢዎችን ለቃቅሞ በጅማ ከተማ በተዘጋጀ ወህኒ ቤት አጎራቸው[255]።

በአጠቃላይ ከጎበና ዘመቻ በፊት የግቤ መንግሥታትን ነባራዊ የፖለቲካ ሁኔታ የተገነዘበ የዚያ ሁሉ ሀብት ባለቤትና ያ ሁሉ ማኅበራዊ መስተጋብር በተደበላለቀበት ጊዜ በጦርነትና ብጥብጥ ውስጥ የነበሩ፣ የሕዝባቸውን ስቃይ እያበዙ እንደነበሩ ይረዳል። በተጨማሪም በምንም መልኩ ከመኻላቸው ጠንካራ ወጥቶ ወደ አንድ መንግሥት (አይደለም ኦሮሞን፣ አይደለም መጫን ብቻ የግቤ መንግሥታትን ብቻ ወደ አንድ) የሚያመጣ ኃይል የሚወጣ አይመስልም። መገዳደል፣ መነጣጠቅ በአንጻራዊ መልኩም ቢሆን ምርኮኞችን ለባርነት የመዳረግ፣ የመሸጥ ልማድ እንደተጠናወታቸው ከውጭ ሰው ሳይሆን ከኦሮሞ በተወለዱ የታሪክ ባለሙያዎች የተደረጉ ጥናቶችን መመልከቱ ብቻ በቂ ነው። በርግጥ ሸዋዎች በርካታ የቤት ውስጥ አገልጋዮችን ማርከው ማምጣታቸው ቢታወቅም ባሪያን ለመሸጥ ተግተው ስለመሥራታቸው የሚያመለክት ማስረጃ አልተገኘም። የጎበናም ይሁን የምኒልክ ወታደሮቻቸው ተደብቀው ምርኮኞቻቸውን ይዘው ወደ ሰፈር ከመመለሳቸው በፊት በየመንገዱ ለሙስሊም ነጋዴዎች የሚሸጧቸው ምርኮኞች እንደነበሩ መገመት ይቻላል። እንዲያውም ምኒልክ ባሪያን መሸጥ በግዛቱ ውስጥ ለማስቀም ብዙ ጥረት ቢያደርግም ለማስቀም እንዴት ፈተና እንደሆነበት ለሦስት የአውሮፓ መሪዎች በላከው ደብዳቤ ምሬቱን ሲገልጽ ይታያል። ዋናውን የደብዳቤውን ይዘት ከተመለከትን በኋላ ምኒልክና ጎበና ምን ያኸል እንደሚባለው ሰዎችን አግዘው ለባርነት እንደሸጡ እንታዘባለን፣

> ... የሸዋን ዐማራንና ኦሮሞን የገዛሁት ከመንግሥቴ በታች ነው። ደግሞም ከአባቴ ከወዳጄ ከአፄ ዮሐንስ ጋራ ታረቅሁ፣ ፩ አካል ፩ አምሳል ሆንን። እንግዴህ በእግዚአብሔር ኃይል ...... ፍቃድ የሐብሻ ዓይኑ ይከፈታል ብርሃንም ያያል፣ የክርስቶስን ወንጌል አስተማሮች በኢትዮጵያ በኦሮሞ ያሉ መልካም ሥራ ይሠሩልናል። እኛም ደግሞ ብዙ ቢሆንልን እንወዳለን። የክርስቲያን ሥራት ባለባቸው ነገሥታት ሀገር ሁሉ ባሪያ አይሸጥ የሚሉ ትእዛዝ ብሰማ የሰውን አርነት ከሚወዱ ነገሥታት ማኅበር የተለየሁ እንዳልሆን የኔ ወታደሮች በጦርነት የማረኳቸውን ኦሮሞዎች ፩ ጊዜ ፵ሺ፣ ፩ ጊዜ ፳ሺ ከናታቸውና ከባታቸው መልሼ ሰደድሁ። ነገር ግን ከባሕረ ኤርትራ ዳር ያሉ ሀገራት ሁሉ ሁልጊዜ ሥራቸው ይኸው ነው፣ ሌላ ሥራ የላቸውም። እየተደበቁ በኦሮሞና በዐማራ ዳር ያለውን ሀገር እየሰረቁ ወደ ዓረብ ሀገር ይሸጡታል። የምሥር ገዥ ሕዝቡን አትሸጡ እያለ ካንገት በላይ ያዝዛል፤ ይህ ሁሉ እናንተ እንድትሰሙ ነው፤ በርሱና በባሾቹ በእስላሙ ሁሉ ቤት ያለ ባሪያ ቁጥር የለውም ደግሞም የግፋቸው ብዛቱ የኤሮፓን

---

255 ፍጹም ወልደ ማርያም፣ ገ:367።

> ሥራት ይዘናል የሚሉ ሰዎች የሰውን ርኅራኄ ለማጥፋት ለሚሸቶቻቸው ጠባቂ ለማድረግ ትንንሾች ልጆች እየገዙ [ብልታቸውን] ይሰልቡአቸዋል፣ ግማሾቹንም እየኳሉና እየሸለሙ እንደ ሰዶምና እንደ ገሞራ ሰዎች ሚሽት አድርገዋቸው ይኖራሉ። ምነው ... በአርአያ ሥላሴ የተፈጠርነውን ሰዎች የኤውሮፓን ብርሃን ለማግኘት የምንጥረውን ሰዎች እንዲህ ላሉ የግፍ ሥራት ለሚሠሩ ሕዝብ ባሪያ ሁኑ ብለሽ ትተይናለሽን፣ አይመስለንም[256]።

እንግዲህ የጎበና እኤአ በ1880/81 ከአካባቢው መድረስ ነው ይህን ሁሉ ወደ ማብቃት ያመጣውና ግዛቱን የራሱ የጎበና የኦሮሞ ኮንፌደሬሽን አካል ብሎም የኢትዮጵያ አካል ያደረገው። የጎበና በአካባቢው መገኘትና ለድርድር መጋበዝ ዓመታዊ ግብር ብቻ ከፍለው የውስጥ ነጻነታቸውን ጠብቀው እንዲቆዩ ነገር ግን እሱን በመናቅ ወይም ባለማክበር ያለ አግባብ የእርስ በርስ ግጭት ወይም ጦርነት ውስጥ ቢገቡ አይቀጡ ቅጣት እንደሚቀጣቸው በማስታወቅ ነበር። ሰላም እንዲያገኙ መከረ እንጂ ለየትኛው ባርነት እንደተዳረጉ ለማስረዳት አስቸጋር ነው። ከጎበና ማርጀትና መድከም እና መሻር በኋላ ሌላ ንጉሥ አናውቅም ወይም አንቀበልም በማለታቸው ግን ብዙ መከራ እንዳገኛቸው አይካድም። ያንን የጎበናን ሥራ የሚያስቀጥል ሌላ ጀግና ያለ አይመስልም። ይህም ክፍተት ነው ጎበናን እንደ ከሐዲ እንዲቆጠር ሁኔታዎችን ያመቻቸ የሚመስለው።

256 Sven Rubenson, pp. 296-298.

ምዕራፍ ስምንት

የጎበና የሰሜን መጫና የአንፊሎ ዘመቻ

የሰሜን መጫ በጎበና ዘመቻ ዋዜማ

ለዚህ ጽሑፍ ዳሰሳ ሲባል የሰሜን መጫ የተባለው አካባቢ ከምዕራብ አሮሞ ወገን ሆኖ ከደዴሳ ወንዝ በስተምሥራቅ ያለውን ሰፊ ክፍል ይዞ በሰሜን ዐባይ እስከሚለያቸው ጎጃም ድንበር ይደርሳል። በምሥራቅ አቅጣጫ እስከ ጉደር ወንዝና እስከ ቀቤና ይዘልቃል። ወደ ምዕራብ አቅጣጫ ደግሞ የደዴሳን ገመገም ይዞ እስከ ባሮ ሸለቆ እና ዳቡስ ወንዝ ድረስ ያለውን አካባቢ ያጠቃልላል። ይህ የአሮሞ ክፍል በአንድነት የተጠቃለለና በአንድ መሪ ሥር የነበረ ሳይሆን በውስጡ በርካታ ጎሳዎች ያሉበት ነበር። ከነዚህም ዋና ዋናዎቹ ጉዱሩ፣ ሀሮ፣ ሊበን-ኩታይ፣ አማሩ፣ ጅማ-ራሬ፣ ጅማ-ትቤ፣ ጨሊያ እና የመሳሰሉት የምሥራቅ ክፍሉን ሲይዙ ኢሉ፣ ኖሌ ሲቡ፣ ሌቃ ሰዮ፣ ሌቃ ቄሌም፣ ሌቃ ሳያ እና ሌቃ ነቀምቴ የምዕራቡን ክፍል ይይዛሉ። ከነዚህ አካባቢዎች ውስጥ ከጉደር ወንዝ ወዲህ ያሉት በሙሉ በኋላ ወደ ሸዋ በተለይም ወደ ጅባትና መጫ ተጠቃለው የሸዋ አካል እየተደረጉ ከሚታወቁት መካከል አምቦ፣ ደንዲ፣ ኖኖ፣ ጨሊያ፣ ጀልዱና ግንደበረት ይገኙበታል[257]።

እነዚህ ወደ ሸዋ የተጠቃለሉት የመጫ አካባቢዎች ከ1860ዎቹ ጀምሮ በተደጋጋሚ የጎበና ጦር እየሄደ እያጠቃቸው እንደሚመለስ ይነገራል። ለምሳሌ በ1862 ዓ.ም፣ በ1866 ዓ.ም 1871 ዓ.ም ጎበና አካባቢውን የዘመተበት

257 Terreffe Wolde Tsadik, pp. 73-86.

ሲሆን አስገበረው ተብሎ የሚነገረው በ1872 ዓ.ም ነበር፤ ማለትም ከእምባቦ ጦርነት በሁለት ዓመት ቀድሞ መሆኑ ነው። በጎበና ዘመቻ ዋዜማ የትናንሽ የኦሮሞ መንግሥታት መፈጠር በደቡብ መጫ (ግቤ) ብቻ የተወሰነ ሳይሆን፣ በሌቃ ነቀምቴና በሌቃ ቄለም እንዲሁም በወለጋና በጉዱሩ በአጠቃላይ በሰሜን መጫዎችም ዘንድ ተጀምሮ ነበር። የሁሉንም የሰሜን መጫ ጎሳዎች የኑሮ ሁኔታና የመኖሪያ አካባቢ በጎበና ዘመቻ ዋዜማ ምን እንደሚመስሉ ለማብራራት ባይቻልም ዋና ዋናዎቹን በዚህ መልኩ መግለጹ በአካባቢው የጎበና ሚና በአሉታዊም ይሁን በአውንታዊ ለሚመለከቱ ተጨማሪ ግንዛቤ ይሰጣል ተብሎ ይታመናል።

የመጀመሪያው ሌቃ ሲሆን ሌቃ በጣም ሀብታም የሚባል የኦሮሞ አካባቢ ስለነበር ያንን ሀብት የተለያየ ዘዴ በመጠቀም በቀጥጥሩ ሥር ማዋል የቻለ አባ ዱላ በዚህኛው አጋጣሚ ግን አባገዳ ንጉሣዊ ሥርዓትን መመሥረት ቻለ። ሥልጣኑን ለማስቀጠልና ለወራሽ ለማውረስ የሚያስችለውን ጉልበት በግል በሰበሰበው ሀብቱ በመጠቀም አከናውኗል። ወደ ዝርዝሩ ስንገባ፣ በተለምዶ ሁለት የሌቃ ኦሮሞ መንግሥታት ይጠቀሳሉ። እነሱም ሌቃ ነቀምቴ እና ሌቃ ቄለም ይባላሉ። በዚሁ መሠረት በሌቃ ነቀምቴ አካባቢ ንጉሣዊ መንግሥትን መመሥረት የቻለው በከሬ ጎዳና የሚባል መጀመሪያ አባገዳ በኋላ ሞቲ ነበር። በአፈታሪክ ይነገራል ብሎ እሸቱ ኢረና እንደጻፈው ከሆነ፣ የሌቃ ነቀምቴ እንደሌላው የኦሮሞ አካባቢ ሁሉ በገዳ ሥርዓት ይተዳደር ነበር። አባገዳ (አባ ቦኩ?) የሚሆን ሰው የቀደመው ገዳ (የሥልጣን ዘመን) ከማለቁ ከሁለት ዓመት በፊት ይመረጥ ነበር። ተመራጩም ከፍተኛ ጥበቃና እንክብካቤ የሚደርግለት ሲሆን አደጋ እንዳይደርስበትም ተብሎ ከእርሻ፣ ከመንገድ፣ ከዘመቻ እና ከመሳሰሉት ነጻ ይደረግ ነበር። ለኑሮው የሚያስፈልገውን ሁሉ ከሕዝቡ ጠይቆ እንዲሰጠው ይደረግ ነበር። ይህንኑ መብት ተጠቅሞ በከሬ ጎዳና የጠየቀው ግን አስቦበት በአጎቱ (በሬቲ አሞ) ተመክሮ ከአባገዳነት ወደ ንጉሥነት የሚወስደውን ሀብትና ጉልበት የሚያስገኘውን ነበር። ይህም በአካባቢው የነበረውንና ሰው የማይኖርበትን ሰፊ የደን መሬት ነበር። ከሱ በፊት የነበሩት እጩ አባገዳዎች እህልና ሌላ ንብረት ይጠይቁ ስለነበር የበከሬን ጥያቄ እንደ ቀላልና የየዋህ አጠያየቅ አድርገው በመቁጠር የጠየቀውን ሰፊ የደን መሬት እንዲሰጠው ወሰኑለት[258]።

ከዚህ በኋላ በከሬ በዚህ ደን ወስጥ ከብቶቻቸውን ለግጦሽ የሚያሰማሩ፣ እንጨት የሚለቅሙ፣ ውሃ የሚቀዱ አደን የሚያድኑ፣ ማር የሚቆርጡ ሁሉ ቀረጥ እንዲከፍሉ አደረገ። ከዚህም በሚገኝ ገቢ እጅግ ሀብታምና ታዋቂ ለመሆን እና ብዙ ተከታዮችን ለማፍራት ቻለ። ባገኘው ኃያልነት መላ ሌቃን አስገብሮ የበከሬን ንጉሣዊ ሥርዓት መሠረተ። እስከ 1860 ድረስ ገዝቶ

258 እሸቱ ኢረና፣ የኦሮሞ ታሪክ (ከጥንት እስከ 1890ዎቹ መጨረሻ (አዲስ አበባ፣ 2001)፣ ገ፡ 180-181።

በዚሁ ዓመት ሲያርፍ አልጋ ወራሹ ሞሮዳ በከሬ ተተካ። የበከሬን ሞት የሰሙ ጎሳዎች ቢያምጹበትም ሁሉንም ድል አድርጎ ሥልጣኑን አደላደለ። ኃይሉንም በመጠቀም ግምቢ፣ ሃሩ፣ አርጆ፣ ጃርሶ፣ ጋምቤላ እስከ መንዲ ድረስ ግዛቱን አስፋፋ። የበከሬ ጎዳና የሥልጣን ማእከል፣ በዛሬው አገላለጽ ዋና ከተማ በወማና በደዴሳ ወንዞች መካከል ባለው አካባቢ ተቀናቃኞች ሁሉ በጦርነት አሸንፎ ዋቻ ላይ መሠረተ። እሱ ከሞተ በኋላ ግን ልጁ ሞሮዳ በካሬ ሥልጣኑን አጠናክሮ የአስተዳደር መቀመጫውን ከዋቻ ወደ ነቀምቴ ወሰደው[259]።

ወደ ሌቃ ቄለም ስንመጣ ደግሞ ከሱዳን ጋር በሚዋሰነው ምዕራባዊ ክፍል የሚኖረው የሰዮ አሮሞ በአራት ተከፍሎ በራሱ ሞቲዎች ይተዳደር ነበር። እነሱም የጊዳሚው ጆቴ ቱሉ፣ የገላን አባ ደሳ፣ የዚሁ አካባቢ ቡራዩ አባጎሳ እና የቡሳሴው የአንፊሎ ንጉሥ አባ ጊምቢ (ቀጀላ) ነበሩ። አራቱም አካባቢያቸውን በሙሉ በቁጥጥራቸው ሥር ለማስገባት ሲቀናቀኑ እና ለበላይነት እየተዋጉ ነበር። ከነዚህ ጠንክሮ የወጣው የሌቃ ጎሳ መሪ የሆነ የማደጎ (ጉዲፈቻ) ልጅ በጊዳሜ፣ ደምቢዶሎ አካባቢ ብቅ ያለው ጆቴ ቱሉ ነበር። ጆቴ በትውልድ ሳይሆን በጦረኛነቱ ተዋቂነትን እያገኘ የነበረ ሲሆን ተቀናቃኞቹን በሙሉ በጦርነት ካሸነፈ በኋላ ሌቃ ቄለም የምትባለዋን መንግሥት መሠረተ። በጊዜያዊነትም ቢሆን ካሸነፋቸው የአካባቢው የጎሳ መሪዎች ጆቴ ቱሉ አካባቢውን ለማስገበር እና ግዛቱን ለማስፋት በጦርነት እየተጋ ነበር ተብሎ ይነገርለታል። በዚሁ ጦርነት እንደ ቤጊ፣ አሶሳ፣ አቢጋር ያምቦ (ጋምቤላ)፣ ኮኖ፣ መሰንጎ፣ ገርገላ፣ ዳሌ፣ ሰዮ፣ አይራ፣ ገንጂ፣ ኖሌ ካባ፣ ወረገራ እና ቄይቶ አንፊሎ የመሳሰሉትን አስገብሮ ነበር። እንግዲህ ማስገበር ከዚህ በፊት በተለያዩ አጋጣሚዎችም እንደተገለጠው በዘረፋ መልክም ሊሆን ይችላል እንጂ የግድ ወቅቱን ጠብቆ ዕውቅና ተሰጥቶት፣ መጠኑ ተቆርጦ ላይሆን ይችላል። በዚሁ ምክንያት ጆቴ ሰፊ ግዛት መሥርቶ በጠንካራ ክንዱ ደቁሶ መግዛት ጀመረ። እነዚህ ሁለቱ ጦረኛ መሪዎች (ኩምሳና ጆቴ) በኋላ ጎበና ከተጠቀመባቸው የማስገበር ዘዴዎች ጋር ተመሳሳይ የሆኑ ዘዴዎችን በመጠቀም ነበር ያስገበሩት። የተያዙትን አካባቢዎች የውስጥ ነጻነት አይጋፉም ነበር። የነሱን የበላይነት አልቀበልም ያለውንና ያፈነገጠውን ግን ይነቅላሉ አልያም ይገድላሉ[260]።

ሦስተኛው ደግሞ የጉዱሩ የለገመራ አካባቢዎች ነበሩ። ይህ በተዳከመው የገዳ ሥርዓት ላይ ትናንሽ መንግሥታትን የመፍጠር አካሄድ በሌሎችም የሰሜን መጫ አሮሞዎች ዘንድ እንደ ቀጠለ ነበር። ከዐባይ በስተደቡብ አቅራቢያ የጉዱሩና ለገመራ አሮሞች ይህንኑ ሲያደርጉ ነበር። በአካባቢው ከሰባቱ ጉዱሩ ጎሳዎች ከአንዱ ተወላጅ የሆነው ጉልቲ ሹም

259 ዝኒ ከማሁ።

260 ዝኒ ከማሁ፣ ገ፡ 187-188።

የሚባል ባለጸጋ ነበር። ይህም ባለብዙ ሀብትና ባለብዙ ጭፍራ የጉዱሩ ባላባት አዌቱ የተባለ ልጅ ነበረው። በሌላ በኩል ደግመ የጉልቲ ሹሚ ተቀናቃኝ የሆነ እና በጉዲፈቻ የጉዱሩ ጎሳ አባል ለመሆን የበቃ ገመ ሞራስ የሚባል ኃይለኛ ሰው ነበረ። እሱም ሞርካ የምትባል ልጅ ነበረችው። በሹሚ ጉልቲና በገመ ሞራስ መካከል የነበረውን ባላንጣነት የሁለቱ ወጣቶች መጋባት ሰላም በአካባቢው እንዲሰፍን አስችሏል። የቶርባን ጉዱሩ ንጉሥ ሹሚ ግን ከቁምቢ ቤተሰብ በምትወለደው ሳቤ በምትባል ባለቤቱ አነሣሽነት በአዌቱ ጋብቻ ምክንያት የገመ ሞራስ ሥልጣን በቶርባን ጉዱሩ ሕጋዊነት ወይም ተቀባይነት እንዳያገኝ ተቃውሞ ቢቀሰቅስም አዌቱና ሞርካ በጋብቻ ተሳሰሩ[261]።

ጉዱሩ ለጎጃም ቅርብ ከመሆኑ የተነሣ የሰዎች በሁለቱ አካባቢዎች መካከል መዘዋወራቸው/መመላለሳቸው የሚጠበቅ ሲሆን እዚህ በተዳከመው ገዳ ላይ መንግሥት ለመመሥረት ምክንያት የሆነው ሰው ገመ ሞራስ የሚባል ሲሆን አባቱ የጎጃም ክርስቲያን ስደተኛ ነበር ተብሎ ይነገራል። ይህ የገመ ሞራስ አባት በአንዱ የጉዱሩ ኦሮሞ የጎሳ መሪ በጉዲፈቻ/ማደጎ ይወሰዳል። ይህ ማደጎ የገባው ሰው በንግድ በጣም እየከበረ መጥቶ ሲሞት ሀብቱን ለልጁ አወረሰው። ይህ ሀብት የንግድ ማእከል የነበረችውን አስንዳቦን እንዲቆጣጠር አደረገው። ሀብቱን በመጠቀም በርካታ ወዳጆችን፣ ረዳቶችን እና ባሮችን አሰባሰበ። ብዙ የጦር መሣሪያም ለመግዛት ቻለ። በጉልቲ ሹሚና በገመ ሞራስ መካከል በነበረው የሥልጣን ትግል፣ የገመ ሞራስ ወታደራዊ ጥንካሬና ብልኅና የአስተዳደር ችሎታ በርካታ ጠመንጃ ለመሰብሰብ አስችሏል። በዚህ ምክንያት የኃይል ሚዛን ወደ ገመ ሞራስ አጋደለ፤ የገዳ አስተዳደር ተዳክሞ በሃይማኖታዊና እና ሲቪላዊ የፍትሕና የአስተዳደር ጉዳዮች ላይ የገዳው ጉባኤ እንዲወስን የተደረገ ሲሆን ማናቸውም ወታደራዊ ሥልጣን ግን በንጉሥ ገመ ሞራስ እጅ እንዲጠቃለል ሆነ። በዚሁ ምክንያት የጉደሩን ሰባት ጎሳዎች መሪዎቻቸውን አሸንፎ የጉዱሩ ገዥ ሆነ። ሆኖም ግን አስንዳቦ ከሚባለው አካባቢ በስተቀር ሌሎች በየአባ ቦኩዎቻቸው ካልሆነ አንታዘዝም አሉ። ከበርካታ ግጭቶች በኋላ ግን የቶርባን ጉዱሩ ሀገር የገዳ ሥርዓት ፈርሶ በገመ ሞራስ ንጉሣዊ አስተዳደር ተተካ። እሱ እኤአ 1872 ሲሞት ወራሽ ልጆቹ ጎሹ እና ገለታ የአባታቸውን ገዥነት ለማስቀጠል የጉዱሩ ኦሮሞ የጎሳዎችን ተቃውሞ ማስቆም አልቻሉም። በዚሁ ብጥብጥ ምክንያት ጎጃሞች ጣልቃ ገብተው አካባቢውን ተቆጣጠሩት። ስለዚህ ከገመ ሞራስ ሞት በኋላ ልጁ ሥልጣኑን ወርሶ ነበር ግን ብዙም ሳይቆይ ሞተ[262]።

በአጠቃላይ ይህ አካሄድ ከዐባይ በስተደቡብ ባሉት ሁሉም አካባቢዎች ለሀብት ቅርምት በተደረገው እሽቅድምድም ምክንያት የገዳ ሥርዓት ሙሉ

261 ዝኒ ከማሁ፣ገ፡ 189-196፡፤

262 Terreffe Wolde Tsadik, p. 75.

በሙሉ ተዳክሞ ነበር። አባዱላዎች ረጅም ጦርነትን ለህብት መሰብሰቢያነት ተጠቅመዋል፣ መሬት፣ እንስሳት፣ የንግድ መሥመርና የገበያ ማእከላትን ተቆጣጥረዋል። እነዚህ እንደ አዲስ ባለሥልጣን የበቀሉ አባዱላዎች እርስበርሳቸውም ጦርነት ላይ የሚሆኑበት ጊዜ ይበዛ ነበር። በዚሁ ምክንያት በአጠቃላይ አካባቢው በጎበና ዘመቻ ዋዜማ ላይ በሚከተሉት አባዱላዎች ክፍፍል ሥር ነበሩ። እላይ ከተጠቀሱት በከሬ ጎዳና እና በኋላም ልጁ ሞርዳ በከሬ በሌቃ ነቃምቴ፣ ጆቴ ቱሉ በቁሌም፣ ሌላ አብሼ ገርባ በሆሮ፣ ቴሶ ቀኖ በአሙሩ፣ ቀዲዳ ወናቤ በጅማ-ራሬ፣ ሶሪ ገላ በጅማ ገነቲ፣ ወዬሳ ገላዬ በግንደበረት (በኩታይ) እና አባ መኒ በአመያና በሱሎ ነበሩ[263]። ስለዚህ እነዚህን በየራሳቸው የጎሳ መሪዎች የሚተዳደሩትንና ብዙንም ጊዜ እርስበርሳቸው የሚዋጉትን ነው ጎበና በድርድርና አሻፈረኝ ያሉትንም በግድ ወደ ራሱ ኮንፌደሬሽን ብሎም ለኢትዮጵያ መንግሥት እንዲገብሩ ያደረጋቸው።

ነገር ግን ከጎበና መድረስ በፊት የጎጃም ተጽዕኖ በአካባቢው በተለይም ለዐባይ ቅርብ በነበሩት የሰሜን መጫዎች ላይ በግልጽ ይታይ ነበር። ሁለቱም የሸዋው ምኒልክና የጎጃሙ ተክለ ሃይማኖት ተጽዕኖዎቻቸውንና ሥልጣናቸውን በመለጠጥ ወደ ደቡብ ምዕራብ ኢትዮጵያ በሚገኙ ኦሮሞች ላይ ለማሳረፍ ይፈልጉ ይተጉም ነበር። በሂደት ጎጃሞች የተሻለ ግዛት መያዝና ማስገበር ችለው ነበር። እኤአ በ1847 ጉዱሩ በቅርበቱም ምክንያት ሊሆን ይችላል የጎጃሞች ጥገኛ ሆኖ ነበር። ጅማ ራሬ ደግሞ ከጎጃሞች ጋር ተከታታይ ግጭት ውስጥ ነበረች። ስለዚህ ጎጃሞች ከዐባይ በስተደቡብ ያሉትን የኦሮሞ ግዛቶች ማስገበር የቻሉት ጎበና በአካባቢው ከመድረሱ ረጅም ጊዜ በፊት ነው። እንዲያም ቢሆን የጎጃሞች የማስገበር ድርጊት ይህን ያኽል ጠንካራ ባለመሆኑ እነሱ ሲመለሱ የአካባቢው የኦሮሞ የጎሳ መሪዎች ነጻነታቸውን ወዲያው ያውጁ ነበር። እንደ አከባቢው የቃል መረጃ በተለይ በብላታ ደሬሳ አመንቴ መሠረት ራስ ደረሶ ዐባይን ተሻግሮ ሆሮ ገብቶ በደናማው አካባቢ የመሸገው እኤአ በ1881 አካባቢ ነው። በጎጃሞቹና 15000 ፈረሰኛ በነበራቸው ሆሮዎች መካከል ውጊያ ተካሂዶ ሆሮዎች በአብሼ ገርባ መሪነት ማሸነፍ ችለዋል። ከዚያም ጎጃሞች ለኦሮሞ ፈረሰኞች ወደ ማይመቸው ደናማ አካባቢ ሸሽተው ስለነበር ሆሮዎች ወደ ቤታቸው ተመልሰው ጎጃሞች ከደኑ ሲወጡ ለመደምሰስ ሲመክሩ ነበር። ነገር ግን ራስ ደረሶ አብሼ ገርባን ድርድርና ዕርቅ ጠይቆ፣ ከታረቀ ተክለ ሃይማኖት የምዕራብ ኦሮሞ ኮንፌደሬሽን ንጉሥ እንደሚያደርገው ቃል ገባለት። ከመለስተኛ ጥርጣሬ በኋላ የሆሮው መሪ ዕርቁን ተቀብሎ ወደ ራስ ደረሶ ሰፈር አራት ሺህ ሰው አስከትሎ ሄደ። ሆኖም ግን ራስ ደረሶ ቃሉን አጥፎ ሁሉንም የሆሮችን ሠራዊት አስገድሎ መሪያቸውንም በጦር

263 Ibid, pp. 75-76.

ምርኮኛነት ወሰደ። ራስ ደረሶ የአብሼ ገርባን ወንድም ፈንደለላ ገርባን ሾመው። እሱም ጎጃሞች ሌሎችን ግዛቶች ለማስገበር በሚያደርጉት ጦርነት እንዲራዳ ቃል ኪዳን ገብቶ የጎጃሞች ጥገኛ ሆነ። በተጨማሪም ራስ ደረሶ ጉዱሩን፣ አሙሩን፣ ጅዳን፣ ጅማ ራሬን፣ ጨሊያን እና ቲቤን ከአስገበረ በኋላ ወደ ገባ ቀጠለ። በመንገድ ላይ ከሌቃ ነቀምቴ በዲባባ በካሬ የሞሮዳ ወንድም የሚመራ መልእክተኛ አገኘው። ኦሮሞቹ ለጎጃሞቹ የወርቅ ገጸ በረከት (ግብር) እና የወዳጅነት ቃል ከሞቲ ሞሮዳ አመጡ። በኋላ ሞቲ ሞሮዳ እራሱ ለራስ ደረሶ አቀባበል አደረገለት፤ የጎጃሞችንም የበላይነት ተቀበለ። በምላሹ እሱም ደጃዝማች ተብሎ ሹመት ተሰጠውና ግብር ብቻ እየገበረ ግዛቱን እንዲያስተዳድር ተፈቀደለት። ከዚያም ራስ ደረሶ ሞሮዳን አስከትሎ ወደ ገባ ገሰገሰ፣ ለተክለ ሃይማኖት ተጨማሪ ግዛት ለማስገበር። እንግዲህ እዚህ ጋ ነው በጣም ጠንካራ ፉክክር (የግዛት ሽምያ) በጎጃሞችና በሸዋዎች መካከል የታየው[264]።

የጎጃምና የሸዋ በመጫ ኦሮሞ ላይ ያደረጉት ሽምያ

ከዚህ በፊት እንደተገለጸው እነዚህ የሰሜን መጫ ኦሮሞ መንግሥታት እርስ በርስ ግጭትና ጦርነት ላይ ይሁኑ እንጂ አንደኛቸውም የጎጃምን ኃይል መመከትና ማስቆም አልቻሉም። በነዚህ አካባቢዎች የተለመዱት የጦር መሣሪያዎች ቀስት፣ ጋሻ እና መጥረቢያ ሲሆኑ የኦሮሞ ተዋጊዎች ሁሉም በሚባል ደረጃ ፈረሰኞች ነበሩ። ምክንያቱም በኦሮሞ ሀገራት ፈረስ ማርባት ቀላል ስለሆነና ኦሮሞችም የወጣላቸው ፈረሰኞች ስለሆኑ ነው። ትልቁ ችግራቸው ግን የአንድነት ወይም ኅብረት ማጣትና ዘመንኛ የጦር መሣሪያ ያለ ማግኘት ሲሆን ይህ ደግሞ በኋላ ለመጡት ጎጃሞችና ሸዋዎች በቀላሉ እንዲገብሩ አድርጓቸዋል። ሁለቱም የራስ ደረሶም ሆነ የራስ ጎበና ሠራዊት ከአካባቢው ሲደርሱ እነዚህ ግዛቶች የጋራ ግምባር ፈጥረው እንዳያብሩባቸው ከፍተኛ ጥንቃቄ አድርገው እንደነበር ይወሳል። ይልቅስ አንዱን በአንዱ ላይ በማስነሣት በማዳከም ነበር ጨዋታቸውን የጨረሱት። በበርካቶቹ አካባቢዎች ጎጃሞች ሸዋን ቀድመው መገኘታቸው ምናልባትም ቅርበቱም ሲሆን በለፈው ምዕራፍ የሸዋ ግቤን መድረስ የዘገየበት ምክንያት ተብለው የተዘረዘሩት ነገሮች ለዚህኛውም ሙሉበሙሉ እንደሚሠሩ ይታመናል።

ጎጃምን በተመለከተ ከዛሬው ሰሜን ምሥራቅ ወለጋ ጋር በተለይም የሲራራ የንግድ መሥመር በሚያልፍበት ግንኙነቱ ለረጅም ዘመን ነበር። የጎጃምም መሪዎች ከአካባቢው የኦሮሞ መሪዎች ጋር በጋብቻ ሁሉ መተሳሰር የጀመሩት ከረጅም ጊዜ በፊት ነበር። ስለዚህ የጎጃሞች አካባቢውን መፈለግ

264 Ibid.

እንደ እንግዳ ደራሽ ነገር አይደለም፣ ጊዜ እየጠበቁ ነበር እንጂ። በተለይም በተለምዶ ዘመነ መሳፍንት በሚባለው ጊዜ ሌሎች የውስጥ እና የአካባቢው የቤት ሥራዎች (ግጭቶች) ስለነበሩባቸው ይህንን ምኞታቸውን ወደ ተግባር ለመቀየር አልቻሉም ነበር። በዚህ የመጀመሪያውና የተሳካለት የሚመስለው ራስ አዳል ሲሆን ጉዱሩን በመያዝ ከጎጃም መሳፍንት አንዱ የነበረውን የደጃች ጎሹን ልጅ ፊታውራሪ ይመርን ገዥ አድርጎ ሾመበት። ይመር በእምባቦ የራሱን ከተማ ሠርቶ (ከትሞ) ማስተዳደር ጀመረ። ይህችን ከተማ እንደ መነሻ በመጠቀም ወደ ተለያዩ የወለጋ አካባቢዎች ለምሳሌ ጅማ ራሬ፣ ግንደበረት፣ አሙሩ፣ ጅዳና ሆሮን የመስፋፋት ወረራ ዒላማ አደረጉ። ነገር ግን ለአንድ ዐሠርት ዓመት ያኽል ብዙም ከጉዱሩ ውጭ መቆጣጠር አልቻለም። ምክንያቱም በጣም ጠንካራ ተቀውሞ ያጋጥሙአቸው ስለነበር ነው። በ1880 እምባቦን ጎብኝቶ የነበረው ቼቺ የሚባለው አውሮፓዊ እንደሚለው የጎጃሜ ኃይል/ቁጥጥር ከሌቃ ቢሎ አላለፈም። እንደሱ ከሆነ የሌቃ ቢሎው ገረቢ ጅሎ ለጎጃሞች ግብር ይከፍል ነበር። የጎጃሞች ኃይል በይበልጥ ወደ ውስጥ የዘለቀው በ1881 እኤአ ነበር። በተለይም የራስ አዳል በአፄ ዮሐንስ ንጉሥ ተክለ ሃይማኖት ተብሎ መሾም (የጎጃምና የከፋ ንጉሥ) በኋላ ይህም የጎጃሞችን ወደ አካባቢው መስፋፋት ንጉሠ ነገሥቱ ዕውቅና ሰጥተውት እንደነበር አንድ ማሳያ ነው። በዚሁ ዕውቅና በመተማመን በራስ ደረሶ የሚመራ የጎጃም ጦር በአካባቢው ያሉትን የኦሮሞ መንግሥታት በተለይም የግቤ መንግሥታት ለማስገበር ይተጋ ነበር። የ1881 የራስ ደረሶ ወደ ግቤ ሸለቆ የተደረገ ወታደራዊ ዘመቻ የተሳካለት ይመስል ነበር። በተለይም የራስ ደረሶ በአካባቢው መድረስ እምባቦ ላይ ለነበረው ፊታውራሪ ይመር የልብልብ ስለሰጠው ሌቃ ቢሎንና ኖኖን በማቋረጥ ጅማ ገቡ። በመንገዳቸው ላይ ከሚገኙት ኦሮሞዎች የሌቃ ነቀምቴን ሞሮዳ ባካሬ ጭምር ግብር እየተቀበሉ አለፉ[265]።

በአጠቃላይ የጎጃሙ ንጉሥ ተክለ ሃይማኖት የጦር አበጋዝ የነበረውን ራስ ደረሶን ዐባይን እንደ ተሻገረ የነበሩትን የኦሮሞ ግዛቶች እንዲያስገብር ልኮት ነበር። ራስ ደረሶ የጉዱሩን ግማሽ፣ ሌቃን፣ አብዛኛውን ወለጋን እስከ ሊሙ ድረስ የሚዘልቁ ግዛቶችን ወሮ ነበር። እንቅስቃሴቻውን ወደ ፊት በመቀጠል እኤአ በ1881 የጎጃሞች ጉማን ማሸነፍና መሪያቸውን አባ ጆቢርን ለመግደል አገሩንም ለመያዝ ቻሉ። ጎበና ይህን ዜና ሲሰማ፣ ወዲያው ገሰገሰ፤ የጎበና የኦሮሞ ፈረሰኞች ጎጃሞችን ከአካባቢው ለያባርሩና እስከ ከፋ ድረስ ግብር ሊሰበስብ። ስለዚህ ደረሶ ወደ ጅማም በመግፋት ከወደ ደቡብ ይመጣ ከነበረው ጎበና ጋር ፊት ለፊት ተፋጠጠ። ከዚያ አንዱ ሌላኛውን ከሰፈረበት እስኪለቅ መጠባበቅ ሆነ። ብዙ ከተጠባበቁ

265 R. A. Caulk, “Territorial competition and the Battle of Embabo, 1882” in *Journal of Ethiopian Studies*, Vol. 13, No. 1 (January 1975), pp. 65-88.

በኋላ ጎበና ለደረሶ ቦታውን እንዲለቅ የማስጠንቀቂያ መልእክት ለከበት፤ እሱ ለራሱ የያዘው የምኒልክ ሕጋዊ ግዛት መሆኑን በመጠቆም። ካልሆነ ለመዋጋት መቁረጡንም አሳወቀው። ራስ ደርሶ ለመዋጋት አመንትቶ የንጉሡንም (ጌታውን) በርቀት መገኘት አገናዝቦ የዘረፈውንና ያስገበረውን የዝኖን ጥርስ ትቶ በፍጥነት ከአካባቢው ለቆ ወጣ[266]። ቀጥሎ ያለው ግጥም በዚህ ምክንያት ተነገረ፤

እንግዲህ ጎጃሞች በምን ይስቃሉ
ጥርሳቸውን ጅማ ላይ ጥለውት ሄዱ አሉ[267]።

የጎበናን መቅረብ የሰማው ሞሮዳ እንደገና ወንድሙን ፊታውራሪ ዲባባ በካሬን ልኮ አገሩን እንዳያጠፋው እሱም ምን ማድረግ እንዳለበት ጠየቀ። በኋላ ሞሮዳ ራሱ ከጎበና ተገናኝቶ ብዙ ግብር ከፍሎ ውልም ተዋዋለ። እንደ ውሉ ሞሮዳ እነ ጉዱሩን፤ ጨሊያን፤ አሙሩን፤ ሆሮን፤ ሌሎች የኦሮሞ ጎሳዎችን እንዳይዋጉ እና ለሸዋ ግብር እንዲከፍሉ እንዲያሳምናቸው ነበር። በምላሹ ጎበና ለሞሮዳ የውስጥ ነጻነት ኖሮት በሸዋ ሥር እንደሚሆን ቃል ገባለት[268]።

የሸዋ በአካባቢው ደርሶ ከጎጃም ጋር መፋጠጥ በአንድ ጀምበር የተከሠተ እንዳልሆነ ግልጽ ነው። በዐጽሜ ግንዛቤ መሠረት "ጎበና ራስ ከሆነ በኋላ ምኒልክና ንጉሥ ተክለ ሃይማኖት ይጣሉ ጀመር። ተክለ ሃይማኖት በሩ ሜዳ በአፄ ዮሐንስ ፊት የምኒልክ አባት፤ አያት ከአዋሽ መቼ አለፉ። የኔ አሽከር ቀድሞ አስገብሮ ሞሮዳን የሌቃ ገዢን ክርስትና አስነሥተናል የኔ ግዛት ነው ብሎ ሲከራከር። ምኒልክም በተራው ደግሞ በቦተር፤ በኖኖ ተሻግሮ ከጌራ፤ ከኩሎ፤ ከኮንታ ደርሶ አስገብሮ ከሞሮዳ ከጆቴ አሜን አሰኝቶ "ያቀናሁት ነው ባላባቶች ይመስክሩ ሲል ተከራከረ።" በርግጥ መሬት ላይ የነበረው ነበራዊ ሁኔታ እንደሚያመለክተው፤ ንጉሥ ተክለ ሃይማኖት ሰባት መኳንንቶቹን አስቀድሞ ልኮ ነበርና ከራስ ደረሶ ጋራ እነ ደጃች ይመር፤ ደጃች አምባዬ፤ ደጃች ካሣ ምንተስኖት፤ ወርቁ፤ እምሬ አሰኑ። እነዚህ ዐባይን ተሻግረው ወደ ከፋ እያስገበሩ ሲሄዱ፤ ራስ ጎበናም ይህን ወሬ በሰማ ጊዜ "ምነው እንዲህ አረጉ ያ ጥንት አፄ ዮሐንስ በሀገር ሳይመጡ ለገ መራና ጨሊያን በወጋሁ ጊዜ ማስገበር የጀመርሁትን? ቤት ላቁም ብለው፤ ቆይ ጃንሆይን ላስመርቅ ብለው ነው እንጅ፤ ..... ለያው የኔ አሽከሮችና ዘመዶች ናቸው የሞቱት።" ብሎ ለዘመቻ ተዘጋጀ ይባላል። በሌላ መልኩ ደግሞ በጎጃም በኩል "ንጉሥ ተክለ ሃይማኖትም ንጉሥ ምኒልክን እንዲህ አሏቸው፤ "ይልቅስ ጃንሆይን በአማላጅ አያስጨንቁ አሽከሮቻችን ነገሩን

266 Ibid.

267 ወልደ ዮሐንስ እና ገመቹ መልካ፤ ኦሮሚያ፡ የተደበቀው የግፍ ታሪክ (ቦታ የለውም፤ 1986)፤ ገ፡ 77።

268 Terreffe Wolde Tsadik, p. 76.

ይጨርሱታል ቢሏቸው፣ ንጉሥ ምኒልክም ለአፄ ዮሐንስ አልቅሰው ነገሩ። ከፈራህስ ልቀቅለት ብለው መለሱላቸው እንጅ....” ተብሎ ይነገራል[269]።

በሸዋዎች በኩል ደግሞ ለምኒልክና ለጎበና የወገነ በሚያስመስል መልኩ እንደሚከተለው ይተረካል፤

> ኦሮሞ ኦሮሞ ይሉናል አሉና አሁንም በአምላክ መስቀል ፊት ትርፍ መናገር አይገባም፣ ያስገበርኩትን ሀገር ዘርፎብኛልና ጥርስን፣ ዝባድን፣ ፈረስን፣ ለኢሉ ንግሥት ያስረከብና በጦርም ቢሆን አሽንፎ በዳኝነትም ቢሆን ረትቶ ይወስደዋል። አለ አግባብ የዘረፈውን ለድሃው ይመልሳል እሱም ወደ አገሩ በሰላም ይመለስ አሉ። ካህናትም አፄ ምኒልክም የአሽከራቸውን ልብ ያውቃሉና ቱርክ ባሻ ታምሬን ከብዙ ጦር ጋር ጨምረው ላኩ። ራስ ደረሶም ለጌታቸው ለንጉሥ ተከለ ሃይማኖት በአዕላፍ ፈረስ የምኒልክ ኦሮሞ ከበበን ሲሉ ቢልኩባቸው “አንተም ራስ እሱም ራስ ምን ያምበደብደሃል ደረስኩልህ” ሲሉ ላኩ። ራስ ጎበናም ጌራ ላይ ደረሱበት፣ ለራስ ደረሶም ላኩ ጠጅ በብርሌ ይዞ ኦሮሞ እያሉ መስደብ አይበቃምና ድንገት ተሰርቆ መጣ እንዳይሉ ይጠንቀቁ ብለው ላኩ። በሦስተኛው ቀን ጌራ ላይ ደረሱና ተሰልፈው ድንኳን ተከሉ፣ ባለ ምሪትንም ከየ ቆሮው ፈጣን ፈጣን ፈረሶችን ልከው አብሮ ቀላቅለው፤ ቆሮ የሆነ ሁሉ ከራስ ጎበና ዘንድ ከተተ። ጎጃሞች መጨነቅ ሆነ መቋጠር መፍታት በዛ፤ ካህናት መስቀል ይዘው ወደ ራስ ጎበና መጡ፤ ክርስቲያን ለክርስቲያን ለምን ትፋጃላችሁ። ለሁለቱም ጌቶቻችሁ ዳኛ ጃንሆይ አሉላቸው ምነው በምክር ብታደርጉት፤ እኛም የጋራ ቃላችንን እንላክ፣ ራስ ጎበናም ለካህናት አሉ። ራስ ደረሶ ይህን ቃል ሰምተው እሺ መልከም ነው አሉና የአባ ጥጉ ጎበና አሽከሮችም ወደ ጎምሳ ሺህ የሚሆን ፈረስ እንደ እቶን እሳት ነበልባል እየተጎረደ እየገላመጠ እየ ሐዩና ቦኩ አየ ቆሮው እየተላኩ ድፍን ኦሮሞ ቤት አብሮ መሯሯጥ ሆነ። እንደተባለውም ያስገበሩትን ሁሉ ጥርስ ዝባድ ጥቂት ወርቅ ፈረስም የራስ ጎበና አሽከሮች ተጨምረው ለጌራ ንግሥት ቡናም በስፍር በቁጥር በጽሕፈት አስረከቡ። እርጉዝ ላም፣ የእርሻ በሬንም ባለቤቱ ስላልታወቀ ለየቆሮው ተመራ። ከዚህ በኋላ ጎጃሞች እነ ራስ ደረሶ ከጌራ መመለስ ሆነና እነሱ ተቀድመው ራስ ጎበና በኋላ በኋላቸው ተከትለው ከሣር ከኩበት ከእንጨት በቀር እንዳይዘረፍ ተወስኖ ነበርና እህል ግን ...... መኳንንቱ ሳያውቁ በሣልስቱ እምባቦ ሜዳ ላይ ተጋጠሙ። ሲሰፍሩ ግን በሩቅ ይተያዩ ነበርና በራስ ደረሶ ግምባር ራስ ጎበና ቀጥሎ የወሎ ጦር በወይዘሮ መስታወት፣ መኻሉ አፄ ምኒልክ በአንድ ፊት የቀረ የሸዋ መኳንንት መቼም ያን ጊዜ እንደ ዛሬ መኻል ሰፋሪ ዋና ጦር ጐንደሬ ነው። እዚህም ጐንደሮች የሸዋ ጎበዝ አባሮ

269 የጎበና ዳጨው ሰነዶች፣ IES MS, 4614.

> መግደል እንጂ ነጋሪቱ ሲያጓራ መድፉ ሲያገሳ እንደ ጥሩ አሽከር እርሳሱ ሽው ሽው፣ ሽር ሽር ሲል የት አይቶ የሚል አራካሽ ነበር። በወሬሳ ግልቢያ የሚሠራውን አላወቁትምና ነው። ከንጉሥ ፊት ጐንደሬ ቀጥሎ ጠመንጃ ያዢዎች፣ በዚያን ጊዜ ዋና የሸዋ ጦር ጠመንጃ ያዥ ነበር። ሰናድር ያዢዎች ግን ገና መጀመሩ ነበርና ካቦሮች ይባላሉ። አንድ ፈረንሳዊ ሙሴ ፓቲ የሚባል ሰልፍ ማርሽ ያስተማራቸው ከአምስት መቶ (500) አይበልጡም ነበር ከጠመንጃ ያዥ ቀጥሎ ከንጉሡ ፊት ነበሩ። አፄ ምኒልክ ንጉሥ ተክለ ሃይማኖት ታንኳ ደንዲ ዐባይን መሻገሪያ ያሰናዳሉ፣ ያበላሉ፣ ያጠጣሉ ያሸልላሉ፣ ያስፈክራሉ ራስ ደረሶንም ከዚያው ቆየኝ አትንዳ እንደ ከብት ብለው ተቆጥተው ተሳድበው ባሏቸው ጊዜ አፄ ምኒልክ ከአፄ ዮሐንስ ተሰናብተው እንጦጦ መጡና ለራስ ጎበና ላኩ። አትከታተል ከግቤ ማዶ ይቅርብን ከዚህ እስከ ቦረና ታች በባሌ በውጋዴን ምሥራቅና ግራ መሬት ጽንፍ የለውም ብለው ላኩባቸውና አሩሲ ዘመቱ፣ ራስ ጎበናም የወርቁን ሀገር ለቅቄ እጎመን ሀገር አልመለስም፣ ያሉትንም ሀገር ሁሉንም አረጋዊ አባ ማስያስ ስፋቱንም ልማቱንም የአቡነ አኖርዎስንም ዛሬ እስላሞች ኑር ሁሴን እንዳሉትም ዕጣንም ዕብነ በረድም ሁሉን ነግረውኛል የጌታዬ ስም ይነሣ ብዬ መጥራቴ ነው እንጂ እንኳ ንጉሥ ተክለ ሃይማኖት ራሳቸው ጃንሆይ ቢመጡ ባላሸንፍ ሞቴን የሚከለክለኝ የለምና ብለው ብዙ ጻፉላቸው[270]።

ራስ ደረሶ ምንም እንኳ ሁለተኛ ከምኒልክ መሬት ግዛት እንደማይደርስ መሐላ ቢገባም ኃይሉን ለማጠናከሪያ ከራስ በዛብህ የንጉሡ ልጅ ብዙ የሰው ኃይል ጋር በመሆን የሸዋን ሠራዊት እንዲያጠቃ ቀጭን ትእዛዝ ተቀብሏል። ምናልባት ምኒልክም ለመዋጋት የሚመጣ ከሆነ እሱም መምጣት እንዲችል እንዲያሳውቀውና መጥቶ እንደሚዋጋ ተክለ ሃይማኖት ለጦር አበጋዙ ለደረሶ አስጠንቅቆታል።

ምኒልክ የጎበናን ደብዳቤ ሲቀበል ወደ አርሲ ቶሎ ለመመለስ የነበረውን ዕቅድ ለሌላ ጊዜ አስተላልፎ ወደ ጎበና ሄዶ ከጎጃሞች ጋር ያለውን ችግር ለመጨረስ ወሰነ። ዐጽሜ ሲያብራራ ምኒልክ ወደ አካባቢው የሄደው ጎበና ቢሸነፍ የጦር መሣሪያው እንደሚወሰድበት ካሸነፈ ደግሞ ንጉሠ ነገሥቱን አፄ ዮሐንስን የሚያስከፋ እርምጃ ወስዶ ያጠላኛል ብሎ ነው ይላል። ነገር ግን ቀድሞውኑ በጣም እየጠነከረና ኃይል እያደራጀ የነበረው ጎበና አሁን ካሸነፈ ለንጉሡ ለራሱ አደገኛ ሊሆንበት እንደሚችል ፈርቶ ነው የሚሉም አንዳሉ ይታወቃል። ሆነም ቀረም ምኒልክ ወደ ጎበና ተጉዞ እ.ኤ.አ. በመጋቢት 1882 ኖኖ ላይ ተገናኙ። ንጉሡም ወታደሮቹን በሌቃ ባላባቶች ሀገር ፋሲካን እንዲያሳልፉ አድርጎ ጉዞውን በመቀጠል ጉምቢ ከጎጃሞች ሰፈር ብዙም ባልራቀ ሱጴ ቦሮ በምትባል ቦታ ወለጋ ውስጥ ሰፈረ። ራስ ደረሶ

270 የጎበና ዳጨው ሰነዶች፣ IES MS, 4614.

እነዚህን የሸዋ ጦረኞች ለመግጠም አልደፈረም እናም ፊታውራሪ ይመርን ልኮ ለሰላማዊ ንግግር ጥያቄ አቀረበ። ንጉሥ ምኒልክ ግን ራስ ደረሶ ለንጉሥ ተክለ ሃይማኖት ከተሰጠው መሬት አልፎ ስለተገኘ ጦሩን እንዲያስወጣ በግልጽ ነገረው። የምኒልክ ጸሐፊ ትእዛዝ ገብረ ሥላሴ በዚህን ወቅት ጦርነት ስለመኖሩ ምንም ባይልም ዐጽሜ ግን ምኒልክ በጉዱሩ የሚገኘውን የጎጃሞች ከተማ (ሰፈር) አቃጥሏል ይላል። እንደ ዐጽሜ ከሆነ በሚያዚያ ወር 1874 ራስ ደርሶና ምኒልክ ለመነጋገር ተስማሙ። በዚሁ መሠረት ተነጋግረው ራስ ደረሶ አገሩን ሳያጠፋ በጸጥታ ወደ አገሩ እንዲመለስ ተስማሙ። ነገር ግን ንጉሥ ተክለ ሃይማኖት የሚመጣ ከሆነ አዛዡ እሱ ስለሆነ እንደሚዋጋ አሳውቆ ራስ ደረሶም ተስማማ[271]።

የጎጃሞችን ከአካባቢው መልቀቅ ተከትሎ ምኒልክ ከሌቃ ወደ አሙሩና ወደ ሆሮ ገሰገሰ። ራስ ደረሶ ከአካባቢው ለመልቀቅ ቢስማማም በደረሰው የቃል መልእክት መሠረት በሆሮ ጃሬ ሰፍሮ አገኘው። ንጉሥ ተክለ ሃይማኖት በጦር አበጋዙ በራስ ደረሶ ሽሽት በጣም ተበሳጭቶ ወደ ነበረበት ተመልሶ ግዛቱን በጠላት እጅ ከመውደቅ እንዲያድን አዘዘው። በተጨማሪም የራሱን ልጅ ራስ በዛብህን ራስ ደረሶን እንዲያግዝ ወደ ጉዱሩ ላከው። ይህን ነገር ለመቀበል ለንጉሥ ተክለ ሃይማኖት በጣም አሳፋሪ ሆነበት፤ በዚሁ ምክንያት እራሱም ወደ ቦታው ለመሄድ ወሰነ። የጎጃሙ ንጉሥም ምኒልክን "ለምን ሁልጊዜ ያጠቁኛል በፊት እኔ ያስገበርኩትን ሀገር አጠፉት፤ አሁን ግን የፈለጉትን ቦታ ከጉዱሩ፣ ከሆሮ፣ ከጅማ ራሬ፣ ወይም ጨሊያ ይምረጡና ይጠብቁኝ" ብሎ ላከበት። የተክለ ሃይማኖት ዐባይ አጠገብ መስፈር ለንጉሥ ምኒልክ ተነገረው። ነገር ግን በጣም ገዳይ የሆነ ወረሽኝ በሁለቱም ሰፈር ተነሥቶ ስለነበር ሰዋቸው በበሽታው ከማለቁ በፊት ውጊያውን ቶሎ ለመጨረስ ሁለቱም ይፈልጉ ነበር። በውጊያው ሁለቱም ወገን በደንብ የታጠቁና በርካታ ፈረሰኛ ጦር ነበራቸው።[272]

ከላይ ሲጠቀስ እንደ ነበረው ከአርሲ ዘመቻ መልስ ምኒልክ የጎበናን መልእክት ተቀበለ፤ የመልእክቱ ይዘት ራስ ደረሶን በጉማ ማግኘቱንና ከኦሮሞ ሀገር የዘረፈውንና ያስገበረውን እንደ ተቀበለው የሚገልጽ ነበር። ምኒልክም መልእክቱን አይቶ በመደነቅ "እሺ መጣሁ ደረስኩልህ" ብሎ ፈረሰኛ በፍጥነት ላከ፣ ተከታትሎም በፍጥነት ከጎበና ተገናኘ። ተክለ ሃይማኖት ግን ምኒልክ ከጎበና መቀላቀላቸውን በሰማ ጊዜ፣ ሁለት ባለሟል አሽከሮቹን ላከ፤ "ንጉሥ ምኒልክ ሆይ አንድ ጉርጉርቱ ኦሮሞ አምነህ ትሞኛለህ? በግዝትና በገንዘብ አይምሰልህ፣ ከሆነልህ ከጠራ ሜዳ ቆየን ወረቀት ብጽፍልህ ቀደህ ትጥለዋለህ ስለዚህ መኳንንትህ እንዲታዘቡህ በመኳንንትህ ፊት ይንገሩህ" ብሎ አስገዝቶ ላካቸው። እነሱም እንደተባሉት ተናገሩ።

271 Terreffe Wolde Tsadik, pp. 76-80.

272 Ibid.

ምኒልክም ንጉሥ “ተክለ ሃይማኖት እንደዚህ ያለ ምናምንቴ ተርታ የእረኛ ቃል አይልኩብኝም” በማለት ምን ማድረግ እንዳለበት መኳንንቶቹን ምክር ጠየቀ። ብዙ ከተመከረ በኋላ በመጨረሻ ጎበና አንድ ሐሳብ እንዲሰጥ ሲጠየቅ “አንዱን እንሰር አንዱን ወረቀት ጽፈው ይላኩና አዎን ብያለሁ ብለው ቢመልሱ ተገዝተው ተመጡ አይነኩም ይልቅ እነዚህን ለቀን እንዳሉት እንደ ወደዱት እሺ እንዋጋ ብለን መዋጋት ነው። ጦርን ወሬ ብቻ አይመልሰውም” አለ ይባላል። ምኒልክ በሐሳቡ ተስማምቶ እንደተባለው አደረገ። ተክለ ሃይማኖትም እውነት ነው እንደዚሁ ነው ብሎ መለሰ ተብሎ ይነገራል። ስለዚህ ወደ ጦርነቱ ለመግባት በቂ ምክንያት ተገኘ ማለት ነው፣ በዚህም የተነሣ እምባቦ ላይ ጦርነት መጋጠማቸውን ቀጥሎ እናያለን[273]።

የእምባቦ ጦርነት

እንደተባለው ምኒልክ መልእክቱን በመጠራጠር ከመልእከተኞቹ አንዱን በእስር በማቆየት የተባለው እውነት መሆኑን በማሕተም እንዲያመጣ ሌለውን መልእከተኛ ወደ ተክለ ሃይማኖት ላከ። እውነት ከሆነ ደርቤ ሜዳ እንደሚጠብቀውም አከለበት። በመጨረሻም ተክለ ሃይማኖት በዐባይ ወንዝ በስተደቡብ ዳርቻ ሰፍሮ እንዳለ ለምኒልክ ደጃች ወልዴ ነገረው። በዚሁ ምክንያት ምኒልክ ወደ ኋላ ተመልሶ ወደ ጉዱሩ ገስግሶ በግንቦት 30 እምባቦ ሜዳ ሲደርስ የጎጃም ጦር ለውጊያ ተሰልፎ አገኘው። ስለዚህ ወደ ግጥሚያ ገብተው ጦርነቱ ለጥቂት ሰዓታት ሲካሄድ የተክለ ሃይማኖት ጦር እያየለ እጅግ በወኔ ይዋጋ ነበር። ነገር ግን በጎበና ስልት ወዲያው ተበለጡ፣ ለካ ጎበና አጋማሹን ጦር ከንጉሥ ተክለ ሃይማኖት ጀርባ ደብቆ ተኩስ እንዲከፍቱና እንዲያጠቁ አደርጎ ነበርና።

እንደ ሸዋ ሰዎች ትረካ[274]፤

> በ1874 ዘመነ ማርቆስ በወርኃ ሰኔ ከአመ ሠላሳ ሰኞ ሳይነጋ በ11 ሰዓት ጦርነት ተጀመረ ሁለት ሰዓት ተኩል ጐንደሬ ፈጽሞ ሸሸ። ጠመንጃ የኘ ከድንጋይ የሞተ መስሎ ለጥ አለ የአጤ ምኒልክ ፈረስ ጦጣው የሚባል በእርሳስ ወደቀ አፄ ምኒልክ ቅልጥጥ ብለው ታዩ። ንጉሥ ተክለ ሃይማኖትም ለመያዝ ቸኩለዋልና ከበቅሎአቸው ወጥተው በጅሮንዳቸውን እለፍ ብለው አለፉ፤ ተኘምልሙለው ሲወርዱ እሳት የላሰው ጭልፊቱን የዳኘው አሽከር በአውሎንፈስ ፈረሱ ከጎን የተሰለፈው ሽቅብ አስነሥቶ ጎርዶ አስቀረው። ያደፈጠ ጠመንጃ ያኙና ሰናድር ያኙ ትክ ትክ ያለች ተኩሱን አፈሰሰባቸውና ከላይ እንዳይለግስ ኮርማ ዳጪ ጎበና አባ ጥጉ

273 የጎበና ዳጬው ሰነዶች፣ IES MS, 4614.

274 የጎበና ዳጬው ሰነዶች፣ IES MS, 4614.

> ከወሎ ጋራ ገትሮ ያዘ። በ5ኛው ሰዓት ንጉሥ ተክለ ሃይማኖትን አንድ ኢጋጭ በጎለንዳ ካራ ወደ ጆሮግንዳቸው ለኮፈና ያዘቸው። ባለቤቱ ነኝ ቢሉት ኋላ ማንን እፈልጋለሁ አለ፣ ንጉሥ ተክለ ሃይማኖትም ራስ ቢትወደድ መንገሻ አቲከም ከልክለው አዳኗቸው።

በቾሩሊ ገለጻ መሠረት ደግሞ ንጉሥ ተክለሃይማኖትን የማረከው ሰምበቶ የሚባል ባሪያ ነበር፤ ምናልባት አጋጭ ያሉት እሱን ይሆናል። ከዚያ ነጻ ወጥቶ ፊታውራሪ ተባለ። ራስ መንገሻ አቲከም ሰንበቶ የማረከው የጎጃሙን ንጉሥ እንደሆነ ዐውቆ በአስር ማርያ ተሬዛ ገዝቶ ወደ ጎበና ድንኳን ወሰደው። ጎበና ንጉሡን ሲያይ በአማርኛ "ጎጃሜ ወጨቲ አስወርጅኝ" እንዳለ ይነገራል፤ ምክንያቱም ተክለ ሃይማኖት ከጦርነቱ በፊት ጎበናን ማርኬ ምጣድ ተሸካሚ አደርገዋለሁ ብሎ ፎክሮ ነበር ይባላል። ይህንን ያውቁ የነበሩ የወለጋ ሰዎች ከጎበና ድል በኋላ[275]፤

> Yaa qarabaa saffisa haadii
> Goofttaa Dajjach Darsoo [Teklehaymanot]
> Ganamaan salphise Daccii. ብለው ዘፈኑ ይባላል።

ይህም ጎበና የራስ ደረሶን ጌታ፣ ተክለ ሃይማኖትን ማለታቸው ነው፣ በማለዳው ጉድ አደረገው ተብሎ ሊፈታ (ሊተረጐም) ይችላል።

ምኒልክም ምርኮኛውን የጎጃም ንጉሥ ተክለ ሃይማኖትን በድንኳኑ ውስጥ በመንከባከብ ሕክምናም በጣልያናዊ ሐኪም በአልፊሪ እያሳከመው ነበር። ከተክለ ሃይማኖት ምርኮ በኋላ ገና ጦርነቱ እንዳላለቀ ቢነገረውም ምኒልክ "ከዚህ ወዲያ የጎበና ዳጪ ሥራ ነው" ብሎ ኃላፊነቱን ለጎበና እንደተወና እንደተረጋጋ ይነገራል። በነገራችን ላይ ደረሶም እራሱ ንጉሣችን ተማርኳል ሲሉት አንጼ "ንጉሡ ቦሩ ሜዳ ነው" ሌላ ጊዜ "ጎጃሜ በርታ ከበረታህ እናመጣዋለን ብሎ ጦሩን አጠነከረ" እየተባለ የሁለቱም የኦሮሞ ራሶች የጦርነት ጀብድ ይነገራል። በዚህ ዓይነት እስከ ዘጠኝ ሰዓት ድረስ ተዋግተው ራስ ደረሶ ድል ሆነና ተማረከ። በዚህን ጊዜም ቢሆን ጎበና "በሽሽት እንዳያመልጥህ" እያለ በመከታተል ብዙ እንዲማረክ አደረገ። ደጃች ጋረደውን ግን እሬሳ ስትቃርም ስታነሣ አምሽ ብሎት ስለነበር ጎበናም ራሱ አስከሬን ማስቀበር ጀምሮ ምኒልክ ቢያስጠራው እኔ ደኅና ነኝ ፊት የወደቁ አሽከሮቻችንንና ወንድሞቻችንን ባልንጀሮቻችንን እንቅበር ብሎ መለሰለት። በዚሁ መሠረት ጦርነቱ እንዳለቀ የሞቱትን በመቅበር የወደቁትን በማንሣት ለአንድ ቀን ከቆዩ በኋላ በማግሥቱ ማታውን እንደ ዘመኑ ልማድ ሸዋዎች ተሰልፈው "በአንገተ ግብ ፈረሱ የደም ሸማ ወርቀ ዘቦ የመኳንንት ቀሚስ ባለወርቅ አዝራር በደረቱ ተቀጣጥሎ 3ቱ ቀሚስ በእንቢያው እስከ መሬት ሲጎተት ጎፈሩ በእምቢያው ገብቶ ከቀዳማይ ተሰክቶ አንበሳ ድቡ

275 Enrico Cerulli, p. 73.

ሆኖ ጭራው በፈረሱ ዳሌ ግራ ቀኝ ተንጠልጥሎ በዚህች ፈረስ ጎበና ዳጪ ተቀምጦ አ....ካዎ እየተዘፈነ እየተቀባበለ [ሰልፉ] ዘለቀ"[276] ብሎ የጎበና ዜና መዋዕል ይተርካል።

ይህ ትርኢት በምኒልክ ድንኳን ፊት ለፊት ሲደረግ እሱ የድንኳኑ በር ተገልጦ ሲያይ ነበር ይባላል። ከሰልፍ ትርኢቱ ላይ በፈረሱ ዳንጋሳሳ (ዱብ ዱብ) እያሉ መለስ ቀለስ በማለት በአማርኛና በኦሮምኛ ፉከራ ያሰሙ ነበር። ከኦሮምኛ ፉከራዎች መካከል ለዚህ ዘመን አጥኚ የደረሰው እንዲህ የሚል ነበር፤

Yaa Goojjamticha
Gadi sigonbisne kaa
Dugdatti sikorre kaa
Shurrubba siluqqifne kaa
Morma sikunne kaa
Allattitti sikennine kaa....

ጎጃሜ ሆይ!
ቀልቁል አስጎነበስንህ፣
በጀርባህ ተቀመጥንብህ፣
ሹርባህን ሞሸለቅንህ፣
አንገትህን ቆረጥንህ፣
ላሞራ ሰጠንህ።

ምን ታየኛለህ እንዲህ ነኝ፤ ተብሎ እንደተፎከረ እና ከፈረስ እንደተወረደ ሸዋዎች በመኩራራት ይተርኩታል[277]።

ጎበና ዳጪ በዚህ ሁኔታ ፉከራውን ጨርሶ ወደ ንጉሡ ድንኳን ሲገባ ንጉሡም (ምኒልክ) ባለ ወርቅ ሰገባ ጎራዴና ሙሉ ልብስ ጥሩ ቢተዋን ጫፉ ሁሉ በወርቅ የተጌጠ ፈረሱ ጣፋውን እንዳደረገ ሸለመው።

ራስ ደረሶን ተራ ወታደር ግንደበል ማርኮት ማታ ለጎበና አመጣለት። ጎበናም ደረሶን ተነሥቶ በክብር ተቀብሎ ከድንኳኑ አስገብቶት ሲጫወቱ፣ ሲወያዩ እንዳመሹ ይነገራል። በዜና መዋዕል እንደተተረከው ከሆነ እንዲህ፣ እንዲህ ሲባባሉ አመሹ፤

ከድንኳን ወጥተው ተቀብለው እንዴት ነዎት በጤና ብለው ከግምጃ ቤት ድንኳናቸው አግብተው ልብሳቸውን ለውጠው በክብር አሳደሯቸው። ማታ ሲጫወቱ ራስ ጎበና ከቶ በፈረስ እየለዋወጥሁ በሰልፉ መኻል አስነሥቼ ስገባ እርስዎን እፈልግ ነበር አላየሁም፤ እርሶስ አላዩኝም

276 የጎበና ዳጨው ሰነዶች፣ IES MS, 4614.

277 ዝኒ ከማሁ።

ወይ? ቢሏቸው እርስዎስ ባለምልክት ነበሩና ዐውቄዎ ነበር፣ ዘጠኝ ጊዜ ተኩሼብዎ ዳኑ፣ እኔ ግን ተራ ልብስ ለብሼ፣ አጎዛ ደርቤ ነበር ከወገቤም የነበረ ባለ አንበሳ በተኩስ የጎራዴዎን አውራሪስና ቀበቶ በተኩስ በጥሶ ጥሎ ኢራቡኣ ቢወርዱ ወደቁ ስንል በተኩስ የወደቀውን ሰው ጎራዴውን ከወገቡ መዘው የተኮሰብዎን ሰው እጁንና አንገቱን መተው ጣሉት እንደ ንብ የሆኑ አሽከሮችዎ ተተበተቡብን እኩሉ ከፈረስ ሁሉም ኢራቡኣ ወርዶ የሚበልጠውም እንደ አውሎ ነፋስ አጥወለወለን እንደ ውሃ ሙላት አጥለቀለቀን፣ እርስዎን የጣልንዎ መሰለውና ተቀላቀለን ተኩስም ጸጥ አለና ጎራዴና ሽጉጥ ሆነ፣ እኔም ተማረክሁ እናንተም ድል አገኛችሁ አሉ [278]።

ከዚያም ጎበና ራስ ደረሶን ወደ ምኒልክ ወስዶ አገናኘው። ምኒልክም በጣም አስተዛዝኖት እኛም አሸነፍን አልን እንጂ ብዙ አሽከሮቼና ዘመዶቼ ድሆች ባለጠጎች አልቀዋልና ከማልቀስ ከማዘን አላመለጠንም። ይኸውም ለቅሶና ሐዘን ከኛ ጥጋብና ኩራት የተነሣ ነው የሚል የዘመኑ የዲፕሎማሲ ንግግር እንደተናገረው ይገለጻል። ደረሶ ግን በዚህ የዲፕሎማሲ ንግግር ያለማመኑን በሚገልጽ መልኩ "እኔ ወደ ማረከኝ ወደ ራስ ጎበና ልሂድ። ይህን ሁሉ ቀድሞ የምናውቀውን ምን ይነግሩናል፣ ይልቅስ እርስዎ ማልቀሱ ቀርቶ ሽለላና ፉከራዎን ይያዙ፣ ሐዘኑን ለኛ ይልቀቁ" ብሎ እጅ ነስቶ ወጣ ይባላል[279]።

በሸዋ አዝማሪዎች በኩል ጎበናን ለማሞገስ ብዙ ዘፈኖች ተዘፍነው እና ግጥሞች ተገጥመው ሊሆን ቢችልም ለአሁኑ ትውልድ የደረሱት ሁኔታውን እንዲህ ይገልጹታል፤

ይህ ራስ ጎበና ያንበሳ ግልገል፣
አረሩ ሲበተን ገባው በሽመል[280]።

ሌላኛውም እንዲህ ብሎ ገጠመ ይባላል፣

ምነዋ ቢኰራ ጎቤ በፈረሱ፣
ሐሰቴም እንደሆን ይመስክር ደረሱ[281]።

እንደህም ተብሎ የጎረምሳ ዘፈን ተዘፍኖ ነበር ይባላል፣

ከእንግዲህ ጎጃሞች በምን ይሸናሉ?
[ብልታቸውን] ጎቤ ገሸለጠው አሉ።

278 ዝኒ ከማሁ።

279 ዝኒ ከማሁ።

280 Gobna's chronicle.

281 Ibid.

ተራው የጎጃም ሰው ደግሞ በጮመን ረግረግ ውስጥ ሰጥሞ ለቀረው የአገሩ ሰው እንዲህ ብሎ ገጠመ፤

አመጣለሁ ብሎ ጀሮ ትልትል በሬ፣
ጮመን ገብቶ ቀረ የጎጃም ገበሬ[282]።

የሸዋ ድል የተገኘው በምኒልክ ጦር ቁጥር የበላይነትና ትንታግ በሆኑ የጎበና ፈረሰኞች ምክንያት ነው ሲሉ በአካባቢው የነበሩ የአውሮፓ ተጓዦች ይገልጻሉ። በነሱ ገለጻ መሠረት በዚህ ጦርነት የተክለ ሃይማኖት ጦር ተረፈረፈ። ንጉሥ ተክለ ሃይማኖትም ቆስሎ ከጦር አበጋዙ ከራስ ደረሶ ጭምር ተማረከ። በዚህ ድል ምኒልክ ብዙ ጠመንጃና መድፍ ከጎጃሞች ማረከ። በዚህ ጊዜ ጎበና የተማረኩትን በመግደል ለመበቀል ፈልጎ ነበር፤ ምክንያቱ ደግሞ ተክለ ሃይማኖት "አንተ ለውጊያ አትበቃም" የሚል የስድብ ቃል ልኮበት ነበር። ነገር ግን ንጉሥ ምኒልክ ለተክለ ሃይማኖት ርኅራኄ አሳይቶ እንዳይገደል ተከላከለለት ይላሉ። ጎበናንም የተሸነፉትን ሰዎች እንዲረዳና ወንዙ ሳይሞላ ወደየ አገራቸው (ወደየቤታቸው) እንዲሸኛቸው አዘዘው። የተሸናፊውን ወታደሮች ዐባይን በማሻገር ሲሸኛቸው የቆሰሉትንና እንክብካቤ የሚፈልጉትን ለፊታውራሪ ቀዲዳ አስረክቦ ወደ እንጦጦ በመገስገስ በሰኔ 19፣ 1874 ደረሰ። ምኒልክም ተክለ ሃይማኖትን ቆስሏልና በክብር በዝግታ እያጓዘ ወደ ሸዋ መጣ፣ ዘግይቶም ወደ አፄ ዮሐንስ ሄዱ[283]።

በጎጃምም በኩል ራስን ማጽናናት በሚመስል መልኩ አዝማሪያቸው እንደሚከተለው ብሎ ሽንፈታቸውን ምክንያታዊ እንዳደረገውም ይነገራል።

ያለ ጎጃሜ ወንድ መች ተወለደና፣
ድሉን ወሰደበት ጎበና ሆነና፣
ድሉን ወሰደበት ምኒልክ ሆነና[284]።

የተነጠቁትም እነሱ ቀድመው ያቀኑትን ሀገር መሆኑንም እንዲህ ብለው አዝማሪዎቹ ተናግረዋል ይባላል።

ደረሶ አባ ገናን፣ ይመር አባ ልጓም
ያቀኑትን ሀገር በእጅግ ተጋድሎ፣
ጎበና ወሰደው የምኒልክ ብሎ[285]።

282 ወልደ ዮሐንስ እና ገመቹ መልካ፣ ገ፡ 75።

283 እሸቱ ኢረና፣ ገ፡ 220-222።

284 ተክለየሱስ ዋቅጅራ፣ "የንጉሥ ተክለ ሃይማኖት፡ የጎጃምንና የከፋውን ንጉሥ አጭር ታሪክ" IES MS, 684፣ ቀን የለውም። ገ፡ 16።

285 ዝኒ ከማሁ።

የራስ ጎበና የኢሉ አባቦር ዘመቻ

ኢሉ አባቦር ማለት በያሲን መሐመድ ገለጻ መሠረት በዘመኑ በደቡብ ምዕራብ ኢትዮጵያ ከሱዳን አዋሳኝ የሚገኝ የኦሮሞ ግዛት ሲሆን ስሙንም ያገኘው ኢሉ እና አባ ቦራ ከሚሉ ሁለት የኦሮምኛ ቃላት ጥምረት ነው። ኢሉ ማለት የኦሮሞ የጎሳ ስም ሲሆን አባ ቦራ ደግሞ የግዛቱ መሥራች የነበረው የጫሊ ሾኔ የፈረስ ስም ነበር። ስለዚህ ኢሉ አባቦር ማለት የአባ ቦራ የኢሉ ጎሳ ማለት እንደሆነ ይነገራል። የጎበና የኢሉ አባቦር ዘመቻ በብዙ የታሪክ መዛግብት ውስጥ አይጠቀስም፤ ይልቅስ ኢሉ አባቦር ከጎበና የበላይ ጠባቂነት ተወስዶ ለተሰማ ናደው ከተሰጠ በኋላ በተሰማ ናደውና በፈተንሳ ኢሉ መካከል የነበረውን እሰጥ አገባ/ ጦርነት ብዙ ጊዜ ይተረካል[286]። ከዚያ በፊት የነበረውን ሁኔታ የጎበናን የሕይወት ታሪክ የዘገበው ሰው ከሞላ ጎደል በዚህ መልኩ ይተርከዋል።

> መቼም ሌቃ ከወረዱ በኋላ ሞሮዳና ጆቴን ዋና ባለሟል አድርገዋቸው ነበር፤ እንደ ደምባቸውም ሐዩና ቦኩን ያከብራሉና በደስታ ነበር ፍቅራቸው። ...... ኢሉ አባቦርም ፈይሳ ባጫ የሚባል ነበር፤ እጅግ ጎበዝ ጥጋበኛ ኃይለኛ ፈጣን ከፈረሱ ሲወጣ ዘሎ። 5፣6 ጦር ይዞ ከግምባሩ የሚገጥም የለም ነበር። አንድ ጊዜ በወተትና በጠጅ እዋኛለሁ ብሎ አለት ወንዝ ዳር ኩሬ አድርጎ ዋኝቶ ሲወጣ በሉ ጠጡ ብሎ ባላባትም ሁሉ አጎንብሶ ሲጠጣ እንደ ከብት እየተንጎራደደ እያፋጨ ይላሉ። ደግሞ አንድ ቀን እንዲህ አለ ይላሉ፡ ሁሉንም አሸንፍኩ አስገደልኩ አሁን የቀረኝ እህል ነውና አልበላም ብሎ 3 ቀን አድሮ በ4ኛው ደከመ እንዳይጋብዙት ይፈሩታል። ቢቸግራቸው እናቱ አለችና ለእናት ነገሯት፣ እናቱም ጥሩ ገንፎ በወተትና በቅቤ አገንፍታ እንደዛሬ ወፍራም ሾርባ የመሰለ ማንኪያዋን ሸጣ በገበቴ ማለት በእንጨት ሳህን ገባች፣

"Ilma koo ilma koo Fayyisaa, Fayyisaa dhirsa dhiraa, Fayyisaa qoricha farad, Midhaan dhirsa Fayyisaa, nyaatta moo hinnyaattu?" አለችው። እርሱም "Yaa hadhaa koo dhugaa qabda, midhaan gooftta kiyyaa, mee nakenii." አላትና በላ። ማለትም ልጄ ልጄ ፈይሳ የወንዶች ባል የፈረስ መድኃኒት እህል ግን የፈይሳ ባል፣ ትበላለህ አትበላም አለችው። እሱም እውነት እውነት እህል ጌታዬ እናቴ ሆይ ስጭኝ ልብላ ብሎ በላ ይባል። ፈይሳ ባጫም [ጎበናን] እስከ "ስምህ አላውቅ ቢፈልግህ ናና እየኝ" አለ። "ወይ እኔ ጎበና እኔም ዕድሜዬ ጠና ሥራም በዛ ሠራዊት ለቆ

286 Yasin Mohammed, "A Historical Study of the Land Tenure System in Highland Ilu-ababora C. 1889- 1974". MA Thesis in History, (Addis Ababa University, 1974).

ብቻ መገስገስ አይሆን ብለው ስለተናደዱ ፊታውራሪ ገብረ ሚካኤል ያሉት የክርስትና ልጃቸው የወሎ ሰው ነበርና ሰውነቱም ዋና ጎበዝ ነበር ከደጃች ጆቴ ሀገር በአንጋች እንደሳቸው በጨረቃ ገስግሶ በሰባት ቀን ይዞት መጣ። ኢሉ አባቦር ለደጃች ጋረደው ሆነ"። የሚል ትረካ ይነገራል[287]።

የራስ ጎበና የአንፊሎ ዘመቻ

አንፊሎ በደቡብ ምዕራብ ወለጋ በቄለም የሚገኝ አካባቢ ሲሆን ማኦ እና ቡሳሴ በመባል የሚታወቁ ጎሳዎች ይኖሩበታል። ቡሳሴዎች ከማኦዎች በበለጠ ከኦሮሞዎች ጋር በጣም ተመሳሳይ ናቸው። አንዳንዶች እንደሚሉት የፊት ገጽ አይቶ ለመለየት ይከብዳል። በአንፊሎ ገዥዎቹ ከቡሳሴዎች የሚወጡ ሆኖ እስከ ጎበና ዘመቻ ድረስ የራሳቸው የሆነ ነጻ መንግሥትና ሥረወ መንግሥት ነበራቸው ይባላል። በቁጥር ብዙኃኑ የአንፊሎ ሕዝብ ማኦ ሲሆን ከከፊኛ ቋንቋ ጋር ተቀራራቢ የሆነ ኦሞአዊ ቋንቋ ተናጋሪዎች ነበሩ። አንዳንዶቹ ግን የጌቶቻቸውን የቡሳሴን ቋንቋ ለምደው እሱን ይናገራሉ። ከቅርብ አስርት ዓመታት ወዲህ ግን ሙሉ በሙሉ በሚባል ደረጃ ሁሉም የአካባቢው ሕዝቦች ኦሮምኛ ተናጋሪ ሆነዋል። እንደ ትውፊታቸው ከሆነ የመጀመሪያዎቹ ማኦዎች ከከፋ የመጡ ናቸው ይባላል። ቡሳሴዎችም ቢሆኑ እራሳቸውን እንደ ገዥ መደብ ቢቆጥሩም ምንጫቸውን ከከፋ ነገሥታት ወገን እና የኦርቶዶክስ ክርስትና ሥረ መሠረት እንደነበራቸው ይተርካሉ። በአጠቃላይ እንደ ግርማ መንግሥቱ ገለጻ ከሆነ አንፊሎ እስከ ጎበና ዘመን ድረስ ከጎረቤቶቹ የኦሮሞ መንግሥታት ጋር በመቆራቆስ ደረጃ የነበሩና እንዲያውም አንፊሎች ኦሮሞችን የሚያሸንፉበት አጋጣሚ በርካታ እንደነበር ይነገራል። በተለይም ከሆጀሌ በግዥ አግኝቶት ነው የሚበለውን ወደ መቶ የሚደርስ ጠመንጃውን በመማረክ ጆቴ ቱሉን እንዳሸነፉት መረጃዎች አሉ። ነገርግን ሁሉም የተቀየረው ከ1882 እ.ኤ.አ የአካባቢው የኦሮሞ መንግሥታት ለጎበና ከገቡ በኋላ ነበር። በርግጥ የጎበና ወደ አንፊሎ ማቅናት ከአንሳር (ዓረብ) ዘመቻ በፊት ነው ወይስ ከዚያ በኋላ ነው የሚለው ነገር አሻሚ ነው። በግርማ አረዳድ ከሄድን ጎበና ወደ አንፊሎ ያቀናው ከጉቴ ዲሊ የአንሳር ጦርነት (ግጥሚያ) በኋላ ነው[288]።

ያም ሆነ ይህ ጎበና ከአንፊሎ ጋር ጦርነት ለመግጠም ሳይሆን በማባበል ለማስገበር ፍላጎት ነበረው። ነገር ግን አንፊሎዎች ደግሞ በሰላም ለመገበር ዝግጁ አልነበሩም። በተለይም የአንፊሎ ቃሉ (የሃይማኖት መሪ) በጎበና ላይ መዓት ማውረድ እንደሚችልና እንደሚያሸንፉት ያሳምናቸዋል። ጎበና ይህን

287 የጎበና ዳጨው ሰነዶች፣ IES MS, 4614.

288 Girma Mengistu, "the Busase of Anfillo, Qellam Wallaga. A history" BA thesis in History (Addis Ababa University, 1973), pp. 17, 33.

ትንቢት ሰምቶ የነበረ ቢሆንም ያለምንም ማቅማማት ሠራዊቱን አሰልፎ ንጉሡ አባ ኩምሳ ሕፃን በመሆኑ በእንደራሴው በአባ ግምቢ በመመራት ጎበናን ለመግጠም ተዘጋጁ። የጎበና የሕይወት ታሪክ ዘጋቢ እንዲህ ይለዋል፤ ጆቴና ሞሮዳም ከከፋ በዳቡስ ጅረት ማዶ ያሉትን የጉሙዝ አገራትን ገዢዎችን የመንገዱንም የጅረቱንም ከመረመሩ በኋላ ለአንፊሎ ገዢ ና ሲሉ ላኩባቸው፣ በፍቅር ኑ አንድ እንሁን በጸብ የሆነ እንደሆነ የአባታችሁን አገር ታጣላችሁ በፍቅር ግን የሚገባ ግብር እንደ አገሩ ጥበትና ስፋት ድሆቹ እናንተ ከምታስገብሯቸው ለመንግሥት ትገብራላችሁ ብለው ቢልኩባቸው አባ ግምቢ ሲመልስ አንድ የአንበሳ ቆዳ ከነጎፈሩ አንድ የላም ጥሩ የተሰፋች ጃባ ላከ የላሟ ጃባ ጆቴ ነው የአንበሳው ቆዳ እኔ ነኝ፣ እንደማለት ነበር። በዚህ ምክንያት አንፊሎ ዘመቻ ተባለና መዝመት ሆነ[289]።

በዚህ ጦርነት የጆቴ ቱሉ ቀጥተኛ ተሳትፎ ስለመኖሩ የተጠቀሰ ነገር የለም። ይልቁንም ቡላ የሚባለው የአባ ግምቢ ወንድምና አባ ጫላ የሚባለው የአጎት (የአክስት) ልጅ ከድተው ለጎበና መርዳታቸውን መረጃዎች ይገልጻሉ። ስለዚህ ጎበና በውስጥ ፖለቲካቸው ቅሬታ የነበራቸውን በማስኮበለል የማቀፍና የማስገበር ስልቱ ቃል የገባለቸው ነገር ይኖራል ተብሎ ይታመናል። በዚሁ ምክንያት አባ ጫላ ከጎበና ጋር ይዋጋ የነበረውን የአባ ግምቢን ጦር ከኋላ በማጥቃት ለጎበና ማደሩ አሳወቀ። ስለዚህ የጦር ሜዳ ውሎ በጎበና አሸናፊነት ተጠናቀቀ። ነገር ግን አባ ግምቢ ለረጅም ጊዜ የጦር ምርኮኛ አልሆነም። ይህም የአካባቢው የቃል ማስረጃዎች እንደሚሉት ተንኮለኛ የሆነው ጆቴ "እጅህን ከሰጠህ ወደ ሸዋ ትወሰዳለህ" ብሎ ስለነገረው ነው ይላሉ[290]። ይህንን የአባ ግምቢን እምቢታ የሰማው ጎበና እራሱ ይበል አዝማሪዎች ይበሉለት አይታወቅም እንዲህ አለ ይባላል፤

> Yoo sangaan cidi hammare, goommanni gindi ta'aree?
> Yoo abbaan wulii wallalee, Goobanni giddy qabaaree?
> Ballan ballumaa, ega abba Gimbitii, [Oromoon Oromuma].[291]

የዚህን ትረጉም ማስቀመጥ አስቸጋሪ ቢሆንም መልእክቱ ያለው ከሁለቱ የመጨረሻ ስንኞች ላይ ነው። ይኸውም አባ ግምቢ የተሰጠውን ምሕረትና ክብር ስላላወቀበት ጎበናን ምን ገዶት የሚል ሲሆን አባ ግምቢ ያንን ያደረገው የዳር አገር ሰው የሸዋን ሥነ ሥርዓት (ሕግ) አለማወቁን ያሳያል የሚል ነው። ያም ሆነ ይህ ሸዋዎች አባ ጊምቢም ሸሸ ብለው የሱን ሽሽት ጎበና በዚህ መልኩ ቋጨው ይላሉ። "አጅሬ አባ ጥጉ ጎቤ ከአንጋቾቹ

289 የጎበና ዳጨው ሰነዶች፣ IES MS, 4614.

290 Girma Mengistu, pp. 33-36.

291 የጎበና ዳጨው ሰነዶች፣ IES MS, 4614.

ጋር ተከታትለው ያዙት፣ እንዳትገድሉት ተብሎ የፈረሱ ምልክት ተነግሮ ነበር። አባ ጊምቢም አንፊሎ አፋፍ ብዙ ዳስ ጥሎ ጠጅ መጠን የሌለው ሆኖ ተሰልፎ ጠበቃቸው፣ ተመጣሽም ማርያም ታምጣሽ ሆነና ተይዞ መጣ"። ዐጽሜ ይህንኑ ጉዳይ እንዲህ ይደመድመዋል፤ አንፊሎን ግን አባ ጊምቢን አስረው አገሩን ለጆቴ ጨምረው ጆቴን በአባቱ ሀገር ላይ ደጃዝማች ጆቴ ብለው ስም ሰጥተው ሾሙት[292]።

ግርማ መንግሥቱ እንደሚለው ከሆነ ደግሞ ከዚህ እ.ኤ.አ 1886 የአንፊሎ ሽንፈት በኋላ ግዛቱ ለጆቴ የደጃዝማችነት ማዕረግ ተሰጥቶት የአንፊሎም ከሌሎች የአካባቢው ግዛት ጋር የበላይ ጠባቂ ሆኖ እንደ ተሾመና አባ ግምቢ ወደ ገርጂዳ እንደተመለሰ (ሸሸ) ይነገራል። የአንፊሎ የገዥ ቤተሰቦችም ከጆቴ በታች ሆነው ማስተዳደሩን እንዲቀጥሉ የተፈቀደላቸው ይመስላል። ከዚህ በኋላ ከጆቴ ጋር የነበራቸውን የመግዛትና የዐመጽ እሰጣ አገባን በተመለከተ የዚህ ጽሑፍ ዓላማ ስላልሆነ ታልፏል[293]።

ለማጠቃለል፣ ከላይ የተመለከቱትን በመጫ የጎበና ዘመቻ ላይ የተጻፉትን ሁለት ምዕራፎች በጥንቃቄ በመገንዘብ ጎበና የትኛውን የኦሮሞ አንድነት እንደናደ ለማወቅ አስቸጋሪ ነው። ልክ በቱለማ እንዳደረገው እንዲያውም ከዚያ በተሻለ ሰላማዊ ሁኔታ በአንድ የመጫ ኮንፌደሬሽን ሥር አስገብቶ እርስ በርሳቸው አንዳይባሉ አደረጋቸው። በፊት በእርስ በርስ ጦርነትና ግጭት የሕዝቡን ስቃይ አብዝተው የነበሩትን የአካባቢ ንጉሦች በአንድ መንግሥት ጥላ ሥር አስገብቶ እንዲጠነከሩ አደረጋቸው። ጎበና ባይደርስ በተለይም የሰሜን መጫዎች ከሌሎቹ ተነጥለው ሱዳናዊ የመሆን ዕደላቸው ሳይታለም የተፈታ ነበር። ምናልባት የጎጃሙ ኃይል ምን ያኽል ጠንካራ ሆኖ ይህንን ሁሉ የመጫ ግዛት የራሱ አካል ማድረግ ይችል ነበር? የሚለውን ለመገመት አስቸገሪ ቢሆንም።

አንዳንዴ ምናልባትም በሰፊው የኢትዮጵያ ግዛት የመንግሥት መዋቅር ውስጥ ጠንክሮ ሠርቶ ለመውጣት የፖለቲካ የዕድገት መሰላሉ የራቃቸውና ውድድሩ የሰፋባቸው ልሂቃን ትንሽ ዐውድ ፈጥረው በዚያ ውስጥ መንገዱ እንዲቀላቸው፣ የዕድገት መሰላሉም እንዲያጥርላቸው ወይም የተፎካካሪው ቁጥር እንዲያንስላቸው ፈልገው የሚያስተጋቡት የመከዳትና የመሸጥ የፖለቲካ ትርክት እንዳይሆን ያሠጋል። በርግጥ ከጎበና በኋላ ወይም በእርጅና ዘመኑ እርሱ ከተገለለ በኋላ የሆነውን ነገር እርሱ እንዳደረገው ተደርጎ መተረኩ እንደሱ ጠንካራ ሆኖ ወጥቶ የሱን የመጀመሪያ መንገድ ማስቀጠል አለመቻል እርሱን ከሐዲ በማለት አይፈታም። ለነዚያ እሱ በመሻሩ ምክንያት ለተነሡት ዐመጾችና በምላሹ ለደረሰው የንብረት ውድመትና የሰው እልቂት

292 ፍጹም ወልደ ማርያም፣ ገ፡

293 Girma Mengistu, pp. 33-36.

ጎበናን ተጠያቂ ማድረግ ፍሬ እንዳለዉ የሚቆጠር የፖለቲካ አመለካከትና የታሪክ አረዳድ አይመስልም። በተለይ በሰሜን መጫ አካባቢ የነበሩትን የጎሳ መሪዎች ብዛትና የውስጥ ክፍፍልና ቁርቋሶን የተረዳ አዲሱ ትውልድ ጎበና ኦሮሞን በታትኖ ለሌላ አካል አሳልፎ ሰጠ የሚለውን ትርክት ሲሰማ በጣሙን ሊገረም ይችላል።

ምንም እንኳን በጎበና ላይ ጠንካራ ትችትና ክስ የጻፉት በአብዛኛው ከዚህ አካባቢ የወጡ ልሂቃን ቢሆኑም፣ በአብዮቱ ዋዜማ ከአካባቢዉ የተሰበሰቡ ስለ ሃያኛዉ ክፍለ ዘመን የመጀመሪያ አስርታት የገባር ዐመጾችና ተቃውሞዎችን የሚገልጹ ግጥሞች በተለይም በትሩልዚና በነጋሶ ጊዳዳ የተሰበሰቡት ከጎበና ሞት በኋላ የደረሰባቸውን የዐማራ ገዥዎችን በደል የሚያመለክቱ እንጂ አንድም ቦታ ላይ በጎበና ምክንያት ይህ ደረሰብን የሚል ይዘት አልነበራቸውም። ምክንያቱም ከላይ እንደተገጸው ያ ሁሉ መፈናቀልና ከጎበና ጋር ሰምና ወርቅ ሆነው ያስተዳደሩ የነበሩ የአካባበው ተወላጅ ገዥዎች ሳይቀር መታሰርን የሚያብራሩ ሲሆኑ ያ ሁሉ የተከሠተው ጎበና በሞተ አስር ዓመት ባልሞላው ጊዜ ውስጥ ነበር። በጎበና የአስተዳዳሪነት ዘመንም ይሁን አካባቢውን ለማስገበር በተንቀሳቀሰባቸው ዓመታት ያን የመሰለ መፈናቀልና ጉስቁልና ደርሶ ቢሆን ኖሮ ሁለቱም ተመራማሪዎች ዘፈኖቹን የቀዱት በ1890ዎቹ በሕይወት ኖረናል ወይም ወላጆቻቸው ኖረው ታሪኩን ነግረውናል ከሚሉ ተራኪዎች ስለሆነ በጊዜው ጎበና ያን አድርጎ ወይም አስደርጎ ቢሆን ከስንኞቹ ውስጥ ያን ገላጭ አንጓ ወይም ቃላት እንደማይጠፉ ይታመናል። ስለዚህ አልነበረም ወደሚል ሐሳብ እንድናዘነብል ያስገድደናል[294]።

294 Tamene Bitima, "on Some Oromo Historical Poems" in *Paideuma: Mitteilungen zur Kulturkunde*, Bd. 29(1983), pp. 317-325; Nagaso Gidada, "Oromo Historical Poems and Songs: Conquest and Exploitation in Western Wallaga, 1886-1927" in *Paideuma: Mitteilungen zur Kulturkunde*, Bd. 29(1983), pp. 327-340.

ምዕራፍ ዘጠኝ

የጎበና የአርሲ ዘመቻ

አርሲ በጎበና ዘመቻ ዋዜማ

አርሲ ሲባል በቅርቡ በሚታወቀው በአዋሽና በዋቢ ሸበሌ ወንዞች መካከል ያለውን የአርሲ ክፍለ ሀገር ወይም ዞን የምናስብ ከሆነ ስሕተት ላይ የምንወድቅ ይሆናል። በታሪክ የሚታወቀው አርሲ የሚባለው የኦሮሞ ክፍል በጣም ሰፊ ግዛትና ብዙ ቁጥር ያለውን ሕዝብ የሚወክል ነው። እንደ አባስ ሐጂ ከሆነ በቱለማና በሱማሌ መሬት መካከል ያለውን ሰፊ ክልል የያዘ ነው። ረጅሙን የምሥራቅ አፍሪካ ስምጥ ሸለቆ ተከትሎ እስከ ጉራጌ፣ ሻሻመኔ፣ አዋሳ አካባቢን ይዞ አርሲና ባሌ፣ ምሥራቅ ሐረርጌ እንዲሁም ምሥራቅ ሲዳማን ያጠቃልል ነበር[295]።

የቅኝ ግዛት ሐቲትን በጠንካራው ከሚያራምዱት የኦሮሞ ምሁራን መካከል አንዱ የሆነው አባስ ሐጂ በአርሲ ኦሮሞ ታሪክና ባህል ላይ ብዙ ብሏል። በሱ አመለካከት አርሲዎች ከሌሎች ኦሮሞዎች በተሻለ ጠንካራ የነበሩበትንና ለበርካታ ጊዜያት የሸዋን ጦር በአሸናፊነት የመለሱበት ማኅበራዊና ፖለቲካዊ ምክንያቶች ነበሩ። እነዚህንም ሲዘረዝር፣ የመጀመሪያውና ዋንኛው የአርሲ ሕዝብ ቁጥር ነው። ከላይ እንደተጠቀሰው አርሲ በጣም ሰፊ ግዛት ከመያዙ የተነሣ ከነዚህ ግዛቶች በርካታ ሰው ለጦርነቱ ማሰለፍ ችሎ እንደነበር ይገለጻል። በርካታ መቶ ሺህ የሚሆኑ ተዋጊ ኃይሎችን መመልመል የተቻለውም ከዚህ ሰፊ ግዛት ነበር። ሁለተኛው ደግሞ የአርሲ

295 Abbas Haji, "Arsi Oromo Political and Military Resistance against the Shoan Colonial Conquest (1881-6)" in *Journal of Oromo Studies*, Vol. 2, 1995, pp.1-21; Abbas H. Gnamo, *Conquest and Resistance in the Ethiopian Empire, 1880–1974: The Case of the Arsi Oromo* (London, 2013).

ኦሮሞ ውስጣዊ አንድነትና ሰላም ነበር። እንደ ሌሎቹ ኦሮሞዎች አርሲ በዚህ በአስራ ዘጠነኛው ክፍለ ዘመን መጨረሻም ይሁን ከዚያ በፊት በነበሩት ዐሥርት ዓመታት ከዚህ በላይ በየምክንያቱ እንደተጠቀሱት የኦሮሞ አካባቢዎች ለምሳሌ የቱለማ፣ የመጫ የውስጥ ክፍፍልና ጦርነት ወይም ግጭት አልነበረባቸውም። ሌሎቹ የውስጥ ክፍፍልና ግጭት ስለነበረባቸው ጎበናም ሆነ የተቀሩት የሸዋ የጦር ሰዎች አንዱን ከአንዱ በማጣላት ወይም አንዱን ሾሞ ሌላውን በመሻር ወይም ከጎበና የማስገበር ስልቶች አንዱ የሆነው አንገፋውን ሽሮ ቁጢሱ የሆነውን መሾም ተግባራት እዚህ አገልግሎት ላይ ለመዋል አልቻሉም። እዚህ ሁሉም አርሲዎች የጥንቱን የኦሮሞ የገዳ የጦር ስልት በመያዝ ለውጊያ ዝግጁ እንደ ነበሩ ይገለጻል። በውስጡ ያለው የጎሳ ልዩነት እንኳ ዋናው አርሲና በጉዲፈቻና ሞጋሳ አርሲ ከሆነው ሌላው ጎሳ "ሀዲያ" ለዚህ የመከላከል ውጊያ በአንድነት ተነሥቶ ነበር[296]።

ይህ ምናልባትም እስከዚያ ዘመን ድረስ የገዳ ሥርዓቱ ያለምንም መሸራረፍና ለውጥ እየተተገበረ ያለ ይመስላል። በተለይም አንድ ግለሰብ በሕዝቡ ስም ለግሉና ለራሱ ቡድን ጥቅም ሲል ከሸዋዎች ጋር ሊደራደር ወይም ሊሞዳሞድ የሚችልበት ቀዳዳ የነበረው አይመስልም። ሌሎች የኦሮሞ አካባቢዎች በየምክንያቱ እንደተነሣው የተሾሙ ሰዎች ይደራደራሉ ወይም ተቀናቃኝ ስለሚኖራቸው እየመጣ ካለው የሸዋ ኃይል ጋር ይደራደሩና ቦታውን ይነጥቃሉ። በአርሲ ግን በወቅቱ እንደሱ ዓይነት ማኅበራዊና ፖለቲካው ሁኔታዎች ስላልነበሩ ዘዴው አልሠራም። በጊዜያዊነት የሚመረጡት አባ ዱላዎች እንደ ግቤና ሌቃ አባ ዱላዎች ሀብት ለማካበትና ሥልጣን ላይ ለመቆየት ምቹ ሁኔታ ላይ የደረሱ አይመስሉም። ከሀብታምነት ይልቅ ጦረኛነቱ በጣም ጠንካራ እንደነበር ከአባስ ሐጂ ትንተና መረዳት ይቻላል።

ይህ የአርሲና የሀዲያ ጉዳይ ሌላም ነገር እንድናስብ ያደርጋል። ይኸውም በኦሮምኛ የሚተረከው የሀዲያው ሐሰን እንጃሞ የጂሐድ ጦርነት ወይም በትረካው መሠረት ከጎበና ጋር የነበረበትን ተደጋጋሚና ተከታታይ ውጊያ ነው። ከአርሲ ውጭ ስለ ሐሰን እንጃሞ ጦርነት በኦሮምኛ የሚተርክ ቡድን ያለ አይመስልም። ትረካው ደግሞ በውስጡ ለሐሰን በሰፊው ያዳላ ሃይማኖታው ዝንባሌ ያለው ነው። ትረካውን በኦሮምኛ አግኝቶት ያቆየው እና ወደ እንግሊዝኛም የተረጎመው ቸሩሊ በአጭሩ ይህን ሲመስል ጎበና በቀቤናዎች ዘንድ የነበረውን ሁኔታ በአርሲም ነበር። ምናልባትም አርሲና ሀዲያ ቅርብ ለቅርብ ስለሆኑና ሐሰን አርሲን የኅብረት ስምምነትም ስለጠየቃቸው የሱን ዝና ወይም ጀግንነት በዚህ መልኩ ሊተርኩት ይችላሉ[297]።

---

296 Ibid.

297 Enrico Cerulli, pp. 163-164.

በዚህ ትረካ መሠረት ጎበና ወደ ጉራጌ የዘመተው ከአንድ ጊዜ በላይ ነበር። በሌሎች የመረጃ ምንጮች ውስጥ ያልተገኘው የጎበና አባባል ነው የሚባለውና ጎበና ሐሰንን ያጣጣለበት "ደግሞ አስሬ ለፊታሁት ውራጌ ነው ወይ" የሚባለው ምናልባት ጎበና በነዚህ ተደጋጋሚ ዘመቻዎች በአንዱ ይዞት በምሕረት ለቆት ይሆን የሚያስብልም ነገር አለበት። አለበለዚያም በመጀመሪያው የሶዶ ሽንፈት ጊዜ ተማርኮ ከይማም በቅሳ ጋር በተደረገው ስምምነት ከሱ ሥር ሆኖ እንዲሠራ የተመደበበት ጊዜ ሊሆን ይችላል። ያም ሆነ ይህ የኦሮምኛው ትረካ በአጭሩ ዋናው መልእክት ይህ ነው። ሐሰን እንጃሞ የሀዲያ ንጉሥ ነበር፣ ሙስሊም ነበር። በቅድሚያ ከሱሉ ጋር ግጭት ነበረበት፣ በንቲ መኔን ወረረውና ሱሉዎችን ሁሉ አሰለማቸው። የቱለማ ሶዶንም አሰለመ። አራት ዓመት ከሆነው በኋላ የዐማራ ንጉሥ ራስ ጎበናን፣ ፊታውራሪ ጋረዶን እና ባሻ አቦዬን ላከበት። ሐሰን ይህን ሲሰማ ሕዝቡን ሁሉ ሰብስቦ ጦራችሁን ጣሉ ጎራዴ አንሡ፣ ጦር እንዳትይዙ ማሉ አላቸው። ከዚያም በአንዱ ዓርብ ቀን ጦር ዐውድማ ላይ ተገናኙ የጎበናን ነጋሪቶች (ተከታዮች) አወደማቸው። የጂሐድ ተዋጊዎች የጎበናን ሰዎች ፈጇቸው። ሲመሽ ጎበና ወደ ሶዶ ሸሸ ከዚያም ወደ ወሊሶ። የጂሐድ ተዋጊዎቹ ተከትለውት ወሊሶ አልገቡም። ይልቅስ በዚያን ቀን ሌሊቱን በሙሉ በጎዳና ላይ አሳለፉ። ቅዳሜ ጧት እንደገና ወደ ጦርነት ገቡ። ለሁለተኛ ጊዜ ዐማራ ተረፍርፎ ተሸነፈ። ራስ ጎበናም ጦርነቱን ትቶ ወደ ሸዋ ተመለሰ። የቅዳሜ ጧቱ ጦርነት ሐሰንን "የአባቴ ባሪያ" ብሎ እንዲፎክር አደረገው። ይህን የሰማው ልጁ ደግሞ "ለምን የአባቴ ባሪያ ትላለህ፣ አንተ የአላህ ባሪያ ብቻ ነህ" አለው። ሐሰንም ልጁን "አዎ ልጄ ልክ ብለሃል" አለው። ቀይቶም ለአባ ጅፋር የቅዱስ ጦርነቱን ናና ከኔ ጋር ተዋጋ (ተካፈል) ብሎ ላከበት። አባ ጅፋርም እኔ የጂሐድ ጦረኛ አይደለሁም፣ በአገሬም ላይ ምንም ዛውያ የለም ብሎ መለሰ። ሐሰን አሁን ለአራት ዓመት ገዛ። ከነዚህ ዓመታት በአንዱ ጎበና ለሦስተኛ ጊዜ ተመልሶ መጣ፣ ነገር ግን አሁንም ሰው አለቀበት። ከዚያም ቀይቶ ለአራተኛ ጊዜ ተመለሰ። በዚህ ጊዜ ሀብተ ጊዮረጊስ "የቀቤናን ገዥነት ለኔ ስጠኝ። እኔ ከሐሰን ጋር እገጥማለሁ። የአገሩን ሰርዶ በአገሩ በሬ ይሻላል" አለ። ፊታውራሪ ሀብተ ጊዮረጊስ የወሊሶ ተወላጅና ገዥም ነበር። በተጨማሪም የሱሉ፣ የጨቦ ሰዎች ከአንተ ጋር ነን አሉት። ተፈቅዶለት መቶ ጠመንጃ ተሰጠውና ወረደ። ከዚያም ወደ ቱለማ ሶዶ ሄዶ የጂሐድ ተዋጊዎችን አጠፋቸው በድል ቀቤና ገባ። ቀቤና ላይ ከተማውን ሠርቶ ለስድስት ወራት ተቀመጠ። ከዚያም ንጉሡ ወደ ሸዋ ጠራው። እሱ ሲጠራ ሐሰን እንደገና ጦርነቱን ጀመረ። ሀብተ ጊዮረጊስንም በየመንገዱ የጂሐድ ተዋጊዎች አስቸግረውት ነበር። ጎበናም ለአምስተኛ ጊዜ መጥቶ ሀዲያን አጠፋት፣ ወደ ፊት ገፍቶም ቀቤና ገባ። በዚህን ጊዜ ሐሰን ምን ይግባ ምን በፍጹም ሊገኝ አልቻለም። ለካ ወደ አባ ጅፋር

ሸሸቶ ነበር። በዚህ ምክንያት ንጉሡ አባ ጅፋርን ጠርቶ ሐሰንን አምጣ አለው። አባ ጅፋር ደግሞ ሐሰን እኮ ዕቃ አይደለም (ገንዘብ አይደለም) እንዴት አንስቼ እሰጥዎታለሁ? አለ። በዚሁ ምክንያት አባ ጅፋር አንኮበር ላይ ለስድስት ወር ታሰረ። ከዚያም ፊታውራሪ ጎሮ ነቢ አማላጅ ሁኖ ብዙ ግብር አምጥቶ ለንጉሡ አስገብቶ ንጉሡንም ለምኖ አሳምኖ አባ ጅፋርን አስፈታው።

ተደጋጋሚ የአርሲ ዘመቻዎች

ከላይ ያለው ትረካ እንደተጠበቀ ሆኖ ሌሎች መረጃዎች እንደሚያሳዩት አርሲ ለሸዋ ግዛት ቅርብ በመሆኑ ከማስገበር እንቅስቀሴ እይታ እና ተጽዕኖ ውስጥ ከነበሩት ጉራጌዎችና ሀዲያዎች ኩታ ገጠም ስለነበሩ ቀጥሎ የመጣው ዘመቻ ወደ እነሱ ነበር። በርግጥ በሣህለ ሥላሴ የሥልጣን ዘመን ሸዋዎች አርሲዎችን ለመውጋት ስለመሞከራቸው የሚነገር ነገር የለም። በወራሹ እና በልጁ በኃይለ መለኮት ጊዜ ግን በነገሠ በአራተኛ ዓመቱ ወደ አርሲ ዘምቶ ተሸንፎ ምንም ሳይገድልና ሳይዘርፍ ነፍሱን ብቻ አድኖ እንደተመለሰ የሸዋን ነገሥታት ታሪክ የጻፈው ዐጽሜ ራሱ መስክሯል[298]።

ከዚያ በኋላ በጣም ተደጋጋሚ ሙከራ ያደረገውና ተደጋጋሚ ሽንፈትም አስተናግዶ ማስገበር የቻለው ምኒልክ እንደነበር በርካታ የኦሮሞ ታሪክ ጸሐፊዎች መስክረዋል። በአንድነት ሐቲት ውስጥ ሆነው የኢትዮጵያን ታሪክ የሚጽፉት በለሙያዎች በርግጥ ይህን ተደጋጋሚ ሽንፈት በማለፍ በመጨረሻ ያስገበረበትን ጦርነትና ጊዜ ብቻ ይጠቅሳሉ። ያም ሆነ ይህ እ.ኤ.አ. ከ1882 እስከ 1886 ድረስ በነበሩት ዓመታት ብቻ የሸዋ ሠራዊት ወደ አርሲ ስድስት ጊዜ እንደ ዘመተ ተጽፏል። እነዚህም በጥር 1882 ለሦስት ሳምንታት፣ ከታኅሣሥ 1883 እስከ ጥር 1884፣ ከመጋቢት እስከ ሚያዝያ 1884፣ በኅዳር 1885፣ ከግንቦት እስከ ሰኔ 1886 እና በታኅሣሥ 1886 ነበሩ[299]። እነዚህ ዘመቻዎች እንዳንዶቹ በንጉሡ እንደተመሩና የመጨረሻው በራስ ዳርጌ እንደተመራ ቢነገርም በዝርዝር ይህኛውን እገሌ፣ ያኛውን እገሌ መራው የሚል መረጃ ለማግኘት አልተቻለም። ስለዚህ ከነዚህ ውስጥ ጎበና በየትኛው እንደተሳተፈ እና ዜና መዋዕሉን የጻፈው ሰው የሚተርከውን ውሎ በየትኛው ጊዜ እንደነበር መለየት አስቸጋር ቢሆንም ከአገላለጹ መገመት እንደሚቻለው እኤአ በ1882 ማለቂያና በ1883 መግቢያ አካባቢ ይመስላል[300]።

298 ፍጹም ወልደ ማርያም፣ ገ፡ 279።

299 Abbas Haji, "Arsi Oromo Political and Military Resistance against the Shoan Colonial Conquest (1881-6)" in *Journal of Oromo Studies*, Vol. 2, 1995, pp.1-21.

300 የጎበና ዳጨው ሰነዶች፣ IES MS, 4614.

ሌላኛው መገመት የሚቻለው ደግሞ ጎበና ከጉራጌ-ሀዲያ አካባቢ ዘመቻዎች ላይ በሰፊው ስለተሳተፈ አካባቢው ተያያዥ በመሆኑና አርሲና ሀዲያ የተቆራኙ ሕዝብ ስለሆነ ከነዚሁ ዘመቻዎች አንዱ ሊሆን ይችላል። በተለይም የሐሰን እንጃሞ የአርሲና የሀዲያ ኅብረት ለመፍጠር ሙከራ ማድረግ ጎበናን አርሲንም ጭምር አብሮ ወደ ማጥቃት ገፍቶት ሊሆን ይችላል። በርግጥ የጎበና ዜና መዋዕል የጻፈው ሰው እንደሚለው የጎበና የአርሲ ዘመቻ ከሀሰን እንጃሞ ውጊያ የሚቀድም ይመስላል። በማንኛውም መንገድ ቢሆን የጎበና የአርሲ ዘመቻ እንደ ሌሎቹ የጎበና ዘመቻዎች ሰፊ አይመስልም። በሌላ አገላለጽ የጎበና የአርሲ ዘመቻ በብዙ የታሪክ ሰነዶች ውስጥ ተመዝግቦ አይገኝም። "ጎበና ወደ አርሲ ሲዘምቱ ከዴራ አላለፉም" የሚል መረጃ የሰጠን ብቸኛው ሰው ኢደኦ ቦሩም ቢሆን ጎበና ወደዚያ ሲዘምት ከዴራ አላለፈም ይላል እንጂ አልዘመተም አላለም[301]። ስለዚህ የጎበና ዜና መዋዕል ጸሐፊ የጎበናን ከአርሲዎች ጋር ተዋግቷል የሚል ትረካ የሚለው ቀጥሎ እንደሚቀርበው በማረቅ በኩል ነበር ይላል[302]።

በርግጥ በብዙ መልኩ አሳማኝ ይመስላል። ምክንያቱም የጉራጌ ዘመቻ በሚባለው ውስጥ እንደተጠቀሰው በዚህ የሸዋ ጫና ጊዜ በአካባቢው ጂሐድ በማለት በሃይማኖታዊ ትርጉም ሥር ተዋጊዎችን ለማሰባሰብ ጥረት ይደረግ ስለነበር ይህ ከአርሲ ጋር ኩታ ገጠም የነበረው አካባቢ አርሲ ውስጥ ከነበሩት "ሀዲያዎች" ጋር አብረው ይሆናል። ሁለተኛው ምክንያት ደግሞ ጉራጌ ላይ ተደጋጋሚ ዘመቻ ስለነበር እግረ መንገዱንም ከአካባቢው ጋር ስለተላመዱ መንገዱን በሚያውቁት አቅጣጫ የገቡበት ይመስላል፤ ጎበና አርሲን በማረቅ ገቡበት የሚል ትረካ በሸዋ በኩል ስለሚገኝ። አለዚያም አዋሽን ተሻግሮ ብዙም ባልራቀ ወይም ወደ አርሲ ውስጥ በጣም ባልገባ አካባቢ ሊሆን እንደሚችል መገመት ይቻላል።

በአንጻሩ ደግሞ አርሲዎች በጣም በርካታ ዘፈኖችን ስለ ጎበና እንደዘፈኑ ቸሩሊ ይነግረናል[303]። ዘፈኖቹ ስለውጊያ ሳይሆን ሌሎችን አሸንፈዋል ጎበና ግን ቢመጣ ምን ሊሆን እንደሚችል ለመተንበይ የሞከሩበት ይመስላሉ። ለምሳሌ ይህን ከሚቀጥሉት ዘፈኖች መረዳት ይቻላል።

Nugufin baacan kunooyi
Ofii Shawaa keessa taa'e
Dargee Arisiitti haleelaa
Dargee guddaa nu sin goone

301 Edao Boru, "Gobana Dache" on YouTube, 17 Mar 2015 - Uploaded by Finfinnee Radio, https://www.youtube.com/watch?v=SE4vN0JQMAc.

302 የጎበና ዳጨው ሰነዶች፣ IES MS, 4614.

303 Enrico Cerulli, p. 89.

Goobana nubaraari
Qilleessa Goobee ilma Daacci
Goobee bokka maskaramii
Hinsodaatu innumtooyi
Innumtoo Oromtittiidha.

የዚህን ተቀራራቢ ትረጉም ስናስቀምጥ በግርድፉ፣
ይኸ ኩራተኛ ንጉሥ፣ ለራሱ ሸዋ ተቀምጦ፣
ዳርጌን ለአርሲ ያጋፍጣል፣
ዳርጌ! እኛ አንተን እንደ ትልቅ አናይህም፣
ጎበናን ይሰውረን እንጂ።
ጎቤ የዳጪ ልጅ እንደ ንፋሥ ነው፣
እንደ መስከረም ዝናብም ነው።
ምንንም የማይፈራ፣ እሱ ራሱ ኦሮሞ ነው።

በዳርጌ ሽንፈት ምክንያት ማለታቸው ሊሆን ይችላል፣ ሸዋዎች ለጦርነት ዝግጅት ላይ መሆናቸውን ለማመልከት አርሲዎች እንዲህም ብለው በመዝፈን ጎበናን አንሥተዋል።

Arsiin du'a hinsodaatuu
Maal balleessite ilmaa koo
Hinboo'in yaa ilmaan Salalee
Inceetu Macca gamatti
Kan Abbaa jifaar guddaattoo
Hi galtuu Jimma gamatti
Hati ilma tokko dhabde jirti
Misirroon kophaa bultii
Nugufin gadda qfee taa'ee jira
Yaa Arsii buusuma buusii
Ni dhufa guyyaan kee manna
Wal-ilaalla ilaallaa
Yooggaa afraasan kuni dhiite
Nugufin seera tumee jiraa
Oromoon awajaa rukutaa
Gooban Fallee quba nyaataa
Waleen Yeejju quba nyaata
Mikuun Walloo quba nyaata
Gaafa afraasan kuni dhitee.

አርሲ ሞትን አይፈራም፣ ልጁስ ምን አጠፋ?
አታልቅሱ እናንተ የሰላሌ ልጆች።
አትሻገሩም ወይ? ወደ ማዶ ወደ መጫ፣
ከትልቁ ከአባ ጅፋር ሀገር፣
አትገቡም ወይ? ወደ ማዶ ወደ ጅማ፣
እናት አንድ ልጇን ካጣችበት፣
ሙሽራ ብቻዋን ከምታድርበት፣
ንጉሡ ለሐዘን አንጥፎ ከተቀመጠበት፣
አንተ አርሲ! የምትለውን በል!
በጥቢው እንተያያለን።
ንጉሡ ሕግ ይደነግጋል፣
ኦሮሞ አዋጅ ያውጃል፣
ጎበና ከፋሌ ጣቱን ይቆረጥማል፣
ወሌ ከየጁ ጣቱን ይቆረጥማል፣
ሚካኤል ከወሎ ጣቱን ይቆረጥማል፣
ይህ ክረምት ይውጣ ብቻ።

በዚሁ ምክንያት የሸዋ የኦሮሞ ወታደሮች ለአርሲዎች የሚከተለውን መልስ በዘፈን እንደመለሱ ይነገራል።

Yooggaa birranis bariitee
Arsii maal malattee jirtaa
Jarumatu dhiisafuu hindhiisuu
Atis dhufuf kutattee jirtaa
Kan hundumaw geessee
Yoo Walee silaa nan kakuudhaa
Maqan fardaa isaa xaxaadhaa
Afarfatamaa jegnaatii
Yoo Walloo silaa sobaamii
Yoo Goobee silaa nan kakuudhaa
Arsii waa qabattee jirtaa.

በዚህ በጥቢው፣ አርሲ ምን መላ መተሃል?
ሰዎቹ መምጣታቸውን አይተውም፣
አንተም ለመምጣት ቆርጠሃል፣
ለማንኛውም ሁሉም ይደርሳል።
ወሌ እንደሁ ከኔ ጋር መሐላ አለበት፣
ጠጣው የፈረሱ ስም፣ እሱም ፈጣን ጀግና ነው።

የወሎውም ውሸት አይደለም፣
ጎበናም እንደሁ ከኔ ጋር መሐላ አለበት፣
አርሲ ታዲያ ማንን ይዘሃል?

እናንተ ብቻ ስትቀሩ ሌሎችን ሁሉ አስገብረናል ባይ ነበሩና የሸዋ ሠራዊት፣ ዘፈኑን እንዲህ ብለው ቀጥለዋል።

Arsii maal kajjeeltaa?......
Daanyoon silaa nan kakuudha
Akka silaa si na kakanne
Maaramii jedhee kakateera
Abbaatee gorgisii jedheera
Akka birraan kuni baate
Dulli Arsii ganamaadha
Fidi yaa Arsii jabboota
Otoo naadheen kee niqabani
Jabboonni kee hinbooji'amiin
Fidi gonfaasa warqee
Warqee shaanqillaan ongololee
Kanumtu isini caaluu
Leeqaa shanan gabbareeraa
Jahan Jimmaa gabbareeraa
Torban Guduruu gabbareeraa
Maa Arssin gonfa didaa?

አሁንም በግርድፉ ሲተረጎም፣
አርሲ ምን ከጅለሃል?
አባ ዳኘው እንደሁ ከኔ ጋር መሐላ አለበት፣
ከአንተ ጋር መሐላ እንዳይገባ፣
"ማርያምን" ብሎ ምሏል፣
አባቴ "ጊዮርጊስን" ብሏል፣
ይኸ ክረምት ሲወጣ፣
የአርሲ ዘመቻ በማለዳው ነው።
አርሲ! ጥጆቹን አምጣቸው!
ሴቶችህ ሳይማረኩ፣
ጥጆችህ ሳይነዱ፣
አምጣ! የወርቁን ጥምዝ፣
ጉሙዝ ያንገዋለለውን ወርቅ፣
ይኸው ይበልጥብሃል።

አምስቱም ሌቃ ገብሯል፣
ስድስቱም ጂማ ገብሯል፣
ሰባቱም ጉዱሩ ገብሯል፣
አርሲ ብቻ ለምን እምቢ ይላል?

የዘመቻውን ጊዜ በተመለከተ በሸዋ በኩል ያሉት ምንጮች ሁኔታውን በአንጻራዊ የጊዜ አገላለጽ እንዲህ ይላሉ፣ "የእምባቦ ጦርነት በሰኔ ነበርና ራስ ጎበና በጥቢው (1875)ስለጌታቸው ነጋሪትና ድንኳን አሩሲ መቀደድ ተናደው ነበርና አሩሲ ዘመቱ። ፊተኞቹ ዓመታት ማረቆን በመቱ ጊዜ አሩሲን እስከ ሲዳሞ፣ አላባን፣ ሸሸጎን ውርግርግን እስከ ከንባታ ገንዘብ እየሰጡ እንደ ሕጋቸው ወርጂ ነጋዴና ያገሩን ሰው በኩና ማሊማ አሰልለው ነበር።" ይህ ደግሞ በአንጻሩ የላጲሶን ጎበና በ1860ዎች ውስጥ ወደ ጉራጌ ዘምቶ ነበር የሚለውን ገለጻ እውነት ያደርገዋል ማለት ነው። በሌላ መልኩም የጎበናን የአርሲ ዘመቻ እውነት ስለመሆኑም ሌላው ጥርጣሬያችንን የሚደመስስልን ይሆናል[304]።

ስለዚህ በማረቆ አድረገው አርሲ ዘመቱ የሚባለው አሳማኝ ይሆናል። የአርሲ ኦሮሞ ደግሞ ከላይ በሰፊው እንደተዘፈነለት ጎበናን በጣም ፈርተውት ስለነበር ዘዴ ቀየሱ "ጎበና ከሆነ የመጣው ማታ ከሰፈረበት ጨረቃ ሳትኖር በጨለማ ብዙ ጌኞች (ጭነት ፈረሶች) ደረቅ ቆዳ እያሰርን እንልቀቅበት ፈረሱና በቅሎውም ደምብሮ አህያና አጋስሱ ሳይቀር ይመጣል ከዚያ በኋላ ፈረሱን በቅሎውን ነጥቀን በእግሩ ሲኳትን ወደ ማታ ሲደክም ሲጓዝ እንፈጀዋለን" ብለው በሰፊው መከሩ። ይህም ሳይሆን ቀርቶ ወደ ማታም ወይም ሌሊቱንም ከሰፈሩ ተቀላቅለን እንፈጀዋለን ተባብለው ውሳኔ ላይ ደረሱ። ይህንን ምክርና ውሳኔ ጎበና በሰላዮቹ አማካይነት ደረሰበት። በዚህም ምክንያት ለሠራዊቱ ጥብቅ ትእዛዝ አስተላለፈ። በዜና መዋዕል ዘጋቢው አተራረክ "ራስ ጎበናም በሰፈራቸው አወጁ፤ ፈረስ በቅሎህን ሰክለህ በጽኑዕ ቅብታብ፣ ሰንጋ ፈረስህን ግራና ቀኝ ቀብቅበህ እሰር፣ ኦሮሞ ሌሊት ወሮ ይቀላቀልሃልና ከድንኳን አፍ አትላወስ። ሲላወስ ሲመላለስ ያየኸውን በጠመንጃ በጎራዴ በለው! ደሙ ደመ ከልብ ነው። ኦሮሞ ነውና ብለው ለፈፉ"። ወታደሩም እንደታዘዘው ከብቱን፣ በቅሎውንም ፈረሱንም አጥብቆ አሰረ። የተባለው አልቀረም ሌሊቱን የአርሲ ፈረሶች የጎበናን ሰፈር እንዲያስደነብሩ ታስቦ ከደረቅ ቆዳ ጋር እየተቆራኙ ወደ ጎበና ሰፈር ተለቀቁ። ፈረሶቹም ደረቅ ቆዳ እያንጓጉ ተቀላቀሉ። እንዳለመታደል ሆኖ የጎበና ሠራዊት ያሰራቸው በቅሎና ፈረስ ይህንን ኳኳታ ሲሰሙ የታሰሩበት ማሰሪያ ሊያስቆማቸው አልቻለም። ደንብረው ሙልጭ ብለው ከሰፈር በርግገው ጠፉ። ሠራዊቱ በጣም ፈራ ትእዛዛቸው እጅግ የተፈራ ነበርና

304 የጎበና ዳጨው ሰነዶች፣ IES MS, 4614፤ ላጵሶ ጌ. ድሌቦ፣ *የኢትዮጵያ የገባር ሥርዓትና ጅምር ካፒታሊዝም* (አዲስ አበባ፣ 1983)፣ ገ፡ 192።

ሰው ሁሉ የሞተ መሰለ ይላል የጎበና ዜና መዋዕል። በዚህ ጸጥታና ዝምታ መኻል አርሲዎች በመላው ሰፈር ተቀላቀሉ። በዚያን ጊዜ ተኩስ በዚህን ጊዜ የእሩምታ ተኩስ ተጀመረ[305]።

በዚህ መካከል የጎበና ልጅ ወዳጀን በተኛበት በጎራዴ ሊያስቀሩት ለጥቂት ሳቱት። በዚህ ጊዜ የሆነውን ዜና መዋዕል ጸሐፊው እንደተለመደው እያዳነቀ እንዲህ ይተርካል[306]።

> ደጃች ወዳጆ ጎበና ልጃቸው ከአክስቱ ልጅ ጋራ ተሰማ ጆሮ ከሚባለው ጋራ አብረው ተኝተው ተቃቅፈው ነበርና በእንቅልፉ፣ ለመግባት አያውቁምና ጥላው በከበደው ላይ አንዱ ኦሮሞ ተንጠራርቶ ጦሩን ቢለቀው በሁለቱ ራስ መካከል ተገደገደ። ወዳጆ ጎበናም ፎክሮ ወንድሙ የሆነ ከጎኑ የተጋደመ ጎራዴውን በፍጥነት መዝዞ እራቁቱን ወጣ ከኦሮሞውም ግጭት ግንባር ለግንባር ገጠሙ። ከጫንቃው ላይ ነዘረበት፣ ከአንገቱ እስከ ሳምባው ገመደለው ወደቀና ዞር ሲል ጎራዴውን ከልቡ በአንዱ ሰካበት ጎትቶት አጋደመው፣ ተዛውሮም አንዱን በሽንጡ በጎራዴው ሽነቆጠው። እንደ ሴንጢ ታጥፎ ወደቀ ኃያል አርበኛ ደባልቄ አቦዬ የአቶ አቦዬ እድግ (ያሳደጉት አሽከር) አሽከሮቹ እንዳዩ ተኮሱበት፣ እየጮኸ ፊታውራሪ ወዳጆ ጎበና ነው እያለ እርሱንም እየከለከለ በተኩስ እየጣለ ተሰማ ጆሮም እንዲሁ የፊታውራሪማ ሰፈር እስከ ሰፈራቸው ውጭ ድረስ እየፈጁ የወዳጆ ጎበና ሰው ብቻ እስፈር ዳር ድረስ ተንቀሳቅሶ እንጂ የቀረው ሰፈር ሁሉ ከየድንኳኑ አፍ እንደተከለከለው ትእዛዝ ፈጽሞ የገባን ኦሮሞ አንድም ሳያመልጥ ጨረሱት።

በማግሥቱ፣ ሲነጋ ወለል ሲል ታጠቅ ተብሎ መለከት ተነፋ፣ በፍጥነት ሠራዊቱ ታጥቆ ወጣ። ዕደለኞች ሆነው ሌሊት በጥሶ ፈርጥጦ የሄደ ፈረስ በቅሎ አጋሰስ አህያ እንዳለ ከሰፈር ወጭ ሲግጥ ተገኘ ተብሎ ይነገራል። ሁሉም ወደ ግጥሚያ ጦርነት ሳያመራ የየራሱን የጋማ ከብት ሰብስቦ ከሰፈር ተመለሰ። ራስ ጎበናም እየተዘዋወረ በየተራራው፣ በየጉብታው እየወጣ አካባቢውን በመነጥር መሪዎችንና ሰላዮችን እያየ እየጠየቀ ወደ ሰፈሩ ተመልሶ ገባ። ስለዚህ በዚህ ቀን ከሌሊቱ ጥቃት በስተቀር እንዳልተዋጉ አርሲንም ግንባር ለግንባር እንዳላገኙ ከራሱ ከሸዋ ትረካ መገንዘብ ይቻላል።

በርግጥ የአርሲዎች የውጊያ ስልትም በጣም የተጠናና አድፍጦ ለማጥቃት የሚያስችል ዓይነት መሆኑን መረዳት ይቻላል። በስልታቸው ጦር (ዐማራ) ወይም ሸዋ መጣ የሚል ዜና ከደረሳቸው ሕዝቡ ለሦስት ተከፍሎ እራሱን ከጥቃት ለማዳን መሸሽና መከላከል፣ ሲሆንለት ደግሞ

305 የጎበና ዳጨው ሰነዶች፣ IES MS, 4614።

306 የጎበና ዳጨው ሰነዶች፣ IES MS, 4614።

ማጥቃትን ይመርጣል እንጂ የእውር ድምብር አይጋፈጥም። በዚሁ መሠረት ሴቶችን፣ ልጆችን፣ አሮጊቶችን፣ ሽማግሌዎችን እንዲሁም አራሾችን እና እረኞችን ወደ ዱር ወይም ገደል ወደአለበት ያሸሻሉ። ከብቱን መንጋውን ደግሞ ሲጮህና ሲንጋጋ ያሲዛል፣ አደጋ ላይ ይጥላል ብለው ስለሚያሲቡ በተቃራኒ አቅጣጫ ከትላልቅ ወንዞች ማዶ ያለ መልካ ከማያሻግር ያሸሻሉ። ምክንያቱም ወደኋላ እንደይመለሱ፣ ጠላትም በቀላሉ እንዳይደርስባቸው በሚል። ሦስተኛው ቡድን ፈረሰኛ ሲሆን በየተራራውና በየጉባው፣ በየመልካው ለጥሪና ለመረዳዳት በሚመች ሁኔታ እየመሸጉ ዐማራ (የሸዋ ጦር) ወሬሳ ብሎ ሲበተን በይላላ (ቃፊርና) ቁጥሩ ባነሰው ወይም በሳሳው ጦር በኩል እየተጠባበቁ መዋጋት ወይም ማጥቃት ነው። እነዚህ ፈረሰኞች ጠላት ገፍቶም ከመጣ ከብትንም ማቲንም መጣባችሁ ወይም ሊደርስ ነውና ሽሹ (ወደዚህ ዘወር) በሉ እያሉ በጥሪም ቢሆን መልእክትም ያስተላልፉሉ። እራሳቸውም የተበተነውንና የተከፋፈለውን ጦር እያዩ መጋደል ነው እንጂ ግንባር ለግንባር አይገጥሙም ይባልላቸዋል። አይተው፣ ገምተው፣ ሰልለው ቢገጥሙ እንኳ እጓዝ (ሰፈር) ላይ አደጋ ጥለው የፈጁትን ፈጅተው መሸሽ ነው። ግንባር ለግንባር የሚዋጉት በአንድ ሌላ አማራጭ በሌለው ነባራዊ ሁኔታ ብቻ ነበር። እሱም በሰፈሩ (ጓዙ) መከላከልና መዋጋት ከማይችለው ኅበረተሰብ (ቤተሰብና ከከብቶቹ) ላይ ሲደርሱበት ብቻ ነው።

ታዲያ ጎበናም ይህ የአርሲዎችን ዘዴ ፈጽሞ ያውቀዋል ይላል የዜና መዋዕሉ ዘጋቢ። በእሱ ዘገባ መሠረት ሌሊቱን ጥቃት ያደረሰው አርሲ ያሰበው ስላልሆነለት ብዙም ስለሞተ ሌላ ዘዴ መቀየስ ስለነበረበት እላይ እንደተገለጸው ተከፋፍሎ ሸሸ። ነገር ግን ጎበና ከተራራ እና ከጉብታ ላይ ሁኖ በሰላዮቹና በመነጽር ተመልካቾቹ እየታገዘ ሁሉም ቡድን ወዴት ወዴት እንደሄደ ተመልከቶ ነበር። በዚህ ምክንያት ጎበና እንደልማዱ ሠራዊቱን ከፋፍሎ ቤተሰቡ (ልጆችና ሴቶች) የሸሹበትን አቅጣጫ ለራሱ መሪ ሆኖ በመንፈቀ ሌሊት መታው፤ አስማረከ። ከብቱንም እንደዚያው ያሸሹበትንም ሠራዊት አሰማርቶበት አዘረፈ፣ አስማረከ[307]።

ሆኖም ግን እላይ እንደተነገረው አርሲ ከብትና ማቲውን ትቶ ስለማይሸሽ በግንባር ገጥሞ በብዙ ሞተ፤ አለቀ የሚል መረጃ ይገኛል። በሁለቱም በኩል ዘመናዊ የጦር መሣሪያ ከጥቂት ሰናድርና ባለሁለት አፍ ባሩድ ካምሱር ከሚሉት በቀር ሌላ ስለሌለ ውጊያው ፈረስ ለፈረስ እንደ ነበር ይነገራል። የጎበና ዜና መዋዕል ዘጋቢም እንዲህ ይለዋል፣

> በ100 ፈረስ 5 ቢበዛ 10 ሰው ነበርና [የሰናድሩና የሌላው ነፍጥ ብዛት ማለቱ ነው።] ይልቁንም ወጊያው ፈረስ ለፈረስ ነበር። በኦሮሞ ሀገር በመላው አብቹንና ገላንን፣ ጅዳና ወበሪ፣ ሰላሌን የሚያከል የፈረስ ትምህርት ዐዋቂ

307 ዝኒ ከማሁ።

የለም ነበር። ጋሻ አመካከትና ፍጥነቱ የአዳል፣ ፈረስ አኮራኮርና አገታቱ ግጥም የሌለው ነበር፤ ምድረ ጎረምሳማ ኢራቡኣ ያልተማረ የለም፤ ማለት ዘሎ መውጣትና ዘሎ መወረድ፣ ተንጠራርቶ ወግቶ ከፈረስ መገኘት የጋሻ ምክት ያለ ልክ ስላወቁ ፈረስን ለመውጋትና ፈረስ ሲወድቅ ለመግደል ይጠበባሉ[308]።

በዚህ ምክንያት አርሲዎች በግንባር ለግምባሩ ውጊያ ተፈቱ፣ ለማፈግፈግ ተገደዱ። ይህ የጎበና እገዛ የዳርጌን ሠራዊት የልብ ልብ ተሰምቶት የአርሲን ኅብረት ለመበታተን ተከፋፍሎ እንደዘመተበት ይነገራል። ጎበና ከዚህ እገዛ ውጭ በምሥራቅ ኦሮሞ ክልል ሌላ የማስገበር እንቅስቃሴም፣ ዘመቻና ጦርነትም ስለማድረጉ የዚህ ጽሑፍ አዘጋጅ እስከሚያውቀው ድረስ ምንም ዓይነት የታሪክ ማስረጃ አልተገኘም።

308 ዝኒ ከማሁ።

ምዕራፍ አስር

የጎበና የ"ዓረብ" ዘመቻ

ቤኒሻንጉል በጎበና ዘመቻ ዋዜማ

ይህ ምዕራፍ የዓረብ ዘመቻ የሚል ርእስ የተሰጠው በወቅቱ የነበረውን የኢትዮጵያውያንን ግንዛቤ ከግምት በማስገባት ነው። የጎበና ዜና መዋዕል ጸሐፊ የግዜውን ሁኔታና የሰውን ግንዛቤ እንዲህ በማለት ይገልጸዋል። "ሠራዊታቸውም ሱዳን ጉሙዝ ነበረ፤ የ50፣ የ100፣ የ10 ዓረብና ግብጥ ነበር፤ የሚናገሩትም በዓረብኛ ነበርና የዓረብ ዘመቻ ጊዜ ተብሏል።[309]"

በተለምዶ ቤኒሻንጉል ጉሙዝ የሚባለው አካባቢ በኢትዮጵያና በሱዳን ጠረፍ ከደቡብ ምዕራብ ወደ ሰሜን ምዕራብ ተዘርግቶ የሚገኝ ሲሆን በውስጡ ቤላ ሻንጉል፣ አሶሳ (አቆልዲ)፣ ኮምሻ ከዐባይ በስተደቡብ ምዕራብ፣ ዐባይን ተሻግሮ ከጎጃም-መተከል አዋሰኝ ጉባ የሚባል የጉሙዝ የእስላም መንግሥታት ይገኙበት ነበር[310]። ስለዚህ የዛሬው በኒሻንጉል-ጉሙዝ ክልል በዐባይ ወንዝ ለሁለት የተከፈለ የተለያየ ጥንታዊና የመካከለኛው ዘመን ታሪክ ያለው ሁለት አካባቢ ነው። አሁን ራስ ጎበና ዘምቶበታል የሚባለው አካባቢ ከወንዙ በስተደቡብ ምዕራብ የሚገኘው አካባቢ ሲሆን ጉባ የተባለውን የጉሙዝ አካባቢ አይጨምርም። ይህ ከዐባይ በስተሰሜን ምዕራብ ያለው የጉሙዝ አካባቢ ለረጅም የታሪክ ዘመናት ከመካከለኛው ደጋማው የኢትዮጵያ መንግሥትና ሕዝብ ጋር ከአክሱም ሥልጣኔ ዘመን ጀምሮ ምናልባትም ከዚያም በፊት ጀምሮ በሰላምም በጦርነትም፣ በንግድም በዘረፋም መስተጋብር የነበረው ሲሆን በተለይም በኢትዮጵያ የሕዝብ

309 የጎበና ዳጨው ሰነዶች፣ IES MS, 4614.

310 Alessandro Triulzi, "Trade, Islam, and the Mahdia in Northwestern Wallagga, Ethiopia" in *The Journal of African History*, vol. 16, no.1 (1975), pp. 55-71.

ታሪክ ውስጥ "ጉሙዝ" የሚባል የኅብረተሰብ ክፍል መኖሩ በየምክንያቱ የሚጠቀሰው እነዚህን ለመግለጽ ይመስላል። በመካከለኛውም ሆነ ከዚያ በኋላ ባለው የኢትዮጵያ የታሪክ ዘመናት የኢትዮጵያን ሕዝብ በዝርያ ላይ ተመርኩዞ በተለምዶ በሦስት የመከፈል ዝንባሌ አለ፤ አንዱ ዐማራ (ክርስቲያን) ሲሆን የተቀሩት ኦሮሞ እና ጉሙዝ ናቸው[311]።

እነዚህ በጠረፍ አካባቢ የሚኖሩ ሕዝቦች በተለይም ይህ ጽሑፍ የሚያነሣው የጎበና የዘመቻ አካባቢ በአብዛኛው የበርታ ሕዝብ የሚኖርበት ነው። በተጨማሪም ከሴናር እስከ ወለጋ የሚዘልቀው የሲራራ የንግድ መሥመር የሚያቋርጠው ነበር። ስለዚህ ሱዳኖች በምዕራብ ወለጋ ካሉት ኦሮሞዎች ጋር የመንገዱና የበረኻው አስቸጋሪነት ሳይበግራቸው ለንግድ የሚመላለሱበትና የሚገናኙበት አካባቢ ነበር። ይህ ግንኙነት እስከ መሐዲስቶች መነሣት (1881 እኤአ) ድረስ እንደዘለቀ ይነገራል። በተለይም በኋላ ላይ የቤላሻንጉል የእስልምና መንግሥት ግዛት የሆነው አካባቢ የሲራራ የንግድ መሥመሩ የሚያልፍበት የነበረ ሲሆን ከሁለቱም ወገን ከሱዳንም ከኦሮሞም የሚመመላለሱ ነጋዴዎች ሳይረግጡት አያልፉም። ስለዚህ የንግድ መናኸሪያና ቀጠና ሆነ።

ጀላባ የሚባሉ የሱዳን (ዓረብ) ነጋዴዎች ጨው፣ ልብስ፣ እና ከባሕር ማዶ የሚመጡ ሸቀጦችን ወደዚህ ሲያመጡ በርታዎች በወርቅ ይለውጣሉ። እንዲሁም የኦሮሞ ነጋዴዎች የቀንድ ከብት፣ ፈረስ፣ በግና ፍየል እንዲሁም ማርና ብረት ከሲቡና ከሌቃ አካባቢ ያመጣሉ። ንግዱ ከሞላ ጎደል ተስፋፋ የሚባለው በአካባቢው አንጻራዊ ጸጥታ በአስራ ዘጠነኛው ክፍለ ዘመን መጀመሪያ፣ በተለይም ከሴናር መውደቅና ግብጽ በአካባቢው ተጽዕኖ ማድረግ ስትችል ነበር። ይህ ወለጋን ከሴናር ጋር የሚያገናኘው የሲራራ የንግድ መሥመር በቤኒሻንጉል ላይ ቢያልፍም፣ በመንገዱ ላይ የታወቁ በርካታ የመገበያያ ማእከላት ነበሩ። በነዚህ ገበያዎች ላይ በመገኘት ጀላባዎች የሚፈልጉትን ሸጠው ለውጠው ወደ ሱዳን ይመለሳሉ። ከጊዜ በኋላ ግን በነዚህ ገበያዎች በመስፈር የንግድ ቦታዎችን አዘጋጅተው ቋሚ ሻጭና ገዥ ሆኑ። በኢኮኖሚ እየጠነከሩ ሲመጡ ለአካባቢው የበርታ አስተዳዳሪዎች እንደ ገንዘብ አበዳሪም አማካሪም በመሆን ተቀራረቡ። በነገራችን ላይ ከሴናር መንግሥት ውድቀት (1821 እኤአ) በኋላ ሱዳን የግብጽ ግዛት ስለነበረች የግብጽ ተጽዕኖ እስከዚህ ድረስ ዘልቆ በርታዎችን ግብር ታስከፍል እንደ ነበር እነ ትሪዩልዚ ጽፈዋል።

---

311 Donald Donham, "Old Abyssinia and the new Ethiopian empire: themes in social history" in *Southern marhes of Imperial Ethiopia* (Addis Ababa, 2002), pp. 5-47.

የእነዚህ የመጀመሪያዎቹ ጀላባዎች ዕድል መቃናት ሌሎችም ወደ አካባቢው እንዲጎርፉ ምክንያት ሆነ፤ ንግድም ደረጀ። ስለዚህ እነዚህ ሰፋሪዎች ከአካባቢው ሕዝብ ጋር መጋባትና መዋለድ ጀመሩ። በበርታ ሕዝብ ዘንድም የተከበሩና የበላይነት የነበራቸው የኅብረተሰብ ክፍሎች ሆኑ። ይህ በአስተዳደርም ውስጥ እጃቸውን እንዲያስገቡ ረዳቸው። ከአካባቢው ሕዝብ በተሻለ ሌላውን ዓለም የሚያውቁት እነሱ ስለነበሩ እንደተወካይ እየሆኑ ማገናኘት ጀመሩ፤ ግብጽ አንድ ምሳሌ ናት። ብዙዎች ለአካባቢው አስተዳደሪዎች እንደ ጸሐፊ፣ መዝገብ የዥ እና በጅሮንድ ሆነው ይሠሩ ገቡ። በተለይም ለግብጽ ይገባ የነበረውን ዓመታዊ ግብርና ግጭት ሲኖር እሱን በመፍታት ዋና ተዋናዮች ሆኑ። ግብጻውያንም ይህን አገልግሎታቸውን ወደዱላቸው፣ በቀጥታም ሆነ በተዘዋዋሪ ያጠናከሯቸው ያዙ። ከዚህም የተነሣ በአስራ ዘጠነኛው ክፍለዘመን አጋማሽ ላይ የነሱ ተከታይና ወራሽ የነበሩት ልጆቻቸው (ከበርታ እናቶች) ዋታዊት የመጀመሪያ አቃፊና ደጋፊያቸው የነበሩትን የበርታ መሪዎችን (ገዥዎችን) ሥልጣን አልባ አደረጓቸው። እንዲያውም በአፍሪካ ታሪክ እንደተለመደው ያልሠለጠኑትን ቃፊሮች አሠልጥነን፣ መንግሥት እንዴት እንደሚመሠረት አሳየናቸው ወደሚል ትርክት ገቡ። በዚህም ምክንያት ከበርታ ንጉሥ ሴት ልጅ የተወለደው ነው ሥርወ መንግሥቱን የጀመረው ወደሚል ትርክት ተቀየረ ተብሎ ይታመናል[312]።

በርግጥ የግብጽ የበላይነት ከሴናር መንግሥት መውደቅ በኋላ በነበረው ጊዜ፤ በተለይም ከአስራ ዘጠነኛው ክፍለ ዘመን መግቢያ ጀምሮ የእስልምና ተጽዕኖ ከወደ ግብጽ እየሰፋ የመጣ ይመስላል። ከዚያ በፊት የነበረው የጸጥታ ሥጋትና ችግር ተቀንሶ ነጋዴዎች እንደልብ መመላለስና አካባቢውን ማወቅ፣ መስፈር፣ መጋባትና መዋለድ እንዲሁም ልጆቻቸውን በእስልምና ትምህርትና ሥርዓት ማሳደግ ሰፊውን ቦታ የሚይዝ ስለሆነ፤ ለግብጽ የአካባቢው የበርታ ገዥዎች እንደ ግብር ሰብሳቢ፣ ሰላይ እና የመሳሰሉትን በመሆን ያገለግሉ ነበር። ለዚህም ነበር በግብጾች እርዳታ የኢኮኖሚና የፖለቲካ ጥንካሬ እንዲሰማቸው የሆነው። ይህ አካሄድ የሙስሊሞቹን የበላይነት እያጎላ መጥቶ እንደተባለው በአስራ ዘጠነኛው መቶ ክፍለ ዘመን አጋማሽ አካባቢ ትናንሽ የእስልምና መንግሥታት ተመሠረቱ። እነዚህ መንግሥታት የተመሠረቱት እንደተባለው ራሳቸውን ዋታዊት ብለው በሚጠሩ (የጀላባና የበርታ ክልሶች) ነበር። ዋታዊት ዓረብ የሆነ በርታ ነው ይባላል። በዚህ መሠረት አራት ዋና ዋና የሙስሊም መንግሥታት በተለያዩ የዋታዊት ቤተሰቦች ተመሠረቱ። እነሱም፣ ቤላሻንጉል በሆጀሌ አደም፣ ኮሞሻ በማሕሙድ ሙሐመድ፣

312 Alessandro Triulzi, "Trade, Islam, and the Mahdia in Northwestern Wallagga, Ethiopia" in *The Journal of African History*, vol.16, no.1 (1975), pp. 55-71.

አቆልዲ (አሶሳ) በአል ሐሰን ሙሐመድ እና ፈዲስ በሙሐመድ ሐሰን (አባ ሞቲ) ነበሩ[313]።

እንደተባለው እነዚህ የሱዳን ነጋዴዎች በመጀመሪያዎቹ ዓመታት ሃይማኖታቸውን በግልጽ ቢያካሂዱም ሌሎችን ለመስበክና ለመቀየር ብዙም አልተጉም። ምክንያቱም ብዙ ጊዜያቸውን በንግድ ሥራ ላይ ያሳልፉ ስለነበር ለዚህ የሚሆን ጊዜ የነበራቸው አይመስልም። ነገር ግን ከጊዜ በኋላ የወለዷቸውን ልጆች ዕጣ ፈንታና የአካባቢውንም የንግድ ሕግ በእስልምና ማዕቀፍ ወስጥ ማድረግ ስለነበረባቸው ከበርታ ሴቶች የወለዷቸውን ልጆቻቸውን ወደ ቆላው የእስልምና ማእከላት በመላክ ማስተማር ጀመሩ። ሳኢዱ (ሰፈራው) ሲሰፋና ነዋሪዎቹ ሲበዙ ግን ልጆቹን ከመላክ ይልቅ መምህራንን ማስመጣቱ ተመራጭ ሆኖ አገኙትና በኮንትራት የሚያስተምሩ፣ ቀለብ የሚሰፈርላቸው መምህራንን አስመጡ። ጊዜያዊ የትምህርት ማእከላትን በማቋቋም እያስተማሩ ሲያስጨርሱ ይሄዱ ነበር። ሆኖም ግን በሕዝቡ መብዛትና ፍላጎት መጨመር ምክንያት መምህራኑ ቋሚ የማስተማሪያ ማእከላትን በመክፈት እዚያው ነዋሪ ሆነው ያስተምሩ ጀመር። ይህ አካሄድ እስልምናን ከሱዳን አባቶችና ከበርታ እናቶች ከተወለዱት ልጆች ውጭም እንዲሄድ ምክንያት የሆነ ይመስላል። ምክንያቱም መምህራን የመጡላቸው ልጆች የሚውሉት ከበርታም ልጆች እንዲሁም ከነጋዴዎቹ ባሮች (አገልጋዮች) ልጆች ጋር ስለነበር እነሱም ልክ እንደተማሩት ልጆች ማስመሰልና እራሳቸውን እንደሙስሊሙ ማኅበረሰብ አካል መቁጠር ጀመሩ። ስለዚህ እስልምና እየተተካ በነበረው ትውልድ ውስጥ በሰፊው ተንሰራፍቶ በሱ ሕግጋት ለመኖር ፍላጎት እንደነበር የሚያሳዩ ነገሮች መኖራቸውን በሚቀጥለው ንጉስ ርእስ ሥር የሚነሡት ጉዳዮች ያሳያሉ[314]።

የመሐዲስት መስፋፋትና የጎበና መጋበዝ

ነገሮች በዚህ ሁኔታ ላይ እያሉ ነው እንግዲህ የመሐዲ የፖለቲካ እስልምና አስተምህሮትና ፕሮፓጋንዳ በ1880ዎቹ መጀመሪያ ላይ ከሳኢድ ሰፈሮች የደረሰው። እንደ ትልቅ ክሥተትና የነገሮች መነሻ ተደርጎ የሚቆጠረው፣ ከሙሐመድ አሕመድ አብደላ (የሱዳን መሐዲ) ተልኮ በሰኔ 1882 እ.ኤ.አ. የደረሰው ደብዳቤ ነበር። ደብዳቤው በቀጥታ የተላከው የኮሞሻ መሪ ለነበረው ማሕሙድ ሙሐመድ ሂማዲ እና በአካባቢው ለሚኖሩ ሙስሊሞች በሙሉ ነበር። በደብዳቤው የእስልምናን ሕግጋት በተለይም ስለ ጂሐድ አስፈላጊነት ቀስቅሶ ነበር። ይህ የሆነው በሱዳን የግብጽ የበላይነት ሙሉ በሙሉ ሳይወድቅ ነበር። በተመሳሳይ ወቅት ሌላ መልእክተኛ ወደ

313 Ibid.

314 Ibid.

ቤላ ሻንጉል መሪ ወደ ሆጀሌ አደምም ተልኮ ነበር። በዚህ መልእክት በሙስሊሞች መካከል ምንም ዓይነት ግጭት መኖር እንደሌለበትና ሁሉም ሳኢድ ሰፈሮች መሪዎች ወደ መሐዲ ሒጅራ አድርገው ታማኝነታቸውን እንዲያረጋግጡ የሚጠይቅ ነበር[315]።

ስለዚህ የመጀመሪያዎቹ የመሐዲ የእንቅስቃሴ ዓመታት በዚህ አካባቢ ሰላማዊ የሚመስሉ ነበሩ። ምክንያቱም ሁሉንም የእስልምና ሕግጋት እንዴት ማክበር እንዳለባቸውና እስልምናን ከላስፈላጊ የባዕድ አምልኮ ለማንጻት የሚደረግ እንቅስቃሴ ስለነበር። ሁለተኛው የነገሮች ለውጥ የተከሠተው በ1885 እኤአ በመሐዲ መሞትና በወራሹ (ካሊፋ) አብደላ ወደ ሥልጣን መምጣት ምክንያት ነበር። ይህ በኢትዮጵያና በሱዳን ጠረፍ አካባቢ የነበረውን የመሐዲ እንቅስቃሴ ይበልጥ አጠናከረው፤ ወታደራዊ ስሜት እንዲኖረውም አደረገው። በተለይም በ1886 እኤአ ከሱዳን የካሊል አል ኩዛኒ ወደ ቤላሻንጉል መላክና በዋታዊትዎች ዘንድ የውስጥ የራስ በራስ አስተዳደራቸውን አንዳይነጥቃቸው በጥርጣሬ መታየቱ ነበር። በተመሳሳይ የኮሞሻውም መሪ እንዲሁ ስለገጠመው አቤቱታውን ወደ ኦብዱርማን ልኮ ነበር። በተለይም የነዚህ የኦብዱርማን ተወካዮች (እንደራሴዎች) በአካባቢው ላይ የአገዛዝ ቀምበር ማጥበቃቸውና የመለመሉትን ወታደሮች ማሳደርያ የሚሆን ከፍተኛ ግብር መጣላቸው እንዲሁም በእምነቱም መስክ አንዳንድ በፊት ያልተከለከሉ ልማዶችን በመከልከላቸው አካባቢውን እንዳስጨነቁት ይነገራል። ይህ ደግሞ ከፍተኛ ተቃውሞ እንደቀሰቀሰ ሥራው ሁሉ ኢፍትሕዊና ሊሸከሙት እንደማይችሉ የሚገልጽ ሪፖርት እስከ ኦብዱርማን ደረሰ። በምላሹ ካሊፋው ይህንን የካሊል ድርጊት በማውገዝ ወደዚያ የተላከው እስልምና የሚያዘውን ሕጋዊና ፍትሐዊ ድርጊት ለመፈጸም እንጂ አማኙን ለማስጨነቅና ለማስመረር እንዳልሆነ ያስጠነቅቀዋል። በዚህ ምክንያት ችግሩ የተፈታ ቢመስልም፣ በአካባቢው የመሐዲስቶች መኖር እንደቀጠለ ነበር[316]።

በ1886 እኤአ መጨረሻ ላይ በኦብዱርማንና በዚሁ በሳኢድ ሰፈሮች በድንገት በሚመስል በተከሠተው ወታደራዊ የእስልምና ስሜት (እስልምናን በኃይል የማስፋፋት ፍላጎት) ምክንያት ከኢትዮጵያ ጠረፍ አካባቢ እስልምናን በስተደቡብ ባለው የኦሮሞ ግዛት ላይ በኃይል ለመጫን ጥሪ ተደረገ። የዚህ የጂሐድ ጥሪ ዋነኛው ምክንያት ኢኮኖሚያዊ ነው ብለው የሚያምኑት ባለሙያዎች እንደሚሉት ከሆነ፣ ጆቴ ቱሉ በአካባቢው በጣም ሰፊ የሆነ ግዛት የሚገዛ እና በኦሮሞዎችና በሙስሊሞች ምናልባትም በርታዎች መካከል ትርፋማ ንግድ የሚካሄድበት በመሆኑ ከዚህ ብዙ ገቢ ያገኝበት ነበር። በተለይም ወደ ፈዲስ የሚያልፈውን የንግድ መሥመርንም የሚቆጣጠር ስለሆነ ጆቴን በጣም ትልቅ ገቢ ያሳፍስዋል። በተጨማሪም

315 Ibid.

316 Ibid.

የአካባቢውም ዋንኛ ገበያ ቁምባቢ በሱ ግዛት ውስጥ ስለሆነ ይህም ሌላው የገቢ ምንጭ ሆነለት። ይህን ሁሉ ኢኮኖሚያዊ ጥቅም በደንብ የተረዳው ጆቴ በተቻለ መጠን ሰላማዊ ሁኔታ እንዲኖር ሙስሊሞቹንም ላለማስከፋት ጥረት ያደርግ ነበር። የሙስሊሞቹንም ወታደሮች ፊት ሳይነሣ እራሱም እንደሰለመ በማስመሰል ወታደሮቻቸውን ጠላቶቹን የሰዮና የአንፊሎ አካባቢዎችን ለማስገበር (ለማጥቃት) ሊጠቀምባቸው ይጥር ነበር። ነገር ግን የካሊል ጥብቅ የእስልምና ሕግጋትን ማምጣትና ጆቴን በዚያ ውስጥ እንዲሆን ለማስገደድ መሞከር እና በጆቴ ግዛት ሕዝቦች ላይ ከባድ ግብር ሲጥልባቸው “አይ! አሁንስ በቃ!” ብሎ ዐመጸበት አግዘኝም ብሎ ወደ ጎበና ልመና አቀረበ[317]።

እላይ እንደተገለጸው ቀድሞውኑ ከ1882 ጀምሮ ሞሮዳ በሸዋ አገዛዝ ሥር ገብቷል። የቃል መረጃዎች እንደሚገልጹት እስከ ድርቡሾች መምጣት ድረስ ምንም ዓይነት የጎጃምም ይሁን የሸዋ ተጽዕኖ ወይም ተወካይ በጆቴ ግዛት በአካባቢው አልታየም። በሰሜን ምዕራብ አካባቢ የኢትዮጵያ ሠራዊት ከአንሳር (መሐዲስት) ጋር ሲዋጋ ሌሎች አንሳሮች ደግሞ በደቡብ ምዕራብ ኢትዮጵያ በወለጋ ቄለምና ነቀምቴ በሁለቱም አቅጣጫ ዘልቀው ገብተው ነበር። አንዱ ክፍል በአሶሳ በኩል የሸርቆሌን ወንዝ ተሻግሮ ከጆቴ ግዛት ገብቶ ነበር። ሌላኛው ደግሞ በመንዲ አልፎ የዳቡስ ወንዝን ተሻግሮ የሞሮዳን ግዛት ወረረ። በዚሁ ወቅት ጆቴ ከጉማ መሪ ጋር ሰዮን ወደየራሳቸው ለመጠቅለል ይዋጋ ነበር። በተጨማሪም ጆቴ በዚህ ጊዜ የነበረው በጣም ኋላቀር የጦር መሣሪያ ነበር። ድርቡሾች ግን ሰናዲር ጠመንጃ ታጣቂዎች ነበሩ። ስለዚህ በሁለት በኩል ያለበትን ውጊያ በራሱ ብቻ መመከት አይችልም። በሌላ በኩል ሞሮዳ በጉቴ ሶዶ የመሸጉትን ድርቡሾች እንዲወጋ ወንድሙን ፊታውራሪ ጨብሳን ልኮት ነበር። ሆኖም ግን ተሸንፎ ሸሸ። በዚህ ጊዜ ሁለቱም ሞሮዳና ጆቴ ለራስ ጎበና ከድርቦሾች ጋር ለሚኖረው ውጊያ ለእርዳታ ለኩ። ጎበና መልእክታቸውን ተቀብሎ እሱ እስከሚመጣ ድረስ እንዳይገጥሙና ግብር እየከፈሏቸው እንዲቆዩ አዘዛቸው። ከዚያም ደረሰላቸው። በዚህ ጊዜ ውስጥ በተለይም ከፊታውራሪ ጨብሳ ሽንፈትና ሽሽት በኋላ ድርቡሾች ወደ ፊት ገፍተው እስከ ጊምቢ ድረስ የጆቴን ግዛት ያዙ[318]።

---

317 Tesema Ta'a, “Prologue to the Ethio-Sudanese Frontier” in (ed.) Tadese Beyene etal. *Kassa and Kassa: Papers on the Lives, Times and Images of TewdrosII and Yohanis IV (1855-1889)*, (1990) IES, Addis Ababa University, pp. 273-289.

318 Binayew Tamrat and Alemseged Debele, “Centre- Periphery Relations in Ethiopian Empire: The Case of Benishangul Gumuz, 1898 – 1941” in *The International Journal of Humanities & Social Studies*, Vol 2 Issue 12 December, 2014, p. 340.

በመጨረሻም በዚህ በምዕራብ ሌቃ (በጆቴ ቱሉ ግዛት) በኩል ያለው የመሐዲስቶች ሥጋት በጎበና ድርድር ያለውጊያ የተፈታ ይመስላል። ጎበና ደርሶ ወዲያው መሐዲስቶችን አሳምኖ ወደ ሰሜን እንዲያፈገፍጉ ወይም እንዲለቁ አደረጋቸው። መሐዲስቶቹም የጎበናን አቅም ሲያመዛዝኑ እሱ ያለውን ከመቀበል ውጭ ሌላ አማራጭ አልታያቸውም። ይህ እንግዲህ የጆቴን ወደ ጎበና ሙሉ በሙሉ መግባትንና የመሐዲስቶችን የውስጥ አጋር ማጣትን አስከተለ። ይህ ደግሞ በመሐዲስቶች ላይ የሞራል ውድቀትና ብሽቀት ሳያስከትልባቸው አልቀረም። በዚህም ምክንያት ከሊል ከፈዲስ አካባቢ በቀጥታ ወደ ቤላ ሻንጉልና ወደ አቀልዲ በመሄድ ለምን ለጂሐድ ጥሪው መልስ አልሰጣችሁም በሚል ነገር አስነሳባቸው፤ ብዙም በደል እያደረሰባቸው ነበር። ነገሮች በዚሁ እንዳሉ በተለይም ከ1888 እኤአ አካባቢ የተከሠተው ረሃብ መሐዲስቶችን እንደገና ወደ ኢትዮጵያ ሌላኛው የኦሮሞ ግዛት ወደ ሞሮዳ በከሬዋ ሌቃ እንዲያማትሩ አደረጋቸው። ወታደሮቻቸውን ለመመገብ አስቸጋሪ ሲሆንባቸውና ለአብድርማን የተላከው የእርዳታ ጥሪ መልስ ሲያጣ ዓይናቸውን የኢትዮጵያ ግዛት ወደ ሆነው ከዳቡስ ወንዝ በስተምዕራብ ወደ አለው ለም የግብርና አካባቢ ላይ ጣሉ። ወደ አካባቢውም በመጠጋት ጎበናን ግብር ላክ ብለው ነገር አነሳሱ ይባላል። እንደሚጠበቀው ጎበና ግብር አላከም ለጦርነት ተዘጋጀ። ከዚያም በጥቅምት 14፣ 1888 እኤአ የሲቡ ኦሮሞ ከካባቢ ከነጆ የንግድ ማእከል በስተምሥራቅ በምትገኘው ጉቴ ዲሊ በምትባል ቦታ ተጋጠሙ። የጎበናና የሞሮዳ በከሬ ሠራዊት የመሐዲስቶችን ሠራዊት በመፍጀት ማሸነፍ ቻለ። ካሊልና የፈዲሱ መሪ ሙሐመድ ሐሰንና ጥቂት ሠራዊታቸው ብቻ ነበሩ ማምለጥ የቻሉት[319]።

በሸዋ በኩል የዚህ የመሐዲስቶች እንቅስቃሴ በኢትዮጵያ ላይ ማንዣበብንና የጎበናን ምላሽ በአንድ ዐረፍተ ነገር ጎበና ወደ ኢትዮጵያ ይንቀሳቀሱ የነበሩትን መሐዲስቶች በጉቴ ዲሊ ላይ አስቆማቸው ከማለት ወጭ ዝርዝር ሁኔታውን የጻፉ ብዙ አይታዩም። የጎበናን ዜና መዋዕል በቁንጽል የተወልን ሰው ሁኔታውን እንደሚከተለው ለማብራራት ጥሯል። እላይ እንደተጠቆመው ያን ጊዜ የመተማን አካባቢና ሐረርን የያዙት ምሥሮች (ግብጾች) ነበሩና ከከሰላ ተነሥተው እያስገበሩ እያሰለሙ እስከ ምዕራብ ኢትዮጵያ መጡ። ነጆ ላይ ከተሙ የሚባል ዜና ተሰማ። ሞሮዳና ጆቴም ለራስ ጎበና ወረቀት ላኩ። ራስ ጎበናም ይህንኑ ጉዳይ ለማሳወቅ ለምኒልክ ወረቀቶችን የሞሮዳና ጆቴም ወረቀቶች ጭምር ወደ እንጦጦ ላከ። በዚሁ ምክንያት ለጦርነት እየተዘጋጀ መሆኑን ሲገልጽ “እኔ እንዳልመጣ ለስምሪት እሰናዳለሁ ከጫጫ እስከ ሲቢሉ ባላባትና ሀብታምን ሁሉ ጠርቻለሁ። የአጋሰስ ፈረስና በቅሎ የኮርቻም ገዝቼ በ15 ቀን ከብቴን

319 Alessandro Triulzi, “Trade, Islam, and the Mahdia in Northwestern Wallagga, Ethiopia” in *The Journal of African History*, vol. 16, no.1 (1975), pp. 55-71.

ለውጩ እገሰግሳለሁ” አለ። ጎበና ወደ መኻል ሀገር ቢጠራ ቢጠራ እሱን የበላው ጅብ አልጮህ አለ፣ ምንም ወሬ የለም። እሱ “ከኔ ሞት በኋላ ምክር ይምከሩ ሀገር እግዛት ሳይገባ ወደ ሸዋ አልመለስም ይል ነበር፣ ከገባ በኋላ መሬት ሳይያዝ የሰው ሐሳብ ሳይከፋፈል ነው ይላል። ግራዝማች፣ ቀኛዝማች፣ ፊታውራሪ፣ ባላምባራስ ብረት ሁሉ ያለው ከዚያው ነው። የተሰናዳ የቀለጠፈ ነው፤ በስም ራስ ያሉት እንኳ ከኀምሳ እስከ መቶ እስከ ሁለት መቶ፣ ሦስት መቶ ቀልጣፋ ፈረሰኛ ያለው ነው እንጂ እንደ ጕንደሮች በስም ብቻ አይደለም” ብሎ ላከ። ቃል በቃል ባይነጋገሩም እስከ መስከረም ማለቂያ ድረስ በሁለቱ መካከል ጢት ማታ ፈረሰኛ ፖስታ ሲያመላልስ ነበር ይባላል። ጎበናም አዳራሽ አዳሪዎችና የእልፍኝ ዘበኞች የሚባሉ የግንደበሉን የየመልከኛውን የየፋኖውን የተወደደውንና ሙያውን ያየውን.... የሚሆኑ እንዲሁም የመልከኛውን ጥሩጥሩ ልጅ የሚባለውን ከየአባታቸው አባብሎ ለምኖ ወደ ሦስት ሺህ ያህል ልጅ አድርጎ ፈረሱን በቅሎውን ለ5፣ 2 ድንኳን፤ 2 አጋሰስ ስልቻ መጫኛ፣ አጎዛ፣ ድብዳብ በሙሉ ደልድለው ከፋሌ ለዘመቻ ተነሣ። ልክ በአምስተኛው ቀን ሌቃ ከሰፈሩ ገባ። በዚህ መኻል በፋሌና በሌቃ መካከል በየዕለቱ ብዙ በፈረስና በበቅሎ መልእክተኛ ይመላለስ ነበር። “ከሌቃ እስከ ፋሌ አንድ ሺህ (1000) ፈረስ አንድ ሺህ (1000) በቅሎ አለ፣ ወረቀት በቀናማት በቦርሳ በቁልፍ ቁልፍ እንደ ከዚያ አንድ ከዚህ ከእሳቸው ዘንድ በፈጣን ፈረስ በተቀባባይ ያለዚያ ዕለት ዕለት መነጋገር ነውና”። ሌቃ ሰባት ቀን ግብር ሲያበላ የዘመቻውን ሥራ ሲመካከር ሰንብቶ ለዘመቻው ወጣ። በግስገሳ ሰዮ ከሚባለው አካባቢ ሲደርስ ሠራዊቱን በሰልፍ እንዲጓዝ አደረገና ከፊቱ በሰባት ባሾች የሚመራ ሠራዊት ጋር በርቀት ተፋጠጠ፤ ይህ በቀጥታ ለጎበና ሪፖርት የተደረገ አይመስልም[320]።

ከዚያ የተደረገውን ግጥሚያ እንደዚህ ብሎ ይተርከዋል፤

> እነዚህም ሰባት ባሾች እንደሚያመልጧቸው ሰው መሰሏቸው በፍጥነት እየሮጡ መጡ ከከተማቸው ወደ 7፣8 ሰዓት የሚያስኬድ ነበርና ከዚያ አንዲት ከፍ ያለች የጉባ ኮሮብታ አለች ግራና ቀኝዋ ሁለት ወንዞች ወርደው ከታች ይጋጠሙና ዋና ጅረት ይሆናሉ። የቀኙ ገጽ ከወንዙ ማዶ ትልቅ ተረተር ደን ነው፣ የግራው ወንዝ ዳፋታ ጉራንጉር ደን ነው። ይህቺው ጉባ ኮሮብታ በወንዞቹ መካከል ተረተርዋ ሜዳና ከመካከሏ ደብር አለ። ከተራራዋ ላይ የራስ ድንኳን ደስታ የምትባለዋ ተተከለች ራስም ከዚያች ጉባ ወጥተው በመነጥር ከተማው ይታያል ስላሉ ወደ ከተማው ሲመለከቱ ከወንዞች መጋጠሚያ ባላምበራስ ናዴ የሚባለው ቁልቁል ቢያይ ጦሩ ተሰልፎ ወንዙን ሲሻገር አየ። መናገሩን ፈራና ፈረንጆች እኮ መነጥር ሲታይ መጀመሪያ ከአጠገባችሁ ጀምራችሁ ቀና ቀና እያረጉ ሊያዩ የሚፈልጉትን

320 የጎበና ዳጨው ሰነዶች፣ IES MS, 4614.

> ማማተር ነው ይላሉ፣ ያለዚያ እየወዝቀ የምትፈልጉትን ቶሎ አታገኙም ይላሉ። ደጃች ጋረደውም እያቆለቆሉ ቢያዩ ስልፉን አዩ። እሳቸውም ፈሩና ባላምበራስ እንዳለው ይዩ ብለው የራስ መነጥር ታላቅ ባላባቶች እያጋደሙ የሚያዩበት ነውና ማወጫው መወረጃውም መዘውር አለውና ከታች አወረዱላቸው ያን ጊዜውኑ አዩ፣ "ኮርማ ዳጪ" ብለው ፈከሩና የጦር መለከት ተነፋ። ግራውን ወንዝ ለወንዝ ዋና የብረት አለቃውን ባሻ ሸንኮሩን ውረድ አሉት፣ ደጃች ጋረደውንና ፊታውራሪዎች፣ ግራዝማች፣ ቀኛዝማች ቀኙን ወንዝ ይዛችሁ ውረዱ፣ የመኻሉን ከቤት አሽከሮችና ባላምባራሶች ጋር እኔ እወርዳለሁ አሉና ከበቅሎ ሊወጡ ሲሉ፣ አላፍ ልጆች አሉ ደጃች ጋረደውን አነቁና ያዙ የመጣን ሰው ምን ልትጠይቀው ነው ስልፉን ነው ታውቃላችሁ ሆነ፣ በዚያን ጊዜ ተኩስ ተጀመረ። የቤት አሽከሮችም ፈከረው መኻል ለመኻል ወረዱ። ያቺን ደብር ይዘው ሲታኮሱ የባሻ ሸንኮሩ ተኩስ ያዘ። የግራውም እንዲሁ፤ ልጃቸው ... ወዳጆ ኀበና አልሰማ ዘረፋ ሄዶ ነበርና የተኩሱን ደምፅ በሰማ ጊዜ ፈጥኖ ከፈረሱ ሆኖ አንጋቾቹን ይዞ የአባቱን ጥላ ባያት ጊዜ በፈረስ መኻል ለመኻል አስነሥቶ ገባ። ግራ ቀኙም ደፍሮ ተቀላቀለ። ዳኛው ጎራዴና ሽጉጥ ጦር ሆነ። በአራት ሰዓት አጠማጠሙና (አጠናቀቁና) ዋናው የሻምበል ሁለቱን ጨምሮ በድንጉላው ሸሸ፣ እራሱም ባለቤቱ ሸሸ ሠራዊቱን ደጃች አባ ጠለስና ደጃች ጋረደው ግዳይ ተቀበሉ[321]።

ከግጥሚያውና ከአሸናፊነቱ በኋላ ሠራዊቱ ወደ ሰፈር እንዲመለሱ ወይም እንዲሰፍሩ ተደረገ፤ ነገር ግን ኀበና አልተገኘም ነበርና ደጃች ጋረደውና ደጃች አባ ጠለስ ተናደዱና ኀበናን ፍለጋና ጥበቃ አንተ ሂድ እኔ ደጃች ወዳጆን ይገፔ ሠራዊቱን አስፍሬ እሬሳዬን እቀብራለሁ ተባባሉና ኀበዝ ኀበዝ አሽከሮች ሁለት ወንድሞቻቸው እነ ፊታውራሪ ዶሪ ስንቱ ሺህ አንጋች ነበርና ፍለጋ ሄዱ። እግረ መንገድም ደጃች ወዳጆ ኀበና መንገድ ላይ ሲተናነቅ አገኙት "ግን የወደቀ ዓረብ አንካሴ የያዘ ቀና ብዬ እተኩሳለሁ ሲል አይተው በፈረስ እንዳሉ በጎራዴ አንገቱን ሲሉት አንካሴው እንደጦር ያለ ነውና ሽቅብ በፈረሱ ዳሌ አንተርሶ ቂጣቸውን ወጋና ቀሩ አንጂ አባታቸውን ተከታይ ነበሩ"። በዚህም ምክንያት ሰውም በኀበና ምትክ ለልጁ ለደጃች ወዳጆ ለአባጠለስ እየፈከረ ሰፈር እሬሳውን ፍለጋ መሸና አደሩ። ኀበናም የሸሸውን ዓረብ እየተከታተለ ሲያሳድድ ጨለመና ከአንድ ኦሮሞ አምባ አድሮ ሲነጋ ከከተማው (ከሰፈሩ) ተመለሰ (ገባ)። በጦርነቱም ያመለጡት ጥቂት ሻምበሎችና ዋናው መሪ እስከ ሚስቱ ሲሆኑ ቤቱን እንዳለ አንድም ነገር ሳይወስዱ ደረሱባቸው፤ "ልብሱ፣ ምንጣፉ ሳይቀር ወርቅም፣ ጥርስም፣ ዝባድም፣ የሥጋ፣ የማር፣ የቅቤማ፣ ምኑ ይነገራል፤ የእስላም

321 ዝኒ ከማሁ።

ሥጋ ሆነና መጣል ሆነ፣ ጌቶች ቀርተው ድሃው ብዙ ወርቅ አገኘ” ተብሎ ይነገራል[322]።

ስለዚህም ልክ አባ ማስያስ እንደነገረው “ከዳቡስ ማይና ከነጆ ጀምሮ የወርቅ ሀገራትን መቅደም ነው”። ሁሉም የዳቡስ ጅረትን ተሻግሮ የአስራ ሰባት ቀን ጉዞ ተጉዞ ከሰላ ለመድረስ ሲገሰግስ፣ ሠራዊቱ የሚያየው ሁሉ የሚያቋርጠው ሁሉ ጉሙዝ ብቻ ስለነበር “እሴጣን ሀገር አገባን ሲል ሲል ይህ ኦሮሞ” እያለ ማማትና ማጉረምረም ጀመረ። ይህንኑ በዘፈን፣ በግጥም ለመግለጽ በተደጋጋሚ እንደተባለው ነጻነቱ የነበራቸው ሥራ ቤቶች፣ የቤት አገልጋዮች እና እረኞች ስለነበሩ በወቅቱ የነበረች አንዲት የጎበና የልጁ ሠራተኛ ዋስላዬ የምትባል ቆንጆ ድምፅ የነበራት “ዋስላዬ! ዋስላዬ!” የሚባል ዘፈን አውጥታ ነበርና።

ዋስላዬ ዋስላዬ እንዲያው ዋስላዬ ባዬ፣
ዋስላ ዋስላ ቢሉኝ እኔ ሓር ነው ብዬ፣
ለካ የሰውም ዋስላ አለው ኧረ እናንተ ሆዬ።

እያለች ወዳጆ ጎበናን በዜማዋ የሙገሳ ዘፈን ትዘፍንለት ነበርና ይህንንም የጎበና የበረኻ የጉዞ ሁኔታ እንደሚከተለው ብላ ዘፈነች ይባላል፡-

ምን ታቦት አለና ትለምናላችሁ?
ምን ንጉሥ አለና ትታጠቃላችሁ?
ምን ራስ አለና ትከተላላችሁ?
ዳቢሎስ በበቅሎ ሲሄድ እያያችሁ[323]።

በርግጥ ሸዋ ውስጥም በኦሮምኛ እንዲህ ተብሎ ይዘፈን እንደነበር የቃል መረጃዎች ያመለክታሉ።

Goobanni Daacci qarreerra hubbisa
Nama se'eetan qilleesa dubbisa.

ጎበናም ይህን ግጥም ወይም ዘፈን ሰምቶ “የወዳጆ ገረድ አይደለችም የሰደበችኝ እንመለስ” ብሎ ሠራዊቱ እንዲመለስ አዘዘ። ከተመለሱ በኋላ እንግዲህ እንደሚባለው ይህ ሀገር የሞሮዳና የጆቴ ግዛት አዋሳኝ ነበርና ዐማራ (ሸዋ) ሲመጣባቸው ከግብር ለመዳን ብለው ቀድሞውኑ የገበሩት የነ ጆቴና የነኩምሳ ነን ይላሉ እንጂ ነጻ መሆናቸውን የሚያውቁ ነበሩ። ስለዚህም ደጃች ጋረደውን ባልደረባ አድርጎላቸው እራሱ ከትልቁ ጮጪ ተራራ ጥግ ነሲ በምትባል ቦታ ላይ ከተማ ቆርቁሮ ነበርና ወደ ደጃች ባልቻና ወደ

322 ዝኒ ከማሁ።

323 ሥርግው ሐብለ ሥላሴ፣ ገ፣188.

ፊታውራሪ ገብረ ሚካኤል ልኮ ቦታውን መርምረው ከዚያ ሰፍረው እንዲቆዩ አዘዘ። በፈረስ ጋራ ለጋራም እየዞረ እየጠየቀ እያጻፈ የወርቅ ቦታውን በዓመት ሁለት ጊዜያትም እንደ ዘመቻ ከሦስት መቶ፣ አራት መቶ እስከ አንድ ሺህ ሰው ዳቡስ ጅረት እኩሉ ባሮ ወንዝ ድረስ እየወረደ ከመንዲ በር ላይ ባላባቱን የወርቅ ዱቄት እያስቀረጠ ዱቄቱን በኋላ ለማስነጠር ይባላል። ጎበናም ያገሬው ሰው ወርቁን ለምን ያውለዋል? ብሎ ሲጠይቅ ለበግ፣ ለላም፣ ለሸማ፣ ለግልድም መግዣው ነው ብለው ነገሩት። ከዚያም ጎበና እንዲህ ብሎ አዋጅ አስነገረ "ብዙ ከብት ከየሀገሩ የዘረፋትን ምሪት አብሉ ብለው ሰጥተው ነበርና ይህን ከብት በቁጥር አስታውቁኝ ፍየሉንም፣ በጉንም፣ ላሙንም፣ ጊደር፣ ወይፈን፣ ሰንጋ በሬ፣ ግልገል፣ ወጠጤ፣ ሙክት እናቲት፤ ከዚህ በኋላ ለወርቅ አንገዋላዮች ለድሆቹ አካፍሉልኝና ጥቂት ጥቂት እያሉ ወርቅ እያረጉ በግምት ይሰጡኛል። ሌላም ከብት የርቢ ሰጥቼ እንዴሁ ወረቱን ይሰጡኛል ሌላ ነገር አልፈልግባቸውም፣ ዐማራም አላገባባቸውም" አለ ተብሎ ይነገራል። ስለዚህ በዚህ የወርቅ ሀገር በዘመኑ ልማድ መተያያ (እጅ) መንሻ በወርቅ ብቻ ሆነ ይባላል። በዚህ ጎበና ባወጀለት አዋጅ ምክንያት የአገሬው ሕዝቡ ደስ ተሰኘ፤ ባላባቶቹም እንዳይጫኗቸው ከበላይ አንድ የዐማራ ዳኛ እንዲሾምለትም ጠየቀ። ጎበናም "እሺ ቀስ ብዬ የማያውክ ሽማግሌ አስቤ አረግላችኋለሁ" ብሎ በሦስተኛው ቀን ከራሱ ሰፈር ተቀላቅሎ ፉከራ ብቻ ሆነ[324]።

ጎበና በዚህ ዘመቻ ከሚታወሱባቸው ቃላዊ ግጥሞች አንዱ፣
የጎበና አሽከሮች ጠፍር የት ያውቃሉ?
በነጋ በጠባ ባረብ ይጭናሉ።
ጎበና፣ ጎበና፣ ጎበና፣
ፈረሱን ከአማን ቢያስነሳው
ዐባይ ላይ ገታው።
ፈረሱን ከፋሌ ቢያስነሳው
ዓረብ ሀገር ገታው።
ሱዳን ላይ ገታው[325]።

በዚህ ጦርነት የተሳተፉት የሞሮዳ በካሬ ሰዎች ብዙዎቹን የበርታ (ሱዳን) ምርኮኞች ለመግደል እና ለመቀባት ይፈልጉ ነበር። ጎበና ግን በተቻለ መጠን ያ እንዳይኖርና ምርኮኞችን ሁሉ ወደ እሱ እንዲያመጡ የሚገድሉትን ይቀጣ ነበር። ይህን ሁኔታ ከበርካቶቹ የወለጋ (የሞሮዳ) ሰዎች የኦሮምኛ ቀረርቶ ማየት ይቻላል። ቸሩሊ ከሰበሰባቸው የቅሬታ ቀረርቶ መካከል ለምሳሌ የሚከተለው ይገኝበታል።

324 ዝኒ ከማሁ።

325 ሥርግው ሐብለ ሥላሴ፣ ገ፡ 165፣ 205።

Goobana qabaa raajaa
Morreen ajjechaa raajaa
Jarri mooti Amaaraa
Ajjeesuuf nu waamanii
Ajjeefnan nu dhaananii[326]

በግርድፉ እንዲህ ተብሎ ሊተረጎም ይችላል፤
ጎበና ሲማርክ ለጉድ ነው፣
ሞሮዳ ሲገድል ለጉድ ነው።
አጅሬው የዐማራ ንጉሥ፣
እንድንገድል ጠርቶን፣
ስንገድል ቀጣን።

በግጥሙ ውስጥ ጎበና ማርኩ ብሎ ይለፍፋል፣ ሞሮዳ ግደሉ ብሎ ይለፍፋል እኛ ታዲያ የትኛውን እንፈጽም ብለው የሚጠይቁ ይመስላል። ነገር ግን ከጎበና ትእዛዝ ይልቅ የሞሮዳን ለመፈጸም ፈልገው ጎበናን የሚተቹ ቀረርቶዎች ሲደረድሩ ይታያል፣ የሚቀጥለውን መመልከት ይቻላል።

Goobanni maali keessanii
Jarruu mootii Salalee
Isa siree keessanii
Ofii jala teessanii.

ጎበና ምናችሁ ነው?
አጅሬው የሰላሌ ንጉሥ፣
እሱን ከሥልጣን /ከአልጋ አስቀምጣችሁ፣
እናንተ ከሥር ተቀመጣችሁ።

እነሱን ግን ሁኔታው እስካልነካቸው ድረስ እንደማይመለከታቸውም በማቅራራት ቅሬታቸውን ገልጸዋል።

Ururi kaa ilmoo harree
Otoo nutty himani
Qawwee gar-tokko mukaa
Abbaan qawweewo qabee
Anoo hinqabanne malee
Anoo giddiin qabaaree
Gangoo ga-tokko harree

326 Enrico Cerulli, pp. 83-84..

Abban yaabe yoo yaabee
Anoo yaabbatin malee
Shamma gar-tokko jirbii
Kan uffate yoo uffate
Anoo uffatiin malee
Anoo giddii qabaaree
Mooti gar-tokko Oromoo
Abbaan moo'ee yoo moo'ee
Anoo moo'amiin malee
Kan moo'ee yoo moo'ee
Anoo giddii qabaaree[327].

ይንንም በማጠጋጋት ብንተረጉመው የአህያ ውርንጭላ እየነዳ ከሷጋር እየተነጋገረ በሚመስል መልኩ ያንጎራጎረው ይመስላል፣

ጎዲን... አንቺ ውርንጭላ፣ ቢነግሩንማ ኖሮ፣
የጠመንጃው አንድ ወገኑ እንጨት፣ ባለጠመንጃው አንግቶታል፣
እኔ አላነገትኩም፣ እና ምን ገዶኝ?
የበቅሎው አንድ ወገኑ አህያ፡ ባለ በቅሎው ተቀምጦበታል፡
እኔ አልተቀመጥኩበትም፡ እና ምን ገዶኝ?
የሸማው አንድ ወገኑ ጥጥ፡ ባለቤቱ ለብሶታል፡ እኔ አልለበስኩትም፡
እና ምን ገዶኝ?
የንጉሡ አንድ ወገኑ ኦሮሞ፡ ያሻውን ቢገዛ፡ እኔ አልተገዛሁም፡
እና ምን ገዶኝ?

ስለዚህ በተከታታይ ግጥሞቹ (እንጉርጉሮዎቹ) ውስጥ የመጨረሻዎቹ ስንኞች፣ የጎበና ኦሮሞነት በግማሽ መሆኑንና እነሱን አይዛቸው ሌሎችን ቢገዛ ግድ እንደሌላቸው አቅራርተዋል።

ቀጥሎ ባሉት ስንኞች ደግሞ በቅሬታ የተሞላ ነገራቸውን በመያዝ ሁኔታዎቹ (በደሎቹ) ጊዜያዊ መሆናቸውንና በወለጋ የሞሮዳ ጦር፣ ምናልባትም ወታደር ማለት ሳይሆን አንካሴ ወይም የመዋጊያው መሣሪያ ከምኒልክ የላቀ እንደ ሆነ በዚህ መልክ ገልጸዋል።

Miniilk guyyaaf moo'ee
Eeboo Morodaa caalaa.....
Shawaa Miniliik caalaa
Garbicha birri lamaa
Lookoo natty ergiftee...

327 Ibid.

Wadala harree na gootee
Daakuu natti feetee[328].

ምኒልክ ለዕለቱ አሸነፈ፣
ግን የሞርዳ ጦር ይበልጣል፣
በሸዋማ ምኒልክ ይበልጣል።
አንተ የሁለት ብር ባሪያ! ገመድ አውሰኸኝ፣
ወደል አህያ አርገኸኝ፣
ዱቄት መጫኛ አደረከኝ።

328 Ibid.

ምዕራፍ ዓሥራ አንድ

የጎበና የጉራጌ ዘመቻ

ጉራጌ በሸዋ ዘመቻ ዋዜማ

በጊዜው ጉራጌ ተብሎ የተለየው አካባቢ በዛሬው የአስተዳደር አከላለል ከሄድን ትክክል አይመስልም፤ የያኔው በጣም ሰፊ አካባቢ እና ብዙ ጎሳዎችን የሚያጠቃልል ነበር። አሁን ያለውን የሰባት ቤት ጉራጌን ብቻ እንደ ጉራጌ የመቁጠርና ሌሎቹን በጎሳ ስማቸው መጥራት እየተለመደ ነው። በጎበና ዘመቻ ጊዜ ግን ጉራጌ የተባለው ከሶዶ ጀምሮ ሁሉንም የሰባት ቤት ጉራጌን፣ ቀቤናን፣ ስልጤን፣ ወለኔን፣ አልቾ ወሬሮን፣ ምናልባትም ሀዲያን ጨምሮ ሊሆን ይችላል። ምክንያቱም የሐሰን ኢንጃሞን ዘመቻ እራሱ በቀቤና ማእከልነት ቢሆንም ሀዲያ እንደነበረ የሚታወቅ ሆኖ ሳለ የሱንም ዘመቻ "የጉራጌ ዘመቻ" ብለው ይጠሩታል።

ለማንኛውም የጉራጌ ሕዝብ ከሲዳማ ሕዝብ በስተሰሜን፣ ከአዋሽ ወንዝ በስተደቡብ ከዝዋይ ሐይቅ በስተምዕራብ ከኦሞ ወንዝ በስተምሥራቅ ሰፍሮ ይገኛል። ስለዚህ በዘመኑ የጉራጌ አገር በሰሜን እስከ አዋሽ ወንዝ በደቡብ እስከ ሀዲያ በምሥራቅ እስከ ዝዋይ ሐይቅ፣ በምዕራብ በኩል ደግሞ እስከ ኦሞ ወንዝ ይደርስ ነበር ተብሎ ይነገራል። ስለዚህ የጉራጌ ሕዝብ በኦሮሞና በሲዳማ ሕዝብ መኻል ሆኖ ሴማዊ በሆነው የጉራጊኛ ቋንቋውና በእንሰት ባህሉ ተለይቶ ይታወቃል። የጉራጌ አጎራባች ከሆኑት ሀዲያና ኦሮሞ ጋር ለረጅም ዘመናት በኩታ ገጠም መሬት የሚኖርና ሰፊ መስተጋብር የነበረው ነው። በተለምዶ ጉራጌ ሲባል በአጠቃላይ በዚህ በተጠቀሰው ጅኦግራፊያዊ ክልል ውስጥ ለሚኖር ሁሉ የተሰጠ ስያሜ ነው። እንደ ወርቁ ንዳ አገላለጽ ከሆነ ከሰባት ቤት ጉራጌ ውጭ ሌሎችም ጉራጌዎች አሉ። ሰባት ቤት የሚለውም ስምምነት ሲሆን ጠላትን ለመከላከል የተመሠረተ ነው ይለዋል።

የሰባት ቤት ጉራጌ የሚባሉት በኋላ ሸዋ ውስጥ በተጠቃለለው አካባቢ በጨቦና ጉራጌ እንዲሁም በከምባታና ሀዲያ ተብለው በሚጠሩት ክፍሎች ውስጥ ነው[329]።

ላጲሶ ደግሞ ጉራጌን ከቋንቋና ከባህል አኳያ በሦስት ተዘማጅ ክፍሎች ይከፍላቸዋል፣ ምዕራብ፣ ምሥራቅና ሰሜን ብሎ። በምዕራብ ሥር የቸሀ፣ የእነሞር፣ የአነር፣ የእንዳጋኝ፣ የጉመር፣ የጌቶ፣ የእዣ፣ የምሁር፣ የአክሊልና የመስቃን በአንድነት የሰባት ቤት ጉራጌ ተብለው የሚጠሩት ይገኛሉ። በምሥራቅ ሥር ደግሞ የአዛርነት በርበሬ፣ የኡልበራግ፣ የስልጤ፣ የአልቾ ወሪሮ፣ የወለኔ፣ የገደባኖና የዘዋይ ይገኛሉ። በመጨረሻም በሰሜን ሥር ራሳቸውን ክስታኔ ብለው የሚጠሩና በአካባቢው ከጥንቱ ክርስቲያናዊ የአይመላል ሕዝብ ጋር በባህላዊ ዕድገት የተዋሐዱ የሶዶና የዶቢ በአንድነት የሶዶ ጉራጌ ተብለው የሚጠሩት ናቸው[330]። ሦስቱ የምዕራብ፣ የምሥራቅና የሰሜን ጉራጌዎች የራሳቸው የሆነ አንድ የጋራ ቋንቋ የላቸውም ይባላል።

የሸዋ ወደ ቀቤናና ሰባት ቤት ጉራጌ ቀደምት ዘመቻዎች (1867-1881)

ከ1881 የኀበና ዘመቻ በፊት የጉራጌ ሕዝብ በርካታ የሸዋ ዘመቻዎች ወይም ወረራዎች አጋጥመውታል። በምኒልክ የሸዋ አስተዳደር ዋዜማ ሰባት ቤት ጉራጌ በፖለቲካ ረገድ የተበታተነና ያልተደራጀ በመሆኑ በአንድ መሪ የሚመራ ወጥ የፖለቲካ አንድነት ወይም የመንግሥት ተቋም እንዳልነበረው ይገለጻል። በተጨማሪም ለሁሉም የጉራጌ ጎሳዎች ተስማሚነት የነበረው የሕግ፣ የዳኝነት፣ የአስተዳደርና ወታደራዊ ሥራዎችን በማስተባበር የሚመራ ማእከላዊ የሆነ የሥልጣን አካልም አልነበረም። ምንም እንኳ የሰባት ቤት ጉራጌ አንድነት የተመሠረተው የጋራ ኃይል በማስተባበር ወራሪ ጠላትን ለመከላከል ቢሆንም የጋራ ችግር በተፈጠረ ጊዜ ሁሉ የሁሉም ጎሳዎች በአንድነት ሆነው መዋጋታቸው አጠራጣሪ ነበር። ለምሳሌ በአንድ ወቅት የምሁር ጉራጌዎች ከቀቤና ሀዲያዎች ጋር ሲዋጉ እዣ ከሀዲያዎች ጎን ተሰልፈው እንደነበረ ይነገራል። ይህም ሊሆን የቻለው በኅብረቱ አባል ጎሳዎች መካከል ከበፊት ጀምሮ የነበሩት ከመሬት፣ ከድንበርና ከሃይማኖት ልዩነቶች የመነጩ የእርስ በርስ አለመግባባቶች ወይም ግጭቶች በመቀጠላቸው ነበር። በዘመናዊ የጉራጌ ታሪክ የቀቤና-ቸሀ የፖለቲካ እንቅስቃሴ በመጀመሪያ የሚጠቀስ ክሥተት ነው። ቀቤና በ1850ዎቹ በወልቂጤና በቸሀ መካከል ዘናበነር በሚባል ቀበሌ ከሰፈረ በኋላ ለቀበሌው የራሱን ስም የሰጠው አንድ የሀዲያ ማኅበረሰብ ነው። በ1860ዎቹ የቀቤናው ኢማም ሐሰን ኤንጃሞና

329 ወርቁ ንዳ፣ ገ፡ 13-14።

330 ላጵሶ ጌ. ድሌቦ፣ ገ፡190-192።

የቻሀው ኢማም ኡመር በቅሳ የቀቤናን አካባቢያዊ መንግሥት መሠረቱ። ከ1860ዎቹ መጀመሪያ እስከ 1881 ድረስ የቀቤና መንግሥት መሪዎችና ተከታዮች በጊቤና በአዋሽ ወንዞች መካከል የሚገኙ የሀዲያ፣ የጉራጌና የኦሮሞ ሕዝቦችን በአንድነት ለማደራጀት በወሰዱት እርምጃ ከአጎራባቹ የሸዋ አካባቢ መንግሥት ጋር የአስራ አራት (1867-1881) ዓመታት ጦርነት ተዋጉ[331]።

ላጲሶ፣ በ1867 መጨረሻ ጎበና በሶዶ ጉራጌ የመጀመሪያውን ጦርነት ከፍቶ በድል ተመለሰ ብሎ ጎበና ከ1881 በፊት በዚህ ግምባር የሸዋን ጦርነት መምራቱን ይነግረናል[332]። ሌሎች ጸሐፊዎች ደግሞ ጎበናን የሚያመጡት ሌሎች ሁሉ ሞክረውት ሁሉም ነገር ለሸዋ አሥጊና ተስፋ አስቆራጭ ሲሆን ለእርዳታ ከሌቃ ተጠርቶ ለመጨረሻ ጊዜ በሸዋ የበላይነት እንዲጠናቀቅ ማድረጉን ብቻ ነው። በርግጥ የጎበና ዜና መዋዕል ጸሐፊ እንዲህ ያለው ይህን መሆን አለበት።

> ነገር ግን ዶላችና ጎበዝ የሚባሉትን ሰዎች አልለቀቁም ነበርና አምጥተው ፋሌ አስረው ሌቃ ወረዱ። ወደ ወላሞ ንጉሥም እንደ አባ ጅፋር እንዲገብር ልከው ነበርና ገጸ በረከትም እሺም ብሎ ላከባቸው፤ እስከ ቦረና ተላልከው ነበር። በዚሁ ሕግ ቀጥለው በጉልበት ቦረና ለመውረድ ተሰናድተው ነበር። ለአፄ ምኒልክም ሌቃን ለወለዱት ለልጃቸው ደጃዝማች ሊሉላቸው ለመርድ ጎበና ጨርሰው ነበር። ይህን መርድ[333] ከወይዘሮ ጌጤ በድሉ የወለዱት ነበር። ለአፄ ምኒልክም የአክስታቸው የልጅ ልጅ መሆኑ ነው። አፄ ምኒልክም በጣም ፈቅደው ነበር። በዚሁ መካከል ይህ አዝማች ወርቄ በሙሉ ውራጌ አዝማች ተብሎ ከአባ ገዌ ጋራ የጸጥታ ግዛት ሲገዙ ሳለ እነሆ ቅናት ተነሥቶ ሦስተኛው ዓመት አልቆ አራተኛው ዓመት ራስ ጎበና ተሽረው ለራስ ወልዴ ሰጡት። አገሩን ራስ ጎበናም ያሠሯቸውን የጉራጌ ባላባቶችና ኃያላን ዶላቾችን ከቤታቸው እየፈቱ እንዲለቋቸው ከሌቃ ፋሌ ላኩና ተለቀቁ[334]።

የሶዶ ጉራጌ ከሌሎቹ ጉራጌዎች ቀድሞ ለሣህለ ሥላሴ በኋላም ለምኒልክ አሜን ብሎ መገበር ከኦሮሞ ጋር ጠላትነት ስለነበረበትና በየጊዜው ጥቃት ስለሚያጋጥመው ከለላ ፍለጋ ይመስላል። በተጓዳኝም ከኦሮሞ በተሻለ በሃይማኖትም ከሸዋ ጋር አንድ ነን ብለውም ያምኑ እንደበር ይነገራል።

---

331 ወርቁ ንዳ፣ ገ፡74-93።

332 ላጵሶ ጌ. ድሌቦ፣ ገ፡192።

333 ኢዳአ ቦሩ ግን መርድ የተወለደው ከአየለች አባ ሪሳ ነበር ሲል እንደተናገረ በምዕራፍ አሥራ ሦስት ተጠቅሷል።

334 የጎበና ዳጨው ሰነዶች፣ IES MS, 4614.

በሸዋም በኩል ጉራጌን የኛ ነው ብለን እንይዘዋለን የሚል ግምት የነበረ ይመስላል። ነገር ግን ይህንን ሁሉ የሐሰን እንጃሞ እስላማዊ ኅብረት ፉርሽ አደረገው።

ለማንኛውም የሸዋ ጦር ወደ ቀቤና የዘመተው በ1868 ሲሆን ወደ ሰባት ቤት ጉራጌ ደግሞ በ1869 እንደነበር ወርቁ ንዳ ይገልጻል። እነዚህ ሁለት ዘመቻዎች የዝዋይ (ባቱ) ሐይቅ ደሴቶችን በቁጥጥር ሥር አድርጎ በወቅቱ ሕዝቡ ከፍተኛ ግምት የሚሰጣቸውን በርካታ የቤተ ክርስቲያን ንብረቶችና ቅርሶች የክርስቲያን ሀገር ከነበረው ከሰሜን ሸዋ ወደ ደቡብ የጉራጌ ሀገር ተወስደው ዝዋይ ሐይቅ ውስጥ ተደብቀዋል የሚል እምነት ስለነበር ንብረቱን ለመውረስ (ለማስመለስ) እንዲቻል በቅድሚያ በዝዋይ ሐይቅ አካባቢ የነበሩትን የጉራጌ ግዛቶች ለማስገበር ነበር። ሌላኛው ምክንያት ተደርጎ የሚነገረው የሸዋው ንጉሥ ሣህለ ሥላሴ ከ1832 ጀምሮ የሸዋና የጉራጌ ንጉሥ የሚባል መጠሪያ ይዘው ስለነበር ንጉሥ ምኒልክ ይህንኑ መነሻቸው በማድረግ የአያታቸውን ግዛት ለመውረስ እንደ ይገባኛል መብትም አድርገው ቆጥረውት እንደነበር ተጽፏል። በርግጥ በታሪክ ጸሐፍት በተደጋጋሚ የሚነገሩትን ኢኮኖሚያዊ ምክንያቶችን ሳንረሳ ነው። አንዱ ምሳሌ ከትልቁ የቀቤና ገበያና በጉራጌ ምድር ከሚያልፈው የሲራራ ንግድ መሥመር የሚሰበሰበው ቀረጥ ነው። ያም ሆነ ይህ በዚህ ቀደም በለው ጊዜ ጉራጌን የራሳቸው ግዛት ማድረግ እንዳልቻሉ እና ጉራጌ ሸዋ ሥር ሙሉ በሙሉ የተጠቃለለው ከ1881 በኋላ እንደሆነ ይታመናል[335]።

ከላይ እንደተገለጸው የመጀመሪያው ዘመቻ በሰኔ 1868 በንጉሡ በምኒልክ መሪነት ቀቤና ላይ ተደረገ። በዚህ ምኒልክ በኢማም ባቅሳ ይመራ የነበረውን የቀቤና የሙስሊም መንግሥት በቁጥጥር ሥር አዋለ። የወቅቱ የቀቤና ገዥ የነበረው ኢማም ባቅሳ ያለምንም ጦርነት በሰላም ለሸዋው ንጉሥ ገበረ። በምላሹም ከንጉሡ የደጃዝማችነት ማዕረግ ተሰጥቶት በንጉሡ የበላይ ገዥነት ሥር ሆኖ እንደበፊቱ የቀቤና ሙስሊም መንግሥት ገዥ እንዲሆንና ሃይማኖቱንም ጠብቆ እንዲቆይ ተፈቀደለት። በዚሁ መሠረት እስከ 1870 መጨረሻ ማለትም ሐሰን እንጃሞ ተቀናቅኖት እስከተነሣበት ድረስ ለምኒልክ ሲገብር ቆየ። በ1870 ሐሰን እንጃሞ ኢማም ባቅሳን ሞጀር ላይ በዐመጽ አሸንፎት ለምኒልክ ይገባ የነበረውን ግብር አስቆመ። በዚህ በ1868 ዘመቻ ወቅት ምኒልክ ቀቤናን ብቻ በሰላም ካስገበረ በኋላ ወደ ሌሎች የጉራጌ አካባቢዎች ሳይዘምት ወደ ሸዋ እንደተመለሰ ይነገራል[336]።

ሁለተኛው የሸዋ ዘመቻ በ1869 ወደ ሰባት ቤት ጉራጌ የተደረገው ነበር። ይህኛውም ልክ እንደ ቀቤናው የተመራው በንጉሡ በራሱ ነበር።

---

335 ወርቁ ንዳ፣ ገ፡74-93።

336 ዝኒ ከማሁ።

የሸዋው ንጉሥ በዚህ ወቅት ወደ ሰባት ቤት ጉራጌ ከመዝመቱ በፊት አስፈላጊውን ዝግጅት ልቼ ላይ አጠናቆ ከእግረኛና ፈረሰኛ የተውጣጡ ብዙ ወታደሮች አደራጅቶ እንደነበር ዐጽሜ ይገልጻል። በዚህ ጦርነት የሸዋ ጦር በከፍተኛ ኪሳራ እንደተሸነፈ ወርቁ ንዳ ብዙ ዋቢዎችን በመጥቀስ ያብራራል። አንድ ጊዜ ብቻ ሳይሆን በተደጋጋሚ ቀናትና በተለያዩ ቦታዎች እንደተሸነፉ ያረጋግጣል። ከዘመተው የሸዋ ጦር ከሞትና ከምርኮ ተርፎ የተመለሰው ሚሶው ብቻ እንደሆነም ይገለጻል። ዐጽሜ እንዲያውም በዚያን ጊዜ ያልተለቀሰበት የሸዋ ቤት የለም ነው የሚለው። ይሁን እንጂ ይህ የሰባት ቤት ጉራጌ ድል እስከወዲያኛው መዝለቅ አልቻለም፤ እስከ 1881 ዓ.ም ዘለቀ እንጂ[337]። በዚህ ዓመት በቀጣዩ ንኡስ ክፍል እንደሚብራራው በጎበና ጦር አሸናፊነት ሙሉ በሙሉ በሸዋ ሥር ገብቷል።

በዚህ በአንድ አስርት ዓመት ውስጥም ቢሆን ሸዋ በሰባት ቤት ጉራጌ ላይ በተለያዩ የጦር አዝማቾች የተመራ ጦር ልኮ ነበር፤ ነገር ግን በጉራጌ አሸናፊነት ነበር የተጠናቀቁት። በ1869 በቀቤና፣ በወለኔ፣ በገደባኖ፣ በአክሊል፣ በምሁር፣ በእዣ፣ በቸሀ፣ በእነሞር፣ በኤነር፣ በየጨሬት፣ በጉመር፣ በአልቾወሪሮ፣ በስልጤ፣ በመስቃን፣ በዶቢና በዱላ ላይ በንጉሥ ምኒልክ አዝማችነት ጦርነት የከፈተው የሸዋ ሠራዊት በየአካባቢው በእነ አበጋዝ ደርሰሞ በተመራው የጉራጌ ጦር ተሸንፎ እንደ ተመለሰ የጉራጌ ታሪክ ጸሐፊዎች ይመሰክራሉ[338]።

በጣም በሰፊው የሚነገረው ግን በጂሐድ መልክ እራሱን ያደራጀው እና በሐሰን እንጃሞ የሚመራው የተቃውሞ ጦርነት ነበር። ሐሰን እንጃሞ በመጀመሪያ በሞጃር ጦርነት ጉራጌ አለቃውን፣ ኢማም ባቅሳን በ1870 የሀዲያን ዐመጽ መርቶ ካሸናፈ በኋላ እስልምናን ለማስፋፋት በተለይም ገርበጃ ወደምትባለዋ ቦታ ሒጅራ አድርጎ ጂሐድ አወጀ። በዚሁ ምክንያት ብዙ ተከታይ አግኝቶ በርካታ የጉራጌ አካባቢዎችን ክርስቲያን የነበሩትን ጨምሮ በኃይል ማስለም ቻለ። በዚህ መካከል የሸዋው ንጉሥ ምኒልክ በመልእከተኞች አማካኝነት ደብዳቤ ለሐሰን ልኮ የሱን የበላይነት የሚቀበል ከሆነ ከአዋሽ ወንዝ በስተደቡብ ያሉትን አካባቢዎች በሙሉ በግዛትነት እንደሚሰጠው ጠይቆት ነበር። ይሁን እንጂ ሐሰን ለክርስቲያን ንጉሥ ማደር እንደማይችል በጠንካራ ቃላት ነበር የመለሰው። በዚሁ ምክንያት በቀቤናና በአጎራባቾቹ የነበረውን የሐሰን እንጃሞ ዐመጽ የሚደመስስ የሸዋ ጦር በባሻ ሀብተ ሥላሴ አዝማችነት ተላከ። ሀብተ ሥላሴም ጦርነቱን በቀጥታ ከመክፈቱ በፊት ተመሳሳይ የማባባያ ጥያቄ ለሐሰን አቅርቦለት የነበረ ቢሆንም አሜን አላለውም። ሁለቱም ገፍተው ውጥኝ በተባለ ቦታ ላይ ተጋጥመው የሐሰን ጦር አሸነፈ። ብዙ የሸዋ ወታደሮች ሞቱ፤ ቆሰሉ፤ ተማረኩ። ቁጥራቸውን

337 ፍጹም ወልደ ማርያም፣ ገ፡ 324።

338 ወርቁ ንዳ፣ ገ፡74-93።

በተመለከተ እንደተለመደው የሚለያይ ቢሆንም በወርቁ ንዳ ገለጻ መሠረት ከሦስት መቶ በላይ እንደሞቱና ወደ ሠላሳ የሚሆኑት ተማርከው ለባርነት ተሸጡ። ከነዚህ ሁለት ድሎች (ባቅሳን እና ሀብተ ሥላሴን ያሸነፈበት) በኋላ ሐሰን እንጃሞ በርካታ ዘመቻዎችን በሰባት ቤት ጉራጌ ላይ አውጀ አስልሟል[339]።

ሐሰን እንጃሞ የሰባት ቤት ጉራጌ ዘመቻውን ካጠናቀቀ በኋላ የመጀመሪያውን ጦርነት የገጠመው የሰሜን ጉራጌ (ሶዶ) ገዥ ከነበረው ከደጃዝማች ወልዴ አሻግሬ ጋር ነበር። ይህ የሆነው በ1878 ሲሆን በወልዴ የተመራው የሸዋ ወታደር ከመዝመቱ ከአንድ ዓመት በፊት በቀኛዝማች ውቤ አርገኖ አዛዥነት የተመራ ሌላ የሸዋ ወታደር ወደ ቀቤና ዘምቶ አዛዡን ውቤ አርገኖን ጨምሮ ብዙ ወታደሮች ሞተው በሽንፈት ተመልሰዋል። በዚህም በ1878 የወልዴ ዘመቻ የገዛ ወንድሙ ሳይቀር ተገድሎበት ተመልሷል። በዚሁ ዘመን ሐሰን እንጃሞ በሸዋ ላይ የጋራ ኃይል ለማስተባበር ከአርሲ ኦሮሞ ጋር አዲስ ወታደራዊ ግንኙነት ፈጠረ። በ1878 ራስ ዳርጌ አርሲዎችን በከፍተኛ ደም መፋሰስም ቢሆንም አሸንፎ ነበር። ነገር ግን በ1879 የአርሲ ኦሮሞዎች ወደ ሐረር በሄዱት የሃይማኖት መሪ ሼክ ኑር ሑሴን ሰባኪነት በሸዋ ላይ ጂሐድ አወጁ። ስለዚህ እስከ 1881 ድረስ በተለያዩ የጦር መሪዎች የታዘዙ የሸዋ ወታደሮች ይህንን የቀቤናና የአርሲ የጂሐድ እንቅስቃሴ (የተቃውሞ ጦርነት) ማስቆም አልቻሉም። በዚሁ ምክንያት በ1881 እንደገና በደጃዝማች ወልዴ የሚታዘዝ ጦር የሰባት ቤት ጉራጌንና የሀዲያን የጋራ ንቅናቄ ለመግታት ወለኔ ላይ ውልቀ በሚባል ቦታ ጦርነት ገጠመ። በሁለቱም በኩል በጣም በርካታ የሰው ኃይል እንደተሳተፈ ይገለጻል። ለምሳሌ በሸዋ በኩል በርካታ የሰባት ቤት ጉራጌ የጦር አበጋዞች ከሐሰን እንጃሞ ሸሽተው የነበሩ ምኒልክን መደገፋቸው ግልጽ ነበር። በሐሰን በኩልም ቢሆን ከሐዲያዎችና ከወለኔዎች በተጨማሪ ከወሎ፣ ከጅማ፣ ከሐረር ከአርሲና ከመሳሰሉት የመጡ የጂሐድ ተዋጊዎች ተሳትፈዋል። እንደተለመደው ከግጥሚያው በፊት ደጃዘማች ወልዴ ለሐሰን የማግባቢያና የማባበያ ደብደቤ ልኮለት ነበር[340]።

እሱ ግን ሁሉንም መባበያ በእምቢታ መለሰ። ወልዴም ይህን የሐሰንን ቁርጥ ያለ ሐሳብ ሲረዳ ለግጥሚያ የሚሆንና የተፋጠጡትን ለመቀስቀሻ እንዲህ ብሎ መልእክት እንደላከበት ይገለጻል።

ሐሰን እንጃሞ የሞተው ዝኖን፣
ጦር መጣ በሉት ይነሣ እንደሆን።
ይህ እንደደረሰው ሐሰንም በበኩሉ ፤

339 ለዝርዝሩ ወርቁ ንዳን ይመልከቱ።

340 ወርቁ ንዳ፣ ገ:74-93።

የአህያ ሥጋ አይጎረስም፣
በፍየል ሙከት አይታረስም፣
ድንጋይ ቢተከል አይበሰብስም፣
ሐሰን እንጃም አይመለስም[341]።

ብሎ እንደመለሰ በጦርነቱ ላይ የተመራመሩና የጻፉ ምሁራን ያብራራሉ።

በዚህ በጣም የተናደደው ወልዴ ከነበረው ከስምንት ሺህ በላይ ጦር ሦስት ሺህ ያህሉን በጋረደውና ወደ ሸዋ ሸሽቶ ወታደር በሆነውና በትውልዱ ወለኔ በነበረው ባሻ ወጪሶ መሪነት የሐሰንን ጦር እንዲገጥሙት ላካቸው። በግጥሚያው የሸዋ ጦር እምሽክ እንደተደረገና ደጃች ጋረደው እራሱ ቆስሎ ፈረሱና ጠመንጃው እንደተማረከ የጉራጌ ታሪክ ጸሐፊዎች ይተርካሉ። ከእልቂቱ የተረፉት የሸዋ ወታደሮች ሸሽተው ወደ ሰፈር ተመለሱ። ቀጥሎም ወልዴ እራሱ ጦሩን በመምራት ተጋጠሙ ከሁለቱም ወገን ብዙ ሰው አለቀ። ወልዴም ሰፈሩን ከዘላዋ ነቅሎ ገደባኖ ላይ ሰፈረ። ከዚህም በኋላ ወልዴ ሁኔታውን በመዘርዘር ለንጉሡ መልእክት ላከ። ንጉሡም በአስቸኳይ ከዚህ ከገባበት የሚያወጣው ሌላ ኃይል ካልላከለት ለሕይወቱም እንደሚያሠጋው አሳሰበ። በዚሁ ቀን የሐሰን ወታደሮች መጥተው ዘላዋ ላይ ሰፈሩ። በሌሊትም የሸዋ ወታደር ሳይሰማ ሳያውቅ ከበው ብዙዎቹን ጨፈጨፉ። በዚህ የተደናገጠው የደጃች ወልዴ ጦር ከገደባኖ ለቆ ወደ ሶዶ ሄደ። ከዚህ በኋላ የሐሰን አሸናፊነት እየተረጋገጠ መጣ። ምክንያቱም ሐሰን ወደ ሰባት መቶ ጠመንጃዎችን፣ አምስት መቶ ጎራዴዎችን፣ ወደ ስምንት መቶ የሚጠጉ ፈረሶችን ማርኳል የሚልም አለ። በተለይም ሙስሊሞቹ የሸዋን ወታደሮች በሌሊት ገደባኖ ላይ በድንገት ከባድ አደጋ ስለጣሉባቸው፣ ሐሰን እንዲህ ተብሎ ተሞግሷል።

ሐሰን እንጃም የጦር መድኃኒት
እንኳ ቀንና ይዋጋል ሌሊት።

በአጠቃላይ የውልቆ ጦርነት በጉራጌዎችና በሀዲያዎች አሸናፊነት ተጠናቀቀ[342]።

የጎበና የጉራጌ ዘመቻ

ጎበና በማስገበር ሂደቱ ሁሌ እንደሚያደርገው በተለይም ለድርድርና ለምክክር ክፍት ያልሆኑ አካባቢዎችንና መሪዎችን በኃይል ለማስገበር ወደ ግጥሚያ ወይም ጦርነት ከመሄዱ በፊት ስለዚያ አካባቢ ጥሩ መረጃ መሰብሰብ

341 ዝኒ ከማሁ።

342 ዝኒ ከማሁ።

ዋና ተግባሩ ነው ይባልለታል። በዚሁ መሠረት የጉራጌን የመጨረሻውን ወይም የ1881 ጦርነት ለመግጠም የዘመቻው የመጀመሪያ ተግባር የነበረው ስለ አካባቢው ጥሩ መረጃ ማግኘት ነበር። እንደ ዕድል ሆኖ ይህንን ተግባር በትክክል የሚያከናውንለት አንድ ሰው ተገኘ። ይህ ሰው ወርቄ የሚባል የጎበና አሽከር የነበረ በማረቆ ዘመቻ ጊዜ ተማርኮ ለባርነት የተሸጠ እና ስለጉራጌ አካባቢ ሰፊ ዕውቀት ቋንቋቸውን ጨምሮ ካከበተ በኋላ በሕይወት መገኘቱ ነበር። በጎበና ዜና መዋዕል ውስጥ በዚህ መልኩ ነበር የተተረከው፡-

> ውራጌ አገር የደጃዘማች ገርማሜ ነበርና ለማቅናት ስለዘገዩ ለራስ ጎበና አፄ ምኒልክ ውራጌ አገርን አውሼሃለሁ ወስደህ መልስ ብለው ሰጥተዋቸው ነበር። እንደሚታወቀው በፊት ሀገር ለማቅናት ምሥራቅ ለደጃች ወልደ ገብርኤል፣ ደቡብ ግራ መሬት ለደጃች ገርማሜ፣ ለአጎታቸው ለራስ ዳርጌ አሩሲ ከሰላሌ ጋራ ነበርና፣ ንጉሡ ግን ወሎና ደግሞም አንድ ጊዜ ለእርዳታ ይዘምቱ ነበርና መጀመሪያ ማረቆ በተመታ ጊዜ አዝማች ወርቄ የሚባል የራስ ጎበና አሽከር ጉራጌዎች ማርከውት ሞተ ተብሎ ተለቅሶ ተዝካር ወጥቶለት 5 ጊዜ ተሸጦ ውራጌ በየዓይነታቸው ቋንቋቸውን የከምባታ የወላሞን ጨምሮ ያለ ልክ የተወለደበት መስሎ ያወቀ ሆኖ ለወርጆች ተሸጦ ወደዚሁ መጣ። የጠፋ ተገኘ የሞተ ተነሣ ተብሎ ዋና ደስታ ሆነ። ይልቁንም የነገር አጋጣሚ ራስ ጎበና ሆነላቸው። ውራጌ አገርን እስከ ወላሞ ሰላይና መሪ አገኙ[343]።

ወደ ዝርዝሩ የጎበና ዘመቻ ከመግባታችን በፊት፣ በዚህ ምዕራፍ መግቢያ ላይ በጎበና የጉራጌ ዘመቻ የመሳተፍ ሁኔታና በወልዴ የመገኛ ቦታ ላይ ሁለት የተለያዩ አስተያየቶች እንደሚቀርቡ ማሳሰቡ ተገቢ ይመስላል። በሸዋ ወገንና እነሱን እንደመረጃ ምንጭነት በመጠቀም በጻፉት የታሪክ ባለሙያዎች በኩል ያለው ትረካ ራስ ጎበና ከጦርነቱ ቦታ የደረሰው ወልዴን ከከበባ ለማውጣትና ከዚያም ለመዋጋት ነው[344] ሲሉ በጉራጌ በኩል ያሉት ደግሞ ወልዴ ሙሉ በሙሉ ተሸንፎ ከሸሸ በኋላ ነው ጎበና የመጣው ይላሉ[345]። በተለይም ከኋለኞቹ ውስጥ እንዳንዶቹ ጎበና ከመድረሱ በፊት ወልዴ ከሽንፈቱ በኋላ ሸሽቶ እንጦጦ ገብቶ እንደ ነበር ይሞግታሉ። ነገርግን ከሁለቱም ወገን የወልዴን ከንጉሡ የጦር እርዳታ መጠየቅን በተመለከተ አሌ አላሉም። ያም ሆነ ይህ በጥያቄው መሠረት ጎበና ካለበት ሌቃ ተልኮበት ለዘመቻ እንደደረሰ ይታመናል። ይህን ጎበናና ሐሰን እንጃሞ የተጋጠሙበትን የ1881 ጦርነት ጉራጌዎች የጀብዱ ሜዳ ጦርነት ይሉታል። በሸዋ በኩል

343 የጎበና ዳጨው ሰነዶች፣ IES MS, 4614.

344 ዝኒ ከማሁ፤ ፍጹም ወልደ ማርያም፣ 367.

345 ወርቁ ንዳ፣ ገ፡74-93።

የሐሰን እንጃሞ ጦርነት በማለት የሚጠሩት ሰነዶች ይበረክታሉ። በሀዲያዎች (ቀቤናዎችም) በኩል ቢሆን የሐሰንን ስም ማንሣት የሚያዘወትሩ ይመስላል።

ለማንኛውም ጎበና ገና እዚያው ምዕራብ እያለ፤ በተለይም ሌቃ እንዳለ፣ ከራሱ ከተማ ከፋሌ መልእክት ደረሰው። የመልእክቱ ዋና ይዘት ከእንጦጦ ከንጉሡ ወረቀት እንደተላከና የሐሰን እንጃሞ ጦር ብርትቶ እያሠጋ ስለሆነ በቶሎ እንዲደርስ የሚያሳስብ ነበር። በርግጥ በዚህ መልእክት ንጉሡ ከንጉሠ ነገሥት ዮሐንስ ጋርም መቀያየሙ ተጠቅሷል። በዚህ ምክንያት እንደሚመስለው፣ ጎበና የተጠራ የመሰለው ከንጉሠ ነገሥቱ ጋር ጦርነት ለመግጠም ታስቦ እንደ ሆነ ነበር። መልእክቱ (ወረቀቱ) እንደ ደረሰው፣ ጎበና እንደልማዱ "እኔ ገስግሼ እወጣለሁ ጦር ይምጣ ያልኩ እንደሆነ በፍጥነት እንዲደርሰኝ" ብሎ ለአሽከሮቹ ትእዛዝ አስተላልፎ ከሌቃ በተነሣ በአምስተኛው ቀን ፋሌ ገባ። እዚያም እንደገባ በቀጥታ ወደ ንጉሡ ሳይሆን ወደ ዳርጌ ሄዶ ነገሮችን በደንብ አጣራ፣ ተመካከሩና ተመለሰ ይለዋል ዜና መዋዕሉ። እንደሚታወቀው ይህ ጊዜ ጎበና ከተሻረ በኋላ ስለሆነ ከንጉሡ የሚመጡ ብዙ ነገሮችን (መልእክቶችን) በጥርጣሬ መመልከቱም የማይቀር ነው። ምናልባትም መጀመሪያ ወደ ዳርጌ የሄደው ለዚያ ይመስላል። በተጨማሪም በዜና መዋዕሉ ሁኔታው የተተረከበት መንገድ ይህንን ጥርጣሬ ይበልጥ ያጠናክረዋል። ከሌቃ ሲወጣ አደራ ያለው በዚህ መልኩ ስለሆነ "እኔ እንደማደርገው ፈረስ፣ በቅሎ፣ አጋሰስ፣ አህያው ባታ ጌኛው፣ ስልቻ መጫኛው ሁሉን በመልክ በመልኩ አደራ ብለው እንደወትሮው የቁጣና የተግሳጽ ቃል ቀርቶ ቢናገሩ ሰውም አዘነ ምን ሆኑ አለወትሮ እያለ"[346]። ይህ ማለት በአሽከሮቹም ዘንድ ነገሮችን በጥርጣሬ የመመልከት አዝማሚያ ነበር ማለት ነው።

ለወትሮው ጦርነት (ዘመቻ) ሲኖር ደንቡ መጀመሪያ አዋጅ ይነገርና አሽከሩ ይጠራል፤ ከዚያም በሥርዓቱ መሠረት እየተሰለፉ፤ አሽከሩን፣ ገረዱን፣ አጋሰሱን እያስቀደመ ባለ በቅሎም ተቀምጦ ፈረሱን እየሳበ በጎበና ፊት ያልፋል። የጋማ ከብቶቹም የበሉ እና በትእዛዙ መሠረት የተከናወነ መሆኑን በዓይኑ እያየ ያሳልፋል። አለቃው ሰውነቱን፣ አገሩን፣ ወገኑን፣ ስሙን እስከ አባቱ ማደሪያውን እስከ ገባሮቹ አስጽፎ አቅርቦ ለጎበና እየተነበበለት ነው የሚያልፈው። አለቃው ባስጻፈው መዝገብ ላይ ተኳሽም እንደሆነ ፈረስ አዋቂም እንደሆነ አመለመልካምም እንደሆነ ይዘገባል። ጎበና ይህንን ተግባሩን የሚያከናውነው ሠራዊቱ ውስጥ ያለውን ምድብ ተከትሎ ነበር። በተለምዶ ለሦስት ተከፍሎ እንደሚንቀሳቀስ ይነገራል፡-አንደኛው ጓዝ ጠባቂ አለቃው ገቦ ይባላል፤ ሁለተኛ ክፍል ይላላ ጠባቂ፣ ይኸም ዘራፊን ጠበቂ ሲሆን ሦስተኛው ገስጋሽ ባለቤትን (መሪን) ተከታይ ነው። እንደዚህ

---

346 የጎበና ዳጨው ሰነዶች፣ IES MS, 4614.

ሁሉንም ካየ በኋላ እንዲሰፈሩ ተብሎ በተነገረው ቦታ ሄዶ ይሰፍራል[347]። ይህ እንግዲህ ዘመቻ ከተባለ የሁልጊዜ ሥራው ነው።

ወደ ዘመቻው ስንመለስ በየትኛው ዘመቻ እንደተያዘ ግልጽ ባይሆንም ሐሰን እንጃሞ ወደ ጉራጌ ከተደረጉ ቀደምት ዘመቻዎች በአንዱ እንደተማረከና እንደተለቀቀ ይነገራል። ሲለቀቅም ታማኝነቱን ጉራጌ ላይ ለተሾመው ወልዴ አደረገ። የአባቱ ግዛት የነበረውን ቀቤናን ኢማም ባቅሳ ለምኒልክ በመገበሩ ምክንያት ለሱ ስጥተውበት ነበር። ነገር ግን ኢማም ባቅሳ ጉራጌ ስለሆነና በቀቤና የሚነገረውን ቋንቋ ስለማያውቅ ሐሰን እንጃሞ ረዳት ሆኖ ተመደበለት። እንደሚባለው ኢማም ለጉራጌዎች ያዳላ ስለነበር ቀደምት ሐሰን በዚህ ቅሬታ ስላለበት ውስጥ ውስጡን ከወልዴ ጋር ይሠራ ነበር ይላሉ ከሸዋ ወገን ያሉ መረጃዎች።

> .... ወልዴ ሠሪ ሆኖ አገሩን ሌላም ጨምረው ሰጡት የጦር መሪም አደረጉትና እስከ ውርግርግ፣ አላባ፣ ከንባታ ጥግ ድረስ የቀጥታ ግብር አስገበ። ዳሩ ግን ሳይዘገይ ራስ ወልዴና ሀሰን እንጃሞ በኩራት ምክንያት ተጣሉና አሰን እንጃሞ ሸፈተ፤ ጦርም ቢልኩ ድል አደረገ፤ ይልቁንም ለራስ ወልዴ "ታጠቅ! መጣሁ!" ብሎ ላከ። እንደላከም አልቀረ እነ ቀኛዝማች ውቤ አርገኖን እነ ፊታውራሪ ሀብተ ሥላሴን አምስት መኳንንት ከፈጁ በኋላ ጉራጌ ሁሉ በሐሰን እንጃሞ በዱለታም አንዳንዱን በግድም ከሰበሰቡ በኋላ መጥቶ ከአጨበር ላይ ራስ ወልዴን ከበበ[348]።

እንግዲህ በዚህ ጊዜ ነው ጎበና ከሌቃ ተጠርቶ በሰኔ ፋሌ ከቤቱ ከደረሰ በኋላ ይህን የሐሰንን ዝነኛ መሆን የተረዳው። እንዲህም ተብሎ ተነገረው " የወለኔም ገዢ ባሻ ዋጪሶን ሰው ፈጅቶ ዛሬ ከቀደሙትም ከቀኛዝማች ውቤ አርገኖ፣ ከፊታውራሪ ሀብተ ሥላሴና ከቀኛዝማች ደርሶ፣ ከራስ ወልዴ ከየወርጂውም ነፍጠኞቹን ሰብስቦ ገዝቶ ዛሬ እርስዎንም በቁም ነገር አልቆጠረ። .... ጎበናም ቢመጣ ግምባር ለግምባር እገጥመዋለሁ አለ።" በዚሁ ምክንያት ዘመቻ ታዘዘ። የጎበና የሌቃ ጦርም ተቀንሶ የሚመጣው ታውቆ በአመያ መጥተው ዋቤ ወንዝ ለመገናኘት በፈረሰኛ መልእክትና በስልከኞችም ተነጋግረው ተወሰነ። በዚህ ጊዜ ነበር መርድ ጎበና የሚባለውም ልጁ ካልዘመትሁ ሞቼ እገኛለሁ አለ የሚባለው። እናም በኋላ ቅስም ሰባሪ ሐዘን ለአባቱ ያተረፈለት። እንደሚባለው ሚስት ሊያገባ ታጭቶለት ነበርና አይሆንም ቢሉት አምቢ አለ፤ ምክንያቱም ወንድሞቹና ዘመዶቹም የቤተ ክህነት ተማሪ ስለነበረ አትረባም ተማሪ፤ ፈሪ ይሉት ነበርና። አባቱ ግን ልጄ ሆይ እኛ ብልኅ አባት አላሳደገን፤ መንገሥ እኮ ይሉሃል ወንጌልን ዐውቆ

347 ዝኒ ከማሁ።

348 ዝኒ ከማሁ።

በፍትሐ ነገሥት ፈርዶ፣ ዳዊት ደግሞ ፈጣሪን ለምኖ ነውና ተማርልኝ ብቻ ብለው ቅኔና ሐዲስ ፍትሐ ነገሥት ተምሮ ነበር። ልክ እንደ አባቱም ፈረስና ተኩስም ዋናን ሠልጥኖ ነበር። የሰው (ዘመድ አዝማድ) ሁሉ ዓይን ከሱ ላይ ነበር። ለምኒልክም መወድስ ሰጥቶ (ቅኔ ተቀኝቶ) በካባ በሙጣ ድርብ ተሸልሞ ነበር። ይህ ልጅ በወቅቱ የሃያ አንድ (21) ዓመት ጎረምሳ ስለነበር በእልህ እምቢ ብሎ እንደ ዘመተ ይነገራል[349]።

ወደ ዋናው ነጥብ ስንመለስ እንደተባለው ሁሉ በትክክል ተደልድሎ ተዘመተ። የጎበና ጦር ከሌቃ መጥቶ ከደረሰ በኋላ በዛሬው ወሊሶ ወረዳ ውስጥ ቂሌ በምትባል ቦታ ላይ ሰፈረ። ይህች ቦታ ከቀቤና በግምት የአንድ ቀን የእግር መንገድ (ከስምንት እስከ አስር ሰዓት የሚሉም አሉ) ላይ የምትገኝ ናት። በቀጠሮው ቀን ዋቤ ወንዝ ዳር የሌቃውም ጦር ትናንትናውኑ መጥቶ ተገናኝቶ ተቀላቅሎ ነበርና በአምስት ሰዓት ከዋቤ ወንዝ አጠገብ ሰፈር ሆነ። በሁለቱም በጎበናም በሐሰንም በኩል በጣም ከፍተኛ ዝግጅት እንደተደረገ ይነገራል። በርግጥ ጎበና ደግሞ አስሬ ለፈታሁት ጉራጌ ነው ወይ? እያለ በአፉ ያናንቅ እንደነበር በሸዋ ወገን ያሉ የታሪክ መረጃዎች ያሳያሉ። ጎበና ከሸዋ ጦር ውጭ በአጋዝ ሽበታ የሚመራ የጉራጌ ስደተኛ ተዋጊ ኃይልም እንዳሰለፈ ይታመናል። ቁጥራቸው በጣም አነስተኛ ይሁን አንጂ ከሙኽር ጉራጌዎችም ፈረሰኞች ጎበናን ለመርዳት እንደመጡ ይነገራል[350]።

እንደሚባለው ከሆነ ንጉሥ ምኒልክ ዘመቻ አዞ ሰው ሳይገባለት በመዘግየቱ ተበሳጭቶ ከእንጦጦ ተነሣ ለጎበናም ይህንኑ አሳወቀ። ጎበናም ስለ ምኒልክ ማዘንና መበሳጨት ደንግጦ ከፉሌ ተነሥቶ ከጌጃ በታች አዋሽ ዳር ሳይሻገር ደረሰ፣ ጓዝና ድንኳን ግን ተሻግሮ ሰፍሮ ነበር። ጊዜውም ክረምት ነበርና ሁሉም በርኖሱን እራሱ ላይ አርጎ ነበርና "ራስ ጎበና ደራሱ" ሲባል ንጉሡ በቅሎውን ገትቶ ወደ ጎበና ተመለከተ። ጎበናም ከበቅሎው በፍጥነት ወርዶ እጅ እንደነሳ ይተረካል። ሰላምታ ከተለዋወጡ በኋላ ከበቅሎህ ውጣ፣ ውጣ ተብሎ ጎበና ከበቅሎው ተቀምጦ እየተጫወቱ መሄድ ጀመሩ። በዚህ መገናኘት ላይ ምኒልክ አንድ ነገር ታዘበ፣ "ጎበና አርጅቷል፣ ደክሟል፣ የዱሮው አይደለም" እያሉ ያናንቁ ስለነበር ምኒልክ ያየው ነገር እሱን እንዳፈረሰበት ይነገራል። ይህም "ጎበና ዘንግ ወይ ቀጭን ብትር ከእጃቸው አይለዩምና እርካብ ሲቆነጥጡ ባለሟል ሌላኛውን እርካብ እና ቀዳማይ ጫን አድርጎ ሊይዝላቸው ሲል በያዝዋት የቦ በጅንፎው እራሱን እንደመውጋት አሉና መቱት እሱም አፍሮ ሸሸት አለ። ነገር ግን ሽማግሌው ጎበና ዘለው ከኮርቻ ግጥም አሉና እርካብ ረግጠው ሳብ፣ ረገብ፣ ራቅ፣ ቀረብ፣ ዞር፣ ዞር አረጉና ወደ ንጉሡ መለስ አሉ"። ይህ የፈረሰኛ ትርኢት በሱ ዕድሜ ካለ ስለማይጠበቅ ንጉሡም ድንቅ ነገር ያየ መሰለው፣ ይባላል። ከዚያም

349 ዝኒ ከማሁ።

350 ወርቁ ንዳ፣ ገ፡74-93።

አጀቡ የፊትም የኋላም እንዲራራቅ አዘው ሁለቱ ብቻ እየተጨዋወቱ አዋሽን ተሻግረው ከሰፈር ደረሱ። ከንጉሡም ድንኳን ገብተው ግብር ተጋብዘው ጎበናም "እንግዲህ በቃ ንጉሥ ይመለሱ ለአሰን እንጃሞ እኔ እበቃለሁ" ብሎ እያራከሰ፣ እየፎከረም ተናገረ። በተጨማሪም ጎበና "እኔ ምነው የወዲያውን አልኩ እንጂ ለዚህ አስሬ ለፈታሁት ውራጌ ሆን ነገሩ" አለ፣ ለአፄ ዮሐንስ ነው እንጂ ማለቱ ነበር። ምኒልክም "እሺ ሰናድር ያዥና ጠመንጃ ያዥ ይከተልህ!" ቢለው "አይሆንም አሽከሮቼ ይበቁኛል፤ ይህንንም ማለቴ ተመክቼና ኮርቼ አይደለም። ከዚህ ቀደም [በጨቦ ዘመቻ ጊዜ ማለቱ ነዉ።] የቁጥር ጦር ቢሰጡኝ ከኦሮሞ እየዶለተ አስፈጀን ብለው እንደሄዱቱ ስሜን ያጠፉኛል ብዬ ነው" ብሎ ተናገረ ይባላል[351]።

በሐሰንም በኩልም ከኢማም ባቅሳ ጋር ስለተባበሩ የጂሐድ ጦር በማደራጀት ከሐሰን ጎን እንዲሰለፉ እና ሐሰን ካሰለማቸው የሰባት ቤት ጉራጌ አካባቢዎችም ተጨማሪ ኃይል እንዲደርስ ጥሪ ተደርጓል። በጥሪው መሠረት ከልዩ ልዩ አካባቢዎች በርካታ ተዋጊ ኃይል ቀቤና ገርባጃ ላይ ተሰባሰበ። ከዚያም ይህ የጂሐድ ጦር ለአመራር እንዲመች አካባቢ ላይ ተመርኩዞ ለሁለት ተደራጀ። አንደኛው ኃይል በጥቅሉ የጉራጌዎች ሲሆን፤ ይማም ባቅሳ የቸሃን፣ ሼህ አብዱል አዚዝ የወለኔን፣ ኤስሃርብ ለማዳ የእነሞርን፣ አጋዝ ዳርሳሞና በርደፈር ውርጅነ ከጉመር የመጣውን፤ ሌሎችም የአካባቢያቸውን ኃይል እንዲመሩ ተደረገ። ሁለተኛው ኃይል ደግሞ ሀዲያዎችና ከጉራጌ ውጭ ከተለያዩ የሙስሊም አካባቢዎች የመጡትን ሲያጠቃልል፤ እነዚህን በሙሉ ሐሰን እራሱ እንዲመራው ተደረገ። የሁሉም የበላይ የእስላም የጂሐድ ጦር አበጋዝና አስተባባሪም ሐሰን እንጃሞ እራሱ ነበር[352]።

በትጥቅ በኩል እንደሚነገረው ይህ የጂሐድ ኃይል ባህላዊ የጦር መሣሪያ የታጠቀ ነበር ይባላል፣ ጦር፣ ጋሻ፣ አንካሴ ጎራዴና የመሳሰሉትን ብቻ። በቁጥር ግን ከሃያ አምስት እስከ ኀምሣ ሺህ እንደሚደርስ ይገመታል። ከሃያ አምስት ሺህ አይበልጥም ለሚሉት ምክንያታቸው ጎበና ቂሌ ላይ በሰፈረ ጊዜ ብዙዎች ሐሰን ያሰለማቸው የወሊሶና የአመያ ኦሮሞዎች ከድተው ወደ ጎበና ገብተዋል የሚል ነው። በጎበና በኩል ግን በርካታ ነፍጥ የታጠቁ ወታደሮች እንደነበሩ ይታመናል። እንደተለመደው ጎበና ለሐሰን ተደጋጋሚ የማባበያ ደብዳቤዎችንና መልእክተኞችን ልኮ ሐሰን በሰላም የሚገብር ከሆነ ንጉሡ የራስነት ማዕረግ እንደሚሰጠው አሳወቀው። ነገር ግን ሐሰን ቁርጥ ያለ የእምቢታ መልስ መልሶ እንዲያውም መልእክተኞች እግር ሲያበዙ

351 የጎበና ዳጨው ሰነዶች፣ IES MS, 4614.

352 ወርቁ ንዳ፣ ገ፡74-93።

ያለ ሐሰን ዕውቅና ነው ቢባልም በጂሐድ ስም ተሰይፈዋል። ጎበና ይህን የመልእክተኞቹን መሰየፍ ሲሰማ ወደ ግጥሚያው ተንቀሳቀሰ[353]።

ስለ ጦር ሜዳው ግጥሚያ በሸዋ በኩል ይተረክ የነበረው፣ ወትሮውንም ሰፈር ሲሆን ሁለት ይላላ ጠባቂዎች (ቃፊሮች) በሰፈር አቅራቢያ ተራሮች ወይም ጉባ ወይም ተረተር ፈልገው እዚያ ላይ ይወጡና ወደ ፊት፣ ወደ ኋላ፣ ወደ ግራ እና ወደ ቀኝ በመነጽር እያዩ እስከ ማታ ይውላሉ። በመኻሉ ትልቅ ነገር ቢያዩ በፈረስ ወደ ጎበና በፍጥነት ይልካሉ፤ ያለዚያም ደግሞ ማታ መጥተው የዩትን ሁሉ ከእራት በኋላ ብርሌያቸውን ጨብጠው እየጠጡ ለጎበና ያጫውታሉ። ሰፈር ለማድረግ (ለመስፈር) መሪው በዘመኑ አገላለጽ ባለቤቱ ጎበና እራሱ ቀድሞውኑ ከአንድ ተራራ ይወጣና በመነጽር አይቶ ይሁን ካለ በኋላ ፈረሰኛ ተመልሶ ነግሮ ድንኳን ይተከላል። ያ ማለት ሰላዮች (መንገድ መሪዎች) እንዳመለከቱት ወንዙና ሣሩ መስፈርያው ለሠራዊቱ ምቹ የሚሆን ቦታ እየታየ፣ እየተመዘነ ነው። በዚሁ መሠረት ጉዞው ግራና ቀኝ ፊትና ኋላ ሆኖ በሠራዊቱ መካከል ጸብ እንዳይሆን ጠባቂ (ተቆጣጣሪ) እየተደርገበት ይቀጥልና የተባለው ዓይነት ቦታ ሲገኝ ደስታ በመባል የምትታወቅ ድንኳን ትተከላለች። ከዚያ በኋላ ሰው (ሠራዊቱ) ወደ ዘረፋ (ዝርፊያ) ይበተናል። በተጓዳኝ የጎራ ጠባቂዎች በድንኳኗ ላይ ድንገተኛ አደጋ አድራሾች እንዳይመጡ ይጠባበቃሉ። ምክንያቱም ተወራሪው ብዙ ጊዜ ወታደር ሲበተን አይቶ ድንገት በመድረስ ጓዝ ያጠፋል (ይፈጃል)[354]።

እንዲህ ተመርጦ ከተሰፈረ በኋላ ሰው ሁሉ ምሳውን በልቶ ከብቱን አራግፎ ለዘረፋ የተሰማራው ተሰማርቶ እያለ፣ በቀኝ በኩል ባለች ተረተር ግራዝማች ደገፋ የሚባለው ይላላ ጠባቂ የሐሰን ጦር ዋቤን ወንዝ ተሻግሮ ከዚህች ከተቀላቃይዋ ወንዝ በአናትዋ ተሻግሮ ሊመጣ ሰልፍ ሲሠራ በመነጽር አየና ለጎበና ፈረሰኛ ላከ። ከዚያማ መለከት ተነፋ፣ ታጠቅ ወገን ከብትህን አግባ፣ ጫን ተባለ መጯጯህ ሆነ። ጎበናም ታጠቀ እሄዳለሁ አለ። ደጃች ጋረደው ምነው ጌታዬ ሠርክ ልጅነት አይሰለፉ ዐረፍ ይበሉ! እያለ አረጋጋው። ይህን ያለበት ምክንያት ሠራዊቱ ለውራጌ ተሰለፉ እያለ እንዳያማ ነው፤ የሐሰንን ጦር ንቆታልና። መኳንንት ሁሉ ከድንኳኑ ጠጁን አንድ አንድ ብሏልና ሞቅ ብሎት እየወጣ ከፈረሱ ተቀመጠ። ሐሰን እንጃሞም ወንዝ ዳር መልካ (መሻገርያ) በሌለበት ተሰልፎ ጠበቀ። ወንዚቱም ላይና ታች እንጂ የማታሻግር ሆነች ጎበናም በቀጥታ ቢሄድ አላሻግር አለችው። አሻግረህ ተኩስ ብሎ ሠራዊቱን አዘዘ። ሠራዊቱ በፍጥነት በፈረስ ላይና ታቹን ተሻግሮ ከላይና ከታች ከሐሰን ጦር ጋር ተጋጠመ። መቼም ከውርግርግ፣ ከአላባ፣ ከጌቶ ጀምሮ እስከ አጨበር ላየ የጉራጌ ጎረምሳ ልጅ እግር ጎበዝ የተባለ እስላምማ የተባለ ከጅማ ከዚህ እንኳ ከወርጆች ያለ መጠን በዝቶ ስለነበር የቀረ ሰው

353 ዝኒ ከማሁ።

354 የጎበና ዳጨው ሰነዶች፣ IES MS, 4614።

ያለ አይመስልም ነበር ይባላል። የሸዋ መረጃዎች ከጎበና ጦር ሦስት እጥፍ ይሆናል ብለዉ ግምት ይሰጣሉ። እንደዚያም ሆኖ ግን በሁለት ሰዓት ተኩል ውስጥ የጎበና ጦር አሸነፈ፤ ሐሰንም ሸሸ ብለው ይደመድማሉ[355]።

በዚህ ግጥሚያ የጎበና ልጅ መርድ ጎበና ክፍኛ ተወጋ፤ ይህንኑ ለአባትየው ቢነግሩት ይልቅስ መጀመሪያ ሐሰን እንጃሞን ያዙ ብሎ ከፈረስ ወጣ ይባላል። ሐሰን ግን ከጥቂት ፈረሰኞች ጋር ሸሽቶ ዋቤ ወንዝን ተሻግሮ ከመልካው ማዶ ከዳገቱ መኻል ሲደርስ ጎበና ከወንዙ ደረሰ። በዚህን ጊዜ ሐሰን ጮሆ በራሱ ቋንቋ (በውራጌ አፍ ይላሉ) ጎበና አትድከም አመለጥኩህ አለው። የጎበና አሽከሮችም ተሻግረው የሞቱትን ገፊው ዘጠኝ ፈረስ ጨምረው እንደተመለሱ ይነገራል። ነገር ግን ጎበናና አሽከሮቹ በመርድ መቁሰል ተደናግጠዋልና የሚሸሸውን የሐሰን ሠራዊት መግደል እንጂ ለመማረክ ያሰበ የለም፤ ወንዟም በደም ተበከለች። ከሐሰንና አስራ አምስት ከሚያህሉ ፈረሰኞች በቀር አንድ አላመለጠም ይላል የጎበና ዜና መዋዕል። እነሱም የቻሉት ፈረሰኛ ስለሆኑ ብቻ እንደነበር ይነገራል። ምክንያቱም ሐሰን ከቆሮዎችና በእግር መሄድ ከማይችሉ ሰዎች በቀር ጂሐድ ነውና ጀሐድ በሉ ብሎ ሃያ ያኸል እንኳ ፈረስ አላሰለፈም ነበር። ስለዚህ የሸዋ ፈረሰኛ እንደ ጌጥ እየወረወረ በጎራዴ እያስነሣ መፍጀት ሆነ በማለት ያዳንቃል የጎበና ዜና መዋዕል። በዚህ ሁኔታ የሞተው ጉራጌ ቁጥሩ አይታወቅም ይለናል። ሲያሠምርበት እንዲህ ብሎ ይዘጋዋል፣ “50 እና 60 ሺህ አንዳንዶችማ ፈረንጅ ቀመሶች 100 ሺህ ይተርፋል ብለው ይከራከሩ ነበር።”[356]

ሸዋው እንዲህ እያዳነቀ ቢተርከውም በጉራጌ በኩል ያለውን የጻፈው ወርቁ ንዳ ደግሞ ሁለቱም ከየነበሩበት ሰፈር ወደ ፊት በመግፋት በወሊሶ ውስጥ በሚገኘው ጀብዱ ሜዳ ላይ ተጋጠሙ ይላል። በግጥሚያው ጊዜ ጎበና እንደከዚህ ቀደምቶቹ የሸዋ የጦር መሪዎች ግምባር ለግምባር ሳይገባበት ሌላ የጦር መላ እንደተጠቀመ ይነገራል። በመጀመሪያ ጎበና ከፈረሰኛ ጦሩ የተወሰነ ክፍል ወደ ሐሰን ጦር ሰፈር ላከ። የተላኩት የጎበና ፈረሰኞች ሙስሊሞቹን እንዲያሸብሩና እንዲያስደነግጡ ከዚያም እንዲሸሹ እንጂ እንዲዋጉ አልነበረም። ከዚህ አሸባሪና አሰደንጋጭ ፈረሰኛ ጦር ጀርባ ጎበና ነፍጥ የታጠቁ እግረኞችን ቦታ አስዞ የሚሸሸውን ፈረሰኛ እያሳደደ ተከትሎ የሚመጣውን የጂሐድ ጦር እንዲወጉ አዘዘ። በዚህን ጊዜ ግልብጥ ብሎ የመጣውን የጂሐድ ጦር በተጠንቀቅ ይጠብቁ የነበሩት የጎበና ወታደሮች አረገፉት። ጎበና ወታደሮቹን ሐሰንን በተቻለ መጠን እንደይገሉት በሕይወት ይዘው እንዲያስረክቡት አስጠንቅቆ ነበር። ይህም ጉብዝናውንና ጀግንነቱን

355 ዝኒ ከማሁ።

356 ዝኒ ከማሁ።

ስለሚያውቅ የራሱ ለማድረግ እና አንገብርም ብለው ያስቸገሩትን አካባቢዎች ለማስገበር እንዲረዳው ነበር የሚሉ የጉራጌ የታሪክ ምንጮች አሉ። በርግጥም ሁለቱም በሕዝቡ ዘንድ የወጣላቸው የጦርሜዳ ጀግኖች መሆናቸውን ማን እንዳለው በግልጽ ባይነገርም ይህ ግጥም የሚያረጋግጥ ይመስላል፤

ሐሰን እንጃሞ ደንዳናው ገባር፣
ጎቤን ገጠመው ግምባር ለግምባር[357]።

ያም ሆኖ ግን ጦርነቱ ለአንድ ሙሉ ቀን ሲካሄድ ውሎ ወደ ማታ ገደማ የእንሞሩ የጦር መሪ ኤስሃርብ ለማዳ መረዕድ ጎበናን በጦር ወግቶ ጣለው፣ በዚያውም ሞተ። ይህ ብዙዎቹን የጎበናን ወታደሮች ቢያስደነግጥም ጎበና ግን "ሲፈጭ ሲቦካ፣ ሲሞት ሲተካ ነው" መርዕድ የሞተው ለመንግሥቱ እና ለሃይማኖቱ ነው ግባበት ብሎ ጦሩን እንዳበረታታው ወርቁ ይነግረናል። በዚሁ መሠረት የምሽቱ ጦርነቱ በጎበና አሸናፊነት ተጠናቀቀ[358]።

የጎበና ዜና መዋዕል ሊባል የሚቻለውን ሰነድ ያዘጋጀው ሰው ስለመርዕድ ጎበና አሟሟት በጣም ሰፊ ሐተታ ይሰጠናል።

> ማታ የፈሩት ይደርሳል የጠሉት ይወርሳል ሆነ። ልጅ መርድ ጎበና ሞተ፣ አሟሟቱም......... ኃያል አቶ ደባልቄ እንቆቆም ....ልጁን ምን ሆንክ ቢለው ሁዴን ተወጋሁ አለ። መቀነቱን ፈትቶ አየውና ተደናግጦ ወደ ሰፈር መልሶ ወደ አባቱ ላከ። አባቱም ወጌሻ ነበሩና ጥሩ ጥሩ ወጌሾችም ጠርተው ሆዱን ቁልቁል ቅደዱና አንጀቱን እዩልኝ ብለው ሰው እንዳይጮህ ከልክለው እንባቸውን ፈንጥቀው ከድንኳናቸው ገቡ። መናገር የለም መጮህ የለም ሰው አይድረስብኝ ብለው እንባ እያፈሰሱ...። ወጌሾችም ሆዱን ቀደው እንጀቱ ተበስቶ ነበርና ቆርጦ እንኳ በቀርከሃ ሸንበቆ አስረው በሐር እንደመስፋት ያረጉና ያድኑ የነበረ ዘልቆ የደም ጋኑ ተቀዶ ወደ ሌላ ገላ ፈሶ የማይሆን ሆኖ ከሌሊቱ በ5 ሰዓት ነፍስ ከሥጋ ተለየች። ወጌሾችም ሆዱን ቀደው ሆድ ዕቃውን ሁሉ አውጥተው በሆምጣጤ በጨው በሰናፍጭ አጥበው፣ ከማሰሮ በአረቄ ጨምረው አኖሩ። እሱንም ሆዱን አጥበው፣ ገንዘው በሣጥን ማሰሮውንና እሬሳውን አገቡ[359]።

የሣጥን አሠራሩንና የቀብር ሥነሥርዓቱንም በተመለከተ ቀኛዝማች በለጠ በሚባል ባለሙያ በፍጥነት እንደተሠራ ይነገራል። ጥቂት ለቅሶ እርም አውጡ፣ ከድንኳን እሬሳ ሲወጣ ከመቃብር አፈር ሲመለስ አልቅሱ ተባለ። ከሱ ውጭ ሌሎች በዚህ ጦርነት የሞቱ በለማዕረግ ተዋጊዎች

---

357 ወርቁ ንዳ፣ ገ፡74-93።

358 ዝኒ ከማሁ።

359 የጎበና ዳጨው ሰነዶች፣ IES MS, 4614.

በዘመኑ አነጋገር ባለ ስሞች፣ አንደኛው ጫጫ ደሺ፣ ሁለተኛው ባላምበራስ ናዴ ወልደ ገብርኤል ለምኒልክ ምሥጢር መልእክተኛ ፖስታ ባልነበረበት ጊዜ ወረቀት አመላላሽ የነበረ፣ ሦስተኛው ባላምባራስ ተክሌ የጉረኔ፣ አራተኛው ፊታውራሪ ገዝሙ ጋዲሳ ሲዳሞ ወንበር የነበረ፣ አምስተኛው አብዲ ቦረጂ የእነ ፊታውራሪ ዶሪ ወንድም ሁሉም የጉረኔ ባላባቶች ባለ እርስቶች ለስሙ ባላምባራሶች ይባሉ እንጂ መቶ፣ ሁለት መቶ ያህል ነፍጥ ሦስት መቶ፣ አራት መቶ ገስጋሽ ሙሉ ፈረሰኞች የሚከተሏቸው ነበሩ። በተረፈ ሠራዊቱ ብዙም አልተጎዳም ነበር፣ የሚል መረጃ በሸዋ በኩል ይነገራል[360]። ነገር ግን ይህ አሳማኝ እንዳልሆነ ዝቅ ተብሎ የተገለጸው ቁጥር ይናገራል።

ጎበና ልጁን ወደ አስቀበረበት ሥነ ሥርዓት ስንመለስ፣

> እንግዴህ ምን ይሁን ጌቶች አይበሉ አይናገሩ አይጫወቱ ሁለት ቀን የሞተን ቀብረው ሁሉም በዘመድ መቃብር ምልክት አድርጎ። ልጄን ደብረ ሊባኖስ ነው የምቀብረው ተባለና ወደዚህ መመለስ ሆነ። የሌቃውንም ሰው ግባ ሀገርህ ቢሉት እምቢ አለ። ጓዝ ከአመያ እስከ ግምቢቹ ተመራ፣ ደብረ ሊባኖስ በየአድባራቱ ሰዓት ተሌሊት ፍትሐት ሆነ። ደብረ ሊባኖስ ሰሌ ምሥራቅ ተዝካሩ ተደግሶ ከቀብር በኋላ አንድ ቀን ውለው አድረው ከቤተ ክርስቲያን ውለው በማግሥቱ ሰሌ ከዚያ ውለው አድረው አማን ከቤታቸው ገቡ። ዘመድ ተሰብስቦ ሙሉ ለቅሶ ሆነ፣ ዓርባውም ወጣ። ለሰማኒያ ፋሌ ተወረደ። የሰማይ ቁጣ ለምድር አይከብደው፣ መጣ የድንኳን አቀለጣጠፍ ጣራ ለራሱ አውታር ለራሱ ተራዳ ተሰኪ ግድግዳ ለሁለት የ1200 ልጅ ቢላዎ ብረት ድስት ጀበና ሳይቀር ተሰናዳ፣ መኳንንቱም ወታደሩም ኦሮሞ መልከኛውም ግንደበል ሳይቀር እሳቸውን አይቶ ብረት ምጣድ ጀበና ድስት የአልዩ አምባና የቡሎ ወርቄ የጨኖ ወርጂ ሳይቀር እየላከ ገዛ።[361]።

ወደ ጦርነቱ ትረካ ስንመለስ ሐሰን እንጃሞ እንደ ጎበና ምኞት ሊያዝ አልቻለም። አምልጦ የጦር ባይሆንም የአምነት አጋሩ ወደ ሆነው ወድ ጅማ አባ ጅፋር ሸሸ። የጦርነቱን ኪሳራ በተመለከተ በሙስሊሞቹ በኩል ከአስራ ስድስት ሺህ ሰው በላይ እንደሞተና በጣም በርካታ ቀጥር ባለው ሕዝብ ላይ የመቁሰል አደጋ እንደደረሰ ይተረካል። በሸዋ ማለት በጎበና በኩል ከስድስት እስከ ሰባት ሺህ ያኽል ወታደር እንደሞተ ይነገራል[362]።

---

360 ዝኒ ከማሁ።

361 ዝኒ ከማሁ።

362 ወርቁ ንዳ፣ ገ፡74-93።

ነገር ግን ሐሰንን ሊይዘው አልቻለም እንደተባለው ሐሰን አምልጦ ወደ ጅማ ሸሽቷል። በአንጻሩ ደግሞ ኢማም ባቅሳንና ከሱ ጋር የነበሩትን ብዙ ጉራጌዎችን ቀቤና ላይ ያዛቸው። የጎበና ወታደሮችን የቀቤናዎችን ቤት አቃጠሉ፣ ንብረት ዘረፉ፣ ከብት ነዱ። በሌላ በኩል የተረፈው የሰባት ቤት ጉራጌ ሕዝብ በፍርሀት ወደየ መጣበት ሸሸ። ጎበናም ቀቤናን ካጠፋና በሠራዊቱ ካዘረፈ በኋላ ወታደሩን በመምራት ወደ አክሊል፣ እዣ፣ ቸሃ፣ ጉመርና ጌቶ ደረሰ። እነዚህም በሙሉ ተመሳሳይ ዕጣ ደረሳቸው። ከዘረፋ በተጨማሪ ቤቶቻቸው ሁሉ ሳይቀር ተቃጠሉ። ከቀቤና በኋላ ጎበና በጣም ካዘረፋቸውና ካስጠቃቸው የሰባት ቤት ጉራጌዎች ሁሉ የጎበና ወታደሮች ጭካኔ የተሞላበት የንብረት ጥፋት ያደረሱት በቸሃ ጉራጌዎች ላይ ነበር። ምክንያቱም በጀብዱ ጦርነት ይበልጥ የታወቁት የቸሃ ጦረኞች ስለነበሩ እና ከሸንፈቱ በኋላም እስኪሸሹ ድረስ በርካታ የጦር መሪዎችን ደብቀው ያስጣሉት እነሱ ስለነበሩ ነው። በተጨማሪም ጎበና በየሄደበት ሁሉ የሐሰን ተቃዋሚ የነበሩትን ግለሰቦች በመሾም ሥርዓትና ደምብ እንዲሰፍን በማድረግ የሐሰን እንጃሞ ዘመቻዎች የፈጠሩባቸውን ሽብር ለመረጋጋት ጥረት አድርጓል። ፈርተው የሸሹትንም ወደየቤታቸው እንዲመለሱና የተቃጠሉ ቤተ ክርስቲያናትንም እንዲሠሩ መክሯል። በመጨረሻም ለአራት ወር ያኽል በሰባት ቤት ጉራጌ ሲዘዋወር ከቀየ በኋላ የማረኩትንና የዘረፉትን ይዞ ወደ እንጦጦ ተመለሰ[363]።

በሸዋ በኩል ይህ ከላይ የተነገረው የመጨረሻው የጦርነቱ ክፍል እንዲህ ይተረካል፤

> ሆኖም በዚያ ጊዜያት ደንዲና አመያ- እኔ ከጥቂት ሰው ጋራ እደጃች ጋረደው ቤት እሄዳለሁና በጥቂት በጥቂት እገሌና አገሌም በዚህ በዚህ ብለው አከናውነው እንደ ሙሴ ሕግ የመለከትና የቱልቱላን ነገር አሰናድተው እነ እገሌ ለቀቤና፣ እነ እገሌ ለጉመር፣ እነ እገሌ ለጌቶ፣ ለእነሞር፣ እኔ አክሊልና ቸሐ እዣ ብለው በገሰገሱ ጊዜ ለሁሉም ሁለት፣ ሁለት መሪ አዝማች ወርቄ እንዳለው ሁሉ ሰጥተው ነበርና ከስልጤ ወዲህ ያሉ ዘጠኝ ባላባቶች ጎበዝ የጦር መሪ የተባሉን ሁሉ ዐማራ መጣ ሳይባል ሳይወራ በቅጽበት ከሰማይ የወረደ መብረቅ ሆነው ተያዙ። እነዚህን እጅ ካደረጉ በኋላ ሁሉንም በአንድነት አሉ ለክርስቲያን መንግሥት ብትገዙ እርስ በርስም ብትዋጉ፣ ብትሻሻጡ፣ ብትጣሉ ግፉን በኛ ልትፈረዱ ብትወዱ መሬቲቱም ጥንት የነ አፄ ዘራዓ ያቆብ የክርስቲያን መሆኑን ታቦታቱና ፍራሽ ሐውልቱ ይመሰክርላችኋል እያሉ መከሩና በአፄ ምኒልክ ዘመቻ የቸሐ ጊዜ የሚባለው እነ አለቃ ዘነብ የሥጋ ቤቱ ሹም ብዙ ሰው ገለው ነበርና ፉሎ ባፍታ ብለው ወደ 1700 ፈረስና ከ7፣8 ሺህ የበለጠ ላም

363 ወርቄ ንዳ፣ ገ፡74-93።

> ሰንጋ ተቀብለው የዓመት ግብራቸውን ማር፣ ሰንጋ፣ ሙክት በረገዱ ሁሉ በመንፈቅ በመንፈቅ ጌሬኖ አምጥተው ሊሰጡ ቆረጡና አስከትለው በአጨበር አልፈው ጌሬኖ መጥተው የ1600 ያባት ነፍጠኛ አለቃ ባሻ አባ ገዌ የሚባል ሾመው ገቡ[364]።

በአጠቃላይ የጎበናን የጉራጌ ዘመቻ ከተመለከትን ቀድሞውን እንዲያቀኑ በተደለደሉ መዋቅር ውስጥ ጉራጌ የጎበና ዕጣ አልነበረም። የግራ መሬት በሚል ለገርማሜ ነበር የተሰጠው፤ እሱ ለማቅናት ፈቃደኛ ሳይሆን ሲቀር ወይም ሲያቅተው ንጉሡን ጨምሮ ለሌሎች አካላት በተከታታይ ሞክረውት ሲያቅታቸው ወይም አደጋ ውስጥ ሲሆኑ ነው ጎበናን ለእርዳታ የጠሩት ወይም የጋበዙት። የጎበና የጉራጌ ዘመቻ ሌላኛው መገለጫ ደግሞ ከማስገበር በላይ ይመስላል። ይኸውም በዐማራ (ክርስቲያን) ላይ የታወጀውን የሐሰን እንጃሞ ጂሐድ መመከት ወይም ማኮላሸት። ስለዚህ ጎበና ጉራጌን የወጋው በዋናው የግዛት ክፍል ወይም ማስገበር ዕቅድ ሳይሆን የጂሐድን ጦር ለመመከት ነበር። እንዲያውም ሆኖ ምኒልክ ከጉራጌ ጋር የነበረውን ንትርክ እስከመጨረሻው ያደረቀው (የፈታው) የዚህ የጎበና የመዝጊያ ዘመቻ ነበር።

በተጨማሪም ጎበና የእርስ በርስ ግጭትና መተላለቅን ያስቀረው በኦሮሞዎች ማለትም በቱለማዎችና በመጫዎች አካባቢ ብቻ አልነበረም በጉራጌዎችም ዘንድ እንጂ። ከኦሮሞዎች ባልተናነሰ መልኩ ጉራጌዎችም በርካታ ጎሳዎች ያሉባቸውና እነሱም ሁልጊዜ በግጭትና ጦርነት ላይ እንደነበሩ ወርቁ ንዳ በግልጽ ይተርካል። ምንም እንኳ መጀመሪያ አምስት ቤት በኋላም ሰባት ቤት የሚሉትን ከጠላት ራስን ለመከላከልና ለመረዳዳት ስምምነት ቢመሠርቱም ከዚህ በተፈጥሮ ሀብት ምክንያት ከሚከሠተው ጦርነትና ግጭት አልወጡም ነበር። በርግጥ በአንጻራዊ መልኩም ቢሆን የሸዋን ተደጋጋሚ ዘመቻ ለመመከትም የቻሉት በዚህ ኅብረታቸው ነበር። ልክ አርሲዎች ማድረግ እንደቻሉት ለማለት ይቻላል።

ስለዚህ የጎበና ዘመቻና አካባቢውን ሰላማዊ ማድረግ እንዲያውም ጉራጌዎች በጥቂት አካባቢ ተወስነው በኢኮኖሚያዊ ችግር ውስጥ ከሚኖሩበት ነባራዊ ሁኔታ አውጥቶ ወደ ሰፊው የሀገሪቱ የተለያዩ ክፍሎች በመሰራጨት በንግድና ሌሎች ተጓዳኝ ሙያዎች እንዲተዳደሩ ምክንያት ሆናቸው። ከታጠረ ነባራዊ ሁኔታ ውስጥ አጥሩ ፈርሶላቸው በሰፊው ሀገር በተለይም የአዲስ አበባና ሌሎች ከተሞች ሲስፋፉ እጃቸውን ዘርግተው ጉራጌዎችን መቀበል የቻሉ አካባቢዎች ናቸው።

364 የጎበና ዳጨው ሰነዶች፣ IES MS, 4614.

ጎበናን ለመተቸት ከፍም ሲል ለማጠልሸት ከኦሮሞ ምሁራን በተጨማሪ ከደቡብ ኢትዮጵያ የወጡ ምሁራንም ጉራጌዎችንም ጨምሮ አስተዋጽኦ አላቸዉ። ይህ ምናልባትም ከዘመቻው በፊት በጉራጌና በኦሮሞ መካከል የነበረው የዘመናት ግጭት ኦሮሞዎች ጉራጌዎችን ለባርነት ሸጡ የሚለው እና ጉራጌዎች ኦሮሞችን እንዳልሠለጠኑ መቁጠር፣ ወይም አሠለጡኑ እና ክርስቲያን አደረጉ የሚለው ትርክት ቀጣይ ክፍል ሳይሆን አይቀርም። ባሕሩ ዘውዴ ከሶዶ (አይመለል) ጉራጌዎች የሰባሰባቸውን የቃል መረጃ ይመለከቷል[365]።

365 Bahru Zewde, "The Aymällät Gurage in the nineteenth century: a political history" in *Transafrican Journal of History*, Vol. 2, No. 2 (1972), pp. 55-68; *Society, State and History: Selected Essays* (Addis Ababa, 2008).

ክፍል ሶስት

ሲያልቅ አያምር
(1878-1881)

"...ወደ ሽዋ ሲመለሱ ግን የግቢው ሰው ሁሉ ፈጽሞ ከራስ ዳርጌ በቀር በራስ ጎበና ማጉረምረም ሆነ። ከጫጫ እስከ ሲቢሉ፣ ከከፋ እስከ ኢሉባቦር እስከ ጉሙዝ ማንኛችሁን ንጉሥ እንበል ተባለ።"

(የጎበና ዳጨው ሰነዶች፣ IES MS, 4614)።

ምዕራፍ ከስራ ሁለት

የታጠፉ የአጋርነት ስምምነቶችና ውጤታቸው

የታጠፉ የአጋርነት ስምምነቶች

ጎበና ከምኒልክ ጋር የአጋርነት ስምምነት ፈጥረው አብረው ከዘለቁት የሸዋ ጦረኞች መካከል ዋነኛው ነው። ምኒልክ ከኦሮሞ ጋር ለመቀራረብ የነበረውን ፖሊሲ ለመተግበር ትልቁን ሚና የተጫወተው ጎበና ነበር። ጎበና ከዚህ በፊት እንደተገለጸው በነበረው ፖለቲካዊና ወታደራዊ ችሎታ ብቻ ሳይሆን ይልቁንም ራሱም ኦሮሞ በመሆኑ ለፖሊሲው ተፈጻሚነት አቻ ያልነበረው የምኒልክ አጋር ነበር። አያሌ የኦሮሞ ጎሳዎችን በማስተባበር የምኒልክን የመስፋፋት ፖለቲካ እንዲደግፉ ለማድረግ ችሏል።

ከብዙ የጎበና ስልቶች መካከል ሸዋ አዲስ በሚያቀናቸው ግዛቶች ከሚገኘው ጥቅም ተካፋዮች ትሆናላችሁ የሚለው መደራደሪያው በሌሎች ምዕራፎች በተደጋጋሚ እንደተገለጸው አንዱ መሳቢያ ነበር። ይህ እንግዲህ በጦርነት ጊዜ የሚገኘው ምርኮና ዝርፊያ ብቻ አይደለም። በመስፋፋት ከሚያዙት ተጨማሪ ሰፋፊ ግዛቶች መሬትና ሥልጣን ሊያገኝ እንደሚችል እሱም አምኗል ተከታዮቹንም አሳምኗል። የጎበናና የኦሮሞ ባላባቶች ተሳትፎ ባይኖር ኑሮ ያን ጊዜ ሸዋ የዘረጋው የመስፋፋት ዕቅድ አይሳካም ነበር ብሎ መገመት ይቻላል። ስለዚህ እንደተለመደው ያስገበራቸውን ግዛቶች ገዥ የሚሆነው ራሱ ጎበና ነበር። ለምሳሌ የሸዋን የቱለማ ምድር የበላይ ሆኖ በማስተዳደር አሽከርና ወታደር በመመልመል ግብር በመሰብሰብ ሲሠራ ነበረ። እንደገናም እኤአ በ1882 ምኒልክ ወደ ምዕራብ በመገስገስ ወደ ሃያ ሺህ የሚጠጋ ጦር ይመራ የነበረውን ጎበናን የጌራ፣ የሊሙ እና የጉማ

አስተዳዳሪ አድርጎ ሾሞት ከፋንም እንዲያስገብር አበረታታው። በአጠቃላይ ጎበና በዚህ የግዛት ሽሚያ ጦርነት አምሳያ ያልነበረው ጀግና ስለነበር የደቡብ ምዕራብ ኢትዮጵያን አካባቢ በሙሉ እንዲገዛ ዕውቅና ተሰጠው[366]።

ይህ ግዛት የማስፋትና የማስገበር እንቅስቃሴ ቀጥሎ እያለ በአንዳንድ አካባቢ እንዲያውም የዘመኑ ቅኝ ገዥ ከነበሩት አጎራባቾች ፊት ለፊት ከሚያገናኝበት ደረጃ ደርሶ በነበረበት እኤአ 1880ዎቹ ሁለተኛ አጋማሽ ውስጥ ጎበና ላይ ግዛትህን አካፍል ወይም ልቀቅ የሚል አጀንዳ የተነሣ ይመስላል። በአንዳንዶች ገለጻ መሠረት ነገሩ እንዲህ ነበር፤ ጎበና ከአንዱ የደቡብ ምዕራብ ዘመቻ ወደ ሸዋ ሲመለስ ምናልባትም ሁሉንም ዘመቻዎች በማስገበርና በስኬት ጨርሶ መምጣቱ ውስጥ ውስጡንም ሥጋት ሳያጭር የቀረ አይመስልም፤ ከዘመቻ መልስ ሸዋ በትልቅ አድማ ጠበቀው። ምኒልክ በግምባር ከአድማው የተሳተፈ አይመስልም፤ በገለልተኝነት ቆሞ ጎበናን መፍትሔ እንዲሰጥ የሚለምን ይመስላል። አንዳንዴ በተፈሪ የአልጋ ወራሽነት ዘመን እንደነበሩት መኻል ሰፋሪዎች የሌሎቹ የፖለቲካ ጉልበት እንዲደክም የሱ እንዲጠነክር የተጫወቱትን ሚና በሚያስታውስ መልኩ፣ የምኒልክ ሥልጣን እንዲጠነክር የጎበና ደግሞ እንዲኮሰምን እየጠየቁ የነበሩ ቡድኖች ያሉ ይመስላል። "ወደ ሸዋ ሲመለሱ ግን የግቢው ሰው ሁሉ ፈጽሞ ከራስ ዳርጌ በቀር በራስ ጎበና ማጉረምረም ሆነ። ከጫጫ እስከ ሲቢሉ፣ ከከፋ እስከ ኢሉባቦር እስከ ጉሙዝ [ሁሉም የእሱ ግዛት ሆነ] ማንኛችሁን ንጉሥ እንበል! ተባለ" ይለናል የጎበና ዜና መዋዕል[367]።

በርግጥ አንዳንድ የቃል መረጃዎች ጎበና በጣም ሰፊ ግዛት ስለያዘ የልብ ልብ ተሰምቶት ምኒልክን ለመፈንቀል እየሠራ ስለነበር ታውቆበት ወይም ተነቅቶበት ከመቅደሙ በፊት ተቀድሟል ይላሉ። ይህን ግን በሰነድ መረጃ ለመረጋገጥ አልተቻለም። ስለዚህ ምኒልክ ከዚህ በፊት በዮሐንስ የተታለለባትን የፖለቲካ ስልት ለጎበና የተገባራት ይመስላል። ከእምባቦ ጦርነት በኋላ ምኒልክ የማረከውን ተክለ ሃይማኖትን "ይዘህ ና!" ሲባል ይዞት ወሎ ተሻግሮ ከንጉሠ ነገሥቱ ጋር አገናኘው። በዚህ ጊዜ ተክለ ሃይማኖት ለዮሐንስ ይቅር ይበሉኝና አገሬ ልግባ ብሎ ምሕረት ሲጠይቅ፣ ዮሐንስ በልቡ ያሰበውን አስቦ ምኒልክን አማላጅ ካልላከብኝ ይቅር አልልህም ይለዋል። ተክለ ሃይማኖትም "ንጉሥ እባከዎትን ከንጉሠ ነገሥቱ ያስታረቁኝና አገሬ እንዲሰዱኝ ያስደርጉ" ይለዋል ምኒልክን። ምኒልክም ከኋላ ያለው የፖለቲካ ሸር የገባው አይመስልም የተባለውን አማላጅነት ይሄዳል። ካልክስ ምን አደርጋለሁ ላንተ ስል ይቅር ብዬዋለሁ፤ ነገር ግን ንጉሥ ብለን በባዶ እጁ እንዴት እንሰደዋለን

366 R. A. Caulk, "Territorial competition and the Battle of Embabo, 1882", pp. 65-88.

367 የጎበና ዳጬው ሰነዶች፣ IES MS, 4614።

እምባቦ የማረከበትን መሣሪያ መልስለትና ይግባ ይባላል። እሱም ሳይወድ በግድ ብዙ ሠራዊቱ የሞተበትን የማረከውን መሣሪያ አስረክቦ ተሸናፊ ከነበረው ከተክለ ሃይማኖት ጋር ወደሚያቀራርበው የፖለቲካ ጉልበት ላይ ወርዶ ድርድሩን ተቀበለ[368]።

ይህችን ዘዴ አሁን ለጎበና የተገበራት ይመስላል። በኋላም በመኻል ሰፋሪ አድማ ጊዜ ተፈሪ የሆነ ነገር ሲጠየቅ "ይህ አድማ ደግ አይደለም" ብሎ ቢቆጣም ለናንተ ስል ብሎ እራሱን የሚጠቀምበትን ይፈጽምላቸው ነበር። ምኒልክም ለጎበና የወገነ በመምሰል ጎበና የዛሬ አይደለም የሠላሳ ዓመት የልፋት ውጤት ነው እያለ ግን አድመኞቹ የጠየቁትን ነገር የሚተገብርበትን ዘዴ ያውጠነጥን እንደነበር ከሚቀጥለው ንግግሩ መገንዘብ ይቻላል። "…. ልትከል ብል አሮሞው ይጠፋል፤ ፈረስ በቅሎ አናገኝም፤ የአብቹና የገላንም ባላባትና ጎበዝም አይከተለንም፣ የምናቀናው አገር ገና አልተነካ፣ …. የኔ ከተማዬ እንጦጦ ሆነ። ለዚህ ብልኀቱ አራቱን ሰዎች ቻልልኝ።" ብሎ ግዛቱ የሚከፋፈልላቸውን ሰዎችንም ሲያሳውቀው፣ ሰዎቹ ከምኒልክ ይልቅ ለሱ ለጎበና የቅርብ ዘመድ እንደሆኑ በማግባባት ነበር። እንዳንዶቹን ለራሱም ዘመድ ቢሆኑ ለጎበናም የዚያኑ ያክል ቅርብ መሆናቸውን በመንገርና ያንን ቢያደርጉ ግዛቱንም ማረጋጋት ሥልጣናቸውንም ማጠናከር እንደሚችሉ፣ የደከሙበት በከንቱ እንዳይበተን እንደሚበጅ በመንገር ነበር[369]።

> ለዚህ ብልኀቱ አራት ሰዎችን ቻልልኝ፡- በሻህን እና ወልደ ጊዮረጊስን [የአቦዬ ልጆች]፣ ለኔ የአክስቴ ልጆች ቢሆኑ ለአንተም ሚስትህ አየለች የአቦዬ ወልደ ሥላሴ ልጅ ነች፤ የልጆችህ ወንድሞች ናቸው። ደጃች ናደውም በአባቴ በዘነበ ወርቅ አጎቴ ያሳደጉኝ መሆናቸውን ታውቃለህና ተሰማ ናደውን ቻልልኝ። አሮሞ ወልደ ጊዮረጊስን፣ ሸሬ ገበየሁን አድርጌያለሁና እንዲጠብቀኝ አድርግ" ብሎ ጠየቀ። ጎበናም "እሺ ለደጃች በሻህ አቦዬ ጌራን ለወንድሙ (ወልደ ጊዮረጊስ) ኩሎና ኮንታን፣ ከፋ ገብሯል ቢገባ ቢታጠቅ ዲና ሞልቷል በማጂና በጎፋ ወግተን ይጨምራሉና ከፋ እምቢ ቢል ባይገባ እንደ አባ ጅፋር እኔም እረድቻቸው ይካፈሉ። ተሰማ ናደውም ጎበዝ ነኝ ባይ ነውና ጋረደውን አስነሥቼ ኢሉባቦርን ይስጡት፤ ከበረታ እስከ ነጭ ዓባይ ሀገር ሞልቷል ያቅና ይጨምር አሉና ለፊታውራሪ ገበየሁ እንዳይርቅ ሜጫንና ግንደበረትን ይስጡ ብለው ለቀቁ[370]።

ይላል የጎበና ዜና መዋዕል።

---

368 ተክለ ጻዲቅ መኩርያ፣ *አጼ ዮሐንስና የኢትዮጵያ አንድነት* (አዲስ አበባ፣ 1982)፣ ገ:230።

369 ዝኒ ከማሁ።

370 ዝኒ ከማሁ።

በዚህ ድልድል ውስጥ የምኒልክ የሥጋ ዘመዶችና ዐማሮች ብቻ ሳይሆኑ እንደ ፊታውራሪ ገበየሁ ዓይነት ኦሮሞዎችም ተካተዋል። ፊታውራሪ ገበየሁ ከጎበና ቀጥሎ በምኒልክ ከፍተኛ ተወዳጅነት እያገኘ የመጣና ተስፋ የተጣለበት ስለነበር ከምኒልክ ርቆ ዳር አገር እንዲገዛ አልተፈለገም ነበር። ገበየሁ በጎበና ተኮትኩተው፣ ሠልጥነው ወደ ምኒልክ ከመጡ ሰዎች አንዱ እንደነበር የሚታወቅ ሲሆን ይህ የጎበና ግርፍ የጦር ሰው እንደ ጎበና በፖለቲካውና በውትድርና ሕይወት ብዙ ሳይቆይ በዓድዋ ጦርነት የተቀጠፈ ብዙ የሸዋ ሰዎችን ያስቆጨ ጀግና ነበር። ዐማራውም ኦሮሞውም ብዙ የሐዘንና የአድናቆት ግጥሞች ገጥመውለታል።

ጣልያን ብሎ ነበር ሸዋ ነው ድንበሬ፣
ጣልያን ብሎ ነበር ትግሬ ነው ድንበሬ፣
እምቢ አለ ገበየሁ ተጠምዶ እንደ በሬ[371]።

Asalafi Gabayoo
Eeduma gara naynattee wayyoo
Ulee dimituu qalayoo
Faranjjiin siiynattee wayyoo[372].

አሳላፊ ገበየሁ
ዛሬስ አንጀቴን በላሽኝ ወየሁ።
አንተ ቀጭን ቀይ ዘንግ
ፈረንጅ በላችህ ወየሁ።

Gabayyoon Yoggumma kufuu
Baddee yaa lole koo
Loleen nugusaf galtii
Baddee yaa niti koo
Niitinis boruu herumtii
Baddee yaa hadhoo koo
Jedhe Gabayyoon[373].

ልክ ሲወድቅ፣
እኔ ጠፋሁ ጦሬ፣
ጦሩስ ለንጉሡ ይገባል፣
እኔ ጠፋሁ ሚስቴ፣

371 Enrico Cerulli, p. 98.

372 Ibid.

373 Ibid.

ሚስትስ ነገ ታገባለች፣
እኔ ጠፋሁ እናቴ።
አለ ገበየሁ።

በርግጥ ይህ የግዛት ንጥቂያ የመጀመሪያው እንዳልሆና ከዚያ በፊት የተወሰኑ የመጫ አካባቢዎችንም ለሌሎች እንዲለቅ ተደርጎ ነበር። ምናልባትም በዚህ በቀደመው ውሳኔ ጎበና በያዘው የላላ አቋም ቀጥሎ የመጣውን ሥር ነቀል የግዛት ክፍፍል ያስከተለበት ይመስላል። ከቀደሙት ውስጥ ለምሳሌ ቶኬን ለፊታውራሪ ዝቅ አርጋቸው፣ ጨሊያን ለደጃች ደስታ ዳርጌ ተሰጥቶ ነበር። ጉራጌንም በተመለከተ በመጀመሪያው ድልድል የገርማሜ ቢሆንም በተደጋጋሚ እንደተጠቀሰው ማስገበር ስላልቻለ ጎበና እንዲያደርገው ተነግሮት በብዙ መሥዋዕትነት ካስገበረው በኋላ ዓመት እንኳ እንዲቆይበት አልተፈቀደም ነበር ወዲያው ሌሎች ተሸሙበት። በጎበና ሰዎች ግንዛቤ ቁጭት በሚመስል መልኩ ሁኔታው እንደዚህ ይተረክ ነበር።

> ውራጌ አገር የደጃች ገርማሜ ነበርና ለማቅናት ስለዘገየ ለራስ ጎበና አፄ ምኒልክ ውራጌ አገርን አውሼሃለው ወስደህ መልስ ብለው ሰጥተዋቸው ነበር። ካስገበሩት በኋላ አዝማች ወርቄ በሙሉ ውራጌ አዝማች ተብሎ ከአባ ገዌ ጋር የጸጥታ ግዛት ሲገዙ ሳለ እነሆ ቅናት ተነሥቶ ሦስተኛ ዓመት አልቆ አራተኛ ዓመት ራስ ጎበና ተሸረው ለራስ ወልዴ ሰጡት። አገሩን ራስ ጎበናም ያሰሯቸውን የጉራጌ ባላባቶች ኃያላን ዶላቾች ከቤታቸው እየፈቱ እንዲለቋቸው ከሌቃ ፋሌ ላኩና ተለቀቁ[374]።

በኋላ ላይ ነገሮቹ ሲረጋጉ በነበረው ግንዛቤ ክፍፍሉ እንደሚከተለው ተጠናቆ እንደተሠራ በርካታ የሸዋ ጸሐፊዎች ያብራራሉ፡

1. በሶዶ፣ በአጨበርና በጉራጌ ደጃዝማች ወልዴ አሻግሬ
2. በመጫ ፊታውራሪ ተክለ ማርያም ጉልላቴ
3. በቶኬና በቦተር እስከ ጊቤ ማዶ ለደጃዝማች ኃይለ ማርያም ወልደ ሚካኤል
4. ጨሊያ ለደጃዝማች ደስታ ዳርጌ
5. ሊሙ የአባ ጎሞልን አገር ለደጃዝማች ወልደ ጊዮርጊስ አቦዬ
6. ጌራንና ጎማን ለደጃዝማች በሻህ አቦዬ
7. ጉማንና ኢሉ አባቦርን ለደጃዝማች ተሰማ ናደው ተሰጠ[375]።

---

374 የጎበና ዳጨው ሰነዶች፣ IES MS, 4614።

375 ሥርግው ሐብለ ሥላሴ፣ ገ፡ 210።

በዐጽሜ ግንዛቤ ደግሞ በነዚያ ወራት የተሾሙት ከጭፍራ ጋራ እነዚህ ናቸው፤ ብሎ ከላይ የተዘረዘሩትን ቢደግመውም ቀጥሎ እንደተዘረዘረው የተወሰነ ለውጥ ይታይበታል።

1. በሶዶ በአጨበር በጉራጌ ደጃች ወልዴ አሻጋሪ
2. በመጫ ፊታውራሪ ተክለ ማርያም ጉልላቴ
3. በቶኬ በቦተር እስከ ጊቤ ማዶ መርድ ኃይሌ
4. ጨሊያን ለደጃች ኃይለ ማርያም ወልደ ሚካኤል
5. ሊሙ ለደጃች ደስታ ዳርጌ
6. ጌራን ለደጃች ወልደ ጊዮርጊስ አቦዬ
7. ጎማን ለደጃች በሻህ አቦዬ
8. ጉማና ኢሉባቦርን ለደጃች ተሰማ ናደው ተሰጠ።

"ራስ ጎበናም የኦሮሞን ሹመት ካደላደሉ በኋላ (1878) ከንጉሡ ተሰናብተው ሌቃ ወረዱ፤ ከሌቃ በክተት ተነሥተው ደጃች ጆቴን መሪ አድርገው ወደ ጉሙዝ ዘመቱ" ይለናል። በዚህ ሁኔታ ሌቃ ብቻ ለጡረታው ለጎበና ሲቀር ሌሎቹ ወደ ሰባት ወይም ስምንት የሚደርሱ ግዛቶች እላይ ለተጠቀሱት ግለሰቦች ተከፋፍለው ጎበና ለነዚህ ክፍፍሉን ላገኙት የበላይ ጠባቂ ወይም ሰበር ሰሚ እንዲሆን ተደረገ[376]። በዘመኑ አነጋገር "ሰበር ለጎበና ተሰጠ" ይባላል። ይህ ማለት በነዚህ ተሿሚዎች ፍርድና ሥርዓት ቅሬታ ያለው የአገሩ ሰው የመጨረሻውን አቤቱታ ወደ ጎበና እየመጣ ያሰማል ማለት ነበር። ይህ ግን በኋላ ላይ ምን ያክል እንደተተገበረ ምንም ማስረጃ አልተገኘበትም።

ጎበና ለምን ተገፋ?

እኤአ እስከ 1880ዎቹ ሁለተኛ አጋማሽ ድረስ ምኒልክና ጎበና ሰምና ወርቅ፣ ድርና ማግ፣ እጅና ጓንት ሆነው በስምምነት በመጀመሪያው የሥራ ድልድል መሠረት ጎበና ያስገበረውን የኦሮሞ ግዛት በሙሉ እየገዛ ያስተዳድር እንደነበር ግልጽ ነው። ጉራጌን ቢያስገብርም ውሰት ነው በኋላ እንዳይከፋህ ተብሎ ተነግሮት ነበርና በዚህ በኩል ጎበና ምንም ቅሬታ ያለው አይመስልም። በተደጋጋሚ እንደተጠቀሰው ጎበና በሁለቱም በኦሮሞም ይሁን በዐማራ በኩል የገዥነት ወይም የቤተ መንግሥት ተወላጅነት አልነበረውም። ወደ ከፍተኛው የፖለቲካና ማኅበራዊ እርከን የደረሰው በግል ሥራው ወይም ጥረቱ እንደ ነበር ባለፉት ምዕራፎች በሰፊው ተብራርቷል። ነገር ግን ከጊዜ በኋላ የጎበናን ግዛት መንጠቅና ለሌሎች የሸዋ የቤተ መንግሥት ሰዎች በተለይም ተወላጅነት ላላቸው ማከፋፈል ለምን አስፈለገ?

376 ፍጹም ወልደ ማርያም፣ ገ፡ 367-368።

የጎበናን መገፋት በተመለከተ እስከ አሁን ድረስ የጻፉ ወገኖችን በአጠቃላይ በሦስት ዋና ዋና አመለካከቶች ልንከፍላቸው እንችላለን። የመጀመሪያውና በብዙ የታሪክ መረጃዎች ላይ የሚታየው በተለይም የታሪክ ባለሙያ በሚባሉት ዘንድ የተለመደው "ብዙም ግልጽ ባልሆነ ምክንያት" የሚባለው አገላለጽ ነው። ይህ ብዙዎቹን ዘመናዊ ታሪክ ጸሐፊዎች የአዲስ አባባ ዩኒቨርሲቲ የታሪክ ባለሙያዎችን ጨምሮ የምኒልክ ዜና መዋዕል ጸሐፊ ገብረ ሥላሴ ሳይቀር በዝምታ ወይም ባልታወቀ ምክንያት የሚባለውን ማምለጫ በመጠቀም የሚያልፉትን ያጠቃልላል።

ሁለተኛው ቡድን ደግሞ በምኒልክና በጎበና መካከል እስከ መጨራሻው ሰላማዊ ግንኙነትና ትብብር ነበር የሚሉት ሲሆኑ በብዛት የቤተ መንግሥትን የውስጥ ጉዳይ አደባባይ እንዳይወጣ ሁሉም ነገር በስምምነትና በመከባበር እየተሠራ መሆኑን ለማሳመን የሚጥሩ የሚመስሉት ናቸው። እነዚህ እንደሚሉት ከሆነ ጎበና በጣም ሰፊ ግዛት ስለያዘ ሌሎች መንግሥትን እያገለገሉ የነበሩ ሰዎች የምኒልክን ዘመድ አዝማዶች ጨምሮ ምንም ግዛት ስለሌላቸው የምኒልክን ግዛት እየጠየቁ ስለነበር አንዳንዴም አድማ እየመቱ እያጉረመረሙ "ማንኛችሁን ንጉሥ እንበል?" እያሉ ስለሆነ ለመስጠት ደግሞ አገሩ ሁሉ በጎበና እጅ ስለነበር ምኒልክ ጎበናን ለማማከር ተገደደ የሚሉት ናቸው። በዚሁ መሠረት ምኒልክ ጎበናን አንዳንድ ሰዎች ያዝልኝ ብሎ ለመነው፤ ጎበናም እሺ አለ፤ ስለዚህ ጎበና የተገፋው ነገር የለም ወደሚል ያዘነበለ እይታ ነው[377]።

ሦስተኛው ወገን ደግሞ በምኒልክና በጎበና መካከል ቅራኔ ተነሥቶ ነው የሚሉት ሲሆኑ፣ ለምሳሌ ዐጽሜን ብንወስድ ጎበና ወሎ ተልኮ በወሰደው እርምጃ ምኒልክን አስከፍቶታል የሚል ሲሆን በዚህ መልኩ የተገለጸ ነበር። እኤአ 1886 ዓመት ከማለቁ በፊት ምኒልክ ጎበናን ሠራዊቱን ይዞ ወደ ወሎ እንዲሄድ አዘዘው። ከዚያም ጎበና ለገ ጎራ ለወረኢሉ ቅርብ የሆነ ቦታ ሰፍሮ እያለ አንዳንድ የሱ ሰዎች ከራስ ሚካኤል ሰዎች ጋር ተጋጩና ሁለት የጎበና ሰዎች ሞቱ። ጎበና በቀጥታ ወደ ጥቃት ዞሮ አካባቢውን አወደመው፤ በዐጽሜ ቋንቋ ከዚህ እስከዚህ ድረስ አረደው። ስለዚህ ይህ የጎበና ድርጊት ምኒልክን ቅር ስለአሰኘ ወዲያውኑ ወደ እንጦጦ ላከው፤ ቀጥሎም ግዛቱን በወለጋ ብቻ ወሰነበት[378]።

አሁንም "ጎበና ከሌሎቹ አቻዎቻቸው ጋር ሲተያይ እርሳቸው ማስገበር የቻሉት ሰፊ ክልል በመሆኑ ጉልበታቸው ከሌሎች ሁሉ ስለበለጠ ለሸዋ መንግሥት ሥጋት መስለው ታዩ" የሚሉ የቃል መረጃዎች አሉ። በዚህ ምክንያት ግዛቱን ለመቀነስ እና የአጋርነት ስምምነቱን ለማፍረስ

377 የጎበና ዳጨው ሰነዶች፣ IES MS, 4614።

378 ፍጹም ወልደ ማርያም፣ 7:366።

መዶለት ተጀመረ። ቀጥሎ እንደሚብራራው በማባበልና ሌሎች መንገዶችን በመጠቀም ግዛቱን ለሌሎች እንዲያጋራ ተደረገ። ጎበና በዚህ ብዙም አልተከፋም ይባላል።

በነገራችን ላይ እንደመጀመሪያው ስምምነት ከሆነ ወሎን ማስገበርና ማረጋጋት የምኒልክ የራሱ ድርሻ ነበር። ሆኖም ግን ሌሎች አካባቢዎችም ለባለ ድርሻው ሲከብደው ጎበናን ለእርዳታ እንደሚጠራው ሁሉ ወሎም ተጥርቶ ሲያስቸግሩት ከባድ እርምጃ የወሰደባቸው ይመስላል። ቢሆንም ግን ይህ ከሥልጣኑ ለመባረር ወይም ግዛቱን ለመነጠቁ ሰበብ ካልሆነ በቀር ዋነኛው ምክንያት ነው የሚባለው የሚያሳምን አይመስልም። ከዚሁ ቡድን ጋር ሆነው ጎበና ተከድቷል የሚል ዓይነት ስሜት ያለው ማብራሪያ የጻፉም በርካታ ናቸው። በእነሱ ማብራርያ መሠረት እስከ 1880ዎቹ ሁለተኛ አጋማሽ ድረስ ኦሮሞ በሙሉ ቱለማና መጫን ጨምሮ በጣም ይፈራ የነበረና እሱን ማስገበር ከባድ ስለሆነ የመጀመሪያውም ስምምነት ቢሆን ላይ ላዩን በእኩልነት ላይ የተመሠረተ ቢመስልም ወስጡ ግን "እሾህን በሾህ" እንዲሉ ነበርና ነው። በዐጽሜም አገላለጽ እንዲያውም "እርስ በርሱ ሥጋን በኲበት ጠበሱ" እንዲሉ ኦሮሞን ለማስገበር ኦሮሞ ያስፈልግ ስለነበር፣ ለዚህ ደግሞ ጠንካራው እና አመቺ የነበረው ጎበና ስለሆነ እሱን መጠቀማቸው ነበር ነው የሚሉት። ስለዚህ ጎበና መሣሪያ ሆነ ነው ድምዳሜው።

በርግጥ በመጀመሪያው አካባቢ ባሉት ምዕራፎች እንደተገለጸው ደጃች ገርማሜ ይህን አመለካከት በግልጽ አንጸባርቋል፤ ተናግሯልም። ቤታችንን ለማስፋት የምንፈልገው ወደ ኦሮሞው ስለሆነ ለዚህ ደግሞ ሁለቱንም የዐማራም የኦሮሞም አፍ የሚችል ደጅ አጋፋሪ ያስፈልገናል ያለውን ማስታወሱ በቂ ነው። በሌላ አገላለጽ የተባለው ሁሉ ስለተሳካ አሁን ጎበና አያስፈልግም፤ እንዲያውም ሥጋት ነበር የሚል ነው። ስለዚህ ጎበናን ለማስወገድ ጊዜው ነበርና ለጡረታ የምትሆን ትንሽ ግዛት ሰጥቶ ከእንጦጦ ወይም ከፋሌ አርፎ እንዲቀመጥ መድረጋቸው ነበር። በዚህ ጊዜ ኦሮሞ ቢያምጽ እንኳ ጸጥ ለማሰኘት የምኒልክ ጉልበት አስተማማኝ ደረጃ ላይ ደርሶ ነበር ነው ድምዳሜው። በቂ የጦር መሣሪያ ተሰብስቧል፤ ጠንካራ የሸዋ፣ የወሎ እንዲሁም የስሜን ኃይል አደራጅተዋል። በቤተ መንግሥቱ እንደ ቀላል ይቆጠሩ የነበሩት የስሜን ሰዎችም በተለይም ከጣይቱ በጋብቻ ትስስር መምጣት በኋላ ጠንካራ ኃይል ሆነው መውጣት ችለዋልና የጎበናን የወደፊት ሥጋት ከአሁኑ መቅጨት ከሚቻልበት ደረጃ ላይ ነበሩ ይባላል[379]።

ያም ሆነ ይህ በተለይ የመጨረሻዎቹ ሁለት ወገኖች የሚሉት የየራሳቸው እውነት ነበራቸው፤ ለምክንያትነት የሚያቀርቡት የተለያዩ

379 Getahun Dilebo, "Emperor Menilek's Ethiopia, 1865-1916: National Unification or Amhara communal domination" Ph.D dissertation (Howard University, 1974), pp. 64-92.

ኩነቶች ነበሯቸው። በርግጥ በውስጣቸው ሁለቱም የየራሳቸው የግል ስሜት ነበራቸው። በብዙ ነገር ቢኳኳልም የኢትዮጵያን የፖለቲካ ባሕርይ ለሚረዳ የታሪክ ተማሪ የመጨረሻው ሙሉ በሙሉም ባይሆን ውሃ የሚያነሣ ምክንያት ይመስላል። እሱ ባይኖር ምኒልክ ጎበናን ተዳፍሮ ግዛትህን ለሌሎች ላከፋፍል ብሎ አይጠይቅም ነበር፤ መዘዙን ይፈራዋልና። ቢሆንም ግን የዐመጹ ዋና ጠንሳሽና አንቀሳቃሽ ምኒልክ ራሱ ነበር ብሎ ለማመን ለዚህ ጽሑፍ አዘጋጅ አስቸጋሪ ነው። ምክንያቱም በተደጋጋሚ ጎበናን የሚከሱና የሚወነጅሉ ሰዎች ምኒልክ ፊት ሲቀርቡ ምኒልክ እሽ አይልም፤ አያምንም ነበር። ጎበናን ለመሥራት ሠላሳ ዓመት የፈጀብንን ቤት በአንድ ቀን ላፍርስ አይልም ይል እንደ ነበር ይነገራል። እሱንም ከዚህ ለመድረስ ሠላሳ ዓመት ፍጅቶበት እያለ እንዴት ከክብሩ አዋርደዋለሁ እንደሚልም ክሪስ ፕራውቲ ጽፋለች[380]።

ለዚህ ምሳሌ ሊሆን የሚችል ሌላው መታወስ ያለበት ገጠመኝ ራስ ጎበና ደጃች ወልዴን ለማዳን ጉራጌ በዘመተበት ጊዜ ከንጉሥ ጋር ሲጨዋወቱ የሆነ ነው ተብሎ የሚነገረው ነው። "ራስ ጎበና አሉ፣ እንግዲህ በቃ ንጉሥ ይመለሱ ለሐሰን እንጃም እኔ እበቃዋለሁ... ንጉሡም እሺ ሰናድርና ጠመንጃ ያዥ ይከተልህ ቢሏቸው፣ አይሆንም አሽከሮቼ ይበቁኛል። ይህንንም ማለቴ ተመክቼ ኮርቼ አይደለም። ከዚህ ቀደም የቁጥር ጦር ቢሰጡኝ 'ከኦሮሞ ዶልቶ አስፈጀን' ብለው እንደሄዱቱ ስሜን ያጠፉኛል ብዬ ነው።[381]" ይህ እንግዲህ ጎበና ምን ያህል በእንደዚህ ዓይነት ክስና አሉባልታ እንደተማረረ ያስረዳል።

ይልቅስ ምኒልክ ሁሌም በቤተ መንግሥቱ ውስጥና አካባቢ የሚነሡ ኃይሎችን በማመዛዘን ጠንካራውን የመምረጥ ዝንባሌና ክህሎት የነበረው ይመስላል። በዚህ ወቅት ጎበናን ወይም ኦሮሞን ጥሎ የሸዋ ዐማራና ወሎ እንዲሁም የስሜንን አጀንዳ መቀበል ሳይኖርበት አይቀርም። የዚህ ጽሑፍ አዘጋጅ አንዱን ጎበና ማጣት እየጠነከሩና እየጎለበቱ የመጡትን ጎበና ሳይቀር ያሠለጠናቸውን አፍለኛ የጦር ሰዎች ከማጣት የቀለለ ሆኖ አግኝቶታል ብሎ ያምናል። ምክንያቱም እንዲህ ዓይነቱ ጉርምርምታና ቁርቋሶ በሸዋ ቤተ መንግሥት አዲስ አልነበረም። ገና አንኮበር እንዳሉ ይታይ የነበረ ሲሆን ለምሳሌ ጎበና ያኔ ልጆች (ወጣቶች) የነበሩትን ጐንደሬዎች በአጋፋሪነቱ ከንጉሡ እልፍኝ ገርፎ በማስወጣቱ ተነሥቶ የነበረው ዐመጽ በጎበና የበላይነት ያለቀው ንጉሡ ያን ጊዜ ዕጣ ፈንታው በሸዋ ኦሮሞች እጅ እንደነበረ በመረዳቱ ሌላውን ቅሬታውን ውጦ የጎበናን ወገን ስለደገፈ ነበር። አሁን ግን ጉልበት ያለው የያኔው በፖለቲካ ዓይን ጨቅላ የነበረው አሁን ግን የፈረጠመው ቡድን ሲሆን ጎበና ግን እያረጀና ጉልበቱ እየዛለ ፍትጊያው

---

380 ውብሸት ስጦታው (ተርጓሚ)፣ ዳግማዊ ምኒልክ እና እቴጌ ጣይቱ (አዲስ አበባ፣ 2006)፣ ገ፡

381 የጎበና ዳጨው ሰነዶች፣ IES MS, 4614።

የጎረምሳ ወይም የጎልማሳና የሽማግሌ ስለነበር ምኒልክ ለራሱ ሲል አፍላ ጉልበት ላይ የነበረውን ኃይል መምረጥ የነበረበት ይመስላል።

ለማጠቃለል ያህል ጎበናን ለመግፋት በጊዜው ግዛት የማስፋት የቤት ሥራ እያለቀ ስለሚመስልና በሌላም መልኩ የጎበና ግዛት ሰፍቶ ሰፍቶ ሌሎቹን ሥጋት ላይ ስለጣለ ማንኛችሁን ንጉሥ እንበል እያሉም ነበር፤ መፈንቅለ መንግሥት ሊያደርግ ነው፤ ምኒልክን ሊያስወግድ ነው የሚል አሉባልታ በመንዛት ላይ የነበሩ ይመስላል። ከዳርጌ ውጭ በምኒልክ ቤተ መንግሥት አድማ ውስጥ ያልነበረ ሰው የለም ይባላል፤ ሌሎቹ በኋላ ላይ የደረሱት አፍለኞች ጎበናን የመዳፈርና የማዋረድ መንገድ ሲቀጥሉ ዳርጌ ግን የመጣበትን መንገድ በሙሉ ስለሚያውቅ ሊከዳው የፈለገ አይመስልም። ሌሎቹ ግን "አንበሳ ሲያረጅ..." የሚባለው ዓይነት ስሜት ላይ የነበሩ ይመስላል። በተጓዳኝ ደግሞ የግዛት እጥረትም የተከሠተ ይመስላል፤ ምክንያቱም በአንዳንድ አቅጣጫ ሸዋ ግዛቱን አስፋፍቶ ከዘመኑ የአውሮፓ ቅኝ ገዥዎች ጋር ፊት ለፊት እየተፋጠጠ ስለነበር ቀድሞውኑ በገበሩት ላይ ማንዣበብ እንጂ አዲስ መሞከር በነጎበና ዘመን የቀረ የሚያስብል ነበር። ስለዚህ የተገኘው ሰፊና ሀብታም ግዛት በጎበና እጅ ስለሆነ እሱን መገዳደር የግድ ነበር። በዚህ ምክንያት ጎበና መፈንቅለ መንግሥት ሊያደርግ ነው ተብሎ የተነገረው ነገር እውነት ነው ተብሎ ከሚታሰር ግዛቱን ብቻ ይጣ፤ እሱን ማሰር ጥሩ አይመጣም ለላፉት ሠላሳ ዓመታት ይህንን አገር ሲሠራ የነበረ ሰው ነው በሚል የተተወ ይመስላል። ምናልባትም በኦሮሞዎች ከተደረገው የተቃውሞ ጦርነት በላይ ሌላ ጦርነት ፈርተው ሊሆን ይችላል። ያቀናው ሀገር በዓለም አቀፍ ፖለቲካውም ቢሆን በአንድ ሰው መመዝገብ ስለነበረበት ሁለት ንጉሥ ስለማያስፈልግ አንዱ ሰበብ ተፈልጎ መወገድ ነበረበትና ነው የሚሉም አሉ። በመጨረሻም አንድ በአቶ ኢደኦ ቦሩ ማጠቃለያ ንግግር ላይ የተነሣ ለማንም የኅብረተሰብ ሳይንስ በተለይም የሥነ መንግሥት ትምህርት ግንዛቤ ላለው ሰው ትርጉም የሚሰጥ። እሱም ጎበና ቀስ በቀስ ከፖለቲካዊ ሥራ እየተገለለ የጦር ሜዳ ጀግና እየሆነና እየተባለ በመወደስ ብቻ እንዲቆይ የተደረገው ሆነ ተብሎ ነው እንጂ የሥራ ክፍፍል ብቻ አይመስልም ይለናል[382]።

ከዚሁ ጋር ተያይዞ "የጦር ንጉሥ አንተ፤ የሀገር ንጉሥ እኔ" የምትለዋን ግጥም ያስተውሰናል። ይህ ከፖለቲካ ዐውድ መራቅ ወይም ከቤተ መንግሥት መራቅ በአካባቢው እየሆነ የነበረውን እንቅስቃሴ በወጉ ያለመረዳትን ያስከትላል። ለዚህም ሊሆን ይችላል ምኒልክ ግዛትህን ለሌሎች እናከፋፍል ብሎ ሲለምነው "ለመንግሥታችን ከበጀ ይሁን"

382 Edao Boru, "Gobana Dache" on YouTube, 17 Mar 2015 - Uploaded by Finfinnee Radio, https://www.youtube.com/watch?v=SE4vN0JQMAc.

ብሎ ያለው። ያም ሆነ ይህ ምኒልክ ሁሌም ሁለት ተጓዳኝ ፈታኝ የቤት ሥራዎች ሲገጥሙት አንዱን የቤት ሥራ ራሱ ከያዘው ሁለተኛውን ጎበና እንደሚይዘው ግልጽ ነበር። ለምሳሌ ይህን የእንግሊዞችን መምጣትና የቴዎድሮስን መሞት በተመለከተ የሸዋ ምላሽ ምን ይመስል እንደነበር በወቅቱ የጎበና ሚና ወይም የቤት ሥራ የትኛው እንደሆነ በማየት ይገለጻል። በወቅቱ ከቦታ ርቀት አንጻር ከምኒልክ ይልቅ ዮሐንስ ተጠቃሚ መሆኑን እንገነዘባለን። ያም ሆኖ ምኒልክ የእንግሊዝን ግብዣ ተቀብሎ መንገድ መርቶ በኋላ የጦር መሣሪያ ለማግኘት ሸዋን አምኖ ለዘመዶቹ ትቶ ለራሱ ለመሄድ አልደፈረም። ይልቁንም ጎበናን ነበር የላከው። እንዳለመታደል ሆኖ መንገዱን ወሎዎች ስለዘጉበት ሊሄድ ባለመቻሉ ከመንገድ እንደተመለሰ ይነገራል። አንዳንድ ጸሐፊዎች የሚሉት ግን ቴዎድሮስ አሳዳጊው ስለነበር "እንዴት ከጠላት ጋር አብሬ እወጋዋለሁ" ብሎ ላለመሳተፍ ስለፈለገ ነው ምኒልክ ያልሄደው ይላሉ። ምንም እንኳ ለምኒልክ ካላቸው ፍቅር በአሳዳጊ አባቱ ላይ ላለመዝመት ነበር ቢሉም ምኒልክ ራሱ ለንግሥት ቪክቶሪያ በላከው ደብዳቤ እንደገለጸው ለመሄድ ብዙ ነገሮች እንዳስቸገሩት ነበር። የቴዎድሮስን ሞት በሚመለከት ከሐዘን ይልቅ የምሥራቹ እንደ ነበርም ይነግረናል። እንዲህ ይላል "…. እኔ እራሴ ወደ መቅደላ ዘምቼ የታሰሩትን ሰዎችሽን ለማስፈታት ነገሩ ባይመቸኝ ተመልሼ አገሬ ገባሁ። ደግሞ ሁለተኛ ሰዌን አዝምቼ የናንተ ወሬ ቢርቀው ያገሬ ሰው ፋሲካን ከዘመቻ መዋል አልለመደምና ተመልሶ ገባ። ሰዌ በገባ በ፰ ቀን እንግሊዞች ድል አደረጉ፣ ቴዎድሮስ ሞቱ የሚል የምሥራች መጣልኝ። ይህን ብሰማ እጅግ ደስ አለኝ። እኔም በፍቅር ለመገናኘት ተሰዎችሽ ጋራ ስነሣ ቾኩለው ተመለሱ ቢሉኝ ቀረሁ[383]። "

በተመሳሳይ ሁኔታ ስለዚሁ ጉዳይ በኤደን ለሚገኘው የእንግሊዝ ምስለኔ በጻፈው ደብዳቤ ከእንግሊዞች ጋር ባለመገናኘቱ የነሱ ጥበብና ሥርዓት ሁሉ ስለቀረበት በጣም መጸጸቱን ተናግሯል። "ሰዎቻችሁ ንጉሥ ቴዎድሮስን ድል አድርገው ከሄዱ ወዲህ እጅግ ተጠጠትሁኝ። ሥራቸውንና ጥበባቸውን ሰምቼ ይህ መልካም ትምህርትና ጥበብ ሁሉ ስለቀረብኝ።[384]"

ያም ሆነ ይህ ከእንግሊዝ አለመገናኘትና የጦር መሣሪያ ማግኘት አለመቻል የሸዋን ወደ ንጉሠ ነገሥትነት ቦታ መምጣት ለሚቀጥሉት ሃያ ዓመታት ያኽል አዘግይቶታል። በርግጥ ላለመሄዱ ከቦታው ርቀት በተጨማሪ በዚህ ወቅት በሸዋ ውስጥ የነበረው የፖለቲካ ግጭት ግዛቲቱን የጋለ ምጣድ አድርጓት ስለነበር እንግሊዞችን ለማግኘት ወይም ለመርዳት መሄድ በጣም አደገኛ ነበር። በዚህ ምክንያት አመዛዝነው ከሁለት አንደኛቸው መሄድ እንደሚኖርባቸው ወስነው ጎበና ለመሄድ ተነሣ። እንደተባለው አልተሳካም

383 Sven Rubenson, pp. 8-9.

384 Ibid.

ነበር። ቀጥሎም ተክለጊ ዮረጊስ እንደነገሠ ሸዋ እንደዚያው ስለነበረች በስጦታ ስም ግብር ይዞ በገደምዳሜም ቢሆን ሸዋ የጐንደርን ወይም የሰሜንን የበላይነት እንደምትቀበል ለማሳየት የሄደው ምኒልክ ሳይሆን ጎበና ነበር። አፈወርቅ ይህችን ክሥተት እንዲህ ብሎ ይነግረናል፤ "አጤ ምኒልክ ግን መቼም ከተፈጥሮ ማስተዋል እንጂ ለነገር መቸኮል አይወዱምና እሺም እምቢም ሳይሉ በራስ ጎበና እጅ የዚያን ጊዜ ገና አቶ ጎበና ይባሉ ነበር፣ ለግብር አልነበረም ለፍቅር ብለው ብዙ ፈረስና በቅሎ ለተክለ ጊዮርጊስ ሰደዱ። ብልኀቱ ወሎን ጨርሼ ሳላሳምን አስቀድሞ መጣላቱ ያሰብኩትን ነገር ሁሉ ያበላሽብኛል ለማለት ነበር[385]።"

ይኸው ደራሲ በወቅቱ የነበረውን የሸዋን የፖለቲካ ትኩሳት በተለመደውና ኩሸት በተሞላው አማርኛው እንዲህ ይለዋል፤ "አጤ ቴዎድሮስ እንደሞቱ በ1860 ዓመተ ምሕረት አጤ ተክለ ጊዮርጊስ ነገሡ። አጤ ምኒልክ ግን በዚህን ጊዜ ወደ በጌምድር ተሸግረው ከአጤ ተክለ ጊዮርጊስ ጋራ ለመከላከልና በኢትዮጵያ ለመንገሥ አልፈለጉም። ስለ ምን የሸዋ መንግሥትም ጭራሹኑ አልተሸራሸም ነበረ። በአንድ ወገን ኦሮሞ እስከ ጠራና እስከ ደብረ ብርሃን እየጋለበ በደጋ ሰው እየፈጀ ይሄድ ነበረ። በአንድ ወገንም እናቶ በዛብህን እነ መርዕድ ኃይሌን ያህል ጠላት ነበረብዎ፣ ሸዋ ተገቡ ገና ሁለት ዓመት ብቻ ነበርና ሁሉን በአንድ ጊዜ ማስማራት አልተቻለም ነበረ[386]።"

በዚህ ሁሉ ምክንያት ጎበና ተፈሪነቱና ተደናቂነቱ በጣም ትልቅ እንደነበር ሥርግው ሐብለ ሥላሴ እንደሚከተለው ይገልጸዋል፤

> ማስታወስ ያለብን የዚያን ጊዜ የጎበና ምት የሚባል ቀኝት መኖሩን ነው። በዚህ ዓይነት የጎበና ፍቅር በንጉሡ ብቻ አለመወሰኑን እንረዳለን። ጎበና ከመጀመሪያዎቹ ሁለት ራስ ከተባሉት ሰዎች አንዱ ነበር።.....የጎበና ማስተባበር ተግባር ተቅርቡ ጀምሮ እየተጠናከረ ወደ ሩቅ ያልፋል። በመጀመሪያ ተግባሩ ያተኮረው በጉዱሩና በአዋሽ ወንዞች መካከል ባሉት ሀገራት ላይ ነበረ። .... የአንድነት መንፈስ ሥርጾ እንዲገባ ያደረገ ጎበና ነበረ። ለዚህም ግማሽ ኦሮሞ በአባቱ በኩል መሆኑ ሳይረዳው አልቀረም። በቋንቋ ረገድ ከሆነ የሸዋ ነገሥታት ኦሮምኛ ይናገሩ ነበር። ለምሳሌ ሣህለ ሥላሴ የኦሮምኛ ቋንቋ ጠንቅቆ ያውቅ ነበረና ከኦሮሞ ባላባቶች ጋር ሲገናኝ በቀጥታ በቋንቋቸው ነበር የሚያናግራቸው[387]።

385 አፈወርቅ፣ ገ፡ 21።

386 ዝኒ ከማሁ፣ ገ፡ 20።

387 ሥርግው ሐብለ ሥላሴ፣ ገ፡ 185።

የጎበና መሻርና የግዛቱ መከፋፈል ውጤት

የዚህን የጎበናን መሻርና የግዛቱን መከፋፈል ውጤቱን በተመለከተ ለሁለት ከፍሎ ማየት ይቻላል። የመጀመሪያው በዚሁ በሸዋ በጎበና ከተማ ወይም ቤተ መንግሥት አካባቢ ሲሆን ሁለተኛው ደግሞ እሱ ባሳመናቸውና በአንጻሩ በሰላም ባስገበራቸው እሱን ብቻ እንደ የበላይ ገዥ አድርገው በተቀበሉ የኦሮሞ አካባቢዎች ነበር። በመጀመሪያው አካባቢ ይህን ያክል የጎላ ዐመጽና ተቃውሞ የነበረ አይመስልም። ምክንያቱም በዚህን ወቅት ጎበና ያረጀና ከሱ በላይ በቤተ መንግሥት አካባቢ አለን፣ አለን የሚሉ ወገኖች የበዙበትና እሱ በየምክንያቱ ይወነጀልበት የነበረ ጊዜ ስለነበር። ውስጥ ውስጡን ግን በየአዝማሪውና በየሥራ ቤቱ እንደበት የጌታቸውን በዚህ መልኩ መገፋት ይቃወሙ የነበሩ ሰዎች የገጠሟቸውን የዘፈን ወይም እንጉርጉሮ ግጥሞች ያስነግሩ ነበር። በሀገሪቱ የፖለቲካ ልምድ መሠረት ብዙውን ጊዜ እንዲህ ዓይነት የአዝማሪና የሥራ ቤቶች ወይም ሴቶች በጓዳ ግጥም የሚቀባበሉበት ጉዳይ በአደባባይ የማይባልና ከተባለም የሚያስፈራና የሚያስቀጣ ሲሆን ነበር።

ያም ሆነ ይህ እነዚህ ቡድኖች ይቀባበሏቸው ከነበሩት ዘፈኖች ወይም ግጥሞች ሥርግው ሐብለ ሥላሴ ለምሳሌ ካቆያቸው ውስጥ የሚከተሉት ይገኙበታል።

> ሀገር ሲለምኑ በኣቦ(ባቦ) በሥላሴ፣
> ድረሱልኝ ሲሉ በሐምሌ በነሐሴ[388]።
> የሀገር ነጠቃውንም እንዲህ ብለዋል፣
> እነ ራስ ጎበና ባቀኑት ሀገር፣
> ቀኛዝማች፣ ግራዝማች ይባባል ጀመር።
> ጎበና አባ ጥጉ ሆድክን አይባሰው፣
> ወትሮም ልማድህ ነው እያቀናህ ለሰው[389]።

ሁለተኛው ግን በየቦታው ዐመጾችና ጦርነቶች የተከፈቱበት ነበር። የዚህ የፖለቲካ እርምጃ ውጤት የሆኑትን ዐመጾችና ጦርነቶች በግልጽ የጻፈ የታሪክ በለሙያ እምብዛም ነው። ሌሎች የሸዋ የታሪክ ጸሐፊዎችም እንደተለመደው በማድበስበስ ወይም በጸጥታ አልፈውታል። ከነዚህ የተለየ ሆኖ የሚታየው ዐጽሜ ሲሆን እሱም የመጫዎችን ተቃውሞ እንዲህ ብሎ ጽፎታል፡-

> ከ1877ቱ የወሎ ወደ ሼህ ጦልዓ ዘመቻ መልስ የኦሮሞውን አገር እየከፈሉ ሾሙበት። እስከዚህ ዘመን ድረስ በኦሮሞ አገር ዐማራ አልተሾመበትምና

388 ዝኒ ከማሁ፣ ገ፡ 210።

389 ዝኒ ከማሁ።

> ግብሩን በራስ ጎበና እጅ ያወጣ ነበር። በ1878 በዘመነ ማርቆስ በወርኃ ጥቅምት ንጉሥ ምኒልክ ወደ መጫ ዘመቱ አጠፉት። ስለምን አምኃራ ከተሾመበት በኋላ ዘመቱበት ቢሉ መላ አሮሞ ከራስ ጎበና በቀር ሌላ ጌታ አልቀበልም ብሎ አምና የሾሙትን ሁሉ አላስገባም ብሎ ከልክሎ ሰውንም እራሱንም ጎድቶ ከርሞ ነበርና ስለዚህ ወደ መጫ ፊታውራሪ ጉልላቴ ተክለ ማርያምን ለመርዳት ዘመቱ[390]።

ላጲሶም ለዶክትሬት ዲግሪ ማሟሚያው በጻፈው ቴሲሱ እነ ዐጽሜን ዋቢ አድርጎ የሚከተለውን መደምደሚያ ሰጥቷል፤

> After the disposition of *ras* Gobana in 1886, the Tulama, the Mecha, and the Gibie Oromo people and rulers took up arms to resist direct Manzian occupation of their land. In response, Menilek and his Manzian followers systematically exterminated the Oromo leaders and the ruling families. This repressive extermination of Oromo ruling families created a leadership vacume and identity crisis among the Oromo.[391]

ይህ በግርድፉ ሲተረጎም፤ ጎበና በ1886 [1878 አካባቢ] ሲሻር፤ ቱለማው፤ መጫውና የግቤ አሮሞ ሕዝብ የመሬቱን በመንዜዎች መያዝ በመቃወም ክንዱን አንሥቶ ነበር። በምላሹ ምኒልክና መንዜ ተከታዮቹ በዘዴ የኦሮሞ መሪዎችንና ቤተሰቦቻቸውን አጠፏቸው። ይህ የኦሮሞ መሪዎችና ቤተሰቦቻቸው መጥፋት የአመራር ክፍተትንና የማንነት ቀውስን በኦሮሞዎች ዘንድ አስከትሏል።

በርግጥ ጦርነቱ በመጫ አካባቢ ብቻ ሳይሆን በጉራጌዎችም ስለነበረ ሸዋ ከነበረው ጦር ግማሹ ወደዚያ እንዲዘምት ተገዶ ነበር። ይህ የጉራጌዎቹ መፍትሔ ስላላገኘ በመጨሻውም ቢሆን ጎበና ተጋብዞ እንደፈታው እላይ እንደተጠቀሰ የሚታወስ ነው። ይህንንም ጉደይ ዐጽሜ በሚከተለው መልኩ ይተርከዋል፡-

> እኩሌታው ጦር ከደጃች ወልዴ ጋራ ደጃች ገርማሜ ባላምባራስ መኰንንም ወደ ቀቤና ዘመቱ ቀቤኖች ደጃዝማች ውቤ አርገኖን ገድለው ከርመው ነበርና። ንጉሡም ደጃች ወልዴም በየሄዱበት ቀንቷቸው በደኅና ተመለሱ። በወርኃ ኅዳር ራስ ጎበና ከሌቃ መጡ ብዙ ግብርና የመጫ ነጋሥታትና ባላባቶቹን አስከትለው አንድም አልቀረም ከጌራ ንግሥት በቀር፤ ልጇ ሕፃን ስለሆነ። ከዚህ በኋላ ንጉሥ ከራስ ጎበና ጋር እየተማከሩ በአሮሞ ላይ

390 ፍጹም ወልደማርያም፤ ገ፡ 367።

391 Getahun Dilebo, p. 85.

> ከሠራዊት ጋራ መኳንንት ሾሙ በአምኃራ በድፍን ሸዋ ላይ ተሠርቶ የነበረን ጐንደሬና ነፍጠኛ በኦሮሞ ላይ እንዲሠራ[392] አዘዙ፣ በሸዋ ላይ በተሠራ በ12 አመቱ አንሥተው በኦሮሞ ላይ ሠሩት[393]።

እኛ ገዥያችን ጎበና ነው ከሱ ውጭ አናውቅም እንኳ ግብር ልንከፍላችሁ ወይም ልንገዛላችሁ ያለ እሱ ፈቃድ ልናናግራችሁ አንችልም፣ ብለው ጦርነት አወጁ። ከነዚህ ዐመጾች በጣም የታወቁት የወለጋዎቹ የሌቃ መንግሥታት እና የግቤ እንዲሁም ለስምም ቢሆን ገብሬያለሁ፣ ግብር እልካለሁ ብሎ የሸሸው የከፋው ንጉሥ እና የኢሉ አባቦራው ፈተንሳ ኢሉ ነበሩ። ስለነዚህ ጦርነቶችና ተዋጊዎቹ ድላቸውን የዘከሩበት የተለያዩ ዘፈኖች በቸሩሊ ስብስብ ውስጥ ይገኛሉ። ቸሩሊ እንደሚለው ጎበና ወደ ፋሌ እንደተመለሰ እሱ ያስገበራቸው አካባቢዎች በተሾሙት ዐማሮች ላይ ክንዳቸውን አነሡ። የተለያዩ የኦሮሞ መንግሥታትም ኅብረት ስምምነትም መሠረቱ። ለምሳሌ እነዚህ አራቱ፣ ኖኖ ሮጌ በቱሪ ጃገን መሪነት፣ ኖኖ ሚጊራ በመርዳሳ ኮንቼ መሪነት እንዲሁም ሦስቱ ሌቃዎች (ሌቃ ቢሎ፣ ሌቃ ሲቡ፣ ሌቃ ሆርዳ)፣ ሊሙ እና ጂማ ጉደያ ነበሩ። ሞሮዳ (ሌቃ ነቀምቴና ዋዩ) ግን እንደተለመደው ከአዲሶቹ ተሿሚ ዐማሮች ጋር ሠራዊቱን ይዞ አብሯል። ይህንን ዐመጽ ለመግታት ምኒልክ ደጃች ናደውን፣ ተሰማ ናደውን፣ ደስታ ናደውን እና ደለንሳ ናደውን የጦር መሪ አድርጎ ላከቸው። ነገር ግን ጉራዳባ በሚባል ቦታ ወማ ወንዝ አጠገብ ተሸነፉ። ተሰማ ወደ ሸዋ ሸሸ። ደስታ ናደው በጦርነቱ ሞተ። ደለንሳ ናደው ደግሞ ሌላ የማምለጫ መንገድ ለመክፈት ቱቃ በሚባል የሲቡ ጎሳ ላይ ጥቃት ከፈተ[394]። ተሰማንም እያሳደዱ እስከ ጉደር አድርሰውት እንደነበር በዚሁ ቸሩሊ በሰበሰበው ሥነቃል ውስጥ ተነግሯል[395]።

በዚህ አስቸጋሪ ሁኔታ ውስጥ ጉደር ላይ ሁኖ ተሰማ ለጎበና የድረስልኝ መልእክት ልኮ እንደነበርና ኦሮሞዎቹ ሊጠጉ ያልቻሉት ቀስት ብቻ ስለነበራቸውና ተሰማ ድግሞ ነፍጥ የታጠቀ ኃይል ስለነበረው እንደሆነም ዘፍነዋል[396]። ስለዚህ በዚህ ሁሉን ነገር ፈተነዋል ብለው ባሙኑበት ግን ያላሰቡት ቀውጢ ሰዓት ሲገጥማቸው የተገፉው ጎበና እንኳ ምን ያኽል አስፈላጊያቸው እንደነበር ያሳያል። የጎበና መሻርና ግዛት መነጠቅ ዐመጽ የቀሰቀሰው በሌቃና በግቤ ብቻ አይመስልም፤ ሜታዎች ዐምጸው በዚሁ ምክንያት አደገኛ ጭፍጨፋ እንደተደረገባቸው ዐጽሜ ጽፏል። በተጨማሪም

392 ተሠራ ሲል ቀለብተኛ ሆኖ በገበሬው ላይ ተተከለ ማለት ነው።

393 ዝኒ ከማሁ።

394 Enrico Cerulli, p. 75.

395 Ibid, pp. 78-79.

396 Ibid, p. 79.

የኦቦራ ኦሮሞ ከተወሰኑ አብቹዎች ጋር በማበር ያመጹት በዚህን ጊዜ ይመስላል። ከአብቹ በተነሣው በቱፋ ቦጦራ በመመራት ዓመቱን ሙሉ በዳርጌና በመኰንን የሚመራውን ጦር ገትረው እንደያዙት ይነገራል። ከዓመት በኋላ ተሸንፈው የነበረ ቢሆንም ምኒልክ እንዳልተበቀላቸውና ግብር ብቻ እንደጣለባቸው ቸሩሊ ጽፏል። የኦቦራ ገዥ የነበረውን ደጃች ውቤንም ሽሮ የደራ ሰው የነበረውን ልጅ ጃተኒን ሾመላቸው። ይህን ሹመት ልክ እንዳነሡ አምጸው ለነበሩት ለሜታዎች መልእክት ለመላክ በማስመሰል የሸበተ ሽማግሌ፣ ሽበቱን ልክ እንደ እንጨት ሽበት እንደሆነም አመልከተው እንደተሾመባቸው “ጋፋርሲ ሂዳሉ ያ ሜታ፣ ጃተኒ ሂንገሉ” ብለው ቁጭታቸውን ዘፍነዋል[397]።

ጎበና በሰላም ያስገበረውን ሀገር እሱ ከተነሣ በኋላ በተደረጉ በነዚህ ጦርነቶች ምክንያት ሰውና ከብት አልቆ ንብረት ጠፍቶ ሀገሩ እንዴት ባዶ እንደሆነ ብላቶቪች እንዲህ ይገልጸዋል። “ከአስርና አስራ ሁለት ዓመት በፊት በዚህ ስፍራ [ከዴዴሳ ወንዝ ማዶ ይመስላል] ሕዝብ ጥቅጥቅ ብሎ ይኖርበትና ስንዝር የማይታረስ መሬት የሌለ እንደነበር ይታያል። ነገርግን ...... አገሩን ለመያዝ በተደረገው ጦርነት የተነሣ ብዙ ሰው ስላለቀ አካባቢው አሁን ባዶ ሆኗል። በሸለቆው ውስጥ ስታልፉ በፊት የግቢ አጥር ወይም የመሬት ድንበር የነበረ በመሥመር የተተከሉ ቁልቋሎች በጥሻ ውስጥ በየቦታው ታያላችሁ። አሁን እሾኻማ ሐረግ ከተጠመጠሙባቸው ቁጥቋጦዎች በስተቀር ሌላ ነገር አይታይም”[398]። የተቀሩትንም ሰዎች የሥነልቦና ስብራት ከዚሁ ሰው ትረካ መረዳት አዳጋች አይሆንም። ለምሳሌ እንዲህ ይላል “ኅዳር 16 ቀን 1896 የዳበናን ወንዝ በድልድይ ተሻግረን አንድ ኦሮሞ ቤት አደርን። የቤተሰቡ አባላት አባቱ ከሐበሾች ጋር ሲዋጉ የተገደለበት አባወራ እናቱና ሁለቱ ሚስቶቹ ናቸው። ...... አባወራው የሆነውን ነገር የረሳ ይመስላል። እናቱ ግን ሌሊቱን ሙሉ እሳት ዳር ተቀምጣ ሐበሾቹን በፍርሀትና በክፉ ዓይን ስትመለከታቸው አደረች።[399]”

በአጠቃላይ ምኒልክ ጎበናን ያገለለው ሙሉ በሙሉ ከታጠቀበትና የቅርብ ዘመዶቹን ካደራጀ እንዲሁም የኦሮሞን ሕዝብ አቅም ግምት ውስጥ ካስገባ በኋላ ነበር። ጎበና የምኒልክን ክህደት የተገነዘበው ጊዜው ከለፈ በኋላ ነበር። ከግቤ ግዛት መሻርና የንጉሥነት ማዕረግ መገፈፍ እጅግ በጣም ቢያሳዝነውም ምንም ነገር ማድረግ አንደማይችልና የወቅቱም ሁኔታ ምንም ዓይነት ዕድል እንዳልሰጠው በደንብ ስለተረዳ ዝምታን መረጠ። በዚህን ወቅት ምኒልክ የማይጋፉት የግዙፍ ጦር ባለቤትና በብዙ ኃያላን የአውሮፓና

397 Ibid.

398 አምባቸው ከበደ (ተርጓሚ)፣ ከእንጦጦ እስከ ባሮ (አዲስ አበባ፣ 2005)፣ ገ፡ 35።

399 ዝኒ ከማሁ፣ ገ፡ 36።

የእስያ ሀገራት ዘንድ የታወቀ በፍጥነት የፖለቲካ ጉልበቱ እያደገ የነበረ ንጉሥ ስለነበረ ሌላ አማራጭ አልነበረውም። ይህን ሁሉ ሀገር አስገብሮ እንደ ሕጉ ወይም አጋርነት ስምምነቱ ሳይሆን በስተእርጅናው በሙሉ በቤተ መንግሥት በነበረው ተቃውሞ (ሤራ) ሁሉንም ለቆ በአንድ ግዛት ብቻ ተወሰነ። ከላይ እንደተጠቀሰው (እኤአ 1886) ምኒልክ ጎበናን የከፋ ንጉሥ ሚካኤል ብሎ ከፋ ላይ ሾመው። ምናልባትም ከፋን ለማስገበር ማበረታቻ እንዲሆነው ይመስላል። ሆኖም ግን ይህ ሹመት ፈርጀ ብዙና አደገኛ ችግርን አስከተለ። የጎበና ታዋቂነትና የተቀበለው ከፍተኛ ሹመት ምኒልክን በከበቡትና በሸዋ ቤተ መንግሥት ዕውቅና ባላቸው ሰዎች ዘንድ ከፍተኛ ቅሬታና ቅናትን ቀሰቀሰ። ምክንያታቸው ደግሞ በሌሎች የኦሮሞ ባላባቶች በመታገዝ የምኒልክን ሥልጣን ሊቀናቀን ይችላል፤ እንዲያውም የተባበሩት የኦሮሞ ፌደሬሽን የመመሥረት ዕድሉ በግልጽ እየታየ ነው በሚል። ይህ ወቀሳቸው በአንዳንድ አስተማማኝ ማስረጃዎች የተደገፈ ነበር የሚሉ ወገኖች አሉ። ከነዚህም ውስጥ እኤአ በ1885-86 ሁሉም የመጫ ኦሮሞ ግዛቶች ከጎበና ውጭ ከምኒልክ ለሚላኩት ለማናቸውም ገዢዎች ዕውቅና አንሰጥም ብለው በደጃዝማች ተክለ ማርያም ጉልላቴ ላይ አምጸው ነበር። በተጨማሪም ንጉሡ ደጃዘማች በሻህ አቦዬን የሊሙ ገዢነት ሲሾመውና ከከፋ ላይ ግብር እንዲሰበስብ ኃላፊነት ሲሰጠው፣ ልክ በሻህ የጎዬፎ ወንዝ አካባቢ ሲደርስ የከፋው ንጉሥ እንኳ ግብር ልከፍልህ አብሬህ ለመወያየት ከጎበና ፍቃድ ካላመጣህ አይሆንም አለው[400]።

በነገራችን ላይ የሩሲያዊው ተጓዥ የአሌክሳንደር ብላቶቪች መጽሐፍ ጎበና እንዴት እንደተነቀለ ባይናገርም ግዛቱ ለእነማን እንደተሰጠና የነዚህን ሰዎች መሠረታቸው ሲታይ በሙሉ የጎበና ተቀናቃኞች እንደነበሩ መገንዘብ ይቻላል። ብላቶቪች ጎበና ከሞተ ከሰባት ዓመታት በኋላ ከእንጦጦ እስከ ባሮ ብሎ በዘረዘራቸው ሀገራትና ገዥዎቻቸው የጎበና መሻርና ክፍፍል ውጤት ስለነበሩ ከሱ ገለጻ ጎበና በዚህ አቅጣጫ ምን ያህል ሰፊና ለም ሀገር (ግዛት) እንዳስገበረና ወደ አንድ እንዳመጣ መረዳት ይቻላል። ደጃች ውቤ ከሚያስተዳድረው ከአዲስ አበባ ቅርብ ከሆነው ከአዋሽ ወንዝ መነሻ እስከ ግቤ ድረስ ካለው ጀምሮ ግቤን እንደተሻገረ ደጃች ደምሰው ነሲቡ የሚያስተዳድረውን ይዞ ራስ ተሰማ ናደው እስከሚያስተዳድረው ኢሉ አባቦር ለሱዳን በጣም የቀረበ ግዛት ድረስ እስከ እኤአ 1886 ድረስ የጎበና ግዛት ነበር።

ስለዚህ ጎበና እኤአ ከ1887/89 ባለው ጊዜ በወለጋና በእንጦጦ መካከል በመንከራተትና የዐመጹ አካባቢዎችን ወደ ሰላም በማምጣት ላይ ነበር። በተመሳሳይ ጣይቱን አንዳንድ የአስተዳደር ሥራ በመርዳት ያሳልፍ ነበር። በጊዜው ንጉሡ ወደ ሰሜንና ወደ ምሥራቅ በተደጋጋሚ ይመላለስ ስለነበር

400 ፍጹም ወልደ ማርያም፣ ገ፡ 365።

ነው። ለምሳሌ የደጃች ወልደ ገብርኤል ሠራዊት ከሐረርጌ እኤአ በ1887 ከድቶ በመጣ ጊዜ ነገሮችን ለማረጋጋት ጣይቱን የረዳት ጎበና ነበር[401]።

የጎበናን የምሽት ዕድሜውን በተመለከተ በተለይ አገራዊ የሆኑ ብዙ መረጃዎች የሉም። ሆነ ተብሎ በሚመስል ዓይነት ከዜና መዋዕሉም፣ ከአንዳንድ የሀገሪቱን ታሪክ ለመጻፍ ከሞከሩ ሰዎች መጻሕፍትም ውስጥ ማናቸውም ገጾች ስለጎበና ትንፍሽ አይሉም። ስለዚህ ይህ ጊዜ ጎበና የተገፋበትና እሱ የሠራውን ሌሎች ያፈረሱበት፣ እሱ የጠገነውን ሌሎች የሰባበሩበት፣ እሱ ወደ አንድ ያመጣውን የበታተኑበት የታሪክ ዘመን መሆኑን በጣም ጥቂት የሆኑ የታሪክ መረጃዎችን በጥንቃቄ በመመርመር መረዳት ይቻላል። ጎበና ካቆመበት መቀጠል የቻለ እሱን መሳይ ጀግና በመጥፋቱ ይመስላል ኦሮሞ በታሪኩ ተቀበለ የተባለውን መከራ የተቀበለው፣ በአንድ ጀምበር ሺህ ተዋጊ ሰብስቦ ማጥቃትም ይሁን መከላከል የሚችል ጀግና። የጎበናን ታሪክ ከመጀመሪያው በተለይም ከምኒልክ ጋር ከተቀላቀለ ጊዜ ጀምሮ ያለውን ብንመለከት ተፈርቶ እና ተከብሮ በሱ ግዛት ሥር ያሉትንም ኦሮሞዎች አስከብሮ ነው የኖረው። በዚህ ጽሑፍ ውስጥ በተደጋጋሚ የተወሳውን የመጀመሪያ ሹመቱን የተቃወመው ገርማሜ እንኳ አሱን ሽራችሁ ሂድና ተቀላቀል ማለት አይደለም ወይ? ይህስ ማለት ምን ማለት ነው? ሲል ጠይቆ ነበር። ከጐንደሬዎች ጋር በቤተ መንግሥት ውስጥ የነበረውንም ግጭት ምኒልክ በጣም የተበሳጨበትና ለጐንደሬዎች የተቆረቆረ ቢሆንም ከጎበና ሐሳብ ውልፍት ዝንፍ አላለም።

ይህ የጎበና ጉልበት እና ጀግንነት ምን ያህል አስፈሪ እንደነበር ገላጭ ነው። በየምክንያቱ እየመጡ የሚከሱትንም ክስ ሰምቶ ምኒልክ አንድም ጊዜ ጎበናን ለፍርድ (ለሽማግሌ ውይይት) ለማቅረብ አልሞከረም። ከኦሮሞ አብሮ (ዱልቶ) አስፈጀን የሚሉትንም ምኒልክ የሚሰማበት ጆሮ አልነበረውም፣ ምክንያቱም ሰውዬው ጎበና ነውና። በመጨረሻም ማንኛችሁን ንጉሥ እንበል? በተባለ ጊዜም እንኳ ጎበናን በአዋጅ ለመሻር የደፈረ አልነበረም፣ ይልቅስ በልመናና በማባበል ጡረታ በሚመስል መልኩ ነው ያገለለው። ወሎ ላይ ባደረሰው ፍጅት ነው የሻረው የተባለው የዕጽሜ መላምትም የሚያስኬድ አይመስልም። በርግጥ የጎበናን መውደቅ የሚመኙና ጥንካሬውን የሚያራክሱ አሁን አርጅቷል፣ የድሮው አይምሰላችሁ፣ ብንሞክረው አያቅተንም የሚሉ ብዙ እንደነበሩ ከጎበና የሐሰን እንጃሞ ዘመቻ ጊዜ ከምኒልክ ሲገናኙ ምኒልክ ብለዋል ወይም ተገርመዋል ተብሎ የሚነገረውን ማስታወሱ በቂ ነው። ምኒልክ በዚያች ቀውጢ ሰዓት እንኳ የጎበናን ጥንካሬና ጀግንነት ይታዘብ ነበር። ስለዚህ ኦሮሞ የወደቀው በጎበና ምክንያት ሳይሆን እንደ ጎበና ያለ ተተኪ በመጥፋቱ ምክንያት ነበር ቢባል ያሳምናል[402]።

401 አምባቸው ከበደ (ተርጓሚ)፣ ከእንጦጦ እስከ ባሮ (አዲስ አበባ፣ 2005)።

402 የጎበና ዳጨው ሰነዶች፣ IES MS, 4614።

ስለዚህ ጎበናን ከምኒልክ ጋር ያገናኘው ይህ ነባራዊ ሁኔታ ሆኖ በጎበና በኩል እንደ ኅብረት ስምምነት የተወሰደ ሲሆን ምኒልክም በዚያው ግንዛቤ ከጎበና ጋር ሥልጣን እየተጋራ እስከ ጎበና መገፋት ዘመን ድረስ ቀጠሉ። በብዙ ሁኔታዎች መታዘብ እንደሚቻለው ከሌሎች በበለጠ ምኒልክ ጎበናን ያምናል። ሌሎች የሸዋ መኳንንት ግን ጎበናን አምነው ሳይሆን ሌሎችን ኦሮሞችን ለማስገበር ከሱ የተሻለ ሌላ ሰው አናገኝም በሚል እንደ መሣሪያ ለመጠቀም ነበር። ለዚህም ሊሆን ይችላል ጎበና የሆነ ነገር ባሳካ ቁጥር ከአድናቆት ይልቅ ትችትና ክርክር ጥርጣሬ የተሞላበት የፖለቲካ ሁኔታ የሚከሠተው። ከበዛብህ አጋፋሪነት ወደ ምኒልከ ደጅ አጋፋሪነት እንዲመጣ ያደረጉት ለቋንቋውና በኦሮሞች ዘንድ የነበረውን ተወዳጅነት ለመጠቀም እንደሆነ በየሁኔታው ሲገልጹት እንደነበር ይታወቃል። ከአጋፋሪነት ወደ አበጋዝነትም ሲያድግ ለያውም ለሦስት ዓመታት ያለ ማዕረግ ዕውቀትና ክህሎቱ ከሌሎች በጣም ስለበለጠ ካለሱ የኦሮሞውን አካባቢ ማቅረብና መስገበር እንደማይቻል እየታወቀ ስለመጣ ነበር። እሱም ቢሆን "ሥራችን እንዲመሰክር ለሁላችንም በየፈርጁ ተለይቶ ይሰጠን እንጂ በጅምላ አይደለም" ይል ነበር።

ይህን የሁለቱ የምኒልክና የጎበና በቅንጅት በርስበርስ ግጭትና ጦርነት ውስጥ የነበሩትን አካባቢዎች ወደ ሰላም ማምጣት፣ አፈወርቅ በግነትም ቢሆን በጣም ሥዕላዊ በሆነ አገላለጽ ነበር ያስቀመጠው፣ "ያባ ዳኘው ፈረስ የጎበናን ፈረስ መንገድ መሪ አድርጎ ይሄድ ይጓዝ መሬት ጠበበኝ ይል ጀመረ። .....ሁሉንም... ድንበሩን እያፈረሰ እስላሙን ታማራው፣ ጉራጌውን ተስልጤው፣ ኦሮሞውን ከጉሙዙ አጋባው፣ አዛማደው እያዋሐደ ባንድ እንዲበላ ባንድ ስም እንዲገዛ አደረገው፣ ከጠራና ከደብረ ብርሃን ከጅሩ በመለስ አንድ ክርስትያን ዝርው ብሎ አይደርስበት የነበረ ምድር ሁሉን ሰጥ አድርጎ ገዛና ሴት በእንቅብ ወርቅ ተሸክማ ተእንጦጦ ወለጋ፣ ተወለጋ ከፋ ሌት ተቀን ብትጓዝ ብትንከራተት ምንም እንዳይነካት አደረገ።[403]"

403 አፈወርቅ፣ ገ:41።

ምዕራፍ ዓሥራ ሦስት

ጎበናና ክርስትና

የክርስትና ታሪክ በዐማራ አዋሳኝ የቱለማ አካባቢዎች

በሸዋ ኦሮሞ አካባቢዎች የነበረው የክርስትና ታሪክ ከሸዋ ሥርወ መንግሥት (የነጋሢ ክርስቶስ ሥርወ መንግሥት) መመሥረት ጋር በተጓዳኝ የሚታይ ነው። ይኸውም ከአስራ ስምንተኛው ክፍለ ዘመን መጀመሪያ ጀምሮ ከመንዝ የተነሡት የሸዋ መሪዎች በያዙት መሬት ላይ ሁሉ ዋና ከተሞቻቸውን እየመሠረቱ ደረጃ በደረጃ እንደመጡ ይታወቃል። ይህም ከተሞችን መመሥረት ብቻ ሳይሆን አብሮ ቤተ ክርስቲያን መትከልንም ይጨምራል።

በዚህ ጽሑፍ ባለፉት ምዕራፎች እንደተገለጸው የዛሬው ሰሜን ሸዋ፣ የጎበና የትውልድ አካባቢ፣ በሦስት ባህላዊ የሕዝብ አሰፋፈር እና የጂኦግራፊ ልዩነት የተከፈለ መሆኑን እንረዳለን። ከሦስቱ ውስጥ በአንጻራዊነት ክርስትና የአጠቃላይ ሕዝቡ እምነት የነበረው የዐማራ ወረዳዎች በሚባሉት በወንዞች ሸለቆና ወጣ ገባ በሆነው መልክአ ምድር ውስጥ ብቻ ነበር። ይህ ሁኔታ እስከ አስራ ስምንተኛው ክፍለ ዘመን መግቢያ የዘለቀ ይመስላል። ነገሮች ተቀይረው ክርስትና ወደ ይፋትና ወደ ሸዋ ሜዳ የሚመጣው ከመንዝ የተነሡት የሸዋ መሪዎች፣ የነጋሢ ክርስቶስ ወራሾች ወደ ይፋት ግዛታቸውን ሲያስፋፉና በመጨረሻም ወደ ቱለማ (ሸዋ ሜዳ) ሲመጡ ነበር። ይህ እስከ ጎበና የልደት ዘመን፣ አስራ ዘጠነኛው ክፍለ ዘመን መጀመሪያ ድረስ ያልተጠናቀቀ ፖለቲካዊ እንቅስቃሴያቸው ነበር። ማለትም የነጋሢ ሥርወ መንግሥት የግዛት ማስፋፋትና የአስተዳደር ከተማን ቀስ በቀስ ከአንጋቻ ጀምሮ አይኔ፣ ዶቃቂት፣ ሃራምባ፣ አንኮበር፣ አንጎለላ፣ ልቼ እና እነዋሪ በመጨረሻም እንጦጦ እስከሚደርስ ድረስ የተሄደበትን መንገድ እና የወሰደውን ጊዜ የሚረዳ

አንባቢ ክርስትናውንም በዚሁ መንገድና ሁኔታ ይረደዋል። የአስተዳደር ከተማ ተተከለ ማለት አብሮ ቤተ ክርስቲያን ተተከለ ማለት ነው።

ይህ በአቅራቢያው ባለው ሕዝብ ዘንድ በተለይ በኦሮሞው ዘንድ ሁለት ሦስት ነገሮች ተከትለው ይመጣሉ። አንደኛው ጾም ሲሆን ዓርብ፣ ረቡዕ እና በካህናት በሚነገሩ ረዣዥም ወራትና ሳምንታት የእንስሳት ውጤት መመገብ እንደማይቻልና ሁለተኛው ሰው ሲሞት በቤተሰብ መቃብር (ውጁባ) መቀበሩ ቀርቶ በቤተ ክርስቲያን በሚገኝ የመቃብር ቦታ መቀበር ናቸው። በርግጥ ቀብሩንም ተከትለው የሚመጡ ተከታታይ ለካህናት ደግሶ የማብላት ሥርዓት እንደሚከተልም ከሕዝቡ የተሠወረ አልነበረም። ሌላኛው ሕፃናት ሲወለዱ እንደየጾታቸው በዓርባና በሰማንያ ቀን ከተተከሉት አዳዲስ አብያተ ክርስቲያናት ወስዶ ማስጠመቅ፣ ክርስትና ማስነሣት ነው። ከዚህ በተረፈ ስለክርስትና ውስብስብና ረቂቅ ባሕርይ ዕውቀት አልነበራቸውም፤ ዋነኛ የሕይወት መርሕም አላደረጉትም።

በርግጥ በመጀመሪያው ዙር አብያተ ክርስቲያናቱም ከረዩ የተባለውን ኦሮሞ አፈናቅለው መንዜዎቹ ከተማ (ሰፈራ) እና የእርሻ መሬት ባደረጓቸው ይፋት በሚባለው አካባቢ እንጂ በቱለማው አካባቢ ላይ እስከ ሣህለ ሥላሴ እስከ አስራ ዘጠነኛው ክፍለ ዘመን ሁለተኛው አስርት ዓመት ድረስ ድርሽ አላሉም። ከላይ የተባለውም ዓይነት ክርስትና የለም። ማርያም፣ ሚካኤል፣ ጊዮርጊስ የተባሉት ሦስት ታቦታት ምክንያቱ ባልታወቀ ሁኔታ በተደጋገሚ በሸዋ መሪዎች ታሪክ ውስጥ የሚነሡ ታቦታት ከረዩ በለቀቃቸው አካባቢዎች ተተከሉ። እስከ ሣህለ ሥላሴ ዘመን ድረስ እነዚህ ብቻ ነበሩ በተደጋጋሚ የሚጠቀሱት[404]።

ይህ ገርሞት ሊሆን ይችላል ዳኛቸው ወርቁ "አደፍርስ" በተባለው ልቦለድ መጽሐፉ በይፋት ያሉትን የሚካኤል አብያተ ክርስቲያናት ሲቆጥር የነበረው። ያም ሆነ ይህ ዓይኔ ማርያም፣ ሃራምባ ሚካኤል፣ አንኮበር ጊዮርጊስ፣ አንኮበር ማርያም፣ አንኮበር ሚካኤል፣ ቁንዲ ጊዮርጊስ እና ዘግየት ብሎ ለቱለማ ቅርብ በሆነው በደብረ ብርሃን በወሰን ሰገድ አማካኝነት ለመጀመሪያ ጊዜ ለየት ብሎ ሥላሴዎች ተተከሉ[405]። በመካከለኛው ዘመን በቦታው ነበር የሚባለው ታቦት ኢየሱስ ሲሆን አገሩም ተጉለት ነበር የሚባል ትውፊት አለ[406]።

ከዚህ ውጭ በጣም ለዐማራው ቅርብና አዋሳኝ በነበሩት የቆላ አፋፍ የቱለማ አካባቢዎች እንኳ አብያተ ክርስቲያናት የተተከሉት በምኒልክና በኃብና ዘመን ነበር ማለት ይቻላል። አንድ ምሳሌ እነዋሪ ማርያም ናት፣ በኋላ ወደ አዲስ ዓለም ያመጧት። ከዚያ ውጭ በሣህለ ሥላሴ ዘመን

404 ኅሩይ፣ ገ፡ 42-64።

405 ዝኒ ከማሁ።

406 ዝኒ ከማሁ።

በአንዳንድ የአብቹ መንደሮች ተሞክሮ የነበረ ሲሆን እሱ ደግሞ ቱለማው የሸዋ መሪዎች ችግር ገጠማቸው ወይም ደከሙ ሲባል ካህናቱንም ገድሎ ይቀባባቸዋል፤ አብያተ ክርስቲያናቱንም እሳት ይለቅባቸዋል[407]። ለእንደዚህ ዓይነት ጥቃት ከተጋለጡት መካከል አንጎለላ አንዷ ስትሆን በዛሬው አዲስ አበባ አካበቢ ደግሞ ቀራኒዮ መድኃኔ ዓለም ነበር።

ለዚህ ነው እንግዲህ በሸዋ በዐማራና በኦሮሞ አዋሳኝ በሆኑት አፋፍ ላይ የተተከሉ አብያተ ክርስቲያናት ሳይቀሩ ዕድሜያቸው ከምኒልክና ከጎበና ዘመን የማያልፈው። በርግጥ ብዙዎቹ በመኻል ቱለማም የተመሠረቱት አብያተ ክርስቲያናት በኦሮሞ ሀገር በቀል እምነት መከወኛ ቦታዎች ላይ ነበር። እንደምክንያት የሚነገረው ደግሞ በመካከለኛው ዘመን (በተለምዶ እንደሚባለው ግራኝ ሳያጠፋቸው ቀጥሎም ኦሮሞ ሳይሰፍርባቸው) በነዚህ ቦታዎች ላይ እንዲህ የሚባል ታቦት ነበር፤ የቤተ ክርስቲያን የመሠረት ድንጋይ ወይም አንዳንድ ንዋየ ቅድሳት ተገኝተዋል የሚል ነበር[408]። ስለዚህ በዚህ ነባራዊ ሁኔታ ላይ ተመሥርቶ ነው ቀጥሎ ባለው ክፍል የተዘረዘሩት ወደ ዓርባ የሚጠጉ የሸዋ አብያተ ክርስቲያናት ምሥረታ ሲነሣ የጎበና ስም አብሮ የሚነሣው።

ጎበናና የኦርቶዶክስ ክርስትና

ሃይማኖትን በተመለከተ ጎበና የክርስትና ሕይወትን የሚመራ ሲሆን አንዳንድ የሀገር ውስጥ የታሪክ መረጃዎችና የውጭ ዜጎች ለዋቄፋናም ዝንባሌ እንደነበረው ይገልጻሉ። በቤተ ክህነትና ቤተ መንግሥት አካባቢ ያሉ ሰዎች ውስጥ ውስጡን ይኽ "ሻጉራ ኦሮሞ" እያሉ ቢያሽሟጥጡም መደበኛ በሆነው ጽሑፋቸው ግን የጎበናን ፍጹም ክርስቲያንነት እያገነኑ ጽፈዋል። የእናቱን ዐማራነትና ክርስቲያንነት ከምንም በላይ የጎበናን ሕይወት እንደቀረጸ ሳይታክቱ ሰብከዋል[409]።

ሌላኛው ብዙ ያልተነገረለትና በምርምሩም ችላ የተባለ የሚመስለው ነገር የሁለቱ ጻድቃን አባቶች (አቡዬ ገብረ መንፈስ ቅዱስ እና አቡነ ተክለ ሃይማኖት) በሸዋ ኦሮሞች ሕይወትና ታሪክ ያላቸው ቦታ ነው። ከነዚህ አባቶች ጋር ለመቆራኘት ክርስትና አንገብጋቢ ጉዳይ እስከማይመስልበት የሚነገሩ አፈ ታሪኮችና ሥነቃሎች እንዲሁም ዘፈኖች ይበረክታሉ። አባ ተክሌ እና አቦ የሁለቱም አባቶች ዋነኛ ገዳማት (ባአት) የሚገኙት በቱለማ ኦሮሞ ሀገር እምብርት ስለሆነ የማንኛውም የሸዋ ሰው የጉብኝት ማእከላት ነበሩ ብሎ መገመት ብዙም ስሕተት አይሆንም። ታኅሣሥ 24 እና ግንቦት

407 መርስዔ ኅዘን ወልደ ቂርቆስ፣ *የሐያኛው ክፍለ ዘመን መባቻ* (አዲስ አበባ፣ 1999)፣ ገ፡406።

408 Dechasa Abebe, "Socioeconomic history…", PP. 136-138.

409 የጎበና ዳጪው ሰነዶች፣ IES MS, 4614.

12 በአባ ተክሌ ተሰባስቦ በዘፈንና በዲቺሳ ምድርን ቃጤ የሚያደርገው የሸዋ ኦሮሞ ወጣት ክርስትና ምኑም አይደለም፤ አባ ተክሌን ግን ይወደዋል፣

Abbaa Taklee yaa guddicha zeegamaalii
Ati na beektu ani si beekaa barii. እያለ።

የጩቃለውም (ዝቋላ) አቦ ልክ እንዲሁ በጥቅምት 5 እና መጋቢት 5 ይከበራል፣ ይሞገሳል እንጂ በክርስትናው እንደሚነገረው በረቀቀ የሥነ መለኮት አስተምህሮት አይመስልም። "ያ አባ አዲ አዲን ቱን ማሊ" እየተባለ ስለ አዳዲ ማርያም የሚነገረውን አፈ ታሪክ ማስታወስ ይገባል። ይህ ኦሮሞዎች ለአቦ ያላቸው የተለየ ፍቅር በጴጥሮስ ወጳውሎስ ቤተክርስቲያን ታሪክ ላይም በአሉታዊ መልኩም ቢሆን ተጠቅሶ ይገኛል[410]።

እንግዲህ በዚህ ታሪካዊ ዳራና ዐውድ ውስጥ ነው ጎበናና ቤተሰቡ ከአቦ እና ከአባ ተክሌ ጋር የተለየ ቁርኝት ያላቸው። በክርስትናው አስተምህሮት ይህን ያክል ከሁለቱ አባቶች ጋር ቁረኝት ቢኖራቸው ኖሮ ቀጥሎ በተዘረዘሩት የጎበና አብያተ ክርስቲያናት ተብሎ ከተዘረዘሩት ከ40 በላይ ከሚሆኑት አብያተ ክርስቲያናት በተወሰነ መልኩ ለነዚህ አባቶች ያዳሉ ሊሆኑ እንደሚችሉ ሳይታለም የተፈታ ነው። ስለዚህ ጎበና እንደሚታወሰው ቢሆን አይገርምም፤

> ራስ ጎበና በሕፃንነታቸው የእናታቸው (ጎራዲት) እናት የእምነ ጽዮን የአቦንና የተክለ ሃይማኖትን እምነት በብዙ የሕፃናት ልቦና ጽፈው ነበርና በአማን የመጋቢት አቦ ወደ አስር ሺህ አሞሌ ለቆማጣ ፈረስ ጌኛ፣ አህያ፣ ከግምጃ ቤታቸው ሸማ አንድ ሳይቀር የውሃ ቅል እንኳ ለአቦ ተብሎ ብዙ ቅል በዓመት በዓመት እንደ ወጉ ሁሉ አሟሽተው፣ አቅልተው ቀፈው በከር መከደኛ አበጅተው ያዘጋጃሉ። አማን ቦታዋ ምቹ ናትና ሦስት ረድፍ ፊት ለፊቱን አጸድ ዘበኛ ተመላላሽ አድርገው ከአዳራሹና ከውጪው ከመኮልኮያው ገብተው ገበታው ሦስት ረድፍ ሆኖ እሳቸው ባሉ ጊዜ እራሳቸው ያዘዙት በሁለት ረድፍ ሦስተኛ መኻል እሳቸው ሆነው አንድ ረድፍ ልጅ ያላት ሸማግሌ ባለሕፃናት ባልቴትና ሸማግሌዎች ልጅ ያላትና ልጅ የሆነ፤ ሦስትኛ ጎበዝ የሆነ መካከለኛ፣ ልጅ የሌላትን ጨምሮ። ድውይ ቆማጣ ለብቻ ዕውር አንካሳ ሽባ ለብቻ ብር፣አሞሌ እንደ ሐገሩት ተጽፎ

410 Haile Gabriel Dagne, "Oral Information on the establishment of Churches in Addis Ababa" in Symposium on the Centenary of Addis Ababa, Nov. 24-25, 1986, p. 15. ; "…. Preferred the name of the two apostles for the new church in the western part of Addis Ababa rather than the name of the most beloved saint of the Oromo *Abbo*. My informants believed that the choice was a sort of compromise with the Oromo love for *Abbo,* because the days of st.Paul and st. Peter falls on the same date as that of Abbo, on the 5th of *Hamle*.

> እየታየ በዋዜማው በአጋፋሪ ጭፍሮች ኸው ብሎ ገብቶ ከገበታው 3፣3 እንጀራ ተጥሎ ወጡም ወጥቶ ሙዳ ሙዳ ሥጋም ወድቆ የበላውን በልቶ ጠጥቶ ሲጠግብ በአቶ በዛብህ ካቦ አንዳንድ ዋንጫ ጠጥቶ ቅል ቢኖረው በቅሉ ድውይ የሆነ፣ ማቲ ያላት ለማኝ ከሆነች ካሰናዱት ቅል እየሞሉ የ3 እንጀራ ከወጡ ከሥጋው ጋራ ጠግቦ (መጋቢት እንዴት ፍስክ ይሆናል? የሚል ጥያቄ በዚህ ጸሐፊ አእምሮ ውስጥ እንዳለ አንባቢ ቢገነዘብለት ይወዳል?[411]) በተረፈው ወጥ ጨርሶ ቢሆን ደግሞ አወጥቶ ጠቅልሎ በስልቻው አሳላፊዎች ማረግ በወታደር ተከቦ በሌላ በር ይወጣል። ተቀላቅሎ እንዳይገባ ጠባቂ አለ፣ በማግሥቱም አስቀድሶ ምላሽ፣ በማግሥቱ መቼም መመጽወትን ትናንት በእጁ እየዞሩ ሰጥተውታል ብር እስከ 10፣9 ሺህ እስከ 11 ሺህ ጨው፣ እስከ 2 ሺህ ሸማ ይሰጣሉ፣ በቀር ለድውይ ዳባ ለቆማጣ አህያ ጌኛ ይሰጣሉ፣ በተለይ ለለማኞችም የማቲ እናት እንደታያቸው በትርፍ 400 ሸማ ወደ ሺህ 2ሺህ ብር ጨው እየለዩ ይሰጣሉ። ይህ የመጋቢት አቦ ቢኖሩ እራሳቸው፣ ባይኖሩ ሚስታቸው ዋና ሥራቸው ነው። ገና በሕፃንነታቸው ምሳቸውን በአቦና በተክለ ሃይማኖት ለድሃ ሰጥቶ ጠም መዋል ሕግ ነበር። በኋላም ምንም ሆነ ምን ምሳቸውን ለድሃ በወር በወር ሳይሰጥ አይቀርም[412]።

በተያያዥነት ደግሞ በሸዋ ሜዳ በተለይም ከጫጫ በታች ምንም ዓይነት ቤተ ክርስቲያን እንዳልነበረ በግልጽ የሚታወቅ ነው። ቤተ ክርስቲያን ሳይኖር ቀርቶ ከተሠራም በኋላ በአካባቢው ያሉት ኦሮሞች ክርስትናን ከሀገር በቀሉ የኦሮሞ እምነት ዛሬም ቢሆን ለይተው የሚያመልኩ አይመስልም። ጎበናን ከዚህ አውጥቶ ለብቻው ፍጹም ክርስቲያን ሊያደርገው የሚችል ነገር አልነበረም። በርግጥ እንደሌሎቹ ዐማራ አቻዎቹ ንጉሡንም ጨምሮ የዐማራ ቀበሌዎች ወይም ወረዳዎች ተብለው ከዚህ በፊት በተለዩት አካባቢዎች ላሉ አብያተ ክርስቲያናት፣ ካህናት እና መነኰሳት አስቡኝ፣ በዚህ ዘመን አነጋገር ጸልዩልኝ በሚል ሽፋን ለክብርም ሲባል ቀለብና ልብስ በእርዳታ መላክ የተለመደ ነበር። የአንኮበር ወይም ቀጥሎ እንጦጦን መእከል ያደረጉ የሸዋ መሳፍንትና መኳንንት የትውልድ አካባቢ ወይ የአባት ወይ የአያት ቅድመ አያት ቀበሌዎች ስለሆኑ ያንን የመሰለ ትኩረት እና እርዳታ ማግኘት የተለመደ ነበር። ጳውሎስ ኞኞ ያሰባሰባቸውን የምኒልክ የሀገር ውስጥ ደብዳቤዎች ብንመለከት ለዚህ ትኩረት ጥሩ ማሳያ ናቸው። ጎበናም ከዐማራ ቀበሌዎች ባይወለድም በአቅራቢያው ስለሆነ

411 አለበለዚያ ደግሞ ክብረ በዓሉ በአጽናፆት በተያዘው የአርቶዶክስ ክርስትና አስተምህሮት ውስጥ ሳይሆን በዋቄፈና አመለካከት ውስጥ ሊሆን ይችላል የሚል ግምት ያጭራል። ያ ማለት ደግሞ የሁለት ወር ሁዳዴን ጾም (የፋሲካ ጾም) በቤታቸው (በሸዋ ኦሮሞዎች ዘንድ) አይጾምም ነበር ወደ ሚል አስተሳሰብ ሊወስድ ይችላል።

412 የጎበና ዳጨው ሰነዶች፣ IES MS, 4614.

ከልጅነቱ ጀምሮ ስለነዚህ ነገሮች እየሰማ ማደጉን እና በዚህ ዙሪያ የሴት አያቱ ድርጊት ከላይ ተጠቅሷል። በዚሁ መሠረት እሱም ይሁን ባለቤቱ ለነዚህ አብያተ ክርስቲያናት መነኰሳትና ካህናት እንደሁኔታው በየሦስት ወይም አምስት ዓመት ይልካሉ። በጠራ፣ በቅንብቢት፣ በቡልጋ፣ በሙገሬ ዛላ፣ በበረኸት፣ በዳውሌ፣ በአንኮበር፣ እስከ ግሼ በገጠሩም በደብሩም በገዳማቱም ያሉት የዚህ እርዳታ ተጠቃሚዎች እንደነበሩ ይነገራል። ጧፍ፣ ዕጣን፣ አልባሳትም በተለይ ከዘመቻ መልስ በምርኮ ከተገኘው ከብትም እንዲሁ ይልክ ነበር ተብሎ ይነገራል። የራሱንም ከብት እንደ አስራት ሽማና ብር ጨምሮ በታማኝ ሰው ለምሳሌ እንደ አለቃ ወልደ ኪዳን ባሉ ሰው ይልክ ነበር። በወረዳዎቹ ላሉ ምጽዋት ለሚያስፈልጋቸው ተብሎ ይልክም እንደነበር በዚህ መልኩ ይተረካል[413]።

> መልካምም ሽማግሌ ባለ ሕግ የማቲ አባት በጠያቂ ሰላይ ሆኖ እገሌና እገሌ ለተባሉ ሁሉ ምጽዋት በአለቃ ወልደ ኪዳን እጅ ይላክና ይሰጥ ነበር። ብዙ ጊዜም አለቃ ወልደ ኪዳን አሲዘው ይሄዱና ይሰጡ ነበር። እንደ ትልቅ ሹም በብዙ ድንኳን ብዙ ከብት እንደሚሄድ እንደ ጠራና ቅምብቢት ጊዮርጊስ ለየአውራጃው መላክ፣ እንደ ቡልጋ ኢቲሳ ሰፍሮ እንዲሁ እንደ በረኸት፣ ድንጋይ ጥራ፣ አብዬ ገዳም ... መላክ። እንደ ዳውሌ ሥላሴ መላክ፣ እንደ አንኮበር ከተማ አገራቸው ነውና አስቲት መድኃኔ ዓለም ሆኖ እነሱን እየጠሩ መስጠት፣ መላክ በተረፈ መሰላቸውን አለቃ ወልደ ኪዳንን እያረጉ መላክ።[414]

ባለቤቱ አየለች ብትሆንም እንዲሁ ከመላክ በተጨማሪ በቤታቸው ውስጥ ሁል ጊዜ መነኩሴ፣ ባልቴት ኀምሳ፣ ስልሳ ግብር በላ አይጠፋም፤ ራሷም ብትሆን በመሶብ ስትቀርብ ዘወትር ባልቴትና መነኩሴ አብረዋት የሚቀርቡ ፍጹም ክርስትናን ተግባራዊ ለማድረግ የምትተጋ ሴት እንደነበረች ይነገርላታል። በዚህ ጉዳይ በተለይ ስሟ ጎልቶ የሚነሣበት የሸዋ አብያተ ክርስቲያናት ግንባታ ጋር ተያይዞ ነው። አየለች በቱለማ ኦሮሞ አካባቢ አብያተ ክርስቲያናትን በመትከል በሸዋ ታሪክ ውስጥ ስሟ በሰፊው ይነገራል። ስቲዥ የተባለ ጀርመናዊ እንደዘረዘረው ከሆነ ተተከሉ የሚባሉት አብያት ክርስቲያናት የሚከተሉት ናቸው[415]።

---

413 የኀበና ዳጨው ሰነዶች፣ IES MS, 4614.

414 ዝኒ ከማሁ።

415 V. Stitz, "Distribution and foundation of churches in Ethiopia" in *Journal of Ethiopian Studies*, Vol. 13, No. 1 (JANUARY 1975), pp. 11-36.

ተ.ቁ	የቤተ ክርስቲያን ስም	የሚገኝበት ወረዳ/አካባቢ	የተመሠረተበት ዓ.ም	ማስታወሻ
1	አጣራ ሚካኤል	አንጎለላ	1773	የጎበና ዘመን አይደለም
2	ጠበል ጊዮርጊስ	አንጎለላ	1773	የጎበና ዘመን አይደለም
3	እለገንድ ሚካኤል	አንጎለላ	1806	የጎበና ዘመን አይደለም
4	እንዳፍሬ ማርያም	አንጎለላ	1487/1847?	የታይፐ ስሕተት ይመስላል
5	ደራ ሚካኤል	አንጎለላ	1654?	በጎበና ታድሶ ይሆን?
6	ዢንቁ ማርያም	አንጎለላ	1860	
7	ሰኮሩ ማርያም	አንጎለላ	1850	
8	ሌንጫ ጋቤ ጊዮርጊስ			
9	ብለት በዓለ ወልድ	አንጎለላ	1872	
10	ባሩጋ ተክለ ሃይማኖት	ቅምብቢት	1875	
11	አፋሩ ማርያም	ቅምብቢት	1876	
12	ኮሶ ቂርቆስ	ቅምብቢት	1870	
13	ኮሶ ገላዬ ማርያም	ቅምብቢት	1873	
14	ጎርዶማ እግዚአብሔር አብ	ወጫሌ	1880	
15	ደነባ ጊዮርጊስ	ሞረት? (ሳያደብርና ዋዩ)	----	
16	ሰዮ ሚካኤል			
17	ሰብሮ ጊዮርጊስ	ጉራጌ	-----	
18	ጉራጌ ሚካኤል	ጉራጌ	-----	
19	ወበሪ ሥላሴ	እንሳሮ?	1873	
20	ወልቂጡ ሚካኤል	ሞረት?		
21	ነአልቁ ማርያም	----	---	
22	ወጫሌ ማርያም	ወጫሌ	1872	
23	ሰለሰሰኒ መሂና ማርያም	-----	----	
24	ጎርፎ አማኑኤል	ሱሉልታ	1873	
25	ጎርፎ/ቦኮ አቦ	ሱሉልታ	1874	
26	ሙሎ/ጉምቢቹ ሚካኤል	ሱሉልታ	1874	
27	ሙሎ/ኤካ ጊዮርጊስ	ሱሉልታ	1873	

28	ጉምቢቹ ማርያም	ሱሉልታ	1862	
29	ፋሌ መድኃኔ ዓለም	ሱሉልታ	1809	የጎበና ዘመን አይመስልም
30	ወይዘሮ ሚካኤል	ገነት/ሆለታ	----	
31	ሙጨል ኪዳነ ምሕረት	ገነት/ሆለታ	1879	
32	ከርከርሳ ሚካኤል	ገነት/ሆለታ	1887	
33	ዊላ/ፎያታ ሥላሴ	ገነት/ሆለታ	1897	ከጎበና ሞት በኋላ
34	ሬጂ/መኮዲ ሩፋኤል	ገነት/ሆለታ	1899	ከጎበና ሞት በኋላ
35	መራኒ መርቆርዮስ	ገነት/ሆለታ	1872	
36	መታለያ አቦ	ገነት/ሆለታ	1898	ከጎበና ሞት በኋላ
37	ሸኖ ኢየሱስ	ገነት/ሆለታ	1870	
38	ጨቦት ሚካኤል	ገነት	1872	
39	ጎላ ማርያም	ጀልዱ	1881	
40	ዳኔሳ ሚካኤል	ደንዲ	----	
41	ሰላሌ ያያ/ጠንገን ማርያም	ጉለሌ	1882	
42	ወልመራ ሚካኤል	ገነት/ሆለታ	1882	
43	ገያ ገብርኤል	ሶዶ	1878	
44	ለቡ/ለኩ ማርያም	ወሊሶ	----	
45	ቆርጫ ሥላሴ	ጀልዱ	1883	
46	ጫቱ ጊዮርጊስ	ቅምብቢት	1882	
47	ታቦቴ ማርያም	ቅምብቢት	1882	
48	ገላዬ ማርያም	ቅምብቢት	1873	
49	ጭምብሲ ጊዮርጊስ	አንጎለላ	1870	

ማስታወሻ፡- ዓመተ ምሕረቱ በሙሉ በኢትዮጵያ አቆጣጠር ብቻ አይመስልም፣ አንዳንዶቹ በጎርጎርሳውያን ከልሆነ በቀር ጎበና በሕይወት እያለ የተተከሉ አይደሉም።

ጎበናና የካቶሊክ ሚሲዮናውያን

አባ ማስያስ በምኒልክ ከፍተኛ ተደማጭነት በአፄ ዮሐንስ ደግሞ ከፍተኛ ጥላቻ ያተረፈ የካቶሊክ ሚስዮናዊ ነበር። ከዓባይ በስተደቡብ እኤአ ከ1846-1880 በደቡብና በምዕራብ መካከለኛ የኦሮሞ አካባቢዎች በመዘዋወር ከጉዱሩ እስከ ሊሙ፣ ጌራ ከጎጀብ እስከ ሸዋ ያለውን ሕዝብ የአስተዳደርና የአኗኗር ስልት በአስራ ሁለት ቅጽ መጽሐፍ በምስል አስደግፎ የጻፈ እንዲሁም ለኦሮምኛ ቋንቋ ሰዋስው መጽሐፍ ያዘጋጀ ሚስዮናዊ ነው። እኤአ ከ1868-1879 ሸዋ ውስጥ ሲቆይ የጎበናም የምኒልክም ወዳጅና አማካሪ ነበር[416]።

ከተደጋጋሚ ሙከራ በኋላ የአባ ማስያስ ልኡክ ሦስተኛ ዙር በሚባል እንቅስቃሴ ዘልቆ ወደ ሸዋ በመግባት ማርች 11 1868 (በመጋቢት ወር 1860 ዓ.ም) ከሊቼ ከተማ ደረሰ[417]። ከላይ እንደተጠቀሰው ከ1852 እኤአ ጀምሮ በምዕራብ ኢትዮጵያ በወለጋና በግቤ አካባቢ በአጠቃላይ እስከተባረረበት ጊዜ ድረስ የተለያዩ ጣቢያዎችን በማቋቋም ሲሰብክና ሲያስተምር ቆይቷል። እርስ በርስ ይዋጉ የነበሩ ኦሮሞዎችም እንዲተባበሩ ይጥርና ይመክር ነበር የሚሉ መረጃዎች አሉ። በእንቅስቃሴው ወቅት በሰሜን ኢትዮጵያና በጐንደር፣ በጎጃም አካባቢ እንደነበረው ዓይነት ክልከላ አልነበረትም። በዛ ቢባል የፖለቲካ መሪዎቹ በተለያዩ ምክንያቶች ባይጠመቁለትም በርካታ ልጆችን ወስዶ ማስተማር ችሏል። መሪዎቹ፣ የጊቤ አካባቢዎቹ፣ ቀድሞውኑ እስልምናን ስለተቀበሉ ያንን መተው አልፈለጉም። በጉዱሩ አካባቢ ያሉት ደግሞ አንዳንድ የክርስትናው ሕግ አጣብቂኝ ስለሆነባቸው ነበር። ለምሳሌ ከአንድ በላይ ጋብቻን ሲከለክል እነሱ በዚያ ለመታጠር ወይም ሌሎች ባህላዊ ድርጊቶችን ለመተው የሕዝቡን ድጋፍም እናጣለን በሚልም ፍራቻ ነበር። ለምሳሌ የጉዱሩው ገመሞራስ ልጆቹን ለካቶሊኮቹ ሰጥቶ እንዲያስተምሯቸውና እንዲያጠምቋቸው አድርጓል። ራሱ ግን ያንን ማድረግ አልቻለም። የጊቤው አባ ቦጊቦም ለሚስዮናውያኑ ብዙ ድጋፍና ከለላ ቢያደርግላቸውም እንዲሁ እስልምናውን ለመተው አልቻለም[418]።

እንግዲህ ከዚህ ሁሉ እንቅስቃሴ በኋላ ነው አባ ማስያስ ወደ ሸዋ የመጣውና ልምዱን እና ስለ አካባቢው የሚያውቀውን ለሸዋ መሪዎች በተለይም ግዛት ለማቅናት ክፍፍል በሚደረግበት ጊዜ ከሰሜን ይልቅ ደቡቡ አዋጭ መሆኑን

416 እሸቱ ኢረና፣ ገ፡ ፲፲፲።

417 Abba Antonios Alberto, A modern and contemporary history of the Catholic Church in Ethiopia (Addis Ababa, 2013), p. 115.

418 Abba Antonios Alberto, The Apostlic Vicariate of Galla, A Capuchin Mission in Ethiopia (1846-1942) (addis Ababa, 1998), pp. 66-70.

የመከራቸው። ወደ ሸዋ ገብቶ ለመጀመሪያዎቹ ሁለት ዓመታት በየቦታው እየተንቀሳቀሰ፣ ከሸዋ እንዲወጣ ባይፈቀድለትም፣ ከሱ በፊት ተመሥርተው የነበሩትንም ጣቢያዎች እየጎበኘና እያጠናከረ የመጀመሪያዎቹን ሁለት ዓመታት አሳለፈ። ለምሳሌ ከሱ በፊት የተመሠረተውን የፊንፊኔ የካቶሊክ ሚስዮናውያን ጣቢያን መሠረት በማድረግ የቢርቢርሳን ጣቢያም ከአንድ ሀብታም ኦሮሞ ባገኘው መሬት ላይ መሠረተ። በሰሜን ሸዋም በሊቼ፣ በፍቅሬ ግንብ እንዲሁ ጣቢያዎችን በመመሥረት ሰባኪዎችን (አስተማሪዎችን) እየመደበ መደበኛ ሥራውን ሲሠራ ቆየ። በኦሮሞ አካባቢዎች ደግሞ በርካታ የኦሮሞ ሀገረ ስብከት በማበጀት የሚሲዮን ትምህርት ቤት አቋቁሟል፣ ከነዚህ ውስጥ አንዱ የጉዱሩ የካቶሊክ ትምህርት ቤት ወይም ሚሲዮናዊ ጣቢያ ነበር። የጉዱሩ ንጉሥ የሆነው ገመ ማራስ እና ዙፋኑን በወረሰው ጎሹ ገመ ሞራስ ዘመነ መንግሥት በግዛታቸው የካቶሊክ እንቅስቃሴ ጠንካራ እንደ ነበር ይነገራል። ሁለተኛው የኦሮሞ ካቶሊክ ሃገረ ስብከት ሚሲዮናዊ ጣቢያ ደግሞ በሊሙ ዋና ከተማ በሰቃ ነበር። ንጉሡ አባቦጊቦ ጣቢያው እንዲመሠረት አበረታቷል ይባላል። በመኻል ሀገር ደግሞ ለፊንፊኔና ለአካባቢዋ የተመሠረተው ጣቢያ ነበር[419]።

አባ ማስያስ አባ ያዕቆብ የሚባለውን ተከታዩን በኦሮሞ አገር አኑሮ ነበርና አገሩን ደጃዘማች ጎበና ወግቶ እንዲያሳልፈው ከንጉሡ ታዘዘ ይባላል። አባ የዕቆብ በዚያን ጊዜ ፊንፊኔ ጉለሌ ውስጥ እና ቢርቢርሳ፣ ገላን አቃቂ አራብሳ ዋሻ ምናልባት ኦሮሞ ቢያምጽባቸው ቡልጋና ምንጃር ከአቃቂ አራብሳ ቅርብ ነውና ለመሸሽ እንዲመቸው አድርጎ አስቀመጠው። በነገራችን ላይ ቢርቢርሳ ማለት ዛሬ አራዳ ጊዮርጊስ ያለበት ሲሆን የአባ ያዕቆብ ቤት እዚያ ነበር። ፊንፊኔ ደግሞ ፍል ውሃ ነው። የተሰጣቸው መልከኝነት ደግሞ ከራስ መኰንን ድልድይ እስከ ፍል ውሃ በወዲህም ከእስላሞች መቃብር በፊታውራሪ ሀብተ ጊዮርጊስ በተክለ ሃይማኖት በተረተሩ እስከ ለገሃር ነበር ተብሎ ይነገራል። ገላን አቃቂ አራብሳ የሚባለው የቦረና ቱፋ ቡርቃ ተሰጥቶታል። አባ ማስያስ ደግሞ አማን ከጎበና ቤት አጠገብ ዘንባባና ገናሚት በመልከኝነት ተሰጥቶታል። ስለዚህ ከዚህ ተነሥቶ መንገድ በመክፈት ጌራ፣ ጉደሩ፣ እና ከፋ ለመግባት የጎበና ድጋፍ በጣም ያስፈልግ ነበር። ምክንያቱም እላይ እንደተጠቀሰው ይህ አካባቢ በአጋርነት ስምምነቱ መሠረት የጎበና ድልድል ስለሆም ነበር[420]።

ይህን ሁሉ ሲያደርግ የምኒልክ ጥበቃና ከለላ አልተለየውም። የመሠረታዊ አቅርቦት ችግርም አልነበረበትም፤ በጎደለበት ሁሉ ምኒልክ ያሟላለት ነበር። ምኒልክ እንዲህ የሚያደርገው አባ ማስያስን ከአውሮፓ ጋር ለመገናኘት እንደመሣሪያ ለመጠቀም ጉጉት ስለነበረው እንደሆነ

419 Ibid.

420 Abba Antonios Alberto, pp. 106-116.

ይታመናል። ይህ እንስቅስቀሳሴ እስከ እኤአ 1869 ማለቂያ ቀጥሎ በ1870 ምናልባትም አባ ማስያስ ይህን ለማድረግ ጊዜው አመቺ እንዳልሆነ ታውቆ ሊሆን ይችላል፤ ከሊቼ ከተማው ለቆ በጎበና የትውልድ አካባቢ (የግዛት አገርም) በአማን ጅሎ ገብ በምትባል ቦታ በጎበና ጥበቃና እንክብካቤ ሥር እንዲወሰን ተደረገ። ስለዚህ አባ ማስያስ በሸዋ ውስጥ ከሳለፉቸው አስር፤ አስራ አንድ ዓመታት ውስጥ አምስቱን ዓመት ከጎበና ጋር በጅሎገብ አሳልፏል። የአባማስያስ የጅሎ ገብ ቤቱንም ጎበና ሠርቶ እንደሰጠው ይነገራል። በነገራችን ላይ ምኒልክ አባማስያስን ከሊቼ ከተማው ወጥቶ አማን ከጎበና ከተማ እንዲሆን የፈለገው ከሸዋ በስተሰሜን፤ በጐንደር ያለው ፖለቲካ በተለይም ከቴዎድሮስ ሞት በኋላ እና ከተክለ ጊዮርጊስ መንገሥ በኋላ በጣም የጦፈ የሥልጣን ሽሚያ ወይም ትግል ስለነበር ምኒልክም ከተፎካከሪዎቹ አንዱ ስለሆነ የተለያየ ስም የማጥፋት ዘመቻ ስላደረጉበት ይመስላል። ካቶሊክ ሆኗል፤ የካቶሊክ ጳጳስ አስመጥቶ ካጠገቡ አስቀምጧል ከሚባል ወቀሳና ቅስቀሳ ለማምለጥ ይመስላል[421]።

ስለዚህ አባ ማስያስ ከፌቡራሪ 2፤ 1870 እኤአ (የካቲት ወር አጋማሽ 1862) ጀምሮ በአማን መቀመጥ ጀመረ፤ ከጎበና ጋር በተለይም ከባለቤቱ ጋር በጣም ወዳጅ እንደነበሩ ይነገራል። ቀጥሎ እንደሚጠቀሰው በዚህ ጊዜ ነው ጎበና ስለደቡባዊው፤ በድልድሉ መሠረት ስለሚያስገብረው የመጫ አካባቢ ሰፊ ዕውቀት ያገኘው። ከዚህ በኋላ ደጃች ጎበናና አባ ማስያስ ወዳጅ ሆኑ፤ ልክ እንደ አባትና ልጅ ሆኑ ተብሎ ይተረካል። የኦሮሞ አካባቢን የቦታ አቀማመጥ (ጂኦግራፊ) ያውም በቃል ብቻ ሳይሆን ከዳቡስ እስከ ጊቤ፤ በወረቀት የእያንዳንዱን ቦታ ስም ሲያስጠናው ነበር። ሰው መቀራረባቸውን እያየ "ይህን ኦሮሞ አስካዱት" ይል ነበር ይባላል። በዚሁ መሠረት ጎበና ለገመራ የሚባል አገር እስከ ጌራ ጥግ በ1870 ወግቶ ገባ። የአባ ማስያስም ቤት እና ተከታዮች በለገመራና በጌራ የነበሩ ተማረኩ። አባ ጳውሎስ የሚባለው ቄስም ከነቤተሰቡ ተማረከ። ከዚያም ምርኮኞቹን ከነ መስቀላቸው በክብር ይዘው ወደ ጎበና አመጧቸው። እሱም በፍጥነት የእናንተን ወገን የተማረከውን ሁሉ በሰፈር ፈልጉ ብሎ አዘዘ። የሱ አሽከር የሆነ ቀርቶ ግንደበል ሁሉ አባ ማስያስን የማያውቅ የለም ነበርና የማርያም ሥዕልንና መስቀል መቁጠሪያውን ሳይቀር አገኙ። ሁሉም ከደጃዝማች ጎበና እሸለማለሁ ብሎ ያስብ ነበርና ፍለጋውን በትጋት ነበር ያከናወኑት። "ሴት ወንዱ ከነከብቱ ተማረከ፤ በማግሥቱ ውሎ አድርገው ተማረኪዎቹን ሰዎች ሁሉ ደኅና ነው ወይ ብለው ሲጠይቁ አዎን በእግዚአብሔር ቸርነት በደጃዝማች [ጎበና] መልካምነት ከቤት መውጣት ከመማረክ በቀር ከብታችንም ሴት ወንዱ ሁሉ ደኅና አሉ"። ጎበናም በዚህ በጣም ተደንቆ "ዛሬ ኮ ጉድ አየን፤ እሳት የገባ ቅቤ አልቀለጠም ማለት ታምር ነው። እፉኖ እጅ

421 የጎበና ዳጬው ሰነዶች፤ IES MS, 4614፤ Abba Antonios Alberto, pp. 106-116.

ሰው ገብቶ ልብሱንም ከብቱንም ልጁም ሳይነካ መቅረት!” አለ ይባላል። ከዚህ በኋላ ግን ጎበና ሌላ ነገር ወሰነ፤ ሚሲዮናውያኑ ያመለከቱትን ቦታ ቆርቁሮ እነሱንም አክብሮ ሸልሞ የምርኮ ከብታቸውን አንድ ሳይቀር መልሶ የነአባ ማስያስን ቤት አደራ ብሎ ለለገመራ ባላባት አስረከበ። ከዚያም ከአባ ማስያስ ልጆች (ተከታዮች)፣ ጐንደሮች፣ ነጋዴዎች፤ ከጌራ፣ ከከፋ፣ ከሌቃ ከሊሙ ከጅማ በዋና ዋና ቤት ያላቸው ልጆቹ (ተከታዮቹ) የሆኑ ያልሆኑ ወዳጆቹ የነበሩትን መልእክተኛ አድርጎ ለጌራም ለከፋም ለሊሙም ለጉዱሩም ለጅማም ለወለጋም ለሌቃም “ገብሩ ታጠቁ እንስማማ አንድ እረኛ አንድ መንጋ እንሁን፤ የአባት የአያት አገራችንን ይዘን ሌላ የማናውቀው የማይመስለን መጥቶ እንዳይገረስሰን” እያለ በማኅተሙ አያተመ የማባበያ ወይም መደራደሪያ መልእክት ላከባቸው[422]።

በርግጥ ንብረቱ ከወታደርና ከፋኖ ዘረፋ የዳናው በወታደሮቹ ደግነት ወይም በተአምር ሳይሆን አባ ማስያስ የምኒልክና የጎበና ወደጅ መሆኑን ድፍን ይፋት (ሸዋ) የሚያውቀው እውነታ ስለነበር ደፍሮ የሚሲዮናዊውን ንብረት ላይነካ ይችላል የሚባል እምነት ነበር። ይልቅስ ጎበናን ተላልኮ ያመጣብን እሱ ቄስ ነው ብለው ኦሮሞዎቹ እንዳያጠፏቸው ስለተፈራ አምጥቶ በክብር ለማኖር ነበር እንጅ ሐሳባቸው መማረክ አልነበረም ወደሚል ድምዳሜ ተወሰደ። ስለዚህ አባ ጳውሎስን ከነቤተሰቡ እራሱ እንደፈለገው ለከብቶቹና ለቀሪ ቤተሰቡ ወኪል ተደርጎ አንለይም ካሉት ልጆቹ (ተማሪዎቹ) ጋር አማን/አብደላ አምጥቶ ከቤቱ ከጅሎ ገብ ለአባ ማስያስና ለአባ ጎንዛግ ሰጣቸው። መነኰሳቱም በዚህ ብዙ ደስ አላቸው ይባላል[423]።

አባ ማስያስ እዚሁ ጅሎገብ ሆኖ ነው በርካታ ደብዳቤዎችን ከአውሮፓ ጋር ይላላክም የነበረው። በማርሴይ አቋቁሞት የነበረው የኦሮሞ ልጆች ማስተማሪያ ኮሌጅ በተለያዩ ምክንያቶች ሥራውን በአግባቡ ማስኬድ ሲያቅተው አስዘግቶት ልጆቹን ከሞት የተረፉትን ወደ ኤደን አስመጥቶ ከዚያም በሁለት ዙር ወደ ሸዋ ጅሎ ገብ የወሰዳቸው። በነገራችን ላይ አባ ማስያስ በግብጽ አድርጎ ምጽዋ አካባቢ በመሄድ ከትውልድ አካባቢያቸው በባርነት ተይዘው የተወሰዱትን የኦሮሞ ልጆች ነጻ በማውጣት በፈረንሳይ ሀገር ማርሴይ በተባለች ከተማ የሚማሩበት ትምህርት ቤት እኤአ በ1867 ከፍቶ 18 የኦሮሞ ወጣቶች እንዲማሩ አድረጓል። አሁን እንዲዘጋ እና ልጆቹ ወደ ሸዋ እንዲመጡ ያደረገው በሸዋ በፊንፊኔ ለተመሳሳይ ዓላማ ሌላ ኮሌጅ ለማቋቋም ነበር። በርግጥ ቀጥሎ እንደሚገለጸው በኦሮሞዎቹ ዘንድ ነገሮች ቀላል ቢመስሉም እና ያለምንም ክልከላ መንቀሳቀስ ቢችሉም ሚሲዮናውያኑ ሁልጊዜ የኦሮሞ ሕዝብ የነሱን እምነት ለመቀበል በጣም ዳተኛ እንደሆነና

422 Abba Antonios Alberto, pp. 106-116.

423 Abba Antonios Alberto, pp. 106-116.

በራሱ ልማድ ለመኖር እንደሚመርጥ ነገሮች ለነሱ ምን ያኽል ፈታኝና ተስፋ አስቆራጭ እንደነበር በሚጽፏቸው ተከታታይ ድብዳቤዎች ሲገልጹ ነበር። ይህ እንግዲህ በጎበና ቤትም በነበሩበት ጊዜም ነው። ጎበናም ይሁን ሌሎች የኦሮሞ መሪዎች እነሱን የሚፈልጓቸው ለሌላው ዕውቀታቸው እንጂ ለሃይማኖታቸው አልነበረም[424]።

የጎበናና የአባ ማስያስን ግንኙነት በተመለከተ ከሸዋ በስተሰሜን ባሉት የኢትዮጵያ አካባቢዎች ሁሉ የሚታወቅ ሲሆን ተከታታይ ደብዳቤዎችን ከኢትዮጵያ ለፈረንሳዊው አንቷን ዳባዲ ይጽፍ የነበረው አሰጋኸኝ የሚባል ሰው ስለ ሸዋ ወሬ ባለው የማርች 1873 (መጋቢት 1865 ዓ ም) ደብዳቤው ክፍል ላይ አባ ማስያስ ወግዳ አማን በምትባል ቦታ ላይ ከአንድ የምኒልክ ደጃዝማች ዘንድ በእንክብካቤ እንደሚኖር ጽፏል። “አቡነ ማስያስ ወግዳ በሚባል አገር አሉ። ከወግዳ ተለይታ አማን በምትባል ሀገር አሉ። የኦሮሞና የክርስቲያን መካከል ናት። ንጉሥ እጅግ ወዶዋቸዋል። አገር የሚጠብቅ ደጃዝማች በአጠገባቸው ይኖራል።” አባ ማስያስ ከሌሎች የሸዋ ሰዎች ጋር እንዳይገናኝ ወደ ወሎና ትግሬም እንዳያልፍ አቡነ አትናቴዎስ ግብጻዊው ገዝቶ ነበር። ምኒልክ ግን ግዝቱን አልተቀበለም፣ ኦሮሞ ቢያስተምር አልከለክልም በማለት። እንግዲህ ይህ ደጃዝማች ጎበና መሆኑ ብዙም አያጠራጥርም። ይልቅስ በዚህን ጊዜ (መጋቢት 1865) ጎበና በአፈሴል ደጃዝማች መባሉን ከሸዋ ወገን ያሉ መረጃዎች አያመለክቱም። ጎበና ደጃዝማች የተባለው ከሁለት ዓመታት በኋላ በ1875 እኤአ ነው የሚሉ በውጭ ዜጎች የተበረከቱ መረጃዎች አሉ። ምናልባትም ተጠባባቂ የጦር አበጋዝ የነበረበትንም ጊዜ እንደ ደጃዝማች አድርገው የወሰዱት ይመስላል።

በዚህ ሁኔታ አባ ማስያስ እስከ ፌቡራሪ 14፣ 1875 (የካቲት 1867 ዓ.ም) ድረስ በጅሎገብ ቆይቶ ከዚያ ምኒልክ ከተማውን ወደ እነዋሪ ሲያዞር ለአባ ማስያስም አሁንም እንዲሁ ሰወር ያለ ቦታ (ጣቢያ) በሰሜን ሸዋ ለወሎ በቀረበ አካባቢ በአንድ አምባ ላይ እንዲመሠርት ፈቃድና መሬት ሰጠው። ይህ ፈቃድ የተሰጠው አንድ የካቶሊክ ገዳም እንዲመሠርት የሻ በሚባል አምባ ተራራ ላይ ነበር። ሌላ ተመሳሳይ ስም ያለው ቦታ ከሌለ በስተቀር ይህ ጸሐፊ እስከሚያውቀው ድረስ የሻ የምትባለዋ አምባ በሰሜን ሸዋ በግሼ ራቤል ወረዳ ከሸዋ ወደ ደቡብ ወሎ መሸጋገርያ አካባቢ የምትገኝ ናት። በኋላ ግን አባ ማስያስ በአፄ ዮሐንስ ትእዛዝ ወይም ተጽዕኖ ከሀገር እንዲባረር ተደርጓል[425]።

---

424 Ibid, pp. 106-122.

425 Ibid, pp. 122-124.

ጎበናና ያስገበራቸው አካባቢዎች እምነት (ሃይማኖት)

ሃይማኖትን ከጎበና የፖለቲካና የውትድርና ሕይወት ጋር ስናያይዝ በተደጋጋሚ የሚነሣ ጉዳይ ጎበናና ምኒልክ በግድ የኦርቶዶክስ ክርስትናን በኦሮሞና በሌሎች የደቡባዊ ኢትዮጵያ ሕዝቦች ላይ በግድ ጫኑ የሚለው ትርክት ነው[426]። ክርስትና በነዚህ በደቡባዊ የኢትዮጵያ ክፍሎች ላይ በአፄ ምኒልክ የሥልጣን ዘመን ተጫነ የሚባለውን ጉዳይ ሐሰት ነው ማለት አይቻልም፤ ነገር ግን በትርክቱ ውስጥ የቦታና የጊዜ እንዲሁም ሌሎች ተያያዥ ጉዳዮች ሳይጤኑ በጅምላ መፈረጁ ከታሪክ እውነታ አንጻር የሚያከራክሩ በርካታ ጉዳዮች እንዳሉ ግልጽ ነው።

በትኩረት ይህን ጉዳይ በተመለከተ ወደ ጎበና ስንመጣ፣ በሸዋ እስከ አዋሽ እስከ ጉደር ያለውን የኦሮሞ በተለይም የቱለማን ካሰብን እንጂ በሌሎች በባለፉት ምዕራፎች እንደተገለጸው ጎበና ባስገበራቸው አካባቢዎች የክርስትናን ሃይማኖት ከሸዋ ይዞ ሄዶ የሚጭንባቸው ሕዝቦች አልነበሩም። እንኳ እነዚህን በርቀት ሄዶ ያስገበራቸውን ይቅርና የቱለማንም ኮንፌዴረሲ ሲመሠርት በራሱ በገዳ ሥርዓት ወስጥ የነበሩ አሠራሮችንና ልምዶችን ተጠቅሞ ነበር፤ ይህንኑ ጽሑፍ ከምዕራፍ አራት ጀምሮ ማንበብ ይቻላል። በሃዩ፣ በሉባ በተለይም ደግሞ ማሊማዎችን እንዴት ይጠቀምባቸው እንደነበር ተነግሯል። ዕውቅና አልነፈጋቸውም፤ እንኳ ክርስትናን በኃይል ሊጭንባቸው ይቅርና። በነገራችን ላይ ይህንንም አካባቢ በሚያስገብርበት ጊዜ ከሊቼ ስምምነት በፊት ማለት ከ1870 ዓ.ም በፊት ምኒልክም ቢሆን በዚህ በሃይማኖት ጉዳይ ላይ ችላ ባይ ነበር፤ ግብር እስከገበሩ ድረስ። ይህን በግድ ክርስትና የሚባል ነገር ያለ ፈቃዱ አምላክስ ይወደዋል ወይ ብሎ ከዮሐንስ ጋር ይከራከር ነበር። ዮሐንስ ደግሞ ግራኝስ አገሬን በጉልበት አስልሞ አልነበረም ወይ እኔም በግድ ክርስቲያን አደርጋታለሁ ይል እንደነበር እነ ዐጽሜ ጽፈዋል[427]።

ስለዚህ በተለምዶ እንደሚባለው የእስልምናና የክርስትና መሠረት ባልነበረበት የቱለማ አካባቢ ጎበናና ምኒልክ ምናልባትም ከሣህለ ሥላሴ እንኳ ባነሰ ሁኔታ ነበር ክርስትናን በማስፋፋት ኦሮሞ የራሱን ባህልና እምነት እንዲተው ጥረት ያደረጉት። በግፊት ከሊቼ ስምምነት በኋላ ምኒልክ ሚሲዮናውያንንም እንዲያስወጣ ሙስሊሙንና ኦሮሞውንም እንዲያስጠምቅ የታዘዘበት ጊዜ ነበር። ሰዎች ያለ ገዳ ጊዜያቸው እንዲገረዙና በቡድን

---

426 Yates, Brian James, "Christian Patriot or Oromo Traitor?: The Ethiopian State in the Memories of Ras Gobäna Dače" *in Northeast African Studies* Vol. 13, No. 2, pp:25-51·

427 ፍጹም ወልደ ማርያም፣ ገ፡ 339-340።

እንዲጠመቁ ጥረቱ ነበር። ግን እዚህም ላይ ሁለቱንም ምኒልክንም ይሁን ጎበናን በገዳ (ዋቄፋና) እና በኦርቶዶክስ ክርስትና መካከል በነበረው ሽግግር በግድ አደረጉት ተብሎ የሚያስወቅሳቸው ታሪካዊ እርምጃ ስለመኖሩ በምኒልክ የዳግም የንጉሥነት በዓል ላይ (ሰሞን) ዐጽሜ እንደሚለው ከሆነ ተጠመቁ ተብሎ ሕዝቡን (ኦሮሞውን) አስጨነቁት የሚባለው ገጠመኝ ነው[428]።

ወደ አዋሽ ማዶና ግቤ ማዶ ስንሻገር በዚያ የነበሩትን ግዛቶች ስንመለከት ደግሞ በሃይማኖት ረገድ በግድ የኦረቶዶክስ ተዋሕዶ ክርስትና ሊጫንባቸው የሚገቡ አካባቢዎች አልነበሩም። ከጉራጌ ብንጀምር በፊትም ሲነገር እንደነበረው ጉራጌው ክርስቲያን ወገናችን ስለሆነ ከኦሮሞ በተሻለ እሱን ወደኛ ማምጣት ከኦሮሞውም ጥቃት መከላከልን እንደ አጀንዳ ያራምዱ እንደነበር ከሣህለ ሥላሴ ዘመን ጀምሮ ይነገራል። ስለዚህ ክርስትናው እንደሁኔታው የሆነው ጎበና በነሱ ላይ ክርስትና ሊጭን አይችልም፤ እነሱ ከሱ በተሻለ ክርስቲያን ነበሩና። ቀጥሎም ሐሰን እንጃሞ ያሰለማቸው ተብለው የተለዩትና መጀመሪያውኑ ሙስሊም የነበሩ አካባቢዎችን ሲያስገብር ከጦርነቱ በኋላ እና በጦርነቱ ጊዜ በተለይም ጎበና በአካባቢው በቆየባቸው አራት ወራት ውስጥ ሐሰን በግድ ባሰላማቸውና አብያተ ክርስቲያናትን ባቃጠለባቸው ቦታዎች የቤተ ክርስቲያን መልሶ ግንባታና ሰዎቹንም ወደ ቀደመው እምነታቸው እንዲመለሱ ማድረጉን የሚገልጹ መረጃዎች አሉ[429]። ነገር ግን የአባታችሁን እምነት ለቃችሁ ክርስቲያን ሁኑ ብሎ እንዳስገደዳቸው የሚገልጽ ማስረጃ አልተገኘም። ከጎበና በኋላ የተወሰዱ እርምጃዎችን በተመለከተ የዚህ ጽሑፍ ዓላማ አይደለምና አንሄድበትም።

ወደ ግቤም ስንሄድ በአካባቢው ባሉት መንግሥታት ዘንድ የእስልምና ሃይማኖት በአንጻራዊነት መሠረት የያዘበት ቦታ ነበር። እስልምና የግቤ መንግሥታት መንግሥታዊ ሃይማኖት ለመሆን እየዳዳው ስለነበር እስልምናን ትታችሁ ክርስትናን ተቀበሉ ማለት የለየለት የፖለቲካ ኪሳራ ስለሚሆን፣ ጎበናም እራሱ ለክርስትና ሲል ይህን ያኽል ለፖለቲካ አደጋ የሚያጋልጥ እርምጃ ለመውሰድ የሚሄድበት የክርስትና መሠረት ያለው አይመስልም። “ገብሩ! በአንድ መንግሥት ሥር ሁኑ!” አለ እንጂ በግድ ሁላችሁም ከዛሬ ጀምሮ እኛ ከሸዋ ያመጣነውን ኦርቶዶክስ ክርስትና ተቀበሉ ስለማለቱ የተጻፈ ታሪክ ወይም ማስረጃ ማግኘት አልተቻለም። እዚህም ግቤ አካባቢ ልክ እንደሸዋው (ቱለማው) ሚሲዮናውያን እንደልብ ይንቀሳቀሱ የነበረበት አካባቢ እንጂ የኦርቶዶክስ ተጽዕኖ ክልል ነው ተብሎ እነ ጎበና ክርስትናና ቤተ ክርስቲያንን በአካባቢው ላይ አልጫኑም። የቤተ ክርስቲያንንና የካህናትን ከሸዋ ደቡባዊ የአገሪቱ ክፍል ያደረጉትን መስፋፋት በተመለከተ ሂደቱን

428 ዝኒ ከማሁ።

429 የጎበና ዳጨው ሰነዶች፣ IES MS, 4614።

ለመረዳት የደቻሳን የዶክተሬት ዲግሪ የመመረቂያ ጽሑፍ መመልከት ይቻላል[430]። በሱ ጥናት መሠረት እነዚህ አካባቢዎች አንደኛቸውም በጎበና የዘመቻ ክልል ውስጥ አልነበሩም። በርግጥ አንዳንዶቹ ከጎበና ሽረት ወይም ኅልፈት በኋላ እንደዚህ ዓይነቱ የታሪክ ገጠመኝ እንደተጋፈጠባቸው ይታወቃል።

ሌቃን፣ አንፊሎን እና ቤኒሻንጉልንም በዚሁ እላይ በተገለጸው መነጽር መመልከት ይቻላል። እነዚህ አካባቢዎች ሰፊ የሚሲዮን እንቅስቃሴ የነበረባቸው ሲሆን ጎበና በዚሁ የሥልጣን ዘመን የኦርቶዶክስ ክርስትናን በግድ የጫነበትን በተለይም ሚሲዮናውያንን ወይም ዓረቦችን ከሃይማኖታዊ እንቅስቃሴ የከለከለበትን ታሪክ ማግኘት አልተቻለም። እዚህም አካባቢ ከጎበና ሞት በኋላ ሚሲዮናውያንን መከልከል፣ የከፈቷቸውንም ትምህርት ቤቶች እንዳይሰብኩባቸው መከልከላቸውን የሚገልጹ ማስረጃዎች አሉ[431]።

ይህ ሁሉ የሆነው ለፖለቲካ ስልት ብቻ ሳይሆን ጎበና እራሱ ክርስትናን የሚያውቅበትና የሚረዳበት መንገድ ምናልባትም ከምኒልክም በባሰ ሁኔታ ሌለውን ሁሉ አጽድቶ አዲስ የኦርቶዶክስ ክርስትናን መትከል በሚል ብሂል አይመስልም። ከሁሉም የተመቸውን እንደሁኔታው የሚቀበልና የሚተገብር እንጂ። ቀድሞ እንደተመለከተው ለጎበና የአባቶቹን ልምድ ለመተው የሆነለት አይመስልም። ከሚሲዮናውያንም ጋር ጥሩ ግንኙነት ነበረው። ይህን ኦሮሞ አስካዱት እስኪባል ድረስ ከአባ ማስያስ ጋር በሰፊው ይወያይ፣ ምክሩንም ይቀበል ነበር። ልጆቹንም የሚሲዮን ትምህርት እንዲማሩ ይፈቅድም ይፈልግም ነበር። የራስ ዳርጌን ገጠመኝ ማንሣቱ በቂ በነው፤ "ኦሮሞው እኛ ነን ወይስ ጎበና?" እስከሚል ድረስ።

የቱለማ ክርስትና እንኳ በአስራ ዘጠነኛው ክፍለዘመን ማለቂያ ይቅርና እስከ ቅርብ ጊዜ ድረስ ከዋቄፋና ጋር ጎን ለጎን እንጂ እርግፍ አድርጎ ዋቄፋናን ትቶ እንዳልሆነ በብዙ ሁኔታዎች መታዘብ እንችላለን። ስለዚህ ጎበና በእምነት ደረጃ ፍጹም ክርስቲያን ሆኖ ኦሮሞን ከማንነቱ አውጥቶ ሌላ ማንነት የጫነበት ሰው እንደ ነበር አድርጎ መመልከቱ በታሪክ ማስረጃ የተደገፈ አመለካከለት አይመስልም።

---

430 Dechasa Abebe, "A socio-economic history of North Shewa, Ethiopia ", pp. 242-245; Dechasa Abebe, "Historical Narratives of population outmigration from Northern Shewa to the Southern region of Ethiopia (1881-1935)" in *The Journal of Oromo Studies,* Vol. 24.No. 1&2, 2017, pp. 37-70.

431 Mekuria Bulcha, *The Making of Oromo Diaspora: A historical Sociology of Forced Migration.* (Minneapolis, 202), pp. 132-157.

ምዕራፍ አስራ አራት

የጎበና ቤተሰባዊ ሕይወት፣ ሞትና አሟሟት

ጋብቻ፣ ልጆች እና አሽከሮች

ከወታደራዊና ፖለቲካዊ እንቅስቃሴዎቹና ስኬቶቹ በተጨማሪ ሌላው ሕይወቱ ለምሳሌ የግል ባሕርይው እና ቤተሰቡ የሚታወሱት በጣም በጥቂቱ ነው። ጥቂት ወንዶችና ሴቶች ልጆች የነበሩት ሲሆን በጣም የሚታወቀው ልጁ ወደጆ በኋላ ሊቀመኳስ የነበረው ነው። የጋብቻ ሕይወትን በሚመለከት ከጎበና ሕይወት ጋር ስሟ በተደጋጋሚ የሚነሣው ወይዘሮ አየለች አባ ሪሳ (ምናልባትም የፈረስ ስም ሊሆን ይችላል) ነች። ዝርዝር ሁኔታዎችን ማግኘት በጣም አስቸጋሪ ነው። አቶ ኢዳኦ ቦሩ ከቤተሰብ አገኘሁ ብሎ ከዘረዘረው ውጭ ሌላ መረጃ ማግኘት አልተቻለም። የዚህ ጽሑፍ አዘጋጅ ያገኛቸው የቤተሰብ አባላት ግን ይህንን ጥልቀት ያለውን የኢደኦ ሐተታ ሊነግሩት አልቻሉም። በደፈናው ግን "ራስ ጎበና በየአቀኑት አገር ብዙ ሚስቶችና እቁባቶች ስለነበሯቸው ከነዚህ በጣም በርካታ ልጆችን ወልደዋል" የሚል መረጃ ብቻ ነው ማግኘት የተቻለው[432]።

ያም ሆኖ በዚህ ከኢደኦ በተገኘው መረጃ መሠረት በዚህ ጽሑፍ የመጀመሪያ አካባቢ እንደተጠቀሰው አየለችን እንዳገባ ብቻ ሳይሆን ሌላ አግብቶ በርካታ ልጆችን እንዳፈራ ይገልጻል። የመጀመሪያዋ ሚስት ወይዘሮ ዳናዬ ፋዬ ቱራ ስትሆን ሦስት ወንዶችንና ሦስት ሴቶች ልጆችን ወልደዋል። እነሱም ሴቶቹ አስካለ ጎበና፣ ተናኜ ጎበና፣ ጸዳለ ጎበና ሲሆኑ ወንዶቹ ዘውዴ ጎበና፣ ወልደ ሩፋኤል ጎበና እና ቱሉ ጎበና ናቸው።

432 ልጅ ወንድ ወሰን አበበ አረጋይ፣ ቃለ መጠይቅ፣ ቦታ ሒልተን አዲስ አበበ፣ ቀን 1/05/ 2011 ዓ.ም

ስለነዚህ ልጆች፣ ስለጎበና በሚያወሱ ጽሑፎች ውስጥ እምብዛም አናገኝም። ምናልባት አስካለ አንዳንድ ጊዜ የአበበ አረጋይ ስም ሲነሣ የአስካለ ልጅ የጎበና የልጅ ልጅ ነው በሚል አብራ ትነሣለች። በቅርቡ በተገኘው የቃል መረጃ ደግሞ የአበበ አረጋይ እናት በእናቷ በኩል ጉራጌ ናት ይባላል። ይህ ከሆነ ደግሞ ጎበና ከአየለች በፊት ያገባት ሴት ከጉራጌ ናት ወደሚል ስለሚወስድ ጎበና ከምኒልክ ከመተዋወቁ በፊት ከጉራጌ ስለመገናኘቱ ምንም ማስረጃ የለንም። ያ ብቻ ሳይሆን ምናልባት አስካለ የአየለች አባሪሳ ልጅ ከሆነች አየለች አንዱ የሸዋ ወታደር ወይ ባላባት ከጉራጌ ሴት ወልዶ ቤት ከምታድግ በሚል ለዘመዱ ለአቦዬ (ወንድሙ ይባላል) ሰጥቶ ይሆናል ልንል እንችል ነበር። ምክንያቱም የሣህለ ሥላሴን ተደጋጋሚ የጉራጌ ዘመቻ ማሰብ ይቻላልና። አስካለም ብትሆን ለአረጋይ በቸሬ የተዳረችው ከሌላ ሰው ተፋታ ሊሆን እንደሚችል ከቤተሰብ አባላት የተገኘ መረጃ ያመለክታል። ከአበበ በዕድሜው በጣም ትልቅ የሆነ ሙሉጌታ ባንቲዋሉ የሚባል የአስካለ የብቻ ልጅ የአበበ ልጆች አጎታችን የሚሉት እንደነበራቸው ይገልጻሉ። ስለዚህ አስካለ ከአረጋይ በፊት ባንቲዋሉ የሚባል ሰው አግብታ ነበር ማለት ነው[433]።

ዘውዴ ጎበናም ቢሆን ቢያንስ ቢያንስ ልጅ ዘውዴ ተብሎ ሲታወቅ ቆይቶ በ1909 በፊታውራሪነት ማዕረግ የቅምብቢት ገዥ ተብሎ ተሹሞ ነበር። በነገራችን ላይ የአባቱም የደጃዝማችነት ሹመት በዚሁ በቅምብቢት ላይ ሲሆን በመጀመሪያው ለማደሪያ የተሰጠው ቀበሌም በዚሁ በቅምብቢት ውስጥ ነበር። ከዚሁ ጋር ተያይዞ ሊሆን ይችላል ለሰገሌ ጦርነት በሸዋ በኩል ጦር ሲደረጅ በራስ ሉልሰገድ አጥናፍ ሰገድ ሥር በጦር አበጋዝነት ከተሾሙት ንኡሳን መሪዎች ውስጥ አንዱ ነበር። ምክንያቱም ጦርነቱ የሚካሄደው እሱ በሚገዛው ግዛት ውስጥ ነበርና። እንደ ዕድል ሆኖ ግን በዚህ ጦርነት በመጀመሪያው ክፍል በጥቅምት 7 ቀን 1909 በቶራ መስክ ግጥሚያ ራስ ሉልሰገድን ጨምሮ ከሞቱት የጦር አዛዦች መካከል ዘውዴ ጎበና አንዱ ሆኖ ተገኘ[434]። ወልደ ሩፋኤልን በሚመለከት ደግሞ የተገኘው ቀጭን መረጃ ጽጌማርያም የምትባል ልጁ ለራስ እምሩ ኃይለ ሥላሴ ተድራ እንደነበር ሲገለጽ የዚሁ ጋብቻ ፍሬ የሆነው ልጅ ሚካኤል እምሩ ልጁን ጎበና ብሎ እንደሰየመው ይነገራል። በርግጥ በተመሳሳይ መንገድ ከአስካለ ጎበና ከተወለደው አበበ አረጋይ በኩልም አንዱ የአበበ ልጅ ዳንኤል ልጁን ጎበና[435] ብሎ ሰይሟል[436]። በነገራችን ላይ እነዚህ ሁለት ጎበና የሚባል ስም የተሰጣቸው ልጆች በኦሮሞ ፖለቲካ ውስጥ ጎበናን በከሐዲነት የሚፈርጀው

433 ዝኒ ከማሁ።

434 መርስዔ ኅዘን ወልደ ቂርቆስ፣ ገ፡ 155፣ 164፣167፣431።

435 ጎበና ዳንኤል አሁን በአዲስ አበባ ዩኒቨርሲቲ መምህር ሆኖ ከማገልገሉም በላይ በደራሲነቱ ይታወቃል።

436 ልጅ ወንድ ወሰን አበበ።

ቡድን ከተፈጠረበት ጊዜ ጋር ብዙም የተራራቀ አይመስልም፣ በአብዮቱ ዋዜማ ስለነበር።

እላይ እንደተባለው ሌላኛዋ የጎበና ሚስት አየለች ስትሆን ከሷ ከተወለዱት የጎበና ልጆች ውስጥ አንዳንዶቹ ስማቸው በየአጋጣሚው በተገኙት መረጃዎች ይታያሉ። ለማንኛውም ከዚህ ጋብቻ ጎበና ስድስት ልጆችን አፍርቷል ይባላል። ከስድስቱ ሁለቱ ሴቶች ሲሆኑ አራቱ ወንዶች ነበሩ። ልጆቹም ደለንሶ ጎበና፣ መርድ ጎበና፣ አብዲ ጎበና፣ ወዳጆ ጎበና፣ መና ጎበና እና ብርቄ ጎበና ነበሩ[437]።

የጎበና ዜና መዋዕል ግን መርድ የተወለደው የምኒልክ ዘመድ ከሆነች ጌጤ በድሉ ከምትባል ሴት እንደሆነ ነው። ብዙዎቹ እነዚህ ከአየለች የተወለዱ ልጆች በተለይ ወንዶቹ ከወዳጆ በቀር ሌሎቹ ከጎበና ቀድመው የሞቱ ይመስላል፣ ግማሹ በጦርነት ግማሹ በበሽታ። እላይ እንደተባለው አብዲ ጎበና በበሽታ፣ መርዕድ ጎበና በጉራጌ ጦርነት ሲሆን ስለ ደለንሶ ጎበና ምንም መረጃ ለማግኘት አልተቻለም። ወዳጆን በሚመለከት ግን ደጃዝማች እየተባለ በበርካታ ጦርነቶች ከአባቱ ጋር አብሮ እንደተሳተፈ ይነገራል። የምኒልክ ልጅ ከሆነችው ሸዋረጋ ራስ ሚካኤልን አግብታ ኢያሱን ከመውለዷ በፊት ለወዳጆ ጎበና ተድራ ወሰን ሰገድ የሚበል ልጅ ወልደው ነበር። ልጁ እስከሚሞት ድረስ ምኒልክም ወራሼ ነው ብሎ ያስብ የነበረው እሱን ነበር። ነገር ግን በአስራዎቹ ዕድሜው አንዳንዶች አስራ አራት ሲሉ ሌሎች ደግሞ አስራ ስምንት ይላሉ፣ ሲሞት የምኒልክ ተስፋ ወደ ሁለተኛው የሸዋረጋ ልጅ ኢያሱ ዞረ[438]። በዚህ ልጅ ሞት ላይ ምናልባት የፖለቲካ ግድያ እንዳለ ይጠረጠራል።

አሳማኝ አይደለም እንጂ ወሰን ሰገድ የተወለደው ከራስ ሚካኤል ሆኖ የኢያሱ ታላቅ ነው ብለው የጻፉም አሉ። ለዚህም ምክንያቱ ራሱ ምኒልክ ከመደበኛ ጋብቻ የወለደው ወንድ ልጅ ስላልነበረው ነበር። አስፋው ወሰን የሚባለው ጌጤ ከምትባል የመጫ ሴት የተወለደው ልጁም እንዲሁ ገና በአስራ አራት ዓመቱ ስለሞተበት ነበር[439]። በነገራችን ላይ ወዳጆ ከሸዋረጋ በፊት ፀሐይ ወርቅ ዳርጌን አግብቶ የነበረ ሲሆን ባለመስማማታቸው ጋብቻው ፈርሷል። በጣም እየጠነከረ የመጣው የሸዋ አለበለዚያም የስሜን ፖለቲካ (የጣይቱ ወገን) ይህን በጎበና ዘርፍ የሚወርደውን የሥልጣን ሰንሰለት ለመቁረጥ አድርገዋል የሚባለውን ሙሉ በሙሉ ማመን ቢያስቸግርም በኢያሱ ላይ የተደረገውን የፖለቲካ ሤራ ለሚገነዘብ ሰው ሊሆን አይችልም

437 Edao Boru, "Gobana Dache" on YouTube, 17 Mar 2015 - Uploaded by Finfinnee Radio, https://www.youtube.com/watch?v=SE4vN0JQMAc.

438 መርስዔ ኅዘን ወልደ ቂርቆስ፣ ገ፡ 52፣ 109፣ 431።

439 ዝኒ ከማሁ፣ ገ፡ 323፣ 406፣ 407።

ለማለት ያስቸግራል። የወዳጆ የመጨረሻ ሕይወቱ እንዴት እንደነበር ለማወቅ የመረጃ ችግር ቢኖርም ሊቀመኳስ ከሚባል የማዕረግ ደረጃ ላይ ደርሶ እንደነበር ይገለጻል። ከዚህ ከጋብቻ ጉዳይ ሳንወጣ የሣህለ ሥላሴ የጦር አበጋዝ ለነበረው ለመተኮ ያልተሳካው ከሸዋ መሪዎች ጋር በጋብቻ የመተሳሰር ፍላጎት ለጎበና ተሳክቷል ማለት ነው። መተኮ ቦርጃ ልጁን ጃራን ከተናኘ ወርቅ ሣህለ ሥላሴ ጋር ለማጋባት ጠይቆ ስላልተሳካለት ሣህለ ሥላሴን ለመግደል ሲሞክር ተገድሏል[440]።

ሦስተኛዋ ሴት ሚስት ትሁን ቅምጥ ለማወቅ ምንም ፍንጭ የለም፣ ኢደኦ እንደሚስት ነው የገለጻት። ስሟም ትሩፋት ጅማ ይባላል። ከሷም ሦስት ልጆች የውብ ዳር ወይም የዌዳር፣ አጸደ ጎበናና ኤጀሬ ጎበናን አፍርቷል[441]።

ሌላኛው የቃል መረጃ የሐኪም ወርቅነህም ባለቤት ቀጸላወርቅ ቱሉ የጎበና የልጅ ልጅ ናት የሚል ሲሆን የሐኪም ወርቅነህን የሕይወት ታሪክ የጻፈው ታደለ ብጡል ደግሞ ከሰፊ ሐተታ ጋር የወንድም ልጅ እንደሆነች ይገልጻል። ያ ማለት የቱሉ ጅማ ዳጪ ልጅ ናት። ነገር ግን ይህ ቱሉ የጎበና ልጅ እንደሆነ የሚያስቡ ያሉ ይመስላል። በትክክል እንደሚታወቀው ይህ ቱሉ የጅማ ዳጪ ልጅ ሆኖ ከአጎቱ ከጎበና ቤት አሽከርነት ገብቶ የአጎቱን ጠመንጃ፣ ጦርና ጋሻ እየተሸከመ ከምኒልክ ቤተ መንግሥት ከአንኮበር ይውል እንደነበር ከዚህ በፊት በምዕራፍ አራት ተጠቅሷል። ኢደኦ ይበል እንጂ ጎበና ቱሉ የሚባል ልጅ እንዳለው የሚገልጽ ማስረጃ ለማግኘት አልተቻለም። በነገራችን ላይ የቀጸላ እናት (ሳበ ይፋት ወንዳፍራሽ) ደግሞ የሣህለ ሥላሴ ልጅ የሆነችው የብርቅነሽ የልጅ ልጅ ናት[442]።

በኋላ ከቢትወደድ መኰንን እንዳልካቸው ቤተሰብም ውስጥ የጎበና ዝርያ ወይም ተወላጅ መኖራቸውን በቤተዘመድ ማኅበር ላይ ከሱ ዘርፍ እንደምትወለድ ከሸዋ ቤተመንግሥት ተወላጅነት በላይ እንደምትኮራበት የምትገልጽ ሴት እንደነበረች ከቃል መረጃ አገኘሁ ብሎ ጋዜጠኛ ሰለሞን ሥዩም ይጠቁማል። እንዲያውም

> ያንን ጎበና ይሉታል ኩሩ፣
> ወንዙን ያለ እርሱ ላይሻገሩ።

ብላ አድናቆቷን እንደምትገልጽ ተነግሮኛል ይላል[443]።

440 ዝኔ ከማሁ፣ገ፡ 40።

441 Edao Boru, "Gobana Dache" on YouTube, 17 Mar 2015 - Uploaded by Finfinnee Radio, https://www.youtube.com/watch?v=SE4vN0JQMAc.

442 ታደለ ብጡል፣ *የአዛዥ ሐኪም ወርቅነህ እሸቴ የሕይወት ታሪክ* (አዲስ አበባ፣ 2001)፣ ገ፡ 96-97፣ 277-278።

443 ሰሎሞን ሥዩም፣ "ኦሮሞ ባለ ጣምራ ታሪክ?" በፍትሕ ሳምንታዊ መጽሔት፣ አንደኛ ዓመት፣ ቁጥር፣ 13፣ 2011 ዓ. ም፣ ገ፡24።

ጎበና ልጆቹን በኦሮሞው ባህልና ሥርዓት ውስጥ ሳይሆን በክርስትናውና በቤተመንግሥት ሥርዓት ለማሳደግ ጥረት ያደረገ ይመስላል። በተገኘው አጋጣሚ ሁሉ ዘመናዊ ነው ብሎ ያሰበውን ባህልና ሥርዓት ለማስጨበጥ በብዙ ጥሯል። ከሚሲዮኖች ጋርም ቢሆን እንደወግ አጥባቂዎቹ የሸዋ ሰዎች ሳይሆን አቅርቦ ልጆቹ እንዲማሩ ፍላጎት አሳይቶ እንደነበር መረዳት ይቻላል። የቀለም ትምህርትና ዘመናዊነትን ብቻ ሳይሆን በዘመኑ የተለመደውን የመሳፍንትና የመኳንንት ልጆች የሚማሩትን የአካል ማጎልመሻና የጦር ስልት በተለይ ወንዶቹ እንዲማሩ አድርጓል[444]።

በዝርዝር ለማንሳት ያክል የመጀመሪያ ልጁ አብዲ ጎበና ከባህላዊ ትምህርት ቅኔ ዐውቆ፣ ሐዲስ እየተማረ እያለ ካቶሊካዊውን ሚሲዮን አግኝቶ ጣልያንኛና ላቲንን እንደሚችል ወይም እንደሚሞክር ይነገርለታል። በተጨማሪም በጦርና በአካል ማጎልመሻ ትምህርቱም ቢሆን በተኩስና በፈረስ ጉግስ የለየለት ጎበዝ ስለነበር ይህስ ከአባቱም ይበልጣል የተባለለት ነበር። መረጃውን ያቆየልን ሰው እንደሚለው ከሆነ በጣም መንፈሳዊና መልካም ባሕሪይ የነበረው ሆኖ አድጎ በሃያ አንድ ዓመቱ በዘመኑ ከታዋቂ ገዳይ በሽታዎች አንዱ በነበረው በፈንጣጣ በሽታ ሞቶ አባቱን በጣም ከፍተኛ በሆነ ሐዘንና የሥነልቡና ስብራት ላይ ጣለው። ቀብሩም በደብረ ሊባኖስ ገዳም ተከናወነ ይባላል[445]።

ከሱ ኅልፈት በኋላ በጉዲፈቻ በቸሬ ለሚባል ሰው ተሰጥቶ የነበረው እና ቡሹ በቸሬ ተብሎ ይጠራ የነበረው ሌላኛውን ልጁን አሳዳጊውን አሁን አንተም ወልደ ሐና ተብሎ ለሐዘን መርሻና ለመተው አንገፋ ልጁ መተኪያ ይሆን ዘንድ በዘመኑ ልማድ ጉርዳ በጥሶ (ሕጉን አፍርሶ) እንዲመለስ ተደረገ፣ ስሙንም ከቡሹ በቸሬ ወደ ወዳጆ ጎበና ቀየሩለት። ወዳጆ በቀለም ትምህርቱ ብዙም እንዳልነበረና ትምህርቱንም እንደማይወደው ይገለጻል። አባትየው ቢመክር ቢዘክር የወዳጆ ትምህርት ፊደል ከመቁጠር ሊዘል አልቻለም። በፈረስ ግልቢያና በጦር ስልቱ በዘመኑ አነጋገር ለወንድነቱ ግን እንደ አባቱ ተደናቂ ነበር ይሉለታል[446]።

ሌላኛው ልጁ ደግሞ መርዕድ ጎበና ሲሆን በቀለም ትምህርቱ በብዙ የተደነቀ ዘመዶቹ ሁሉ ሳይቀር ጀግና እንዳልሆ ግን በቀለሙ ሊቅ እንደ ሆነ ተማሪ ፈሪ ተብሎ የሚነገረው ልጅ ነበር። በቀለሙ ግን ቅኔውን፣ ሐዲሱን ፍትሐ ነገሥቱን የሚያውቅ ሊቅ በመሆን ደረጃ ላይ የነበረ የዘመዶቹን አሽሙርና ንቀት ለመፋቅ ጉራጌ ዘምቶ በሃያዎቹ ዕድሜ አጋማሽ አካባቢ በጉራጌ በጦርነት ሞተ። ወልደ ሩፋኤል (ታሲሳ) ጎበናም በቅኔው ሰልጥኖበት

444 የጎበና ዳጨው ሰነዶች፣ IES MS, 4614።

445 ዝኒ ከማሁ።

446 ዝኒ ከማሁ።

ፈረንሳይኛም አጋምሶ ያውቅ ነበር ይባልለታል። ፊታውራሪ ዘውዴ ጎበናም ግዕዙን አጣፍጦ በፈረንሳይ ቋንቋ ሠልጥኖበት ነበር ተብሎ ይነገራል[447]።

ይህንን የቤተክህነት የቀለም ትምህርትን በተመለከተ ምናልባት ግነት ቢኖርበትም የጎበናን ሕይወት በተመለከተ የተበጣጠቀም ቢሆን ማስታወሻ የተወልን በፊት እንደተጠቀሰው ስሙን ያላወቅነው ሰው እንዲህ ይላል "ብዙውን ጊዜ ከቤታቸው ውስጥ በአማን ከተማ፣ ጪምቢሲ፣ ዶጋማ ከተማ፣ ሶኮሩ፣ ሳልኤ(ሳሌ) ንባብና ሰዋስው አስተማሪዎች ነበሩ። ስለዚህ የቤት አሽከርና የዘመድ ልጅ ሁሉ ዳዊት ደጋሚ፣ የሚበልጡም ይጽፋሉ ሰዋስውም ያውቁ ነበር። የሚደግሙትን ይሰሙት ያወቁትም ነበር። ስለዚህ ሴቶቹም ወንዶቹም ልጆቻቸው በግዕዝ መነጋገር ይችሉ ነበር። [448]"

ሴቶቹም ቢሆኑ በዘመኑ ባህል መሠረት ለጎበዝ ተዋጊዎች፣ ለሊቃውንት ለሚባሉት ከዚያም አልፎ ከዚህ በፊት እንደ ተጠቀሰው ለሸዋ መሳፍንትና መኳንንት ተድረዋል። ምኒልክና መሸሻ ሰይፉ ሳይቀር የሚጣሉባት ሴት ልጅ እንደነበረችው ከዚህ በፊት በሌላ ምዕራፍ እንደተነገረ የሚታወስ ነው። ሌላኛዋ በየአጋጣሚው ስሟ የሚነሣው በቀጣዩ ትውልድ የኢትዮጵያ የጦር ጀግንነትና ብልኀነት የተሞላበት ፖለቲካ አስተዳደር ውስጥ ትልቅ ሚና የነበረውን አበበ አረጋይን ያስገኘችው አስካለ ጎበና ከአረጋይ በቾሬ ጋር በነበራት ጋብቻ ሲሆን ሌሎችም ተመሳሳይ የቤተሰብ ትስስር የበዛበት ሰፊ መስተጋብር ነበር[449]።

የጎበና መኖሪያ ከተሞች በተመለከተ ቤተሰቦቹ የሚኖሩት በዋናው አማን እና ጪምቢሲ አንዳንዴም ፋሌ ይመስላል። የመጀመሪያዎቹ ሁለቱ እዚያው ሰሜን ሸዋ አብቹ በጎበና የትውልድ አካባቢ ሲሆኑ ፋሌ ግን ወደ መጫ አዋሳኝ መጥቶ በሰላሌ ከሙገር ቆላ መውረጃ አፋፍ የተከተመች ነበረች። አራተኛው መኖሪያው ደግሞ እንጦጦ የነበረ ሲሆን ኢደኦ ቦሩ እንደሚለው ከሆነ አሁን የጴጥሮስ ሆስፒታል ካለበት ቦታ ላይ ነበር[450]።

ነገር ግን በዚያው ግቢ ወይም ቤት ውስጥ ተወልዶ ማደጉን የሚናገረው ልጅ ወንድ ወሰን አበበ አረጋይ ይህን ታሪክ እንደማያውቀው ይናገራል። እሱ አበበ እስከ ዕለተ ሞቱ ይኖርበት የነበረው አሁን የጴጥሮስ ሆስፒታል ያለበት ቦታ የጎበና የእንጦጦ ቤቱ መሆኑን እንደማያውቅ ይነገራል። ይልቅስ አበበ የጣልያን ከኢትዮጵያ መውጣት በኋላ "አቶ አርመን" ከሚባል ሰው ገዝቶ እንደገባበት ነው የሚያውቀው። ሂደቱ እንዲህ ነበር፣ ንጉሠ ነገሥቱ

447 ዝኒ ከማሁ።

448 ዝኒ ከማሁ።

449 ዝኒ ከማሁ።

450 Edao Boru, "Gobana Dache" on YouTube, 17 Mar 2015 - Uploaded by Finfinnee Radio, https://www.youtube.com/watch?v=SE4vN0JQMAc.

አበበ በመናኛ ቤት ውስጥ እየኖረ ነው የሚባል ነገር ሰምቶ ያኔ አበበ ይኖርበት ከነበረው የአፈንጉሥ አረጋይ ሰፈር ከሚባለው ከዚህ ከስድስት ኪሎ አካባቢ እንግሊዝ ትምህርት ቤት (ሰፈር) ከሚባለው አካባቢ ቦታ ሰጥተው አበበ እዚያ ላይ ቤት ሠርቶ ሲኖር በኋላ ደግሞ ወደ እንጦጦ ወደተባለው ሰፊ ቦታ ተዛወረ[451]።

አባቱ ከመኻል ከተማና ከቤተ መንግሥት ካልራቀ አካባቢ መንገድ ወደ ሌለው ቅዝቃዜው ምቾት ወደሚነሳ እሩቅ ወደ ሆነ ሰፈር ለመቀየር ለምን እንደ ፈለገ የተጠየቀው ወንደወሰን ይህንን በፍጹም አስቤው አላውቅም፤ እኔ የማውቀው በ1928 ጣልያን ኢትዮጵያን ስትወር ወደ ጫካ ሲገቡ አበበና ቤተሰቡ አቶ አርመን ለተባለው ሰው ብዙ እቃዎችን አደራ ብሎ አልፎ ነበርና ከዚያ መልስ ሁኔታዎች ሲረጋጉ ያንን ሰፊ ቦታ ለመግዛት ፈልጎ የገዛው ነው የመሰለኝ እንጅ ከዚያ በፊት የጎበና የእንጦጦ ቤቱ ዬት እንደሆነ አላውቅም ይላል። በሱ ዕውቀት በቦታው ከሁለት መቶ በላይ ቤተሰብ ይኖርበት የነበረ ሲሆን ከኋላው ሰፊ ጫካ ሁሉ የነበረው ቦታ ነበር። አበበ በ1953 መፈንቅለ መንግሥት ሙከራ ጊዜ ሲገደል የቤተሰቡ የአኗኗር ስልት እንደ በፊት አልሆን ሲል የአበበ ባለቤት ለንጉሡ አቤት ብላ ቦታውን መንግሥት ወስዶት ካዛንቺስ ከተማ ውስጥ ተለዋጭ ቦታ ተሰጥቶ ያኛውን መንግሥት እንዲወስደው ተደረገ ይላል[452]። በርግጥ እዚህ ጋ ብዙ ነገር ማንሣት ይቻላል። አበበ ቦታውን ለምን ፈለገው? የአያቱ ቀዬ ስለነበር ሊሆን እንደሚችል ይገመታል። እንደ ሌሎች የቃል መረጃዎች ከሆነ አበበ ለንጉሡ አቤት ብሎ ነው የአያቱ ቦታ ለሱ የተሰጠው ይላሉ።

በአጠቃላይ በ1880ዎቹ በሸዋ በነበረው ልማድ ንጉሡን ጨምሮ ሁሉም ገዥዎች የየራሳቸውን ከተማ ወይም ቤተ መንግሥት የመገንባት ልማድ ነበራቸው። ጎበናም አብደላ (አማን)፣ ጪምቢሲ፣ ወጨጫ፣ ፋሌ፣ እንጦጦ እና በሊሙ መኖሪያ ወይም የምሽግ ከተሞችን እንደመሠረተ ወይም ባሉትም ውስጥ ቢሆን መኖሪያ እንደነበረው ይገለጻል።

ሌላው የጎበናን ቤተሰባዊ ሁኔታ ስናይ ብዙ ጊዜ ልጆችና ሚስት በዋናው ከተማ በአማን የሚቀመጡ ሆነው እሱ ሁሌም ዘመቻና አስተዳደር ስለሆነ አልፎ አልፎ ነው ከቤተሰብ ጋር የሚሆነው። በርግጥ ከጊዜ በኋላ ጎበና ከአማን ይልቅ ፋሌን ማዘውተሩ ይታወቃል። በተለይም ሌቃንና ግቤን ካስገበረ በኋላ ወይ ሌቃ ወይ ፋሌ አልፎ አልፎ ደግሞ እንጦጦ ይሆናል። ለምሳሌ እኤአ በታኅሣሥ 1878 ቼቺ የሚባለው ጣልያናዊ ንጉሥ ምኒልክን ለማገኘት ሰሜን ሸዋ በነበረ ጊዜ ከልቼ ተነሥቶ ከዓሥራ አንድ ሰዓት የእግር ጉዞ በኋላ አማን ደርሶ የተደረገለትን ግብዣና መስተንግዶ በሙሉ ሲተርክ

451 ልጅ ወንድ ወሰን አበበ አረጋይ፣ ቃለ መጠይቅ፣ ቦታ ሒልተን አዲስ አበበ፣ ቀን 1/05/ 2011 ዓ.ም

452 ዝኒ ከማሁ።

ጎበና ከቤት አልነበረም፤ ያ ሁሉ መስተንግዶ የተደረገለት በጎበና ባለቤት ነበር። እንጭቆረር ደርሶ ከዚያም አልፎ የመሸሻ ሰይፉ ዘመዶች ያሉበት አካባቢ ይመስላል አግኝቶ፣ አቶ ሀብቴ ከሚባለው ሰው ቤት አርፎ ከዚያም ወደ ሌላኛው የጎበና ከተማ ጨምቢሲ ተመልሷል። እዚያ አካባቢ ንጉሡን እንደአገኘና ለገበታም አብሮ እንዲቀርቡ እንደተጋበዘ ይናገራል[453]። እሱ ባይጠቅስም እዚህ አካባቢ ጎበና እንዳለ መገመት ይቻላል። ምክንያቱም ንጉሡንና መሸሻ ሰይፉን ለማስታረቅ ዝግጅት ስለነበር በዚህ ደግሞ ግንባር ቀደሙ ሰው ጎበና እራሱ ስለነበር ነው።

ጎበና ከባለቤቱና ከአብራክ ክፋይ ልጆቹ ውጭ በርካታ የዘመድ ልጆችና አሽከሮች ልክ እንደዘመኑ ልማድ ነበሩት። ከላይ የተጠቀሰው ቱሉ ጅማ አንዱ ነበር። ከነሱ ጋር የነበረውንም መግባባትና የአስተዳደር ክንውን በሚከተለው መልኩ መግለጽ ይቻላል። እንደሚነገረው ከሆነ ጎበና በተከታዮቹ ዘንድ የሚከበር ጌታና አባት እንጂ የሚፈራ ወይም የሚጠላ አለቃ አይመስልም። እነዚህም ተከታዮቹ፣ አሽከሮቹ እና የመሳሰሉት ኦሮሞዎች ወይም ቱለማዎች ብቻ እንዳልሆኑ መረዳት ይቻላል። ለምሳሌ በአንዱ ዘመቻ በጉራጌው ወይም በጨቦው ይመስላል "ከቁንዲ እስከ ጫጫ ያሉ ግንደበሎችና የመንዝ ልጆች በጣም ምስጋና አገኙ፤ ተሸለሙም" የሚል መረጃ እናገኛለን። ከዚህ እንደምንረዳው ከቁንዲ እስከ ጫጫ በለው አካባቢ ላይ በተለይም እስከ በሬሳ ወንዝ ድረስ ባለው አካባቢ ያሉ ግንደበሎች በብሔረሰብ ደረጃ ኦሮሞዎች እንዳልነበሩ ከመጀመሪያው የዐማራ ኦሮሞ መስተጋብር ላይ ተነሥቷል። ይህን አካባቢ ዐማሮቹ የሰፈሩት ከሞላጎደል ኦሮሞዎችን በማፈናቀል ወይም በማስነሣት ስለነበር እነዚህ ሰፋሪዎች ናቸው በግንደበልነት ለጎበና ያደሩት። የመንዝ ልጆች ያላቸውም እንዲሁ አካባቢው በጣም የተራቆተ ስለሆነና ውትድርና ወይም ለተሻለ ጌታ ማደር አንዱ ከድህነት ማምለጫ መንገድ ስለነበር ካሉት ታዋቂ ጌቶች አንዱ ጎበና ነበርና ለሱ አደሩለት[454]።

የአሽከሮቹ የሥራ እና የደረጃ ክፍፍል ሲታይ፣ አንዱ ቡድን ከጎበና በፍጹም የማይለየው በተለምዶ "አዳራሽ አዳሪ የእልፍኝ ዘበኞች" የሚባሉት በቁጥር ወደ ስድስት መቶ የሚሆኑት ናቸው። ቁጥራቸውን በተመለከተ ማነስ መብዛትም እንደሚታይበት ይነገራል። እነዚህ አብዛኞቹ የቤተዘመድ ልጆች፣ የወዳጅ ልጆች፣ የአገልጋይ ልጆች እና የመሳሰሉት ነበሩ። እነዚህ ጎበናን እንደ አባት የሚያዩና የሚቆጥሩ ስለነበሩ እያንዳንዱን የግል ጉዳያቸውን ሳይቀር ጎበና አስቦ ወይም ጠይቀውት የሚፈጽምላቸው ነበሩ። "ሚስት ሲያገቡ ጠይቀው፣ ልከው እራሳቸውም ደረሰ ብለው ማደሪያውንም አስበው ነው" ተብሎ ይገለጻል። ሲመክራቸውም በአባታዊና አንዳንዴም ጠንካራ

453 Cecchi and Chiarini, pp. 445-455.

454 የጎበና ዳጨው ሰነዶች፣ IES MS, 4614.

ቃላት በመጠቀም እንደነበር ይነገራል። በተለይ በተለይ በመካከላቸው ቅራኔ ወይም ቅሬታ እንዳይፈጠር በጣም ያስጠነቅቃቸው ነበር። ለምሳሌ በዘመኑ ሥራ ቤት ወይም በዛሬው አረዳድ (ሚንስ ቤት) አካባቢ ባሉት ሴቶች ምክንያትም እንዳይጋጩ የአንዱን ወዳጅ ሌለው እንዳይነካ ወይም እንዳያገባ ይመክር እንደነበር ይነገራል። በጊዜው አገላለጽ እንዲህ ተብሏል "መቼም ገረድ መከልከል የለ። መቼም ሕጋቸው የሠሩት የአንዱን አሽከር ገረድ ማሳደር ሚስቱን ማግባት ጽኑ ክልክል ሕግ ነው"።

> የኔ አሽከሮች ስሙኝ ጉብዝና ብንለው ሞትኮ ነው። ብትሞቱም አንድ ጋ ብትበሉም አንድ ጋ ብትገቡ ብተወጡ እኔንም ብትከተሉ አንድ ጋ። እዩት ማማራችንን፣ ማሳፈራችንን፣ አለመጠቃታችንን ብናጠቃ ብንፈራ እንጂ፤ ሴትና ሎሌ ግን ይለያዩናል፣ ይበትኑናል፣ እናንሳለን፣ እንዋረዳለን፣ እንጠቃለን ብለው በሴትና በውሽማ በሎሌ የሚመጣውን ሁከትና ጥፋት ጎደሎነትንም በልዩ ልዩ አነጋገር በቀለጠፈ ከሚያስቅ ተረት ጋራ እያሉ እንደዚህ በዓመት አንድ ሁለት ጊዜ ይናገሩ ነበር። ስለዚህ የአንዱን ገረድና ሚስት አንዱ አይነካም ነበር። የራስ ጎበናን ከተማና አገር ለቆ መሄድ አይቶ በድንገት አድርጎ ቢገኝ አስገርፈውም ተቆጥተውም፣ ሹም እንደሆነ ተሽሮም ጽኑዕ ሕግ ነበርና[455]።

ጎበናን አሽከሮቹ "ኮርቻ ቤቱ" ይሉታል ይባላል። እንደተባለው ስድስት መቶ የቤት አሽከሮች ራስጌ ጠባቂዎችም ይባሉ ነበር። እነሱም ሦስት አለቆች ይኖሯቸዋል፣ ለምሳሌ በአንድ ወቅት ባሻ ሞላ፣ ባሻ ጌታነህ፣ አሽከሩ አመንቴ ነበሩ። ስለዚህ ሁልጊዜ ሦስት ፈረስ፣ ሁለት በቅሎ፣ ሁለት አጋሰስ በቅሎ ነበራቸው። በተለይም አንድ ፈረስ አንድ በቅሎ ከአጠገቡ አይለይም። አሽከሮቹም ከጎርፉ፣ ግምቢቹ፣ ሜታ፣ ሙሎ፣ አድአ መልከኞች ቀለብ ይቀበላሉ። እነሱ ጎበና ሲመጣ መውጣት ሲገባ መግባት ማታ ማታ ግብር መብላት ሲሆን ለገረድና ለአሽከር ቀለብ ከጎተራ መቀበል ከየገበያው ቀረጥ ጨውና በርበሬ መቀበል ነበረ ደሞዛቸው። በርግጥ ከመካከላቸውም ሪም (ጉልማ)፣ መልከኝነት ያለው፣ ምድር የተተከለ አለባቸው፣ ያኔ ጥቅሙ ታውቆ ቀለቡ ይቀራል። ይህም ባለ ሪም (ባለ ጉልማ) ሚስት ለማግባት ከፈለገ ለጎበና አሳውቆ እሱ ይድረዋል። ከእነዚህም ከስድስት መቶ መካከል እንደ ወር ተራ ሰባ፣ ሰባ እየሆኑ አዳራሽ ያድራሉ፣ በስምሪትም ከፈረሶች ድንኳንና ከአዳራሹ ድንኳን ያድራሉ። ድንኳኖቻቸው እጅግ የጠሩ ነበሩ ተብሎ ይተረካል[456]።

455 ዝኒ ከማሁ።

456 ዝኒ ከማሁ።

በእነዚህ በእልፍኝ አሽከሮች ብቻም ሳይሆን በሌሎችም ሎሌና ግንደበልን የሚያሳድርበት መንገድ ብልኀነት የተሞላበት እንደነበር ከዚህ ገጠመኝ መገንዘብ ይቻላል። ኀበና እላይ የተጠቀሱትን ግንደበሎችና መንዜዎች ምናልባትም ከጉራጌ ወይ ከጨቦ ዘመቻዎች በአንዱ ይመስላል ሲሸልም "እኛስ ለምን ተረሳን?" ብለው አሉባልታ ያመላልሱ የነበሩ ሌሎች አሽከሮች ነበሩና ስለጉዳዩ መረጃ አግኝቶ አሽከሮቹን ሰብስቦ ድርጊቱ ትክክለኛ ስለመሆኑ ያስረዳበትን መንገድ የተገኘው መረጃ እንዲህ ያብራራዋል፤

> የመንዝ ሰው የሆነን ማመስገንና መሸለም ማድነቅ ምንድን ነው? ለዘረፋውስ ለግዳዩስ ለመማረኩስ ከኛ ከአሽከሮቻቸው የበለጠ እያሉ እያጉተመተሙ ሲሉ ተሰማ። ጆሮ ሰምቶ..... ማታ አወራላቸው ሳያዛንፍ በቀጥታ። እሳቸውም ወሬ አፈዳሾችን ያውቃሉና እገሌና እገሌን እነ እገሌንም ጥሩ ብለው፣ እናንተ እኮ ብትዘርፉ ብትገፉ አያስደንቀኝም፤ ምነው ብትሉኝ የማር ስንቅ አለህ ጠጅህን፣ የማር አረቄህን በቀንድህ፣ እነሆ አሽከር ገረድ አሉህ እንጨቱን ግንዱን አጋፍጦ ውለህ ስትገባ ቡና በቅቤህ እሳት ዳር ቅቅል ብርንዶ እርጎ በቅቤ ሳይቀር ብልኮ ተለውጦ እድንኳንህ አፍ ሁነህ ማምሻህን ማውጋትና መሸለል ነው። ያቺ እኮ ቆጠሬዋ ብርድ ሲነፋት ዝናብ ሲወቃት ውሎ ማርካ፣ ገፋ፣ ዘርፋ፣ ገላ፣ ማታ ከጎጀዋ እሳት አንድዳ እንጨት ሰብራ፣ ጎጀ ሠርታ፣ በሶዋን ቅማ፣ ቆሎዋን ቅጭ ቅጭ፣ አድርጋ ነገ ጧት ከአንተ ጋር መዋልና መማረክ አይገርምህምን? እንደ አባ ተክሌ መንኖ ገዳይ የሚሉህ እኮ እሷን ነው። እንዴት አናድንቃት? አንሸልማት? በሉ ፈረዱ አልዋቸውና ሽልማቱ ይገባል አይገባም፣ ተፈርዶ ይገባል ተባለ[457]።

በዚሁ ምክንያት ሌሎቹ የግንደበሎቹን መጎዳት ተረድተው ሁሉም እንደየአቅሙ ወደ ሰፈሩ እየወሰደ ከድንኳኑ ምግብና መጠጥ ጋብዘው ልብስም እህልም ከዘረፉትና ከማረኩት አካፈሏቸው ተብሎ ይነገራል። ይህን ያደረጉት ብዙዎቹ የቤት አሽከሮች ናቸው።

ልክ እንደ ዘመኑ ታላላቅ ሰዎች ኀበና ገና ከምኒልክ ጋር ከተዋወቀበት ጊዜ ጀምሮ አንዳንድ የአውሮፓ ዜጎች፣ ሚሲዮናውያንም ይሁኑ ተመራማሪዎች ወይም ነጋዴዎች ይወዳጁት ነበር። ከአባ ማስያስና ከተከታዮቹ ጋር የነበረውን ግንኙነት በዚሁ ጽሑፍ በሌላ ምዕራፍ እንደተብራራ የሚታወስ ነው። አሁን ደግሞ የንግድ ፍላጎት የነበራቸው ዕድል ዕጣ ፈንታቸውን ለመሞከር ከመጡት አውሮፓውያን መካከል ሁለት ፈረንሳውያን ከኀበና ጋር ተወዳጁ። ነጋዴ ይባሉ እንጂ አማካሪም ነን ብለው የሚያስቡ ወይም ብለው የሚያስወሩ፣ ወደ አገራቸውም እንዲሁ ብለው መልእክት የላኩ ይገኛሉ።

457 ዝኒ ከማሁ።

ፈረንሳውያኑ ሙሴ ቪርሞና ሙሴ ፒኖ ነበሩ። ሙሴ ፒኖማ ፊታውራሪ ፒኖ ተብሎም ተሹሞ ነበር። ነገር ግን ምኒልክ "ፈረንጅን ፊታውራሪ ማለት አይገባም" ስለአለ ሹመቱ ቀረ ተብሎ ተነገረው። የሹመቱ ሀገር ሰዮ ነበርና ሙሴ ፒኖ "ፊታውራሪነትህ ቀረ፣ አገሩን ግን ከፈለክ ግዛ" ተባለ። እሱ ግን ከመግዛቱ የበለጠ ሹመቱን ለዝና ፈልጎት ነበርና ጎበናን በልመና መቆሚያ መቀመጫ አሳጣው "ሙሴ ፒኖም አባቴ ጌታዬ አንድ ጊዜ ስሜ በማኅተም ፊታውራሪ ተብሎ ተቀረጸ። ፈረንሳይ ሀገር ሂዶ አይመለስም እሺ ይልቅ ንጉሡ እንዳይቀየሙብዎ አገሩን ይውሰዱና በኋላ ሌላ ይስጡኝ እኔም አገሬ ልሂድና ጥቂት ጠመንጃ ላምጣልዎ ወርቅና ዝባድ፣ ጥርስ ይስጠኝ፤ ካተቻለም ሰምና ቆዳ ጨምረው አላቸው፡:" ይህ ማባበያ ጎበናን ሳያስደስተው አልቀረም፤ እናም የጠየቀው በሙሉ ተደረገለትና ስለዚሁ ስለሚመጣው እቃ ለወሀኒ አዘዥ ወልደ ጻዲቅ ነግሮ ውቤና ገብሬ የሚባሉ ሁለት አሽከሮቹን ለፈረንሣውያኑ ላከ። ለወልደ ጻዲቅ መንገር ያስፈለገበት ምክንያት እቃው ከወጭ ሲገባ ጨኖና ፋሪ በሚባሉ ቦታዎች ላይ ተፈትሾ ንጉሥ ምኒልክ የማይፈልገው ሲሆን ብቻ ለሌሎች ሰዎች ለመሸጥ ይቻል ስለነበር ይህ የጎበና እቃ ስለሆነ እንዳይፈተሽ ለማሳሰብ ነበር። የሚያመጡለትን የእቃ ዓይነት በዝርዝር ለመልእክተኞቹ ውቤና ገብሬ እንዲህ ሲል ነገረ ይባላል። "እንደምታውቁት እስከ ከሰላ አገሩን ማቅናት እንጂ አሳቤ ጌጥ አይደለም። ስጋጃ ምንም አልፈልግም፤ ይህ የሴትና የጎረምሳ ማባባያና ማቆላመጫ ነውና ሰዓት እንኳ አላወቁምና የእግዜርን ጣይ እያየሁ እረፈደ፣ መሸ፣ ነጋ፣ እኩል ቀን፣ ወደ ማታ እያልሁ ይበቃል። ይልቅስ የኢናርያ ንጉሥ፣ የስናር ንጉሥ እያላችሁ በኛው ሀገር እናንተ ተራኪ የሆናችሁበትን መያዝ ከሁሉ ነገር ይቀድማል"[458]።

በሀገር ውስጥ ያሉ መረጃዎች እንዲህ ቢሉም፣ የውጭ ዜጎች ባበረከቷቸው የታሪክ መረጃዎች ውስጥ የየራሳቸውን ዜጎች ብዙ አስተዋጽኦ እንደነበራቸው አጋኖ ማቅረብ የተለመደ ነበር። በዚሁ መሠረት ፒኖ የሚባለው ስሙ ከላይ የተጠቀሰው ፈረንሳዊ በጎበና ሠራዊት ውስጥ በቋሚ መኰንንነት ያገለግል እንደነበረ ተጽፏል። በአገሩም በፈረንሳይ በመቃብሩ ላይ "ባለ ረጅም ጉዞው መኰንን እና የአበሻ ሠራዊት ፊታውራሪ (ኮሎኔል)" ተብሎ ተጽፏል ይባላል። የዚህ ነጋዴ ሰው ከጎበና ዘንድ መኖሩ እላይ እንደ ተጠቀሰው ባይካድም ማዕረጉን ያገኘው በውጊያ ክህሎት ወይም ምክንያት አይመስልም። የተሰጠው ማዕረግ አለአግባብ ነው ይነሳ! ሲባል ፒኖ ያየውን መከራና የደረደራቸውን ምክንያቶች ማየት ይቻላል። አንዳንድ የውጭ ዜጎች ባለ ትልቅ ማዕረግ ዲፕሎማቶች ሳይቀሩ ልክ እንደ ንጉሡ ስጦታ ከሚመጣላቸው ሁለት ሦስት ሰዎች ውስጥ ጎበና አንዱ ነበር። ለምሳሌ አንቶኔሊ የሚባል ወደ ሸዋ ይመላለስ የነበረ ጣልያናዊ መልእክተኛ

458 ዝኒ ከማሁ።

ስጦታዎችን ያመጣ የነበረው ለንጉሥ ምኒልክ ብቻ ሳይሆን ለጎበናም ጭምር እንደነበር በ1884-85 በመጣ ጊዜ ከንጉሡ ወጭ ለሦስት የሸዋ ታላላቅ ሰዎች ስጦታ አምጥቶ ነበር። እነዚህም ራስ ዳርጌ፣ ራስ ጎበና እና አዘዥ ወልደ ጻዲቅ መሆናቸውን ዳርከዋህ የተባለው የሸዋን ታሪክ የጻፈው ጋናዊ የታሪክ በለሙያ ይገልጻል[459]።

የጎበናና የምኒልክ ቤተሰባዊ ግንኙነት

በአብዛኛው በሀገር ውስጥ ሰዎች የተበረከቱ የታሪክ መረጃዎች በጎበናና በምኒልክ መካከል የነበረውን ግንኙነት የጌታና የሎሌ አድርገው ያቀርቡታል። በአንዳንድ ለጎበና አዎንታዊ አመለካከት ያላቸው ኦሮሞዎች ዘንድ ግን ጎበና ከምኒልክ ጋር ስምምነት የገባ አቻ መሪ ያደርጉታል። ምኒልክም እራሱ የመንግሥቱ ግማሽ የጎበና እንደሆነ የሚያምን መሆኑን ተናገረው ወይም ገጠመው ከሚባለው ግጥም እንደምንረዳው በሀገር ምሥረታው ሂደት ምኒልክ የፖለቲካውን ክንፍ ሲመራ ጎበና የወታደራዊውን ክንፍ ይመራ ነበር።

ጎበና ጎበና ጎበናዬ የኔ፣
የጦር ንጉሥ አንተ ያገር ንጉሥ እኔ[460]።

በርግጥ ይህ ሆነ ተብሎ ጎበናን ማእከል ከነበረው የፖለቲካ ውሳኔ ሰጭነት ለማራቅ ነው የተቀየሰው የሚሉ ወገኖች ነበሩ[461]።

ከላይ በተጠቀሰው ግዛት የማስፋት ስምምነት መሠረት አባላቱ ከሁለት በላይ የነበሩ ቢሆንም በቀላሉ ያሳኩትና በቅድሚያ መሠረት የሆነውን ግዛት የመሠረቱት ጎበናና ምኒልክ ሆነው እነሱ ከሌሎች የኅብረቱ አባላት ምንም ዓይነት እገዛ ሳይጠይቁ በተቃራኒው ሌሎቹ ግን ወይ ሙሉ በሙሉ አለበለዚያም በተወሰነ መጠን የጎበናና የምኒልክን ዘመቻ ጨምረው ነው ማስገበር የቻሉት። ለዚህ ጥሩ ምሳሌ የሚሆኑትን ስናነሣ ለገርማሜ ተደልድሎ የነበረውን ጉራጌ፣ ለዳርጌ ተደልድሎ የነበረውን አርሲ፣ ለወልደ ገብርኤል የነበረውን ሐረርጌን እና የመሳሰሉት ናቸው። በርግጥ ይህ የጎበና ስኬትና ከምኒልክ ጋር መቀራረብ ወይም በሥልጣንና በሠራዊት ብዛት አቻ መሆን ብዙዎቹን የኅብረቱ አባላትም ይሁኑ እያደጉ የሚመጡ የሸዋ ልሂቃንን አላስደሰተም። ጎበናና ምኒልክን ለማቃቃርና ለማጣላት ምን ያክል ደባና ሁከት ይሠራ እንደነበር በዚህ ጽሑፍ ውስጥ በየአጋጣሚው እንደተጠቀሰ የሚታወስ ነው። ምናልባት አንዳንድ አንባቢዎች የምኒልክ በእምባቦ መሳተፍ

459 Darkwah, pp. 127, 134-135.

460 ሥርግው ሐብለ ሥላሴ፣ ገ፡ ፻፹፭።

461 Edao Boru, "Gobana Dache" on YouTube, 17 Mar 2015 - Uploaded by Finfinnee Radio, https://www.youtube.com/watch?v=SE4vN0JQMAc.

ሊያነሡ ይችላሉ። በዚህ ጽሑፍ አዘጋጅ እምነት ግን እምባቦ እየተገነባ ባለው ሀገር እንዲገብሩ ወይም እንዲጠቃለሉ የሚጠበቁት ሕዝቦች ወደ ግዛቱ የማምጣት ሳይሆን ሌላ ውጫዊ ኃይል በመምጣቱ ነው ንጉሡን ያማከረው። የእሱንም ቢሆን ጎበና ለምኒልክ ለማሳወቅ የፈለገው እሱ እንደሚለው ከሆነ የጎጃምን ኃይል ፈርቶ ሳይሆን ለኔ ሳታማክር ወይም ሳንነጋገር ለምን ተዋጋህ እንዳይባል እንጂ የሱ ኃይል ለጎጃም ኃይል አንሶ አይደለም[462]።

ንጉሥ ተክለ ሃይማኖትንም ለመግጠም እንደማያንገራግር የሸዋ ሰዎች ሲያቅራሩ እንደነበር ይነገራል። እውነትም በዚህ አካባቢ በነበረው ዘመቻ ምኒልክ ይቅር ለምን ትጋጫለህ? ሀገር ሞልቷል ቢለው "የወርቅ ሀገርን ትቼ ወደ ጎመን ሀገር አልዘምትም!" ብሎ እንደመለሰ ከዚህ በፊት ተጠቅሷል። ምንም ይሁን ምን ጎበና የምኒልክ ጠንካራ አጋር እና ንጉሠ ነገሥቱን አፄ ዮሐንስን እንኳ ለመከተል ፈቀደኛ ያልነበረ ሰው ነው። ጎበናና ምኒልክ ይህን ሰፊ ግዛት ወይም ሀገር ለመመሥረት የነበራቸውን አብሮነት የተገነዘቡ ሰዎች ከተቀኙት ከዚህ ቅኔ ማወቅ ይቻላል።

ባረከ፡ አብ፡ ሣህለ፡ ማርያም።
በራስ፡ ጎበና፡ መስቀል፡ ምሥራቅ፡ ወምዕራብ።
ወበራስ፡ ዳርጌ፡ ሰሜን፡ ወደቡብ።
ስደት፡ መዕደ፡ አራሚ፡ እስመ፡ ዮም፡ ቀረበ።
ወከመ፡ ይእመኑ፡ አሕዛብ፡
ውስቴታ፡ ለምድር፡ ሕጸናቲሁ፡ ከበበ።
ኃይልሂ፡ ወተአምኖ፡ ለራስ፡ ጎበና ተውህበ።
እምነ፡ ሰረቀት፡ ራስ፡ ጎበና፡ መርኤቶ፡ እስመ፡ ዐቀበ።
ወራስ፡ ጎበና፡ ምእመን፡ ድኅኒ፡ ከመ፡ ልቡ፡ ረከበ።
ሣህለ፡ ማርያም፡ በገቦሁ፡ ኖመ፡ ወሰከበ[463]።

ሣህለ ማርያም (የምኒልክ የክርስትና ስም)፣ አብ ምሥራቅን እና ምዕራብን በጎበና መስቀል ባረከው። ሰሜንና ደቡብን ደግሞ በራስ ዳርጌ መስቀል። የአረመኔዎች ሽሽት በእጅ ላይ ነውና ልጆቹን በላያቸው ላይ ሾመባቸው፣ እናም እነሱ እንዲያምኑ። ሥልጣን እና ታማኝነት ለራስ ጎበና ተሰጡት ምክንያቱም ሕዝቡን ከቀማኞች ይጠብቃልና። ራስ ጎበናን ልክ እንደራሱ ልብ ታማኝ ሆኖ ሲያገኘው ሣህለ ማርያም ተደገፈበት፣ ተኛበትም[464]።

---

462 የጎበና ዳጬው ሰነዶች፣ IES MS, 4614.

463 Bairu Tafla, "Three Portraits: Ato Aṣmä Giyorgis, Ras Gobäna Dači and Ṣähafé Tezaz Gäbrä Selassé", p.150.

464 ግርድፍ ትርጉም በጸሐፊው በራሱ ነው።

በሁለተኛው የጣልያን የኢትዮጵያ ወረራ ዋዜማም የሀገሪቱን ዜጎች ለመከላከል ጦርነት ለማነሣሣት በነበረው ቅስቀሳ ብዙ የኪነጥበብ ባለሙያዎች ዳግማዊ ምኒልክን የሚያሞግሱ ግጥሞችንና ዘፈኖችን ጽፈው ነበር። ከነዚህ አንዱ አገኘሁ እንግዳ የሚባል ሠዓሊና ገጣሚ ሲሆን እግረ መንገዱን የጎበናንና የዳርጌን ለምኒልክ ሥልጣን ወሳኝነት እንዲህ በማለት ጠቅሶ ነበር፣

ዳርጌና ጎበና መከዳ እያሉህ፣
ከዙፋንህ ዳኘው ማን አነቃንቀህ?[465]

በአጠቃላይ በሸዋ መንግሥት ከትንሽ ተነሥቶ ወደ ላይ ለማደግ ከሁሉ በላይ የግል ጥረት በተለይም ውትድርና ወሳኝነት ነበረው። ከማንም ይወለድ እስከ ላይ የሚያደርስ ጥንካሬና ችሎታ ካለው ይደርሳል። በርግጥ ጥሎ ማለፍ፣ መገለባበጥ አንዱን አውርዶ ወይም አዋርዶ በሱ ቦታ መተካት የተለመደ ነበር። ይህም ግዛቱ ሙሉ ሰላም እንዳይኖረው ምክንያት ሆኗል። የሰዎች ትልቅ መሆኛው ዋነኛ መንገድ በጦርነት የሚያስመዘግቡት ስኬት ነውና። ጦርነት ከሌለ ያ ዕድገት የለም። የሸዋው ራስ ጎበና ከተራ ቤተሰብ ተወልዶ በጣም ትልቅ ከሚባል ማዕረግ ለምሳሌ ራስ ወይም "ንጉሥ" ድረስ የደረሰው በዚሁ በጦርነት ወይም በውጊያ እና በማስገበር ባተረፈው ዕውቅናና ስኬት ነበር።

እንደ ፈረንሳዊው ሶሌለት ከሆነ ጎበና የተወለደው እኤአ በ1817 ሲሆን በሣህለ ሥላሴና በኃይለ መለኮት የሥልጣን ዘመን አገልግሎ ሊሆን ይችላል ይላል። ሆኖም ግን በማንኛውም በውጭ አገር ዜጎች በተበረከቱ የጽሑፍ መረጃዎች ውስጥ እስከ እኤአ 1864 ድረስ ስሙ አልተጠቀሰም። በዚህ ጊዜ እኤአ 1859 ጀምሮ በሸዋ የቴዎድሮስ እንደራሴ ለነበረው ለበዛብህ አድሮ ስለነበር ነው። እኤአ በ1865 ምኒልክ ከቴዎድሮስ እስር ከመቅደላ አምልጦ ሸዋ ሲገባ ጎበና የራሱን ተከታይ ይዞ ተቀላቀለው። ከዚህ ዓመት በኋላ በተከታታይ ባስመዘገበው ወታደራዊ ክህሎትና ስኬት ምኒልክን አስደስቶታል። በነዚህ እና በሌሎች ፖለቲካዊ ምክንያቶች ከአምስት ዓመታት በኋላ እኤአ በ1870 ደጅ አጋፋሪነት ተሾመ። በውትድርና ብቃቱ እያስገረመና ጀግንነቱን እያስመሰከረ መጥቶ አሁንም ከአምስት ዓመታት በኋላ እኤአ በ1875 ደጃዝማችነት ተሾመ። ከሦስት ዓመታት በኋላ ደግሞ እኤአ 1878 ራስ ተባለ። ወዲያው ቢታጠፍም በ1880ዎቹ መጀመሪያ አጋማሽ ውስጥ የከፋ ንጉሥ ሚካኤል ተባለ። ምኒልክ ንጉሠ ነገሥት ከመሆኑ በፊት ለሁለት ሰዎች ብቻ የራስነት ማዕረግ የሰጠ ሲሆን አንዱ የገዛ አጎቱ ዳርጌ ሲሆን ሌላኛው ጎበና ነበር። እኤአ እስከ 1880ዎቹ መጀመሪያ አጋማሽ በአንዳንድ መረጃዎች መሠረት እኤአ እስከ 1886 ድረስ ያስገበረውን የመጫ ኦሮሞ ሀገር በሙሉ ይገዛ ነበር። ሠራዊቱም በዘመኑ በነበረው

465 ማኅተመ ሥላሴ ወልደ መስቀል፣ ገ፡ 300።

ግምት ሠላሳ ሺህ ይደርስ ነበር። ከንጉሡም ጋር ቢሆን የነበራቸው ግንኙነት ቤተሰባዊ ጭምር እንደነበር በየምክንያቱ የተጠቀሱት ፖለቲካዊም ቢሆኑ ጋብቻዎች ጥሩ መገለጫዎች ነበሩ። ስጦታዎችንም የሚለዋወጡት በዚሁ ግንዛቤ ይመስላል። ለምሳሌ ምኒልክ ዘውዲቱን ለአርአያ ሥላሴ ዮሐንስ ሲድር ጎበና አንድ ሺህ ሦስት መቶ ፈረሶችን፣ አምስት መቶ በቅሎዎችን፣ ወርቅ፣ የዝኆን ጥርስና ዝባድ እንዳበረከተለት ይነገራል[466]።

በጊዜው ጎበና በጣም ታዋቂና ሀብታም ከነበሩት ጥቂት የሸዋ ሰዎች ግንባር ቀደም ነበር። ለዚህም ነው ምኒልክ ልጁን ሲድር የጋማ ከብት ብቻ እስከ አንድ ሺህ ሦስት መቶ ፈረስና አምስት መቶ በቅሎ ሊሰጥ የቻለው። በነዚህ ጊዜያት ምኒልክ በማይኖርበት ጊዜና ቦታ ሁሉ እንደሱ ሆኖ ሀገር ያስተዳደር ነበር። ለምሳሌ ምኒልክ ወሎ ይመላለስ በነበረ ጊዜ ሸዋን ለሱ አደራ ብሎ ነበር፤ መጫማ የራሱ ነበር። እኤአ በ1889 ከመሞቱ ቀደም ብሎ ምኒልክ ድርቡሾችን እንዲወጋ በንጉሠ ነገሥቱ ታዞ በተንቀሳቀሰበት ጊዜም ሸዋንና በቅርቡ የገበሩትን ሀገራት እንዲያስተዳደር የተወከለው ጎበና ነበር።

የብዙ ንጉሦችና አገረ ገዢዎች የፈረስ ስማቸው ጦረኛነትን ወይም ኃይለኛነትን አለበለዚያም ዳኝነትን ካልሆነም ሥልጣን መጠቅለልን ሲገልጽ የጎበና ግን አባ ጥጉ፤ መጠጊያ መሆንን የሚገልጥ እንጂ ከሃዲነትን ወገንን አሳልፎ መስጠትን አይመስልም፤ ከሃዲን ማን ይጠጋል? በዚሁ ባሕሪው ይመስላል ጎበና በአንድ ጀምበር ብዙ ሺህ ጦር መሰብሰብ ይችላል የሚባልለት።

የራስ ጎበና ሞት እና አሟሟት

የራስ ጎበና ሕይወት የመጨረሻ ዓመታት በብዙ ውጣ ውረድ የተሞላ ይመስላል። በተለይ፣ በተለይ በሸዋ መሳፍንትና መኳንንት ዘንድ እምነት ያገኘ አይመስልም። ያስገበራቸውን ብዙ ግዛቶች ተነጥቆ እንጦጦ አካባቢ ላይ ተወስኖ የሚኖር እንደ ነበር ይገለጻል። ወደ ሰባ ሁለት ዓመት አካባቢ ሲሆነው እንዳረፈ የሚገመት ሲሆን ስለ አሟሟቱ የተረጋገጠ ማስረጃ ማግኘት አዳጋች ነው። እስከ አሁን ለማግኘት በተቻለው መረጃ መሠረት በጎበና አሟሟት ዙሪያ ሦስት የተለያዩ ምክንያቶች ይነገራሉ፤ አንድ ከፈረስ ወድቆ፣ ሁለት እራሱን ታሞ፣ ሦስት ተመርዞ የሚሉት ናቸው።

የጎበና ዜና መዋዕል የሚባለውም ይሁን የጎበና ዳጬው ሰነዶች የተበላውም ይህን የጎበናን ከፈረስ መወደቅ በገደምደሜ የሚያነሡት ነው። የጎበና ዜና መዋዕል የሚለው ከፈረስ ወድቆ ተሸሎት ነበር የሚል ሲሆን፤ ሰነዶች የተባለው ደግሞ በጉራጌ ዘመቻ ጊዜ ጎበና እርካብ የሚይዝለት

466 Darkwah, p.115.

አሽከሩ ሲያፈገፍግ እንዴት በቅልጥፍና እንደተቀመጠ ነው። ነገር ግን ይህ ነገር ያለ ምክንያት ያለ ቦታው የተደነቀረ ጉዳይ አይመስልም፤ ምናልባት ጎበና በዚህ ጊዜ ወድቆ ሊሆን ይችላል ብሎ መገመት በዘመኑ አንድ ሰው ጌታውን ከፈረስ ወደቀ ለማለት ሊያፍር ስለሚችል የዋህነት አይሆንም። ይህ ወደ ሞት ወሰደው የሚባለው ነገር ግን አሳማኝ አይመስልም። ጎበና ከሐሰን እንጃሞ ጋር ተጋጠመ የተባለው ከዚያ በኋላ ነውና። ይህ ጎበና ከፈረስ ወድቆ ሞተ የሚባለው ትርክት በምኒልክ ቤተ መንግሥት አካባቢ በሰፊው የሚመላለስ አሉባልታ ይመስላል። ጎበና ከሞተ ከተወሰኑ ዓመታት በኋላ የመጣው ሩሲያዊው ብላቶቪች በሁለቱም የጉዞ ማስታወሻዎቹ ይህንኑ ይላል። ከሁለቱ በአንዱ ማስታወሻው "እኝህ ድንቅ የሆኑ ጀግና ፈረሰኛ ከጥቂት ዓመታት በፊት ከፈረስ ላይ ወድቀው ተፈጥፍጠው ሞቱ።"[467] ይለናል። በሌላኛውም ማስታሻው "ራስ ጎበናም ጉግስ ሲጫወቱ ከፈረስ ላይ ወድቀው…ሞቱ።"[468] ብሎ ይደግመዋል።

ሁለተኛው ምክንያት ጎበና ከችሎት መልስ እራሴን አመመኝ ብሎ እንደተኛ አልተሻለውም በዚያው ነው ያረፈው የሚባለው ነው። የዚህ ጽሑፍ አዘጋጅ ይህኛውን ምክንያት ወደማመኑ ያዘነብላል። በርግጥ የጎበና ዜና መዋዕል የምትለዋ አጭር ጽሑፍም የጉሮሮ ሕመም ታሞ ነው የሚል በሌሎች ያልተጠቀሰ ነገር ነው። "በእንጦጦ ከተማ ሳሉ የተበደለውን ሰው ጢት፣ ማታ ችሎት አስችለው ውለው ስምንት ሰዓት ወደ ቤት ገቡ። በድንገት ጉሮሮዬን ያመኛል ብለው ታመው ሰኔ 26 ቀን ማክሰኞ በሕመም ውለው አድረው ረቡዕ 27 ቀን የመድኃኔ ዓለም ዕለት በአምስት ሰዓት ዐረፉ።" ጸሐፊው ቀጣይ ማብራሪያም ጨምረውበት እንዲህ ይላሉ፣ "የሕመሙ አበሳ ሳያገኛቸው በድንገት ሕመም ነው ያረፉት።" ይህ ነገር እንግዲህ ወደሚቀጥለውና ተመርዞ ነው የሞተው ወደሚለው መላምት ሊወስድ የሚችል እንዲያውም እውነት የሚመስል ነገር አለው። ስለዚህ ወይ ሕመሙ ጉሮሮ አልነበረም፣ አለበለዚያም የሰው እጅ የተባለው እውነት ሊሆን ነው ማለት ነው። ይልቅስ ፍጹም መሆን ባይቻልም በነዚህ ዓመታት ውስጥ የጎበናን ዕድሜና ኑሮውን በተለይም ሥነልቡናውን በተመለከተ መገመት እንደሚቻለው በብዙ ከዕድሜና ከኑሮ ዘይቤ ጋር ተያይዘው የሚመጡ ድንገተኛ ገዳይ በሽታዎችን መጠራጠር ይቻላል። "ምኒልክም ዮሐንስን ሊከተሉ ነበርና ወደ ወሎ ተሻገሩ፣ ገና ወሎ እያሉ የዮሐናስን ሞት ሰሙ። በዚህን ጊዜ ራስ ጎበና ግን ንጉሡ ሲዘምቱ ሀገር ለመጠበቅ ቀርተው ነበርና አገሩን ይዘው ሠራዊታቸውን በዚያው ሹመው አደላድለው (በቀቤናና በቾሀ)

---

467 አምባቸው ከበደ፣ ከዓጼ ምኒልክ ሠራዊት ጋር፣ ገ፡ 4።

468 አምባቸው ከበደ፣ ከእንጦጦ እስከ ባሮ፣ ገ፡193።

በሰኔ እንጦጦ ገቡ። በ25 ሰኔ ከችሎት በኋላ ታመሙ ራሳቸውን ሰኞ ማታ፣ በ27 ሰኔ ረቡዕ በሠልስት አለፉ። ደብረ ሊባኖስ ተቀበሩ”[469]።

ሦስተኛው በበርካታ ኦሮሞ ጸሐፊዎች ዘንድ የሚነገረው ተመርዞ ነው የሚለው ነው። “አፄ ምኒልክ ግን ቦሩ፣ወሎ ሊከርሙ ሳለ ሕልም የሚፈታ መነኩሴ ላከባቸው ወሎ አይክረሙ ሀገርዎ ይግቡ ሲል፤ ሀገርዎ ይጠፉልና መንግሥትዎም ይፈርሳል ሲል [ሀገር የሚያፈረስ የሚፈራው ጎበና ይሆን ወይስ በጎበና ሞት ምኒልክ በሌለበት ብጥብጥ ይነሣል የሚል ይሆን?]። ስለዚህ ንጉሡ ገሰገሱ ወንጭት ሲደርሱ የጎበናን መታመም ሰሙ፣ ዠማ [ከወንዙ] ሲደርሱ ሞታቸውን ሰሙ። ንጉሡም መኳንንቱም ኦሮሞውም ዐማራውም በራስ ጎበና ሞት አዘነ። ንጉሡም እንጦጦ ከረሙ።” ስለዚህ በተጠቀሱት ተከታታይ መልእክቶችና ዜናዎች ምክንያት ጎበናን መርዘውት በዚያ ሞተ ወደሚል ድምዳሜ ተወስዶ ይሆን? ይህ ሙሉ በሙሉ አይሆንም ማለት ባይቻልም በዚያን ወቅት ጎበናን ለመመረዝ የሚያስገድድ ሥጋት ነበር ወይ ብሎ ማሰብንም ይጠይቃል። ጎበና የሰባ ሁለት ዓመት ሽማግሌ ምኒልክ ደግሞ በዓርባ አምስት ገደማ የነበረ ጎልማሳ ሲሆን በተፈጥሮም ይሁን በግል ጥረቱና ዙሪያውን በከበቡት አማካሪዎች ብልኀነትም ጭምር መንገዱ ሁሉ የጠራ ስለነበር ጎበናን አስገደለ የሚባለው ትርክት አንባቢን ለማሳመን በጣም ይርቃል።

ያም ሆነ ይህ ከጎበና ሞት በኋላ የተደበቀ ነገር ይኖራል ተብሎ እንዲጠረጠር ምክንያት ሆኗል። ይህ ደግሞ አፄ ዮሐንስ እንደሞተ ወዲያው መሆኑና ምኒልክ ንጉሠ ነገሥት ለመሆን በቋመጠበት ጊዜ መሆኑ ሌላው ጥያቄ የሚያጭር ነው። ንጉሡ ወሎ እያለ መሆኑም ሌላው ያልተፈታ ጥያቄ ነው። ይህ ቢያንስ የምኒልክን በቦታው አለመኖር ሊያረጋግጥልን ይችላል። ወይስ ከምኒልክ ሌላ ጎበናን የሚፈሩ ወይም የሚጠሉ ሰዎች መኖራቸው አሁንም ከጎበና ላይ በተደረገው የግዛት ንጥቂያ ስላልረኩ የሚባለውን መመረዝ አድርገውት ይሆን? አንገዛም ብለው ያመጹ ሀገራት ብዙ መሆናቸውና መልሶ ለማረጋጋት የጎበና ምክርና ኃይል ማስፈለጉ የእነሱን አስተዋጽኦ አኮስሶባቸው ይሆን? ወይስ ጎበና እነሱ የሚወስዱትን እርምጃ ይቃወማል ብለው ይሆን? እንቆቅልሹ ላይ ለመጨመር ስለ ጎበና ሕይወት ታሪክ የጻፈውና ስሙን ያላወቅነው ሰው ስለጎበና አሟሟት ለምን ጸጥ ብሎ አለፈ። ቀድሞ ሞቶ ነው እንዳይባል የጻፈው ቆይቶ እንደሆነ ከብዙ አገላለጾቹ መረዳት ይቻላል።

ምክንያቱ ምንም ሆነ ምን ጎበና እኤአ በሐምሌ 1889 (ሰኔ 27፣ 1881 ዓ.ም) በሦስት ቀን ሕመም በእንጦጦ ዐርፎ ደብረ ሊባኖስ ተቀበረ። በዚሁ ምክንያት በፈረንጅ በዚያው ዓመት (በኢትዮጵያ አቆጣጠር በቀጣዩ

469 ፍጹም ወልደ ማርያም፣ ገ፡ 382።

ዓመት) የተካሄደውን የምኒልክን የንጉሠ ነገሥት ንግሥና ሥነ ሥርዓት ሳይታደም ቀረ።

በዚህ ቁጭት ሊሆን ይችላል የሸዋ ሰዎች እንዲህ ብለው ገጠሙ የሚባለው፤

ጎበና አባ ጥጉ ሞተ ወይ የምር?
ወሬውም አያምር[470]።

በመቃብሩም ላይ እንዲህ ተብሎ ተጻፈ፡-

ከሸዋ እስከ ሱዳን ያቀናው አርበኛ፣
ጎበና አባ ጥጉ ከዚህ ዐርፎ ተኛ[471]።

በተከታዮቹም ዘንድ የጎበና ሞት ብዙ ቁጭት ያስነሣ ይመስላል። ልጆቹም በሕይወት የነበሩት የሱን ያክል ጠንካራ መሆናቸውን የሚያረጋግጥ መረጃ የለም። ለዚህም ሊሆን ይችላል፡

Yaa okkottee daffii gommana wajjiin
Karaan Gibee hafee Gobanaa wajjiin[472]።

ተብሎ የተዘፈነው።

ሁለተኛው ስንኝ የሚለው፣ ከጎበና ጋር ወይም እሱን ተከትሎ በግቤ መንገድ መመላለስ ከእንግዲህ ጎበና ሲቀር ቀርቷል።

ሕዝቡ ደግሞ የጎበናን ሞት ተከትሎ ከተከሠተው ታላቁ የእንስሳት እልቂት ጋር አያይዞታል።

እውነትም ጎበና የኦሮሞ ልጅ ነው፣
ላሙን ይዞት ሄደ ወተት እንዳያምረው[473]።

---

470 ሥርግው ሐብለ ሥላሴ፣ ገ፡ 218።

471 ታቦር ዋሚ፣ የውገና ድርሰቶችና የታሪክ እውነቶች (አዲስ አበባ፣ 2006)፣ ገ፡ 505።

472 Enrico Cerulli, p. 88.

473 ሥርግው ሐብለ ሥላሴ፣ ገ፡ 218።

መደምደሚያ

"ከታላቅ ወይም ከታናሽ መወለድ ሙያ አይደለም። ራስን ለታላቅ ክብር መውለድ ግን ሙያ ነው።"

ቀዳማዊ ኃይለ ሥላሴ የኢትዮጵያ ንጉሠ ነገሥት
(ልሳኑ ሀብተ ወልድ፣ USA, 2008፡ 395)።

ሀ. ተፈጥሮና ተሞክሮ

ጎበና የሁለቱ የተፈጥሮም የተሞክሮም ውጤት ነው ብሎ ለማመን የሚያስችሉ በርካታ ምክንያቶች አሉ። ተሞክሮ ብቻ እንዳይባል በጣም በርካታ ሰዎች የጎበናን ዓይነት ገጠመኝ ነበራቸው። እንደሱ ግን አልሆኑም። በተፈጥሮ ፈርጅ አሁንም በጣም በርካታ ሰዎች እንደ ጎበና ታናሽ ሆነው ከዐማራ እና ከኦሮሞ ቤተሰብ ተወልደዋል። ትልቅ ግን አልሆኑም። ስለዚህ ጉዳዩ የሁለቱም በአግባቡ መገናኘት ነው ብሎ መደምደም ይቻላል። ጎበና ታናሽ ሆኖ ተወልዶ ያንን ማኅበራዊ ቦታ ለራሱ ትልቅነት ያዋለ ሰው ነበር። አባቱም ታናሽ ስለነበር ያንን ታናሽነቱን ያሸነፈበት መንገድ በግል ጥረቱ፣ ጎበዝ ወታደር ወይም ተዋጊ በመሆን ነበር። የልጁም የጎበናም ዕጣ ፈንታ ከዚያ ያልተለየ ስለነበር ከልጅነቱ ጀምሮ የጦር ስልትን በአግባቡ አስተምሮ አሳደገው። እሱም ያንን ትምህርት ከፍ ወዳለ ደረጃ ወስዶት ትልቅ ሰው ሆነበት። ከአባቱ የወረሰው ሀብት ወይም ሥልጣን ሳይሆን ዕውቀትንና ክህሎትን ነበር።

ጎበና የተወለደበት ጊዜ በሣህለ ሥላሴ ዘመን ሆኖ የአብቹና የገላን የእርስ በርስ ቁርቋሶ በአብቹ የበላይነት በተጠናቀቀበት ወቅት ነበር። አብቹ ከዚያ በፊት የነበረውን ልምዱን በመጠቀም ከዐማራው ጋር በነበረው ፖለቲካዊ መስተጋብር ከበታችነት ይልቅ በእኩልነት ላይ ሆኖ ያሰበውን እና የጠየቀውን ካጣ እያመጸ እንጂ ዝም ብሎ አንገቱን ደፍቶ እህህ እያለ ዘመን እንዳያስቆጥር ረድቶታል። በሣህለ ሥላሴ ጊዜ የነበሩትን የጦር አበጋዞች

የሥነልቡና ጥንካሬን ንጉሡን የጋብቻ ጥያቄ እስከ መጠየቅ የደረሱ እንደነበሩ ማየት ይቻላል። ለዚህ መተኮ ቦርጃ ጥሩ ምሳሌ ነው። አዋራደኝ ብሎ ሣህለ ሥላሴን ሊገለው ነበር። ጎበናም በልበ ሙሉነት ነበር ከንጉሡ ጋር፣ ከንጉሡ አጎት ጋር በተለያየ ሁኔታ እንደተገለጸው የተጋቡት። ምኒልክና መሸሻ ሰይፉ ከጎበና ልጅ ላይ የሚጣሉበትም ገጠመኝ ይህ የበላይነት-የበታችነት ሥነልቡና እንዳልነበር አመላካች ሲሆን ይህ ሁሉ ነገር የተሞክሮ ውጤት ነው ለማለት ይቻላል።

ለ. ምክንያትና ውጤት

ጎበና የሁለቱ የዐማራና የኦሮሞ ሕዝቦች መስተጋብር ምክንያትና ውጤት ሲሆን ይህንኑ መስተጋብር ከሱ የትውልድ አካባቢ ወደ ሀገር ደረጃ እንዲሰፋ ምክንያት ሆኗል፣ ለተግባራዊነቱም ጠንክሮ ሠርቷል። ይህ ማለት እንደ ውጤት እሱ እራሱ የሁለቱ ሕዝቦች መስተጋብር ፍሬ ሲሆን እንደምክንያት ደግሞ የኦሮሞና የዐማራ ሕዝቦችን ኅብረት ሸዋን ብቻ ከመሥራት ሀገርን ወደ መሥራት በማሳደጉ በዓሥራ ዘጠነኛው ክፍለዘመን ለተገነባው ሰፊ ግዛት ምክንያት ሆነ። በሀገሪቱ ዘመናዊ የፖለቲካ ታሪክ ውስጥ በተለይ የቅርብ ጊዜ ልሂቃን በጣም ያጦዙት በሀገር ምስረታ ሂደት የተሳተፉትን ሰዎች (ተዋናዮች) ከአንድ ብሄረሰብ እንደወጡ አድርጎ የመገመት (የመፈረጅ) እና ብዙዎችን ሀገር ለመመሥረት የተደረጉ ጦርነቶች (ሂደቶችን) በብሄረሰብ ጦርነት፣ አንዱን አሸናፊ ሌላውን ተሸናፊ አድርጎ የመቁጠር ትርክት ውጤቱ አፍራሽ እንደሆነ የአደባባይ ምስጢር ነው። የዚህ ትርክት አራማጆች አንዳንዴ በዓለም ላይ አብዛኞቹ ሀገሮች የጦርነት ውጤት መሆናቸውን ይረሱታል። በሂደት የአንድ ባህል (አንድ የቢሮ ቋንቋ ብቻ መኖሩ) ለትጥቅ ትግል ለመነሣት ምክንያት እንደሆነ የሚነገረው ትርክት ሌሎችን በጣም አስፈላጊና አንገብጋቢ በታሪክ ሊነሱ የሚገባቸውና ለሀገር ግንባታና ለህዝቦቹ አብሮነት ጉልህ ሚና የነበራቸው በአዲሱ ትውልድ እንዳይታወቁ ምክንያት ሲሆኑ ይታያሉ።

በዘመኑ ያሉ የቅኝ ግዛት ሐቲት የሚያራምዱ ጸሐፍት አንድን ነገር በደንብ የተረዱ አይመስልም፣ ይኸውም የጎበናን ማንነት እና ያ ማንነት ደግሞ እንዴት ፖለቲካው ላይ የራሱ ተጽዕኖ እያሳረፈ እንደነበር። ጎበና እራሱ የኦሮሞ ዐማራ የረጅም ጊዜ መስታጋብር ውጤት እና ይህን መስተጋብር ወደ ሀገር ደረጃ እንዲያድግ ያደረገ ታላቅ ሰው ነበር። እሱ የመስተጋብሩ ውጤትም ምክንያትም ነበር። የቅርብ ጊዜዋ ኢትዮጵያ ደግሞ የተሰራችው ብሄራቸውን ከአንዱ ብቻ መምዘዝ ከማይችሉ ከአንድ መንደር በላይ የትውልድ ሀረግና ማንነት ባላቸው ሰዎች ይመስላል። እሩቅ ዘመን ሳንሄድ አጼ ኃይለ ሥላሴንና ምኒስትሮቻቸውን (ቴክኖክራቶቹን) ሁሉ ስንመለከት ለዚህ ጥሩ ምሳሌ ናቸው። ብዙዎቹ በአካል በአሮጌዋ ሸዋ

ውስጥ አልተወለዱም፤ ማንነታቸው ከሸዋ ብቻ አይመዘዝም፤ ኃይለ ሥላሴ ራሱ ከአሮጌዋ ሸዋ (መንዝ) ይልቅ ሐረርን በጣም እንደሚወድ ይነገራል፤ ተግባራዊ ማሳያዎችም ሞልተዋል። ከጎሬ፣ ከአሰላ፣ ከጎባ፣ ከይረጋለም፣ ከቦንጋ የበቀሉ እውቅ ግለሰቦች የሚጠሩበት የብሄር መነሻ መሠረቱን በደንብ የሚረዱ አይመስልም።

የጎበና የፖለቲካና የውትድርና ሕይወትን ስንመለከት በየምክንያቱ እርስ በርስ ሲጋጩ የነበሩትን የኦሮሞ የአካባቢ ገዥዎች ወደ አንድ በማምጣት የኦሮሞን ጥንካሬ የፈጠረ እንጂ የኦሮሞን የበታችነት ወይም ደካማነት የፈጠረ አይመስልም። የቱለማ ኦሮሞ ጎሳዎችን ታሪክ ለማጥናት ቢፈለግ ሙሉ በሙሉ አንዱ ጎሳ ከሌላው ጋር በየወንዙ በየቀዬው ስላደረገው ውጊያ የሚበረክትበት ነው። መጫንም ለምሳሌ ብንመለከት ስለግቤ፣ ስለ ሌቃ የጻፉት የኦሮሞ የታሪክ በለሙያዎች የሚያረጋግጡት ይህንኑ ነው። ሁሉንም ጎበና ያገኛቸው እንድ ሆነው በኅብረት ሳይሆን ተበታትነው አንዱ አንዱን በሚያስጨንቅበት ጊዜ ነበር። ይህን ሁሉ በየምክንያቱ የተበታተኑትንና የደከሙትን ኦሮሞዎች ነው ወደ አንድ ያመጣቸው። በርግጥ ከዚህ በፊት በየምዕራፉ እንደተጠቀሰው ለረጅም ጊዜ ላለመዋጋታቸውና ከጎበና ጋር ሰላምን መፈላጋቸው እርስ በርስ ሲዋጉ ለኢኮኖሚያቸው አስተዋጽኦ ያደርግ የነበረው ጦርነት አሁን ከጠንካራው ጎበና ጋር ቢገጥሙ እንኳ ሌላ ሊጨምር እጃቸው ላይ የነበረውንም የሚያሳጣቸው ስለነበር ሊሆን ይችላል።

ጎበናን እንደ ተራ የምኒልክ አገልጋይም ወይም የምኒልክን ዓላማ ብቻ ለማሳካት የቆመ ለራሱ ምንም ዓይነት ዓላማ እንዳልነበረው የሚመስላቸው በሁለቱም ወገን ጫፍ ላይ የቆሙ የአንድነት እና የቅኝ ግዛት ሐቲት አራማጅ ጸሐፊዎች ትልቅ ስህተት የሠሩ ይመስላል። ጎበና ግን የሁለቱንም ወላጆቹን ወገኖች ኦሮሞ-ዐማራ ፍላጎት ለማሳካት እየሠራ እንደነበረ የዚህ ጸሐፊ እምነት ነው። ብዙ ቤተሰቦች በትውልድ አካባቢው የሁለቱ ቅይጥ ከሆኑና ሁለት ቋንቋ የሚነገርበት ቤት ውስጥ የሚያድጉ ከሆነ ትልቁ እነሱ (እሱ እራሱ) የሚሠሩት ግዛት እንደዚያ እንዲሆን ዓላማ ነበረው ብሎ ማሰብ ስህተት አይመስልም። እንዱ አንዱን እንዲውጥ የሠራበት ጊዜ አልታየም። ጎበና ፍጹም ክርስቲያን ፍጹም ዋቄፋታ አልነበረም ሁለቱንም አራማጅ ነበር። ሲፎክር ሲያቅራራ ኦሮምኛው የሚቀድም ቢመስልም ለአማርኛውም በጣም ቅርብ ነበር ብሎ ማሰብ ይቻላል። አሽከሮቹን፣ ሥራቤቶችን ለመምከር የሚጠቀምባቸው ወጎች በሙሉ ከሁለቱም ባህሎች የተቀዱ ነበሩ። ስለዚህ ጎበና የቱን ጥሎ የቱን ማንሳት ነበረበት? ወቄፋታ ብቻ እንዳልነበር ልጆቹን ያሳደገበት መንገድ በጊዜው ብቸኛው የነበረውን የቀለም ትምህርት ከቤተክርስቲያን አስተምሮ ነው። ክርስቲያን ብቻ ነበር እንዳንል ከአባት አያቶቹ ውጁባ ሄዶ አምላካቸውን ይለማመናል፣ ምስጋና ያቀርባል። ምናልባትም ከሥራ መብዛት በተጨማሪ በዚህ ሥነልቡና ውስጥ ስለነበር

ሊሆን ይችላል ጎበና የሸዋ ሜዳን (የቱለማ ሀገር) አብያተክርስቲያናትን የመሥራት ኃላፊነት ሙሉ በሙሉ ከክርስቲያን ቤተሰብ ለምትወለደው ባለቤቱ አየለች የተወው።

ሐ. ጀግናና ከሐዲ

በኢትዮጵያ የሀገረ መንግሥት ግንባታ ሂደት አለማለቅ የጎበናን የፖለቲካ ሕይወት ታሪክ አረዳድን በሁለት ጽንፍ የመከፈል አጋጣሚ አስከተለ። በአንድ ወገን ጎበናን ከሐዲ የሚሉ ጸሐፊዎች ያሉትን ያክል ጀግናም ብለው የሚወስዱት ጸሐፊዎች አሉ። ያም ሆነ ይህ ግን ለአንድ ማኅበረሰብ የሚበጀው ከታሪኩ ጀግናን ወይስ ከሐዲን መፈለጉ ነው? መንገዱ አቀበት ለሆነበት ሕዝብ ወይም ቡድን የሚቀለው ጀግና መፈለጉ ሳይሆን የጦስ ዶሮ ለመፈለግ ከሐዲን መምዘዙ ነው። የከሐዲ መንገድ ለራሱም ቀላል ሲሆን ህዝቡም የጀግናን ውጣውረድ ተከትሎ ስኬታማ ለመሆን ከመታተር ወይም ከመፍጋት ይልቅ ለውድቀቱ ከሐዲ ፈልጎ መገላገልን የሚመርጥ ይመስላል። ይህ ጎበናን በከሐዲነት የመፈረጅ አቋም የመነጨው ጎበና እራሱ አንድ ካደረገው የመጫና የቱለማ ኦሮሞ ወገን በተለይም ከመጫ ከተገኙ ልሂቃን ዘንድ ነበር። ትልቁ እንቆቅልሽ በፊት በየአካባቢያቸው በየጎጡ ተለያይተው የማይተዋወቁት መጫዎች እርስበርሳቸው፣ ቱለማም እንዲሁ፣ በሰፊው ደግሞ መጫና ቱለማም የተዋወቁት በጎበና ምክንያት ነበር። የተረሳሱትን እንደገና እንዲተያዩ አደረገ። ይህ ባይሆንና በዚያው እንደ ተለያዩ ቢቀጥል ኖሮ ምናልባትም በኦሮምኛ ቋንቋ ደረጃ መግባባት አለመቻል ድረስ ሊለያዩ ይችሉ ነበር ብሎ መገመት ይቻላል። እንዳለመታደል ሆኖ በ1960ዎቹ የሰፈነው የፍረጃ ፖለቲካ ጎበናንም እንዲሁ በቀላሉ አምጥተው ከከሐዲነት ውስጥ ፈርጀው ለግማሽ ክፍለ ዘመን ያክል በፖለቲካና በታሪክ ትርክት ውስጥ ጥቅም ላይ ሲውል ቆየ።

እነዚህ ወገኖች ይህን የጎበናን ከሐዲነት ትርክት ምናልባት ከግማሽ ክፍለ ዘመን በኋላም ቢሆን አሁን ልክ እንደ ፖለቲካ ፕሮግራማቸው ቢያንስ በውስጣቸው ሳይከልሱት አይቀሩም። ምክንያቱም ጉምቱ የኦሮሞ ነጻነት ግምባር ፖለቲከኞች የነበሩት ሳይቀሩ የኦሮሞን ሕዝብ ዕጣ ፈንታ በኢትዮጵያ ውስጥ ሆኖ መፍታት ይቻላል ወደሚል ከአግላይነት ወደ አካታችነት ያዘነበለ የፖለቲካ መስመር ማራመድ ጀምረዋልና።

ከ1983 ዓ.ም ወዲህ ምናልባትም ከኦሮሞ ውጭ ያሉ ኢትዮጵያዊያን ወገኖችም ይህንኑ የአግላይ ፖለቲካን አምነው ሊሆን ይችላል ወይም አራማጆቹን "ላለማስከፋት ፈልገው" ይሁን ፊለፊት ከሐዲ ነው ባይሉም ስለጎበና ትንፍሽ አለማለትን መረጡ። የአንድነት ሀይሎችም ቢሆኑ "ባለቤቱ ያቀለለውን አሞሌ..." በሚመስል መልኩ ጎበና እንደ ጀግና የሚቆጠርበት

የፖለቲካ መድረክ ወይም የታሪክ መማሪያ መጻሕፍት እየጠፉ ነው። ላለፉት ሁለት አስርት ዓመታት የጎበናን ስም በበጎ ያነሳ የፖለቲካ መድረክ ወይም የታሪክ ትርክት ማስታወስ አስቸጋሪ ነው። ኦሮሞውም በተደጋጋሚ እንደተባለው የኦሮሞ ነጻነት አራማጆች ብቻ ሳይሆኑ ሌሎችም የኦሮሞን ዕጣ ፈንታ በኢትዮጵያ ውስጥ መፍታት ይቻላል የሚሉት ወገኖች ሳይቀሩ (ፍረጃውን ፈርተውም ሊሆን ይችላል) ወደዚህኛው ጎበናን በከሐዲነት ጎራ ወደሚመድቡት የተቀላቀሉ በሚመስል መልኩ ፖለቲካቸውን ያራምዳሉ፤ ካልሆነም ዝምታን ይመርጣሉ።

ነገር ግን የጎበና ጀግንነት "ከሰው ልጅ በላይ" መሆኑን ለማሳየት ገና በሕይወት እያለ ነው ከፍጥነቱ የተነሳ በንፋስ ይጋልባል ብለው ያሉት። በሁለቱም በኦሮሞችም ሆነ በዐማሮችም ዘንድ ይህ የጎበናን በንፋስ መጋለብ በየሥነቃሎቻቸው እንደሚጠቅሱ በዚህ ጽሑፍ ቀደምባሉት ምዕራፎች መነሳቱ ይታወሳል። በእነሱ አዕምሮ የነበረው ዲያብሎስ በፈረሱ ሲጋልብ ከፍጥነቱ የተነሳ ከዓይን እንደሚሰወር ሁሉ ጎበናም ከፍጥነቱ የተነሳ እንዲሁ ይሰወር ነበር። በዚህ ፍጥነቱ ምክንያት ከዲያብሎስ ሀገር አገባን ብለው እስከሚያምኑ ድረስ፣ ቤኒሻንጉል ሲያደርሳቸው እንዲህ ብለው ገልጸዋል፤

....ምን ራስ አለና ትከተላላችሁ፣
ዲያብሎስ በፈረስ ሲሄድ እያያችሁ።

በኦሮምኛ ቋንቋም ይህ ሐሳብ በተደጋጋሚ እንደሚነሣ በቱለማዎችም ዘንድ በዘፈን በንፋስ ፈረሰኛነቱ ይገልጹታል፤ ጎበና በአፋፍ ሲጋልብ አይቼው ያናገርኩት መስሎኝ፣ ለካስ ንፋስን ነበር ያናገርኩት ይባልለት ነበር። በተመሳሳይ መንገድ ጨቦዎችም እንዲሁ የጎበናን ፈረስ ንፋስነት ይገልጹ ነበር። ስለዚህ ይህ ሁሉ ስድብ ቢመስልም አድናቆት ነው። ጎበና ለሰው ልጅ የማይቻለውን ነገር ግን በእምነት (ሃይማኖት) እንደሚነገረው በዳመና ፈረስ (ሰረገላ) እንደሚጋልቡት ጻድቃን ሁሉ ወይም ተሰውሮ በፈረሱ እንደሚጋልበው ሴይጣን መጋለብ እንደሚችል አድርገው ያሞግሱታል። ከዚያም አልፎ እንደ መስከረም ዝናብም ይቆጠራል። የመስከረም ዝናብ በጣም ፈጣን ለመጠለል አስቸጋሪ፣ አለ ሲሉት የሌለ፣ የለም እንሂድ ሲባል ከየት መጣ ሳይባል የሚያበሰብስ ነው። ጎበና ልክ እንደዚያ ዝናብ ተደርጎ ይቆጠራል።

መ. ስሕተትና እምነት

ጎበና እንደ ሰው ልጅነቱ፣ ምንም እንኳ እምቢ ባይና የራሱንና የወገኑን ጥቃት የማይታገስ፣ ጥቅሙን አሳልፎ የማይሰጥ ቢሆንም፣ ሁለት ታላላቅ ስሕተቶችን እንደፈጸመ ይህ ጸሐፊ ያምናል። አንዱና ዋንኛው በማእከል አካባቢ በነበረው የፖለቲካ አካሄድ ላይ እምነት መጣሉ ሲሆን ስለ

ፖለቲካ ሚዛን ምንም ዓይነት ግንዛቤ የነበረው ወይም የነቃ አይመስልም። በመጀመሪያ ስምምነት መሠረት ነገሮች እንደሄዱ ያመነ ይመስላል። በተለይም ወታደራዊ ክንፉን መያዙ ከፖለቲካ ሽርና ሽፍጥ የራቀ የጦር ጀግና ስለነበር ነገሮች ወዴት እየተንሸራተቱ እንደሆነ የተገነዘበ አይመስልም። ስለዚህ ቀስ በቀስ ማእከሉን ካጠናከሩና ካጠበቁ በኋላ በዲፕሎማሲ ቋንቋ ግዛትህን ሸንሽነህ ለሌሎች አካፍል ሲባል የተሸነሸነላቸው ሰዎች ደግሞ ሙሉ በሙሉ በሚባል ደረጃ ከሱ ወገን የነበሩ ሳይሆኑ ከዐማራውና በተለይም የምኒልክ ዘመድ አዝማዶች ወዳጅ የሱ የውስጥ ተቀናቃኝ የነበሩ ናቸው። ይህንንም እራሱ ጎበና ተገንዝቧል ለማለት ያስቸግራል። በዚህ ሂደት ጥንድ የነበረው ሥልጣን ወይም ኃይል ወደ አንድ ቤት ሲጠቃለል ለጎበና እየታየው የነበረ አይመስልም፤ አለበለዚያም በሽማግሌ ዓይኑ እያየ ያስረከበ ይመስላል፤ እንጂ እንደዘመኑ ልማድ "እረ! ይህ ነገር ወዴት ወዴት ነው? ማን በሞተበት ግዛት ማን ይሾማል? ማን ይገዛል?" ያለ አይመስልም። ይልቁንም የምኒልክን ጣፋጭ አንደበት ያመነ ይመስላል።

ስለዚህ በጎበና የሕይወት ተሞክሮ ውስጥ የምንገነዘበው በኢትዮጵያ የፖለቲካ ታሪክ ውስጥ ከጠባብ መሠረት የሚነሡ ቡድኖች ወይም ግለሰቦች ቦታቸውን ለማቆየት የሚሄዱበት መንገድ ከሰፊ ማኅበረሰብ ከሚነሡት የተለያየ ነው። ከጠባብ መሠረት የሚነሡት ቦታቸውን ወይም ሥልጣናቸውን ለማቆየት የሚችሉት አግላይና ጭካኔ የበዛበት ፖለቲካን በመከተል ይመስላል። በተለምዶ ከሰፊ መሠረት (ማኅበረሰብ) የሚወጡት ግን አካታች ፖለቲካን የመከተል ዝንባሌ ነበራቸው። በፍርሀት ላይ የተመሠረተ አግላይ ፖለቲካ የሚከተሉት ከጠባብ መሠረት የሚነሡት ነበሩ። ሌሎችን ወደ ራሳቸው ማንነት ለመሳብ በቁጥር ትንሽ ስለሆኑ የመዋጥ ወይም የመጥፋት አደጋን ስለሚፈሩ በትልልቆቹ ማንነት ሥር ነን እያሉ በማስመሰል ግን ውስጥ ውስጡን ጠንካራ የርስበርስ መሳሳብና መጠቃቀም ሌሎችን ግን በቻሉት አቅም ሁሉ የማግለል ፖለቲካ ይከተሉ ነበር። እንዲህ ካላደረጉ የያዙትን ቦታ እንደሚያጡ ወይም እንደሚጠፉ ደጋፊዎቻቸውን ወይም የኛ ወገኖች ናቸው የሚሉትን የሥነልቡና ፍርሀት ይለቁባቸዋል። እንደነሱም ጨካኝና አግላይ እንዲሆኑም ያበረታታሉ፣ ያሳምናሉም። በዚህ መልኩ ሰፊውን ማኅበረሰብ ከውስጥ እየቦረቦሩ የአብሮነት መሠረቱን ይንዱበታል። ጎበና የራሱንም ወገን ጨምሮ ይህን ዕጣ ፈንታ ነበር የተጎነጨው።

ሁለተኛው ስሕተት ደግሞ የራሱ ጠንካራ ደጋፊና ወራሽ ግለሰብም ይሁን ቡድን ማደራጀት ወይም መምረጥ አለመቻሉ ነበር። በተለመደው የፖለቲካ አካሄድ ደጋፊና ጠባቂን በማሰባሰብ ሂደት ስለ ወራሽም ማሰበ የቻለ አይመስልም። በተለይ እሱ እራሱ ያሳደጋቸውና ያሠለጠናቸው እየጎለበቱ ሲመጡ የሱ ጠንካራ ደጋፊና ጠባቂ ሳይሆኑ የምኒልክ ደጋፊ ሆነው እንዲወጡ የተደረገበትን መንገድና ምክንያት አልተከታተለም። ይህ

ሁሉ ሲሆን በዘመቻ ባተሌ የነበረው ጎበና ያየና የሰማ አይመስልም። ልጆቹም ቢሆኑ የቤተ ክህነቱ ትምህርት የኦሮሞነቱ ስሜት አርቋቸው በጦር ሜዳ ጀግንነታቸው ጎልተው ሳይወጡ እንዳንዶቹን ሞት ቀደማቸው። የቆዩትም የአባታቸውን ያክል ጠንካራና ሕልመኛ አይመስሉም። በዘመኑ የሥልጣን ቁንጮ ለመቆናጠጥ ደግሞ በዚህ ጽሑፍ ውስጥ ከላይ የተነገረለት እነሱ በብዙ ትኩረት እንዲሰጡት የተፈለገው አስተዳደግ የቀለም ትምህርት ወይም የቤተ ክህነት ትምህርት አልነበረም። እሱ ወደ ተባለው የሥልጣን ቁንጮ ለማድረስ ጊዜው ገና ነበር። ያን ለመሆን የጦር ሰውነት ስለነበር በሱ የተካነ ሕልመኛ የሆነ ሰው መሆንን ይጠይቅ ነበር። የጎበና ልጆች ግን በትንሹ የሚመኙ ይመስላሉ። ይህ ሁሉ ታዲያ በታሪክ እንደሚታወቀው ውጤቱ የአንድ ቤተሰብ ውድቀት ወይም ወደ ተራ ሰውነት መቀየር ብቻ ሳይሆን የኦሮሞ ሕዝብ ከሀገር ባለቤትነት መንሸራተትን ያስከተለ ይመስላል። ምናልባትም ችኮላ ካልሆነበት በዚህ ጽሑፍ አዘጋጅ ግንዛቤ፣ የኦሮሞ ሕዝብ እንደ ጎበና ያለ ጀግና ወይም ጀግኖች ለማፍራት ከአንድ ተኩል ክፍለ ዘመን በላይ ጊዜ ፈጅቶበታል። ያ ማለት አሁን በኦሮሞዎች አካባቢ ያለው ስሜትና ስሜቱን ያመጡት አሁንም የቅኝ ግዛት ሐቲት የሚያራምዱት ልሂቃን በሚሉት መልኩ ሳይሆን ይህ ጸሐፊ ከላይ ሲዘረዝር በቆየው አመለካከት አሁን እየታዩ ያሉ የኦሮሚያም ይሁን የኢትዮጵያ መሪዎች ጎበናዎች ናቸው የሚል እምነት አሳድሮበታል።

ስለዚህ ጎበና የተከዳው ወይም ውንጀላ ይበዛበት የነበረው በጣም ጠንካራ ሆኖ ስለወጣ ብዙ ምቀኛና ተቀናቃኝ ማትረፍ ስለቻለ ይመስላል። የሱን ቦታ የሚመኙ በጣም ብዙ ስለነበሩ ለመንወጀያ ሊያነሡ ይችሉ የነበረው አንዱ ጉዳይ እሱ ከዚያኛው ወገን (ኦሮሞ) ስለሆነ እንዲህ እያደረገ ነው፣ ሊያደርግ ነው። አብሮ ወይም አሢሮ ሥልጣንዎን ለአደጋ ሊሰጥ ነው የሚል ነበር።

ሠ. ትርፍና ኪሳራ

የኦሮሞ ሕዝብ ከጎበና የሕይወት ተሞክሮ ምን አተረፈ? በሱ ምክንያትስ ምን አጣ? የሚሉትን ጥያቄዎች ለመመለስ፣ የጎበና ሚና በኦሮሞዎች ዘንድ በጥቅሉ በሁለት ሊከፈል ይችላል። ሰላም ማምጣት እና ኦሮሞዎችን ማዋሐድ ወይም የኦሮሞዎችን አንድነት ማምጣት ናቸው። የተረሳሱትንና የማይተዋወቁትን ኦሮሞዎች በአንድ መንግሥት ጥላ ሥር ማምጣት ቻለ። በርግጥ ጎበና ብቻ ሳይሆን የአስራ ዘጠነኛው ክፍለ ዘመን ማለቂያና የሃያኛው ክፍለ ዘመን መጀመሪያ የምኒልክ የሀገር ምሥረታ እንቅስቃሴ ባይኖር ኖሮ ዛሬ አንድ ለመሆን እየታገለ ያለው ኦሮሞ ተበታትኖ በተለያየ ሀገርና ስያሜ ሊታወቅ ይችል እንደነበር ለመረዳት ብዙ ትንተና ወይም ምርምር አያስፈልግም። በርካታው ኦሮሞ በእንግሊዝ ቅኝ ግዛት ሥር በተለይም

መጫና ቦረናው፣ ሌላው በፈረንሳይና በጣሊያን ቅኝ ግዛት ሥር በተለይም ባረንቱው። ይህን ታሪካዊ ክሥተት መጠነኛ የአፍሪካን የቀኝ ግዛት ታሪክ የሚያውቅ ሰው ይገነዘበዋል። እንግሊዝ ረግጦት የወጣውን የአፍሪካን ግዛት አይደለም የጎሳና የነገድ ልዩነት ያለውን ይቅርና አንድ ነን የሚሉት እንኳ ለዘመናት ሊሆን የሚችል የውስጥ ክፍፍል እና የቤት ሥራ ሰጥቶአቸው ወጥቷል። ሱዳንና ሱማሊያ ለዚህ ጥሩ ምሳሌ ናቸው። የምሥራቁን ደግሞ የፈረንሳይና የጣሊያን ይሆንና ኦሮሞ የሚባል ስም ወደዚህኛው ክፍለ ዘመን ስለማለፉ አጠራጣሪ ነው። ኦሮምኛ ቋንቋውም በተራ ዜጎች መግባቢያነት ሊኖር ቢችልም ከዘዬ በዘለለ ልዩነት ውስጥ ሆኖ ወደድንም ጠላንም … እንግሊዝኛ፣ ፈረንሳይኛ ወይም ጣሊያንኛ የቢሮ ቋንቋ የመሆን ዕድላቸው ሰፊ ነበር። የሌሎችን የአፍሪካ ሀገራትን ዕጣ ፈንታ ማየት ይቻላል። ስለዚህ ይህ ለኢትዮጵያ ሕዝብ በጥቅሉ ለኦሮሞ ሕዝብ ደግሞ በተለይ ትርፍ ነው ወይስ ኪሳራ? በንጹህ ልቡና ለሚያነብ አንባቢ መተው ይሻላል። ሌላው ከጎበና መንገድ ልናተርፍ የምንችለው ነገር በሀገር ምሥረታ ሂደት ጎበና የምዕራብ ኢትዮጵያን ሕዝቦች ወደ ሀገሪቱ ማእከላዊ መንግሥት ያጠቃለለበትን መንገድና ሁኔታ ሌሎች አቻዎቹ ከሄዱበት መንገድ በመጠኑ ልዩነት አለው። በአስከፊ ጦርነትና እልቂት ከሚሆን በድርድርና በማሳመን እንደነበር ለበርካታ የታሪክ ተማሪዎች ግልጽ ነው። እንደ ምሥራቁ ደቡብ ምሥራቁ (ምናልበትም እንደ የጨለንቆና አኖሌ የመሳሰሉ ትርክት) ዓይነት ገጠመኝ የላቸውም። ስለዚህ በዚህ ጽሑፍ አዘጋጅ እምነት በጎበና ምክንያት እንደ ኦሮሞ ሕዝብ ካጣነው ይልቅ ያተረፍነው ይበዛል የሚል እምነት ያሳድራል።

ረ. ፍርድ ቤትና ትምህርት ቤት

የዚህ የጎበና የፖለቲካዊና ወታደራዊ አጭር ታሪክ ዋና ዓላማ ሌሎች ዜጎችም ሆኑ ፖለቲከኞች በተለይም ከኦሮሞ ሕዝብ አብራክ የበቀሉ የአዲሱ ትውልድ አባላት ከጎበና ሕይወት እንዲማሩ እንጂ ፍርድ ለመስጠት አይደለም። በጥቅሉ ታሪክን እንደ ፍርድ ቤት የማየቱ አዝማሚያ ስለአሰለቸው ይመስላል መንግሥት ሳይቀር የታሪክን ትምህርት ዓላማ ከማስተካከል ይልቅ ወይም ወደ ትምህርት ቤትነት ከመጎተት ይልቅ መሸሽን ከመረጠ በርካታ ጊዜያት የሆኑት። በዚህ ጽሑፍ አዘጋጅ ግንዛቤ በኢትዮጵያ ታሪክ ብዙ ጊዜ እንደ ቁልፍ ጉዳይ የሚነሣውን የዓድዋ ድልን እንኳ ስናስብ ምኒልክ የተጎናጸፉቸው ድሎች በአብዛኛው ጎበና የሰበሰባቸውንና ያሠለጠናቸውን ሰዎች ተጠቅሞ ወይ መስዋዕት አድርጎ ነው። ገበየሁ የጎበና የእልፍኝ አሽከር እንደነበር ብዙዎች የሚዘነጉት ይመስላል። አመጣጣቸው በሚያም መንገድ ቢሆንም ባልቻና ሀብተ ጊዮርጊስም የጎበና ግርፎች (ውጤቶች) ናቸው። ራስ መኰንን፣ ራስ ወሌና ሌሎችም በምኒልክ የሸዋ ቤተ መንግሥት ያደጉት ጎበና ከአጋፋሪነት ጊዜው ጀምሮ እየቀጣ እየተቆጣ ያሳደጋቸው ናቸው።

ሁሉም ከሱ ትከሻ ላይ ቆመው በደንብ ሲታዩ ጎበና ግን የኮሰመነ የታሪክ ገጽታ እንዲኖረው ግዳጅ ተጥሎበታል። የነሱን ያኽል የታሪክ መጻሕፍት ገጽ ያላገኘው ከኦሮሞውም ከዐማራውም እንደባለውለታ የሚቆጥረው ሳይሆን እንደተቀናቃኝ የሚቆጥረው ስለሚበዛ፣ ዜና መዋዕሉም ቢሆን የነገሥታትን የልብ ትርታ እና የፊት ገጽታ እያየ ይዘገብ ስለነበር ይሆናል።

በአካባቢው በተራ ዜጎች ዘንድ ጋብቻ ብቸኛውና ትልቁ የመስተጋብርና የመተዋወቅ ምክንያትና ውጤት ነበር። ከራስ ጎሳ ውጭ ራቅ ብሎ ለመጋባት የሚችለው ከተወለደበት ቀበሌ ውጭ የሚያውቅ መሆን አለበት። አለበለዚያ ደግሞ መጀመሪያውኑ ሁለት ጎሳ ወይ ብሔረሰብ ከሚኖርበት ኩታ ገጠም (ወሰን) ላይ መሆን አለበት። የጎበናም ሆነ የአባቱ ጋብቻዎች በዚህ በኩታ ገጠምነት ምክንያት ከአንድ ብሔረሰብ በላይ በመሻገር የተከሄደ ይመስላል። ስለዚህ በነዚያ ሁለቱ ብሔረሰቦች በቁርቋሶና በመዘራረፍ ላይ የተመሠረተ ግንኙነት ጊዜያት እንኳ እንዲህም ያለ መስተጋብር መኖሩ አስተማሪ ክሥተት ነበር።

ሌላው ልንማርበት የምንችለው ጉዳይ የጎበናን አሟሟትን በተመለከተ የሚነገረው ምልልስ ነው። ተመርዞ ነው የሚባለው ነገር እውነት የመሆን ዕድል ቢኖረውም፤ ጎበና የነበረበትን የዕድሜ ደረጃ፣ የኑሮ ዓይነት፣ በጊዜው ሊኖረው የሚችለውን የሥነልቡናና የአእምሮ ሰላም ማጣት ግምት ውስጥ በማስገባት በድንገት ጥለው ሊገድሉ ለሚችሉ በሽታዎች የመጋለጥ ዕድሉ ሰፊ ነበር። ምርመራ የለም፣ ስኳር፣ ደም ግፊት፣ ኮሌስተሮል እና የመሳሰሉት እንደሚኖሩ አይታወቅም ወይም አይታመንም። በዘመኑ የነበሩት የሁኔታዎች ትንታኔ ቢበዛ መርዝ፣ መተት፣ ጥላ ወጊ..... ገደለው ነው። ስለዚህ የጎበናን ዕድሜ እና የነበረበትን የብሽቀትና የንጉሡን ሥልጣን ለመቀናቀን የማይችልበት ሁኔታ እንዲሁም በሱ መሻር ምክንያት ያመጹ አካባቢዎችን ለማረጋጋት ያሳየውን ፈቃደኝነትና ተነሣሽነትን ስናስብ ጎበናን ለመመረዝ ወይም ተመርዞ ተገደለ የሚባለው ነገር ከአእምሮ የሚወጣ ይመስላል። የአፄ ምኒልክንም አሟሟት በተመለከተ የነበሩትን መላምቶች ማሰብ በራሱ በቂ ነገር ነው።

አሁንም ከታሪክ እንማር ብለን ካሰብን የጎበናን ሕይወት በተለይ ወታደራዊና ፖለቲካዊ ሕይወቱን በጥንቃቄ ለተመለከተው ሰው ዘመናዊቷ "የአፄ ምኒልክ ኢትዮጵያ" የተሠራችው በብሔረሰብ መነጽር ካየነው በኦሮሞና በዐማራ ጠንካራ ኅብረትና ጥረት እንጂ አንዱ አባራሪ ሌላው ተባራሪ፣ አንዱ አሸናፊ ሌላው ተሸናፊ፣ አንዱ ጀግና ሌላው ፈሪ፣ አንዱ ገንቢ ሌላው አፍራሽ፣ አንዱ አስተማሪ ሌላው ተማሪ፣ አንዱ ሠልጣኝ ሌላው አሠልጣኝ በመሆን አይመስልም። ታሪክን በጎ ነገር እንደምንማርበት ትምህርት ቤት እንውሰደው ካልን ከጎበና ሕይወት በላይ ለአዲሱ ትውልድ

ምሳሌ ሊሆን የሚችል "የሰፈር" ፖለቲካን በማለዳው የተሻገረ ሰው ያለ አይመስልም።

ለአዲሱ ትውልድ ሊነገር የሚገባው አንዱ አንገብጋቢ ጉዳይ ደግሞ በቅኝ ግዛት ሐቲት አራማጆች በተደጋጋሚ በየጽሑፎቻቸው የሚያነሡት የጎበናን ዘመቻ ከባርነትና ከባሪያ ንግድ መስፋፋት ጋር የሚያያይዘው ትርክት ነው። የዚህ ጽሑፍ አዘጋጅ እስከተረዳው ድረስ ግን ባርነትና የባሪያ ንግድ በምዕራባዊያን ግንዛቤና ትግበራ ዓይነት ባይሆንም፣ ከአስራ ዘጠነኛው ክፍለ ዘመን መጨረሻ ወይም ከሃያኛው ክፍለ ዘመን መጀመሪያ በፊት ባሉት ጊዜያት ጎበና ባስገበራቸው አካባቢዎች በጣም አስከፊ በሆነ ሁኔታ ይካሄድ እንደነበር እንዲያውም በአንዳንዶቹ ለምሳሌ በግቤ ዋነኛው የኢኮኖሚ መሠረት የባሪያ ጉልበት፣ ባሪያ የማግኛው መንገድ ደግሞ ጦርነትና ግጭት እንደነበር በጉዳዩ ላይ ጥናት ያካሄዱ በለሙያዎች ገልጸዋል። የጎበና በአካባቢው መድረስ ሁኔታውን እንዲረግብ አደረገው እንጂ ባርነትን አስፋፋው የሚለው ትርክት ውሃ የሚያነሣ አይመስልም። ምናልባት በአንዳንድ አካባቢዎች ማስቆም ሲገባው በሚጠበቀው ደረጃ አለስቆመም የሚባል ወቀሳ ለምሳሌ በባሕሩ ጥናት መሠረት በሶዶ ጉራጌ ጎበና ባርነትን ማስቆም ሲጠበቅበት ዳተኛ ሆነ ይባላል። ይህ እውነት ሊሆን ይችላል። ደግሞም መርሳት የሌለብን አንድ ነገር ጉራጌ የጎበና የማስገበርም ይሁን የማስተዳደር ድልድል ውስጥ አልነበረም፤ የሄደው ታዞ ወይ ተጋብዞ ነው። በዘመኑ አነጋገር በውሰት እንጂ የራሱ ግዛት አልነበረም፤ ቆይታውም ለአራት ወራት ብቻ ነበር። ስለዚህ ይህን ለባለቤቱ ትቶት ይሆናል የሚል ግምት ያሳድራል። በግቤ አካባቢም ምናልባትም ከጎበና መነሣት በኋላ ዐመጽ ተከሥቶ ስለነበር እሱን ለማስቆም የዘመቱት ወታደሮች በምርኮ የሰበሰቡትን ሰው ምናልባትም ወደ አዘጥቻቸው ሳያመጧቸው በየመንገዱ ለሙሰሊም ነጋዴዎችና ባለጸጎች እንደሸጧቸው ይነገራል። በአጠቃላይ የደቡብ ምዕራባዊ የኢትዮጵያን ክፍል በተመለከተ የተገኙትን አሉታዊ የታሪክ ገጠመኞች ሁሉ ለጎበና መስጠት ተገቢ አይመስልም።

በብዙ ጸሐፍት በጣም ተጋኖ የሚነገረው ለሸዋ ስኬት ዋናው ምክንያት ዘመናው የጦር መሣሪያ ማግኘትና ከነሱ በስተደቡብ ያሉት ያለማግኘት የሚለው ትርክትም አጠራጣሪ ነው፣ አስተዋጽኦ የለውም ማለት አይደለም። ነገር ግን አደረጃጀቱን በማድበስበስ ያልፉታል፤ በሌሎች ሕዝቦች ዘንድ የነበረውን የውስጥ ክፍፍልና መተላለቅን ይረሱታል። አንዳንዴ የጎበና እንቅስቃሴ (የማስገበርም ይሁን ወደ ራሱ ኅብረት የማምጣት ዘመቻን ስልት) እንደ አስተዋጽኦ በተለይም የኦሮሞዎችን የእርስበርስ መተላለቅ እንዴት እንዳስቀረ ለመረዳት ይቸገራሉ።

ዋቢ ጽሑፎች

በሀገር ውስጥ ቋንቋ የተጻፉ

ላጵሶ ጌ. ድሌቦ፣ *የኢትዮጵያ የገባር ሥርዓትና ጅምር ካፒታሊዝም*፣ አዲስ አበባ፣ 1983።

ልሳኑ ሀብተ ወልድ፣ *ስለ የማይዘነጋ ውለታ፡ የሸዋ ተዘዋዋሪ ዐርበኞችና የጥንታዊት ኢትዮጵያ ማኅበር ታሪክ*፣ አሜሪካ ታተመ፣ 2008 ዓ.ም።

መርስዔ ሐዘን ወልደ ቂርቆስ፣ *የሃያኛው ክፍለ ዘመን መባቻ*፣ አዲስ አበባ፣ 1999።

መንግሥቱ ለማ፣ *መጽሐፈ ትዝታ ዘአለቃ ለማ ኃይሉ ወልደ ታሪክ*፣ አዲስ አበባ፣ 2003።

ማኅተመ ሥላሴ ወልደ መስቀል፣ *ዝክረ ነገር*፣ አዲስ አበባ፣ 1962።

ሰሎሞን ሥዩም፣ "ኦሮሞ ባለ ጣምራ ታሪክ?" በፍትሕ ሳምንታዊ መጽሔት፣ አንደኛ ዓመት፣ ቁጥር፣ 13፣ 2011።

ሥርግው ሐብለ ሥላሴ፣ *ዳግማዊ ምኒልክ፡ የአዲሱ ሥልጣኔ መሥራች*፣ ሙኒክ፣1992።

ባሕሩ ዘውዴ፣ *የኢትዮጵያ ታሪክ ከ1847 እስከ 1983*፣ አዲስ አበባ፣ 2000።

________፣ *ሀብቴ አባ መላ፡ ከጦር ምርኮኛነት እስከ ሀገር መሪነት*፣ አዲስ አበባ፣ 2008።

ታተከለ ሐዋርያት ተክለ ማርያም፣ *ኦቶባዮግራፊ (የሕይወቴ ታሪክ)*፣ **አዲስ አበባ፣ 1998።**

ተክለ ኢሱስ ዋቅጅራ፣ "የንጉሥ ተክለ ሃይማኖት፡ የጎጃምንና የከፋውን ንጉሥ አጭር ታሪክ" IES, MS no 684።

ተክለ ጻዲቅ መኩሪያ፣ *የኢትዮጵያ ታሪክ ከዐፄ ቴዎድሮስ እስከ ዐጼ ኃይለ ሥላሴ*፣ አዲስ አበባ፣ 2000።

________፣ *ዐፄ ምኒልክ እና የኢትዮጵያ አንድነት*፣ አዲስ አበባ፣ 1983።

________፣ *ዐፄ ዮሐንስና የኢትዮጵያ አንድነት*፣ አዲስ አበባ፣ 1982።

ታቦር ዋሚ፣ *የውገና ድርሰቶችና የታሪክ እውነቶች*፣ አዲስ አበባ፣ 2006።

ታደለ ብጡል፣ *የአዛዥ ሐኪም ወርቅነህ እሸቴ የሕይወት ታሪክ*፣ አዲስ አበባ፣ 2001።

ብላቴን ጌታ ኅሩይ ወልደ ሥላሴ፣ *የኢትዮጵያ ታሪክ፡ ከንግሥተ ሳባ እስከ ታላቁ የዓድዋ ድል*፣ አዲስ አበባ፣ 1999።

ቀኛዝማች ኃይሌ ዘለቃ፣ "የደጃዝማች ገርማሜ የሕይወት ታሪክ"፣ 1937፣ IES. MS. 2478.

አፈወርቅ ገብረ ኢየሱስ፣ *ዳግማዊ አጤ ምኒልክ*፣ ሮማ፣ 1901።

አምባቸው ከበደ (ተርጓሚ)፣ *ከዐፄ ምኒልክ ሠራዊት ጋር*፣ አዲስ አበባ፣ 2001።

________፣ *ከእንጦጦ እስከ ባሮ*፣ አዲስ አበባ፣ 2005።

አጥናፍ ሰገድ ይልማ፣ *አቤቶ ኢያሱ አነሣሥና አወዳደቅ*፣ አዲስ አበባ፣ 2006።

እሸቱ ኢረና፣ *የኦሮሞ ታሪክ (ከጥንት እስከ 1890ዎቹ መጨረሻ)*፣ አዲስ አበባ፣ 2001።

ወልደ ዮሐንስ እና ገመቹ መልካ፣ *ኦሮሚያ፣ የተደበቀው የግፍ ታሪክ*፣ ቦታ የለውም፣ 1986።

ወርቁ ንዳ፣ *ጀብዱ፣ የጉራጌ ባህልና ታሪክ*፣ አዲስ አበባ፣ 1983።

ዮሐንስ አድማሱ (አሰናኝ ዮናስ አድማሱ)፣ *ቀኝ ጌታ ዮፍታሔ፣ አጭር የሕይወቱና የጽሑፉ ታሪክ 1887-1939*፣ አዲስ አበባ፣ 2004።

የጎበና ዳጨው ሰነዶች፣ IES MS, no, 4614.

ጀቤሳ ኤጀታ፣ *የኦሮሞ ብሔር ባህልና አጭር ታሪክ* (አርቲስቲክ ማተሚያ ቤት) ቢልም ቦታና ዓመተ ምሕረት የለውም።

ገዳ ሜልባ፣ *'ኦሮሚያ' (የኦሮሞ ሕዝብ ታሪክ)*፤ ካርቱም፣ 1985 እ.ኤ.አ.።

ጸሐፌ ትእዛዝ ገብረ ሥላሴ ወልደ አረጋይ፣ *ታሪክ ዘመን ዘዳግማዊ ምኒልክ ንጉሠ ነገሥት ዘኢትዮጵያ*፤ አዲስ አበባ፣ 2008።

ፍጹም ወልደ ማርያም፣ *የዐጽመ ጊዮርጊስ ገብረ መሲህ ድርሰቶች፣ የኦሮሞ ታሪክ (ከ1500-1900) (ክፍል አንድ እና ሁለት)*፣ አዲስ አበባ፣ 2009።

በውጭ ቋንቋ የተጻፉ

ያልታተሙ

Abbas Haji. "The History of Arsi (1880-1935)"B.A. Thesis. Addis Ababa University, 1982.

Addisu Tolesa. "The Historical Transformation of a folklore genre: The *Geerarsa* as a national Literature of the Oromo in the context of Amhara colonization in Ethiopia", PhD. Indiana University, 1999.

Asefa Tefera. "*Towards a political sociology of Oromo literature: Jaarsoo Waaqoo's poetry*" MA thesis in Literature. Addis Ababa University, 2003.

Abarra Zäläkä. "Fiche Foundation, Growth and Development up to 1941". B. A. Thesis, History. Addis Ababa University, 1986.

Bezuwärk Zäwdé. "The Problem of Tenancy and Tenancy Bill, with Particular Reference to Arsi". MA Thesis. Addis Ababa University, 1992.

Daba Hundé. "A Portrait of Social Organization and Institutions of the Oromo of Jibat and Mächa in the Nineteenth Century till the Conquest of Menelik II". B.A. Thesis. Haile Sillassé University, 1971.

Dechasa Abebe. "A socio-economic history of North Shewa, Ethiopia (c. 1880s-1935)", Doctoral Thesis. University of South Africa, 2015.

__________. "The Peopling of Moret and Merhabete c. 1700-1889" MA Thesis in History. Addis Ababa University, 2003.

El Amin Abdel Karim Ahmed Abdel Karim, "An Historical study of Shawan-Amhara Conquest of the Oromo and Sidama regions of Southern Ethiopia 1865-1900" PhD Thesis in History. Khartoum University, 2009.

Getahun Dilebo. "Emperor Menilek's Ethiopia, 1865-1916: National Unification or Amhara communal domination" Ph.D. dissertation. Howard University, 1974.

Girma Mengistu. "The Busase of Anfillo, Qellam Wallaga. A history" BA thesis in History. Addis Ababa University, 1973.

Guluma Gemeda. "Gomma and Limmu: the process of state formation among the Oromo in the Gibe region, C. 1750-1889" MA thesis in history. Addis Ababa university, 1984.

__________. "land, Agriculture and Society in the Gibe Region: Southwestern Ethiopia, c. 1850-1974" PhD dissertation. Michigan State University, 1996.

Haile Gabriel Dagne. "Oral Information on the establishment of Churches in Addis Ababa" in Symposium on the Centenary of Addis Ababa, Nov. 24-25, 1986.

Isenberg, C.W and Krapf. J.L. Journal of C.W. Isenberg and J.L. Kraft Detailing their Proceedings in the Kingdom of Shoa and Journeys in Other Parts of Abyssinia in the Years 1839, 1840, 1841 and 1842. London. 1843.

Kätäbo Abdiyo. "A Historical Survey of the Arsi Oromo: C. 1910-1974". MA. Thesis in History. Addis Ababa University, 1999.

Kätäma Mäsqäla. "The Evolution of Land Ownership and Tenancy in Highland Balé: A Case Study of Gobba, Sinana and Dodola Districts to 1974". MA Thesis in History. Addis Ababa University, 2001.

Oljira Tujuba. "Oromo-Amhara Relations in Horroo-Guduru Awraja (North-Eastern Wallaga), c. 1840s-1941". M. A. Thesis. Addis Ababa University, 1994.

Täsäma Ta'a. "The Oromo of Wollega: A Historical Survey to 1910." M.A. Thesis. Addis Ababa University, 1980.

Tsägayé Zäläkä, "The Oromo of Salaalee: A History (c.1848-1936)". MA Thesis in History, Addis (Ababa University, 2002);

______________. "A History of Graar Jaarsoo 1800-1900." B.A. Thesis. Addis Ababa University, 1996.

Wakéné Fréw. "The Family of Ras Darge and the Church in Salale 1870-1941". B.A. Thesis. Haile Sillaasee I University, 1973.

Yasin Mohammed. "A Historical Study of the Land Tenure System in Highland Ilu-ababora C.1889- 1974. MA Thesis in History. Addis Ababa University, 1974.

Yates, Brian James, "Invisible actors: The Oromo and the creation of modern Ethiopia (1855--1913)" PhD, Dissertation. University of Illinois, 2009.

የታተሙ

Abba Antonios Alberto. *A modern and contemporary history of the Catholic Church in Ethiopia*. Addis Ababa, 2013.

______. *The Apostlic Vicariate of Galla, A Capuchin Mission in Ethiopia (1846-1942)*. Addis Ababa, 1998.

Abbas Haji. "Arsi Oromo Political and Military Resistance against the Shoan Colonial Conquest (1881-6)" in *Journal of Oromo Studies*, Vol. 2. 1995.

______. *Conquest and Resistance in the Ethiopian Empire, 1880–1974: The Case of the Arsi Oromo*. London, 2013.

Bahru Zewde. *Society, State and History: Selected Essays*. Addis Ababa, 2008.

______. *An Introduction to Ethiopian History*. Addis Ababa, 1995.

______. *Pioneers of Change in Ethiopia: The Reformist intellectuals of the early Twentieth century*. Addis Ababa, 2002.

Bairu Tafla. "Three portraits, *Ato* Asmä-Giyorgis, *Ras* Gonaba Dachi and *Sahafe Tezaz* Gäbrä - Sillassé" in *Journal of Ethiopian Studeis*. Vol. 2. Addis Ababa, 1967.

______. (ed). *Asmä-Giyorgis and His Work: History of the Galla and the Kingdom of Shäwa*. Stuttgart, 198.

Beckingham and Huntingford. *The Galla of Ethiopia: the kingdom of Kafa and Janjero*. 1969, London.

Binayew Tamrat and Alemseged Debele. "Centre- Periphery Relations in Ethiopian Empire: The Case of Benishangul Gumuz, 1898 - 1941" in *The International Journal Of Humanities & Social Studies,* Vol 2 Issue 12 December, 2014.

Cecchi and Chiarini, "Relazione sui mercati principali dello Scioa edei paesi Galla", *Bollettino della Societá Geografica Italiana,* XVI (1879), pp. 445-455.

Cerulli, Enrico. *Flok-Literature of the Galla of Southern Abyssinia.* Cambridge, 1922.

Caulk, A. "Territorial competition and the Battle of Embabo, 1882" in *Journal of Ethiopian Studies.* Vol. 13, No. 1. January 1975.

______. (trans.) "Gobena's Chronicle" or "Ya Ras Gobana Tarik."

Dechasa Abebe. "Historical Narratives of population outmigration from Northern Shewa to the Southern region of Ethiopia (1881-1935)" in The Journal of Oromo Studies. Vol. 24. No. 1&2, 2017.

Donald Donham. "Old Abyssinia and the new Ethiopian empire: themes in social history" in *Southern marhes of Imperial Ethiopia.* Addis Ababa, 2002.

Darkwah. *Shäwa Menilek and the Ethiopian Empire: 1813 – 1889.* London, 1987.

Edao Boru. "Gobana Dache" on YouTube, 17 Mar 2015 - Uploaded by Finfinnee Radio, https://www.youtube.com/watch?v=SE4vN0JQMAc

Ege, S. *Class, State and Power in Africa: A Case Study in the Kingdom of Shäwa (Ethiopia) about 1840.* Harrassowitz, 1996.

Greenfield, Richard. *Ethiopia: A New Political History.* London, 1965.

Haber land, E. *Untersuchungen zum athiopischen konigtum.* Wiesbaden, 1965.

Mekuria Bulcha. The Making of Oromo Diaspora: A historical Sociology of Forced Migration. Kirk House Publishers, Minneapolis, 2002.

Mohammed Hassen. *The Oromo of Ethiopia: A History 1570-1860.* Red Sea Press, Trenton, 1994.

Nagaso Gidada. "Oromo Historical Poems and Songs: Conquest and Exploitation in Western Wallaga, 1886-1927" in *Paideuma: Mitteilungen zur Kulturkunde,* Bd. 29. 1983. pp. 327-340.

Rubenson, Sven (ed.). International Rivalries and Foreign Threats: 1869-1879, *Acta Athiopica.* Vol.iii. Addis Ababa, 2000.

Sergew Hable Sellassie. *Ancient and Medieval Ethiopian History to 1270.* Addis Ababa, 1972.

Stitz, V. "Distribution and foundation of churches in Ethiopia" in *Journal of Ethiopian Studies*, Vol. 13, No. 1. January 1975.

Taddesse Tamrat. *Church and State in Ethiopia (1270-1527).* Oxford, 1972, TSEHAI Publishers, Los Angeles, 2009.

Tamene Bitima. "On Some Oromo Historical Poems" in *Paideuma: Mitteilungen zur Kulturkunde*, Bd. 29. 1983. pp. 317-325.

Tesema Ta'a. "Prologue to the Ethio-Sudanese Frontier" in (ed.) Tadese Beyene etal) Kassa and Kassa" Papers on the Lives, Times and Images of TewdrosII and Yohannis IV 1855-1889), (1990) Institute of Ethiopian Studies, Addis Ababa University.

Terrefe Woldesadik. "The Unification of Ethiopia (1880-1935) Wälläga" in the *Journal of Ethiopian Studies*, Vol. 6, No. 1. January 1968.

Trimingham, J. Spencer. *Islam in Ethiopia.* Oxford, 1952.

Triulzi, Alessandro." Trade, Islam, and the Mahdia in Northwestern Wallagga, Ethiopia" in *The Journal of African History.* Vol.16, no.1. 1975.

Yates, Brian James, "Christian Patriot or Oromo Traitor?: The Ethiopian State in the Memories of Ras Gobäna Dače" in *Northeast African Studies* Vol. 13, No. 2, pp:25-51·

መጠቁም

መ

ዘ

የ

WWW.TSEHAIPUBLISHERS.COM

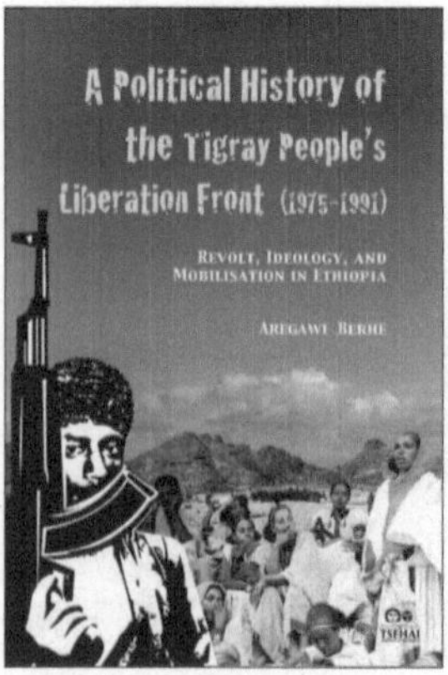

WWW.TSEHAIPUBLISHERS.COM

www.ingramcontent.com/pod-product-compliance
Lightning Source LLC
LaVergne TN
LVHW092116300926
849161LV00002B/153

* 9 7 8 1 5 9 9 0 7 2 2 4 1 *